தாசிகள் மோசவலை
அல்லது
மதிபெற்ற மைனர்

மூவலூர் ஆ. ராமாமிர்தத்தம்மாள்

வெளியீடு:
Dravidian Stock
11 Model Nagar old
Washermenpet, Chennai
600021
cell: 9092787854

நூல்விவரக் குறிப்பு

நூலின் பெயர்	:	**தாசிகள் மோசவலை அல்லது மதிபெற்ற மைனர்**
ஆசிரியர்	:	**மூவலூர் ஆ.ராமாமிர்தத்தம்மாள்**
முதற்பதிப்பு	:	2009 **தமிழ்க் குடிஅரசு பதிப்பகம்**
உரிமை	:	பதிப்பகத்தாருக்கே
நூலின் அளவு	:	டெம்மி
பக்கம்	:	320
அச்சு எழுத்து	:	12
தாள்	:	16 கி.கி. வெள்ளைத்தாள்
கணினி அச்சு	:	**வானவில் கணினி அச்சு**, சென்னை - 5.
அச்சிட்டோர்	:	கவிக்குயில் அச்சகம், சென்னை-5.
விலை	:	**ரூ. 350/-**
வெளியீடு	:	**Dravidian Stock** 11 Model Nagar old Washermenpet Chennai 600021 cell: 9092787854

மூவலூர் ஆ. ராமாமிர்தத்தம்மாள்

முன்னுரை

சமய சாஸ்திரங்களின் பேராலும் கடவுளரின் பேராலும் பகிரங்கமாய் வியபிசாரம் செய்யும் பெண் சமூகம் புண்ணிய பூமி என்று போற்றப்படும் இந் நாட்டில்தான் உண்டு. இதைப்போல் உலகில் வேறு எங்கும் காணமுடியாது என்றே நம்புகிறேன். தேவதாசிமுறை நம்முடைய நாகரிகத்திற்கும் கலைப் பெருமைக்கும் பெருங் களங்கமாய் இருக்கின்றது. இந் நாட்டில் பெண்ணின் பெருமைகளைப் பற்றி வானமளாவப் பேசப்படுகிறது. ஆனால் நடைமுறை வேறு விதமாயிருக்கிறது. பெண்கள் விலங்குகளிலும் இழிவாக நடத்தப்படுகின்றனர். வியபிசாரத்திற்கென்றே ஒரு பெண் சமூகத்தைச் சிருஷ்டித்துக்கொண்டு வாழ்ந்த - வாழும் நமது ஆணுலகத்தின் மனப்பான்மையை என்னென்பது? தேவதாசி முறையால் குறிப்பிட்ட ஒரு பெண் சமூகம் நீசவாழ்க்கை நடத்திப் பாழாவதோடு மற்றக் குடும்பங்களும் நாசம் அடைகின்றன. ‘தாசிகள் மோசவலை அல்லது மதிபெற்ற மைனர்’ என்னும் இந் நாவல் தேவதாசி முறையை அடியோடு ஒழிக்க எழுந்தது என்பது மிகையாகாது. “பாம்பின் கால் பாம்பறியும்” என்பதுபோல் இந் நாவலாசிரியாரகிய ஸ்ரீமதி ராமாமிர்தம் அம்மையார் அக்குலத்தில் பிறந்து குலத் தொழிலில் அருவருப்படைந்து விடுதலை அடைந்தவராதலால் தாசிகளின் சூழ்ச்சித் திறங்களையும் மாயாஜாலங்களையும் நன்குணர்ந்திருக் கிறார். தமது சமூக முன்னேற்றத்தில் கண்ணுங்கருத்து மாயிருந்து அல்லும் பகலும் அரும்பாடுபட்டு வருகிறார். இவ்வம்மையாரது மன எழுச்சியின் பிரதிபிம்பம் இந்

நாவல். எனவே இதில் காணப்படும் கதை அமைப்பும், சம்பாசணைகளும், வாதப் பிரதிவாதங்களும், சொற்பொழிவுகளும் தாசிகளின் மோசு வலைகளில் வாலிபர்கள் சிக்கி அழியாதவாறு தடைசெய்ய வல்லன என்பது எனது உறுதியான அபிப்பிராயம். இதைப் படித்தால் பரம்பரைத் தாசிகளும் தங்கள் இழி நிலையை உணர்ந்து திருந்துவார்கள் என்று நம்புகிறேன். ஸ்ரீமதி ராமாமிர்தம் அம்மையார் இதைப்போல் இன்னும் அநேக அநுபவக் களஞ்சிய நாவல்களை வெளியிட்டுத் தமிழ்ச் சமூகத்தை முன்னேற்ற வேண்டும் என்று ஆசைப் படுகின்றேன். ஒவ்வொரு தமிழ்மகனும் தமிழ்மகளும் இந் நாவலைத் தவறாமல் வாசிக்க வேண்டும் என்று எல்லாரையும் கேட்டுக் கொள்ளுகின்றேன்.

இங்ஙனம்

சிவகிரி ஜமீன் சே. வெள்ளைத்துரைச்சி நாச்சியார்

15.12.35

அண்ணாமலை பல்கலைக்கழகத் தமிழ்ப் பேராசிரியர்
உயர்திரு எஸ்.சோமசுந்தர பாரதி எம்.ஏ., பி.எல்., அவர்களின்

மதிப்புரை

மூவலூர் திருமதி இராமாமிர்தம் அம்மாள் எழுதி வெளியிட்ட 'மதிபெற்ற மைனர்' என்னும் நவீனகத்தைப் படித்துப் பார்த்தேன். தமிழ்நாட்டில் இளைஞர்கள் ஒழுக்கத்தை யோம்பி நாட்டுத் தொண்டில் ஈடுபட்டு முன்னேற வேண்டுமென்னும் நன்னோக்கத்தோடு இப் புத்தகம் எழுதப்பட்டிருக்கிறது என்பது அதைப் படிப்பவர்க்கு எளிதில் விளங்கும். உலகியலை நன்குணர்ந்து, சில பழைய தவறான நடைமுறைகள் நமது சமுதாய வாழ்க்கையில் இருப்பவற்றின் தீமைகளை வற்புறுத்தி உலகியலோடு ஒத்தவாறு கதை புனைந்து எழுதப்பட்டுள்ளது. மாமாவாய் வந்து பரத்தையர் மயலில் மயங்கிய குறுநில மன்னன் மகனைத் திருத்தியதும், பேராசையால் பல தீங்கிழைத்து வந்த தாய்க் கிழவியை மாமன் சூழ்ச்சியால் வறியளாக்கி வாழ்வு இழக்கச்செய்து இறுதியில் அவளையும் அவள் பெண்மக்களையும் நல்வழிப்படுத்தியதும், வாலிப அரச குமாரனின் மனைவி தன்னறிவின் திறத்தாலும் கற்பறக் காதலாலும் பல மாறுவேடம் கொண்டு தன் கணவனைப் பரத்தை வீட்டிலிருந்து மீட்டு நல்வழிப்படுத்தி மனையற மாண்போடு நாட்டில் மக்களின் நன்மை கருதித் தேசசேவை செய்ய ஏவியதும் இல்வாழ்க்கையில் மிகவும் பாராட்டத் தக்கன. இடையிடையே நீண்ட சுயமரியாதை உபந்யாசங்கள் பெருகினும் அவையனைத்தும் தமிழ்ச் சமுதாயம் நலம் கருதியே, வருதலால் அவை வெறுக்கத் தக்கனவும் அல்ல. கருதிய பொருளை வலியுறுத்தற்கு ஏற்ற

பல பழமொழிகளை இணைத்து யாவரும் எளிதில் படித்தற்கேற்ற தெள்ளிய நடையில் இந்நூல் எழுதப் பட்டிருக்கிறது.

தமிழ்நாட்டில் இருபாலாரும் பழுதற்ற காதல் மணமுறைகளைக் கைப்பற்றித் தீய வொழுக்கங்களை விலக்கி ஆக்கமும் இன்பமும் அடைய வேண்டும் என விரும்பும் ஆசார சீர்த்திருக்காரர் அனைவரும் இப் புத்தகத்தை ஆதரிப்பார்களென்று நம்புகிறேன்.

அண்ணாமலை நகர்   இங்ஙனம்
16.2.36   எஸ்.எஸ். பாரதி

கடலூர் பெண்பாடசாலைத் தலைமை உபாத்தியாயினி
திருமதி குருசாமி குஞ்சிதம் பி.ஏ.எல்.டி. அவர்களின்

புகழுரை

"இந்தக் கட்டை விழுவதற்குள் மனித சமூகத்திற்கு நம்மாலான சிறு உதவியைச் செய்துவிட்டுப் போவோம்" என்ற ஒரு சிறந்த எண்ணத்தில் பொதுஜன ஊழியம் செய்பவர்களில் மூவலூர் தோழர். இராமாமிர்தத்தம்மாள் அவர்களும் ஒருவராவர். தமிழ் நாட்டில் முதல்முதல் பொதுமேடையேறிச் சொற்பொழிவாற்றிய மங்கையர் ஒரு சிலரில் இவர் முக்கியமானவர் என்று சொல்லலாம். அம்மையாரின் பேச்சுத் திறனை அறிந்தனுபவித்த தமிழ்மக்கள் இப்போது அவர்களது எழுத்துத் திறனையும் அறிய ஒரு சந்தர்ப்பத்தைப் பெற்றுள்ளார்கள். 'தாசிகள் மோசவலை' என்ற பெயரால் இப்போது இவர்கள் எழுதியுள்ள இந் நாவலானது இத் துறையில் அவர்களது முதல் முயற்சியாகும். இக் கதையில் பல இடங்களில் அநேக அருமையான கருத்துகளை நூலாசிரியர் வாரி இறைத்திருக்கிறார். "தாசிகள் பெரும் மோசக்காரர்கள்" என்பதையும் தாசி வீடு செல்லும் பழக்கமுடையோன் மனித சமூகத்திற்கே பெரும் கேடு விளைவிப்பவனாகிறான் என்பதையும் அம்மையார் நன்றாக எடுத்து விளக்கி யிருக்கிறார்.

"தேவதாசிகள்" என்ற ஒரு கூட்டமே ஆரியப் பார்ப்பனர்களிடமிருந்துதான் உற்பத்தியாகி இருக்க வேண்டுமென்று நூலாசிரியர் ஓரிடத்தில் சுட்டிக் காட்டியிருப்பது மிகவும் சிந்திக்கக்கூடிய உண்மையாகும். ஆரியப் பார்ப்பனரது ரிக் வேதத்தில் கூறப்பட்டுள்ள

'நியோக விவாக' முறையைச் சிறிது ஆராய்ந்தால் இந் நாட்டில் தங்கள் கூட்டத்தைப் பெருக்குவதற்காக மறை முகமான பல விபசார முறைகளை ஆரியர் இந்நாட்டில் ஏற்படுத்தி விட்டார்கள் என்பது வெள்ளிடை மலைபோல் விளங்கி நிற்கும். இவ்வுண்மையை விளக்க அனுபவ உதாரணங்கள் பல உண்டு. அவைகளை விரித்துக்கூற இது இடமில்லை.

இனி இந்நூலில் சோதிடம், மந்திரம், குறி சொல்லுதல் முதலிய குருட்டு நம்பிக்கைகளைப் பற்றியும் கடவுள், மோட்சம், இவைகளின் பெயரால் காலத்தையும் காசையும் விரயமாக்கும் அறிவீனத்தைப் பற்றியும் ஆசிரியர் விவாத ரூபமாக விளக்கியிருக்கிறார். இவைகளில் கருத்து வேறுபாடு உடையவர்களுடைய சக்தியைக்கூட குத்திக் கிளறிக் குழப்பும் முறையில் சில கருத்துகள் வெளியிடப்பட்டிருப்பது குறிப்பிடக்கூடியதாகும்.

பெண்களைக் "கடவுளுக்கு"ப் பொட்டுக் கட்டுதல், விபசாரம் முதலிய அநாகரிக முறைகளை ஒழிப்பதற்காக அல்லும் பகலும் உழைத்து வரும் டாக்டர் முத்துலட்சுமி அம்மாள் அவர்களுடைய அரும்பணிக்குத் தோழர் ராமமிர்தத்தம்மாள் அவர்களின் இந் நூல் ஒரு பெருத்துணையாகுமென்பது எனது நம்பிக்கை. சமூகப் புரட்சியிலும் மனிதாபிமானத்திலும் ஆர்வங்கொண்ட தமிழ்மக்கள் இந்நூலை ஆதரித்து இதற்குப் பல பதிப்புக்கள் வருமாறு செய்தால் அதுவே இன்னும் இதுபோன்று பல நூல்களை வெளிப்படுத்துவதற்கு இந் நூலாசிரியரை ஊக்குவித்ததாகும்.

கடலூர் என்.டி.
17.2.36
எஸ். குருசாமி குஞ்சிதம்

என்னுரை

தேவதாசி - தேவடியாள் (தேவ அடியாள்) ஆஹா! என்ன திவ்வியமான திருப்பெயர்கள்! தெய்வத்திற்குப் பக்தி சிரத்தையுடன் திருத்தொண்டு புரிபவளே தேவதாசி - தேவடியாள். இந்தப் பெயர்கள் காதில் பட்டமாத்திரத்தில், இக்காலத்தில், நாம் என்ன நினைக்கிறோம்? குடிகெடுக்கும் விபசாரி என்ற நினைவைத் தவிர தெய்வத் திருத்தொண்டு புரியும் பக்த சிரோமணி என்ற நினைவு கனவிலும் வருவதில்லை. 'தேவதாசிகள் கோவில்களில் வசித்து, உலகியல் விவகாரங்களில் ஈடுபடாமல் - அகப்பற்றுப் புறப்பற்றுக்களைத் துறந்து, தியாகமும் சீலமும் உடையவர்களாய் - சதா சர்வகாலமும் பகவத் கைங்கரியங்களையே மேற்கொண்டு - சத்காலக்ஷேபம் செய்யும் தவமணிகள்" என்று வேதாகமங்கள் முழங்குவதாகச் சாஸ்திரிகள் சொல்லுகிறர்கள். இந்தக் காலத்தை விட்டுத் தள்ளுங்கள். எந்தக் காலத்திலாவது இப் "புண்ணிய பூமியில் தேவதாசிகள் என்பவர்கள் மேற்சொன்ன இலக்கணத்திற்கு இலக்கியமாக இருந்திருக்கிறார்களா என்னும் உண்மையை அந்தச் சாஸ்திரிகளும் பண்டிதர்களுமே நிரூபணம் செய்துறுதி கொடுக்க வேண்டும். எனது சிற்றறிவுக்குக் கடுகளவுகூட அந்தச் சங்கதி புலப்படவில்லை. இந்தக் காலத்தில் தேவதாசிகளின் மகிமையைத் தெரிந்துகொள்ளச் சாஸ்திரங்களைப் புரட்டிப் பார்க்க வேண்டிய அவசியமே இல்லை. யாரையாவது வைய வேண்டுமானால் 'தேவடியாள் மகனே' என்கிறார்களே - அது ஒன்றே அவர்களுடைய தெய்வீக இலட்சணத்தை வெட்ட வெளிச்சமாக்கி நிற்கிறது என்று நம்புகிறேன்.

தேவதாசி - தேவடியாள் - கலைப்பெண்டு - விலைமகள் - பரத்தை முதலிய பெயர்கள் தாங்கிய ஒரு விபசாரப் பெண் சமூகம் இந்நாட்டில் தொன்றுதொட்டே இருந்து வருகிறது. தேவதாசி வேறு - மற்ற விலைமகளும் பரத்தையும் வேறு - என்ற வாதிக்கின்றவர்களும் இங்கே இருக்கிறார்கள். ஆனால் பண்டைக் காலந்தொட்டே கோவில் குருக்கள்மாரும் அரசர்களும் செல்வர்களும் மற்றவர்களும் தெய்வத்தின் பேரால், கலையின் பேரால், போகத்தின் பேரால் குறிப்பிட்ட ஒரு பெண் சமூகத்தை வியபிசாரத்திற்கு உபயோகிக்க ஆக்கம் அளித்து வந்தார்கள் என்பதை யாராலும் மறுக்க முடியாது என்பது எனது கெட்டியான அபிப்பிராயம். எனவே அந்த வியபிசாரக் கூட்டத்தில் ஏற்றத் தாழ்வுகளைக் கற்பித்துக் கொண்டு வாதித்துப் பெருமை பேசிக்கொண்டிருப்பது வீண் வேலையாகும்.

தேவதாசி முறையை ஒழிக்க வேண்டும். தெய்வங்களின் பேரால் பொட்டுக் கட்டும் அநாகரிக வழக்கத்தை ஒழித்துவிட வேண்டும் என்று டாக்டர் முத்துலட்சுமி அம்மை போன்ற சீர்திருத்த வாதிகள் சொன்னால் இப்பொழுதும் முட்டுக்கட்டை போடுகின்ற வர்கள் யார் என்பதைக் கவனியுங்கள். வைதீகர் கூச்சல் ஒருபுறமிருக்கட்டும் - பெரிய பெரிய சட்ட நிபுணர்களான அரசியல் தலைவர்கள் - சமூகச் சீர்திருத்தத் தலைவர்கள் என்பவர்களே குறுக்கே விழுகிறார்கள். கும்பகோண சாஸ்திரிகளைக் காட்டிலும் சத்தியமூர்த்தி சாஸ்திரிகள் ‘தேவசாசிகள் இருக்க வேண்டும். தேவதாசி முறையை ஒழிப்பது தெய்வ விரோதம் - சட்ட விரோதம்” என்று கூச்சல் போட்டுப் பிரசாரம் செய்யத் தொடங்கு கின்றார்கள். கிருஷ்ணையர்களோ ‘தேவதாசி முறையை ஒழிப்பது நமது புராதன நாட்டியக்கலை - இசைக்கலைப் பொக்கிசங்களை ஒழிப்பதாகும்’ என்று கூச்சல் கிளப்புகிறார்கள். சாஸ்திரிகளோ ‘தேவதாசி முறையை

ஒழித்தால் சாஸ்திரம் போச்சு - நாத்திகம் ஆச்சு' என்று தலைகளில் அடித்துக் கொள்ளுகிறார்கள். இனி, தாசிகள் வீடுகளே மோட்சம் என்று கருதிக்கொண்டிருக்கும் ஜமீன்தார்கள் - பிரபுக்கள் முதலியவர்களைப் பற்றிச் சொல்ல வேண்டியதே இல்லை. தேவதாசி முறையை ஒழிப்பதற்கு எதிரிடையாகத் தங்களுடைய அதிகாரமும் செல்வமும் எவ்வளவு தூரம் பாயுமோ அவ்வளவு தூரம் உபயோகிக்கத் தயாராகக் காத்துக் கொண்டிருக்கிறார்கள்.

நமது நாட்டில் பெண்கள் தெய்வங்களாகப் போற்றப் படுகிறார்கள் என்பது ஏமாற்றுப் பேச்சு. இந்நாட்டுப் பெண்கள் எல்லாத் துறையிலும் அழுத்தி வைக்கப் பட்டிருக்கிறார்கள். இதற்குத் தெய்வங்களின் பேராலும் சாஸ்திரங்களின் பேராலும் ஒரு பெண் சமூகத்தை வியபிசாரத்திற்குத் தயாராக்கிக் கொலை பாதகம் செய்திருப்பதொன்றே போதிய சான்றாகும்.

அந்தக் காலத்தில் தமிழ்நாட்டில் தலைவர்களாய் விளங்கிய தோழர்கள் ஈ.வெ. ராமசாமியார், திரு.வி. கலியாணசுந்தர முதலியார், டாக்டர் வரதராஜுலு நாயுடு போன்ற பிரமுகர்கள் தேவதாசி முறையை ஒழிப்பதில் ஒருவாறு அநுதாபங் காட்டினர். இந்தச் சமூகத்தில் பிறந்து படாத பாடெல்லாம் பட்டுத் தேர்ந்த எனக்கு - எவ்வழியிலேனும் இவ்விபசாரக் கூட்டத்தைத் தலை யெடுக்கவிடாமல் ஒழித்துவிட வேண்டும் என்று கவலைப் பட்டுக் கொண்டிருந்த எனக்கு - அந்தச் சந்தர்ப்பம் பெருந்துணையாக வந்து வாய்ந்தது. ஆங்காங்குப் பொட்டறுப்புச் சங்கங்கள் கண்டு பிரசாரம் செய்யத் தொடங்கினேன். தேவதாசி சமூகத்திலேயே பலமான எதிர்ப்புக் கிளம்பியதோடு நான் மேலே குறிப்பிட்ட பெரிய தலைவர்கள் - சாஸ்திரிகள் - ஜமீன்தார்கள் - பிரபுக்கள் மாமாக்களின் எதிர்ப்புகளும் விரோதங்களும் வெளிப்படையாகவும் மறைமுகமாகவும் கிளம்பத் தலைப்பட்டன. எனக்கும் என்னுடைய தோழர்களுக்கும்

மிகுந்த மனச் சோர்வும் மலைப்பும் ஏற்பட்டன. பிரிட்டானியத்தையும் பார்ப்பணியத்தையும்கூட எளிதில் எதிர்க்கலாம். இந்தத் தேவதாசி முறையை எதிர்ப்பது சாமானிய வேலை அன்று என்ற முடிவுக்கு வந்தோம். எனது சொந்தச் சமூகத்திலேயே ஏற்பட்ட பலமான எதிர்ப்புக்கிடையே யாரையும் லட்சியம் செய்யாது - எங்கள் சீர்திருத்த முயற்சிகளுக்கு மேன்மேலும் உற்சாகமூட்டி உதவிபுரிந்த தோழர்களான திருவாவடுதுறை நாதசுரம் டி.என்.ராஜரத்தினம் பிள்ளை, சீர்காழி பெ.நா. சுப்பையாபிள்ளை போன்ற தன் மதிப்புணர்ச்சி மிக்க அன்பர்களை நான் என்றும் மறவேன்.

“தாசிகள் மோசவலை அல்லது மதிபெற்ற மைனர்” என்னும் பெயரிய இந்நாவல் புழுங்கிய மனதில் தோன்றிய எனது உணர்ச்சியின் பயனாக எழுந்ததொன்றாகும். ‘தேவதாசி முறை ஒழிந்து அச்சமூகம் முன்னேற்றம் அடைய வேண்டும். அவர்களால் கூடா ஒழுக்கத்தில் ஈடுபட்டுத் தங்கள் வாழ்க்கையில் மண்ணை அள்ளிப் போட்டுக் கொள்வதோடு மனைவி மக்களையும் திண்டாடச்செய்யும் வாலிபர்களின் வாழ்க்கை சிறந்து விளங்கவேண்டும்” என்பதே இந்நாவலின் குறிக் கோளாகும். இதில் அநுபவ உண்மைகளே எடுத்துக் கூறப்பட்டிருக்கின்றன. நாவல் எழுதும் விசயத்தில் இதுவே எனது முதல் முயற்சி. கதைப்போக்கு முதலியவற்றில் குற்றங்குறைகள் இருக்கலாம். குற்றம் பொறுத்துக் குணத்தைப் பாராட்டல் கற்றறிந்த மேலோர் கடன் நிற்க.

இந்நாவலை அச்சேற்ற வெளியிட ஒரு பணக்காரத் தாசியின் உதவியை நாடினேன். முதலில் பொருளுதவிக்கு வேண்டிய ஏற்பாடு செய்வதாய் இனிய வாக்குறுதி செய்த அந்த அம்மாள் இறுதியில் பொருளுதவி செய்ய முன்வந்த கனவான் மனதையும் கோள் சொல்லிக் கலைத்தார். பிறகு நான் அச்சிடும் விசயத்தில் ஒரு சிறிதும் பொருட்கவலை அடையாதவாறு சமூகச் சீர்திருத்தத்தில் பெரிதும் ஆர்வம்

14 _____ தாசிகள் மோசவலை அல்லது மதிபெற்ற மைனர் படைத்தவரும் - கல்வி கேள்விகளிற் சிறந்தவரும், உதாரகுணம் படைத்தவருமான சிவகிரி ஜமீன்தார் திருமகளான செ. வெள்ளைத்துரைச்சி நாச்சியார் முழுப் பொறுப்பையும் ஏற்றுக்கொண்டதோடு அரிய முன்னுரையையும் வழங்கி உதவினார்கள். பெண்ணுலக விடுதலையில் ஆசைகொண்ட இச்செல்வியாருக்கு நான் என்னுடைய நன்றியறிதலையும் வணக்கத்தையும் உரிமை செய்வதைவிட வேறு என்ன கைம்மாறு இயற்றவல்லேன்? நான் விரும்பியதற்கிணங்கி அன்புடன் சாற்றுக்கவி தந்துதவிய பண்டிதை நா. ரங்கநாயகி அம்மையாருக்கும் என் மனமார்ந்த நன்றி உரிமை. திருநிறை செல்வியாரான செ.வெள்ளைத்துரைச்சி நாச்சியாரும் பண்டித ரங்கநாயகியாரும் எல்லா நலமும் பெற்றுப் பல்லாண்டு வாழ்க வாழ்க என்று மனப்பூர்வமாய் வாழ்த்துக் கூறுகின்றேன்.

மூவலூர்
1.2.36
ஆ. ராமாமிர்தம்

சென்னை - நுங்கம்பாக்கம்
“வித்யோதயா” பெண்கள் உயர்தரக் கலாசாலைத்
தமிழாசிரியை பண்டிதை ரா. ரங்கநாயகி அம்மாள் அளித்த

சாற்றுக்கவி

நேரிசை ஆசிரியப்பா

நானிலம் போற்றும் ஞானசாத் திரங்கள்
மேனிலை யுணர்த்தும் வேதா கமங்கள்
உயிரினும் சிறந்த ஒழுக்க நூற்கள்
செயிர்தீர் சிந்தை சித்தர்செம் மொழிகள்
சமயப் பெரியோர் சன்மார்க்க நீதிகள்
அமையப் பெற்ற அருந்தமிழ் நாட்டில்
கோவில் திருப்பணி கடவுள் திருப்பணி
மேவிய ஆடல் பாடல் திருப்பணி
செய்யும் பெயரால் சேயிழை யார்சிலர்
உய்ய வழியறியா துலகம் பழிக்க
மானம் விற்று வயிறு கழுவும்
ஈனத் தொழிலை ஏற்றே வாழ்வது
வெட்கம் வெட்கம்! அந்தோ வெட்கமவ்
வெட்கக் கேட்டை வேரோ டொழிக்க
வேசையர் புரட்டும் காசைப் பறிக்க
ஆசை காட்டும் நீசத் தனங்களும்
போலி நடிப்பால் புளகாங் கிதராய்
வாலிபர் மயங்கி வாடும் வகைகளும்
வெள்ளிடை மலைபோல் விளங்கித் தோன்றத்
தெள்ளத் தெளிய எடுத்துக் காட்டி
ஆணும் பெண்ணும் அறிவுடன் கூடிப்
பேணும் இல்லறம் பெட்புடன் நடத்தத்
தாசிகள் மோச வலையி னீங்கி
மதிபெற்ற மைனர் புதுமையைக் கண்டனள்

நீர்நில வளங்களிற் பேர்பெற் றோங்கும்
சீர்சால் சோழ மண்டலந் தனக்கோர்
அணியாய்த் திகழும் அழகிய நகராம்
மணிகெழு மாடத் திருவாரூரில்
வேசையர் குலத்தில் மாசிலா மணியாய்த்
தேசுடன் பிறந்த சேற்றுத் தாமரை!
வறுமைப் பேய்க்காட் பட்ட பெற்றோர்கள்
சிறுமைக் குணத்தால் சின்ன வயதினில்
மூவலூர் தாசிக்கு ஏவல்செய் துண்ண
மேவும் அடிமையாய் விற்றும், விவேகியாய்
வீசு புகழுடன் விளங்கும் வீராங்கனை!
பரதநாட் டியத்தின் பண்பெலா முணர்ந்த
சுரதநாட்டி டியத்தைத் தொலைத்தா லொழிய
நரகவே தனைநம் நாட்டிற் காமென
விரதமே பூண்டதை வீழ்த்தமுன் னிற்போள்
தேசியம் காந்தியம் சுயமரி யாதை
பேசும் பலபொது நலஸ்தா பனங்களைத்
தேவ தாசி முறையை ஒழிக்க
ஏவும் சமர்த்துடை எழிற்திரு நங்கை
ராமா மிர்தம் என்னும்
நாமாண் புள்ள நல்லாள் தானே.

பதிப்புரை

திருவாரூரில் பிறந்து மயிலாடுதுறை அருகில் உள்ள மூவலூரில் வளர்ந்த, மூவலூர் இராமாமிர்தம் அம்மையார் அவர்கள் 1919இல் தந்தை பெரியார் அவர்கள் காங்கிரசில் தீவிரமாகச் செயல்படத் தொடங்கிய காலம் முதலே அவருடன் இணைந்து காங்கிரசு வளர்ச்சிக்குத் தீவிரத் தொண்டாற்றினார். காந்தியடிகளுடன் பழகும் அளவிற்குக் காங்கிரசில் உழைத்தார்.

தந்தை பெரியார் 1925இல் வகுப்புரிமையைப் புறக்கணித்த காங்கிரசைக் கண்டித்து காஞ்சிபுரம் மாநாட்டிலிருந்து வெளியேறியபோது இராமமிர்தம் அம்மையாரும் காங்கிரசைவிட்டு வெளியேறித் தந்தை பெரியாருடன் சுயமரியாதை இயக்கத்தில் தீவிரமாகச் செயல்பட்டு வந்தார்.

காங்கிரசில் இருந்தபோதும், சுயமரியாதை இயக்கத்தில் சேர்ந்து உழைத்தபோதும் தான் பிறந்த சமூக பெண்களுக்கு ஏற்பட்டிருந்த இழிதொழிலான தேவதாசி முறையை ஒழிக்கத் தீவிரமாகப் போராடி வந்தார். இவருடைய முயற்சிக்குப் பெரியார், வரதராசலு நாயுடு, திரு.வி.க. ஆகியோர் ஆதரவு கொடுத்ததை அம்மையார் இந்நூலின் முன்னுரையில் பதிவு செய்துள்ளார். சிறு வயதில் தனக்கு ஏற்பட்ட துயர நிகழ்வுகளையும், இசை வேளாளர் சமூகத்தின் அன்றைய இழித் தன்மைகளையும் ஒரு புதினமாகப் புனைந்து தாசிகள் மோசவலை (அ) மதிபெற்ற மைனர் என்ற பெயரில் 1936இல் வெளியிட்டார். தந்தை பெரியாரின் ஈரோடு உண்மை விளக்கம் அச்சுக்கூடத்தில் இந்நூல் அச்சிடப்பட்டது. சிவகிரி

18 ______________ தாசிகள் மோசவலை அல்லது மதிபெற்ற மைனர்

ஜமீன்தாரணியின் நிதி உதவியுடன் இந்நூலை மூவலூர் இராமமிர்தம் அம்மையார் தன்னுடைய சொந்த வெளியீடாக வெளியிட்டுள்ளார்.

இந்நூலின் மையக்கரு தேவதாசி ஒழிப்புத் தொடர்பாக அமைந்திருந்தாலும் சுயமரியாதைப் பிரச்சாரத்தை நூல் முழுக்கப் பரக்கக் காணலாம். பார்ப்பனர்களையும், சாதி, மதம், கடவுள், ஆகியவற்றையும் ஆங்காங்கே கடுமையாக விமர்சனம் செய்துள்ளார். நாவலர் சோமசுந்தர பாரதியார், குஞ்சிதம் அம்மையார் ஆகியோர் இந்நூலுக்கு அணிந்துரை எழுதிச் சிறப்புச் செய்துள்ளனர். சுயமரியாதை இயக்கத்தைச் சேர்ந்த அனைவரும் படிக்கவேண்டிய நூல் இது.

தமிழக அரசின் முதல்வர் டாக்டர் கலைஞர் அவர்கள் ஏழைப் பெண்கள் திருமண உதவி திட்டத்திற்கு மூவலூர் இராமமிர்தத்தம்மையார் திட்டம் என பெயர் வைத்து அவர் பெயரை வரலாற்றில் நிலைபெறச் செய்துள்ளர். தமிழக முதல்வர் டாக்டர் கலைஞர் அவர்களுக்கு நன்றியைத் தெரிவித்துக் கொள்கிறேன்.

24-12- 2009 **வாலாசா வல்லவன்**

பொருளடக்கம்

முன்னுரை 4

மதிப்புரை 6

புகழுரை 8

என்னுரை 10

சாற்றுக்கவி 15

பதிப்புரை 17

1. மைனர் மையலும் மடந்தையர் மாயமும் 21
2. இருளும் ஒளியும் 49
3. கண்டோர் மயங்கும்
   காந்தா சகோதரிகள் கச்சேரி 88
4. நகைப் பைத்தியமும் தெளிவும் 95
5. சோக்கில் மூழ்கிய சோமசேகரன் வரலாறு 100
6. சோபிதம் தவழும் சொர்ணபுரி சமஸ்தானம் 112
7. திருந்திய மைனரின் திருச்சி விஜயம் 121
8. சோமசேகரன் - ஞானசுந்தரி திருமணம் 126
9. மாமா சந்திப்பும், மங்கையர் நட்பும் 132
10. கழிவிரக்கமும் கண்விழிப்பும் 152
11. பணம் பறிக்கும் சதியாலோசனை 158

20	—————— தாசிகள் மோசவலை அல்லது மதிபெற்ற மைனர்	
12	பழைய ஜமீன் கழிதலும் புதிய ஜமீன் புகுதலும்	183
13	நேரில் கண்டு நிலைமை அறிதல்	194
14	திருச்சியில் திருத்த ஏற்பாடுகள்	205
15	மலையாள மாந்திரிகர் மயான பூஜை	212
16	சீரழிவிலும் சின்னபுத்தி	230
17	கருணாகரன் தம்பதிகள் கதி	238
18	பிரிந்தவர் கூடல்	248
19	விவேகவதி விவேகவதியே	255
20	பட்டும் அறியாத முட்டாள்தனம்	266
21	வரவேற்பும் விருந்தும்	269
22	நகச்சுற்றின்மேல் உலக்கை இடி	273
23	மகாநாடு ஆரம்பம்	285
	பிற்சேர்க்கை தேவதாசிகளுக்கு ஓர் எச்சரிக்கை	317

* * *

1

மைனர் மையலும் மடந்தையர் மாயமும்

மைசூர் வித்வானுக்கு ரூபாய் 5000 கொடுத்துச் சங்கீதம் பயின்று பிரபலமடைந்திருக்கும் கமலாபுரம் போக சிந்தாமணியின் புத்திரிகளான காந்தா கானவதி சகோதரிகள் சங்கீதக் கச்சேரிகளுக்கு ஏக கிராக்கியாய் இருக்கிறது. பக்கத்து வீட்டுத் தாசிகளெல்லாம் பொறாமையால் புழுங்கி வேதனையடையும்படி காந்தா கானவதி வீட்டிற்குக் காரிலும், வண்டியிலும், கோச்சிலுமாகப் பல பிரபுக்கள் வருவதும் போவதும் சங்கீதம் கேட்பதுமாய் இருக்கிறார்கள். இப்படி இருக்கும்போது ஒருநாள் தந்திச் சேவகன் ஒரு தந்தியைக் கொண்டுவந்து கொடுத்தான். போகசிந்தாமணி உடனே கருணாகரனைக் கூப்பிட்டு "இந்தத் தந்தியை எடுத்துக் கொண்டு ஓட்டமாய் ஓடிப்போய் வக்கீல் சுந்தரமை யரிடத்தில் காட்டி விவரம் தெரிந்து கொண்டுவா. அவரையும் தங்கச்சிகள் வரச்சொன்னதாகச் சொல்லிவிட்டு வா" என்று கட்டளையிட்டாள். அக்கட்டளையைச் சிரமேல் தாங்கிய கருணாகரன் தந்தியை எடுத்துக்கொண்டு வக்கீல் வீட்டுக்கு ஓடினான். வீட்டைச் சமீபித்தவுடன் மரியாதையாய் அங்கவஸ்திரத்தைக் கட்கத்தில் இடுக்கிக் கொண்டு அடக்க ஒடுக்கமாகச் சென்றான். ஏதோ அன்றைக்கு வேண்டிய கேஸ் கட்டைப் படித்துக் கொண்டிருந்த வக்கீல் ஐயர் இவனைப் பார்த்ததும் அப்படியே நிறுத்தி விட்டு எழுந்து கருணாகரன் அருகேவந்து "வா அப்பா! கருணாகரா! என்ன விசேசம்?" என்று கேட்டார். கருணாகரன் தன் தாயார் தந்தியைக்

கொடுத்து விவரத்தைத் தெரிந்துவரச் சொல்லியதையும் அவரைக் கையோடு அழைத்துவரச் சொன்ன விவரத்தையும் தெரிவித்தான். இவற்றைக் கேட்டவுடன் வக்கீல் ஐயர் உச்சி குளிர்ந்து விட்டது. தம்மை வரச்சொன்ன செய்தியை எண்ணி எண்ணி மகிழ்ந்தார். “ஏண்டா கருணாகரா! காபி சாப்பிட்டாயா!” என்று வெகு பிரியமாய் விசாரித்தார். கருணாகரன் “இல்லை காபி சாப்பிடப் போக இருந்தேன். தந்தி வந்துவிட்டது. அதற்குள் ஓடி வந்தேன்” என்றான். உடனே ஐயர்வாள் பக்கத்திலிருந்த கட்சிக்காரரை அழைத்து “இந்தப் பையனை அழைத்துப் போய் சப்ளை செய்து அழைத்துவா” என்று உத்திரவிட்டார்.

வக்கீல் மனம் கோணக்கூடாதாகையால் கட்சிக்காரர் என்ன செய்வார் பாவம்! உடனே கருணாகரனை அழைத்துப்போய் அல்வாவிலிருந்து சகல பட்சணங் களையும் உபசாரத்தோடு வாங்கிச் சப்ளை செய்து அழைத்து வந்தார். வழியில் வரும்போது கட்சிக்காரர் கருணாகரனைப் பார்த்து, “தங்கள் தங்கையிடத்தில் சொல்லிக் கேசைச் சரிவரக் கவனித்து எப்படியாவது ஜெயம் பண்ணிக் கொடுக்கும்படி வக்கீல்வாளுக்குச் சிபாரிசு செய்யச் சொல்லுங்கள். இந்தப் பேருபகாரத்தைச் செய்தால் மறக்கமாட்டேன்” என்றார். இதைக் கேட்டதும் கருணாகரனுக்குப் பரம சந்தோசம் பொங்கிவிட்டது. நம் தங்கைகள் தாசிகளாய் இல்லாவிட்டால் நம்மை இவ்வளவு தூரம் மதிப்பார்களா? இதெல்லாம் தெரியாமலா நம் சாதிப் பெரியவர்கள் பெண்களைத் தாசித்தொழிலுக்கு விடச் சம்மதிக்கிறார்கள்? இத்தொழில் செய்யாத மற்ற எந்தச் சாதியும் பெரியசாதி என்று சொல்லிக்கொண்டாலும் நமக்கு நடக்கும் பெருமையில் அவைகளுக்கு நூற்றில் ஒரு பங்காவது நடக்குமா? பிறந்தாலும் தாசிவீட்டுப் பிள்ளையாய்ப் பிறக்க வேண்டும். ராஜா வீட்டில் பிறந்தாலும் இவ்வளவு உபசாரம் நடக்காது” என்று தனக்குள் மகிழ்ந்துகொண்டு கட்சிக்காரரைப் பார்த்து

“நீங்கள் ஒன்றும் கவலைப்பட வேண்டாம். தங்கையிடத்தில் சொல்லி வேண்டியது செய்கிறேன். நீங்களும் ஒரு நாளைக்கு எங்கள் வீட்டிற்கு வாருங்கள்” என்று வேண்டினான். இப்படிப் பேசிக்கொண்டே இருவரும் வக்கீல் வீட்டிற்கு வந்தார்கள். வக்கீல் புன்முறுவலுடன் “கருணாகரா! திருப்தியாய் சாப்பிட்டாயா?” என்று கேட்டார். “தங்கள் தயவிருக்கும்வரையில் எனக்கென்ன குறைவு? வீட்டில் தங்கச்சிகள் எதிர்பார்த்து கொண்டிருப்பார்கள். போக வேண்டும்” என்றான். வக்கீல் அவர்களுக்கு வெகு சந்தோசம். “துட்டுச் செலவில்லாமல் அவர்கள் அன்பு நமக்கு கிடைத்துவிட்டது. நம்பேரில் ஆவல் இல்லாமலா தந்தி படிக்கும் ஜாடையாய் இவனை இங்கே அனுப்பி வரச் சொல்லியிருக்கிறார்கள்? தந்தி படிக்க வேறு ஆசாமி இல்லையா என்ன? நாம் நினைத்தது சரி. காந்தா - கானவதி வீட்டிற்குச் சமானியப் பேர்வழிகளால் போக முடியுமா? அப்பெண்களைப் பாட்டுக் கச்சேரிகளில் பார்த்தாலொழியக் கண்ணால்கூட மற்ற சந்தர்ப்பங்களில் பார்க்க முடியாதே! என்ன வேலையிருந்தாலும் வெளியில் கூட வரமாட்டார்களே” என்று தமக்குள் நினைத்துக் கொண்டு தந்தியைத் தமிழில் மொழி பெயர்த்து ஒரு நல்ல கிளேஸ் பேப்பரில் எழுதித் தம் பெயர் பொறித்த கவரிலிட்டுக் கொடுத்துவிட்டுத் தாம் பிந்தி வருவதாய்ச் சொல்லியனுப்பினார். எல்லாம் தெரிந்த வக்கீல் கூட இப்படி நினைக்கக் கூடுமா என்று சிலர் எண்ணலாம். எவ்வித புத்திமானாய் இருந்தாலும் சரி, தாசிகள் விசயத்தில் மாத்திரம் அவர்களுக்கு வேறு புத்திதான் தோன்றுவது வழக்கம். தந்தியின் மொழி பெயர்ப்பைத் தூக்கிக்கொண்டு கருணாகரன் ஓட்டமாய் ஓடிவந்து வீட்டில் கொடுத்தான். தந்தியில் பின் வருமாறு குறிப்பிட்டிருந்தது:-

போகசிந்தாமணிக்கு,

சென்னை கானசபாவில் 8ஆம் தேதி ஒரு கச்சேரி. உன் புதல்விகள் காந்தா-கானவதி கச்சேரிக்கு அலவன்ஸ்

24 _____ தாசிகள் மோசவலை அல்லது மதிபெற்ற மைனர்

உட்பட ரூபா 75 கொடுக்க ஏற்பாடு. சம்மதத்திற்கு உடனே பதில்.

காரியதரிசி, கானசபா

இதைப்படித்த காந்தா "என்னம்மா, பட்டணம் போய் வரப் படிச் செலவே 50 ரூபாய்க்குமேல் பிடிக்குமே; அலவன்ஸ் உட்பட ரூ 75க்கு எப்படிப் போக முடியும்? வர முடியாதென்று பதில் சொல்லிவிடு" என்று அலட்சிய மாய்ச் சொன்னாள். உடனே போகசிந்தாமணி, 'அடி போடி பைத்தியக்காரி! சங்கீதம் கற்றுக்கொண்டது அதைக் கொண்டு பொருள்தேடி மெத்தைவைத்துக் கட்டவா? அதனால் ஆடை ஆபரண அலங்காரம் செய்யவா? கான சபாவில் ரூ 100 கொடுப்பதாய் வைத்துக்கொண்டாலும் படிச்செலவு போக ரூ 10 கூட மிச்சமாகாதே. தாசிகள் சங்கீத ஞானம் தேடுவது எதற்கு? தாசித் தொழிலுக்கு விளம்பரம் செய்யத்தானே ஒழிய வேறில்லை. வெளியூர்களுக்குச் சங்கீதக் கச்சேரிக்குப் போனால் அங்கு எத்தனையோ பிரபுக்கள், ஜமீன்தார்கள் வருவார்கள் அல்லவா? அவ்விடத்தில் நம்மைப் பார்த்து மயங்கி நம் வலையில் சிக்குபவர்கள் இரண்டொருவ ரேனும் இருப்பார்கள். அவர்கள் கொடுக்கும் பொருள் தான் மிச்சப்படுமே ஒழிய சங்கீதத்தில் என்ன வந்துவிடும்? சென்னைக் கானசபை கச்சேரியென்றால் எத்தனையோ ஜமீன்தார்கள், பிரபுக்கள், உத்தியோகஸ்தர்கள், வர்த்தகர்கள், வருவார்கள். அவ்விடம் போவதால் நமக்கு நல்ல அதிர்ஷ்டமிருந்தால் ஒரு தசை அடித்தாலும் அடிக்கும். நமக்கு நல்லகாலம் இருந்ததினால் தான் கானசபா கச்சேரிக்குத் தந்திவந்தது. கட்டாயம் ஒப்புக் கொள்ள வேண்டியதுதான்.தட்டாதே" என்றுசொன்னாள். உடனே ஏழாம் தேதியே வருவதாய்த் தந்தியும் கொடுத்து விட்டாள்.

போகசிந்தாமணி வீட்டிற்குப் பக்கத்து வீட்டில் சின்னம்மாள் என்ற ஓர் தாசி வசித்து வருகிறாள்.

அவளுக்குக் கனகவல்லி என்ற ஓர் பெண் உண்டு. போகசிந்தாமணி வீட்டிற்குத் தந்திவந்ததும், அதைப்பற்றி அவர்கள் பேசிக் கொண்டிருந்ததும் சின்னம்மாள் காதில் விழுந்துவிட்டன. பொறாமை மேலிட்டவளாய்த் தன் பெண்ணைப் பார்த்து, "அடுத்த வீட்டிற்குத் தந்தி வருவதும் போவதுமாய் இருக்கிறது. அந்தப் பெண்களுக்குக் கச்சேரி வரும்படி வேறு, புருசர்கள் வரும்படி வேறு. அவர்கள் மேலும் மேலும் பணக்காரிகளாய் போகிறார்கள். தரித்திரம் பிடித்தப் பீடை! உனக்கு ஒரு நாளைக்கு ஒரு ரூபாய்க் காசுக்குக்கூட வழியில்லையே! உனக்கு இருக்கும் நோவுக்குக் செலவு செய்யத்தான் எனக்கு வேலை சரியாய் இருக்கிறது - மூதேவி பிடித்த கழுதை! அவள் வீட்டிற்கு எத்தனை பணக்காரர்கள் வீட்டு வாசலில் வந்து காத்துக் கொண்டிருக்கிறார்கள்? உன்னைக் கேட்பார் கூடக் கிடையாதே. அழகைக் கொடுத்த தெய்வம் அதிர்ஷ்டத்தைக் கொடுக்கவில்லையே. நீதான் உறங்கிக் கொண்டிருக்கிறாயே. தாசிக் குட்டிக்குத் தளுக்கில்லா விட்டால் எவன் திரும்பிப் பார்ப்பான்? ஏண்டி மூதேவிச் சிறுக்கி என்முன் நிற்கிறாய்?" என்று கண்டபடி திட்டினாள். கனகவல்லியின் கண்களில் நீர் ததும்பியது. ஒன்றும் பேசாமல் படுக்கையறைக்குப் போய்ப் படுக்கையில் சாய்ந்தாள். "ஐயோ நாம் நோயுடன் சம்பாதித்துத் தேடிக் கொடுத்தும் இது வேறு கஷ்டமா? இது என்ன பிழைப்பு? இது என்ன வாழ்க்கை? தாசிகள் வீட்டில் பெண்ணாய்ப் பிறப்பதைவிடப் பரம ஏழை வீட்டில் பிறந்தாலும் சௌகரியமுண்டு. ஏழை வீட்டில் கொஞ்ச நேரம் கஷ்டமிருந்தாலும் கொஞ்ச நேரமாவது புருஷன் பெண்சாதியென்றாவது பேசிக்கொள்ளலாம். அட கடவுளே! இந்தப் பாழும் மான - ஈனமற்ற - சாதியில் பிறக்கலாமா? தெய்வமே! தெய்வம் வாஸ்தவத்தில்தான் இருக்கிறதா? இருந்தால் இந்தப் பாழுஞ் சிறுக்கிகளைத் தண்டிக்காமலிருப்பாரா? பெற்ற பெண்ணிடத்தில்கூட ஈவு, இரக்கம், தயை, கருணை கடுகளவு கூட இல்லாத சாதி ஓர்

சாதியா? நாம் பிணியால் உபாதைப் பட்டுக் கொண்டிருக்கும் போது அதைக் கவனிக்காமல் அடுத்த வீட்டுக்காரியைப் பார்த்து நம்மைத் திட்டுகிறாளே! அவளுடைய நீசபுத்தியை என்னென்று சொல்ல? பணக்காரத் தாசிகள் பரமவிகாரமாய் இருந்தாலும் அவர்கள் வீட்டுக்குத்தானே பணக்காரர்கள் வருவார்கள். ஏழை வீட்டுத் தாசிகள் எவ்வளவு அழகாய் இருந்தாலும் பணக்காரர்கள் வருகிற பழக்க மில்லையே! இந்த அநுபவம் இவளுக்குத் தெரிந்தும் என்னைத் தாசி தொழிலுக்கு விட்டதுமல்லாமல் பழியும் சொல்ல ஆரம்பித்துவிட்டாளே! இவளிடத்தில் இருப்பதைவிடத் தற்கொலை புரிந்து கொள்ளலாம் போலிருக்கிறது. தற்கொலை செய்து கொண்டால் நரக வேதனை வரும் என்று பயங்காட்டுகிறார்களே! தாசித் தொழிலால் அநுபவிக்கும் நரகவேதனையை விடா அது கொடுமையா யிருக்கும்? ஒருகாலுமிருக்காது. இந்தப் பாவியை விட்டு எங்காகிலும் ஓடிப்போகலாமென்றாலோ ஆசை நாயகனை இழுத்துக்கொண்டு எங்கேயோ ஓடிவிட்டாள் என்று இந்த சாதியார் இழிவாய்ப் பேசுவார்களே! எத்தனை புருஷனை வேண்டுமானாலும் வீட்டிலிருந்து அழைக்கலாம். ஒரே புருஷனோடு போனால் இது இழிவாம்! இந்தப் பாழான சாதியைப் பெருமை பாராட்டி புராணம் வேறு எழுதி வைத்திருக்கின்றார்கள். என்ன பெருமை! கடவுள் ஒருவன் வாஸ்தவத்தி லிருப்பானே யானால் இந்தச் சாதியைப் பாராட்டிப் புராணம் எழுதிய புராணிகரை மறுஜன்மத்தில் தாசி குலத்தில் பிறக்கும்படிச் செய்யத் தவம் கிடப்பேன். ஐயோ இந்தச் சாதியிலா நான் ஜனிக்க வேண்டும்? பிறந்தாலும் அழகில்லாமல் பிறக்கக் கூடாதா? விகாரமாய்ப் பிறந்தாலும் ஒருவனையாகிலும் திருமணம் செய்து சுகமாய் வாழலாமே! ஏ! கடவுளே! நீ மக்களைச் சிருஷ்டிப்பது வாஸ்தவமானால் - உனக்கு ஜீவகாருண்ய மிருக்குமானால் இனி இந்தச் சாதியில் பிறக்கும் பெண்களை விகாரமாயும் புத்தியில்லாமலும்

சிருஷ்டித்துவிடு. அழகும், புத்தியுமுள்ள பெண்களை இதர சாதியில் சிருஷ்டித்துவிடு. இல்லையேல் கடவுளே இல்லை என்றுதான் இந்தச் சாதியில் பிறந்த என்னைப் போலுள்ள பெண்கள் சொல்வார்கள். அப்படி உன்னை இல்லை என்று சொல்வது மகா பாதகமென்று எவனாவது சொல்வானேயானால் அவனை அறிவில்லாத மூடன் என்றுதான் சொல்லுவேன். இக்கொடிய பாவக் கூட்டத்தைத் தண்டிக்க முடியாதவனைக் கடவுளென்று எப்படிச் சொல்வது?" என்று கண்ணீர் சொரிந்து புலம்பிக் கொண்டிருந்தாள்.

போகசிந்தாமணியின் வீட்டில் ஏகதடபுடல். சென்னைப் பயணத்திற்கு எல்லாம் தயாரிக்க வேண்டி போகசிந்தாமணி கருணாகரனைக் கூப்பிட்டு பெட்டி, படுக்கை, தம்பூர் முதலிய சாமான்களை மறதியில்லாமல் எடுத்து வைக்கச் சொன்னாள். அவனும் எல்லாச் சாமான்களையும் தயார் செய்து வைத்துவிட்டான். மேலும், "ஏண்டா கருணாகரா, மரம்போல் நிற்கிறாய்? ஸ்டேஷனுக்குப் போக வண்டியமர்த்திக் கொண்டு சீக்கிரம் வாடா! ஒவ்வொன்றும் சொன்னால்தான் மனத்திற்குப் படுகிறதோ? கச்சேரிக்கு வெளியூருக்குப் போவதென்றால் இன்னின்னது செய்வதென்று கூடத்தெரிந்து கொள்ளாத முட்டாளாய் இருக்கிறாயே" என்று துரிதப்படுத்தினாள். கருணாகரன் வண்டி கொண்டு வந்து விட்டான். அவசரம் அவசரமாக மூட்டை பெட்டிகளை எல்லாம் வண்டியில் எடுத்து வைத்தான். முந்தி ஸ்டேஷனுக்குப் போவதாய்ச் சொல்லிக்கொண்டு போய்விட்டான். பிறகு போக சிந்தாமணி, காந்தா-கானவதி சகிதம் ரயிலடிக்கு வந்துசேர்ந்தாள். கருணாகரனிடம் பணத்தைக் கொடுத்துச் சென்னைக்கு இரண்டு முதல் வகுப்பு டிக்கட்டுகளும் இரண்டு மூன்றாவது வகுப்பு டிக்கட்டுகளும் வாங்கி வரச்சொன்னாள். காந்தா "ஏனம்மா எல்லாருக்கும் மூன்றாவது வகுப்பு டிக்கட் எடுத்தால் ஒன்றாய்ச் சேர்ந்து

போகலாமே" என்று கேட்டாள். இவளுக்கு இன்னும் அநுபவமில்லை என்று எண்ணிய போகசிந்தாமணி இவ்வாறு கூறத்தொடங்கினாள்: "என்ன காந்தா! உனக்கு இன்னும் தொழில் முறை ரகசியமே தெரியவில்லையே! முதல் வகுப்பு டிக்கட் வாங்க வேணுமென்று கொழுத்துப் போய் சொன்னேன் என்று எண்ணிக்கொண்டாயா என்ன? பெரிய பிரபுக்கள், ஜமீன்தார்கள், மைனர்கள் போன்றவர்களே அதில் பிரயாணம் செய்வார்கள். நீங்கள் அந்த வண்டியிலிருந்தால் உங்கள் பேரில் நாட்டங் கொண்டு நம்வீடு தேடி வருவார்கள். அதனால் தான் முதல் வகுப்பு டிக்கெட் எடுக்கச் சொன்னேன். அங்கே இருக்கும் யாராவது உங்கள் விலாசம் கேட்டால் கலியாணத்தின் பொருட்டுக் கச்சேரிக்குச் செல்லவா விலாசம் கேட்கிறீர்கள்? என்று கேள். அப்படிக் கேட்டால்தான் இவர்கள் புருஷன் இச்சையில்லாதவர்கள் - சங்கீதத் தொழில்செய்து பிழைப்பவர்கள் - என்று நம்புவார்கள். நான் ஏன் அப்படிச் சொல்ல சொல்லுகிறேன் தெரியுமா? இந்தக் காலம் மிகவும் கெட்டுப்போய் விட்டது. தாசி என்றால் மோசக்காரி என்று சொல்லுகிறார்கள். நாங்கள் தாசித்தொழில் செய்வதில்லை - சங்கீதத் தொழில்தான் என்று - சொன்னால் நம்மைக் கேவலமாய் நினைக்க மாட்டார்கள். உனக்குப் புருசன் உண்டா என்று யாராவது கேட்டால் சங்கீதத் தொழிலுக்குச் சாரீரம் கெட்டு விடுமென்றும் யோக்கியதையான உண்மைக் காதலுள்ள ஒரே புருசனைத்தான் இச்சிப்பதென்றும் சாதுரியமாய் - சமத்காரமாய்ச் - சொல்" இவ்விதம் போதித்துக் கொண்டிருக்கும்போதே கருணாகரனும் டிக்கெட் வாங்கிக்கொண்டு வந்து விட்டான். பெட்டி படுக்கை மூட்டைகள் அதிகமாயிருந்ததால் ஒரு கூலியைக் கூப்பிடுவதற்குத் தாயார் உத்திரவைக் கேட்டான் கருணாகரன். "என்னடா தடியா! போர்ட்டருக்கு ஒரு அணாக் கொடுக்க எங்கடா போகிறது? நீ வரும்போது இதுவேறு தண்டச் செலவா? ரயிலுக்கு இன்னும்

நேரமிருக்கிறது. இரண்டு தடவையாய் உள்ளே கொண்டு வைத்துவிட்டு வந்து விடு" என்றாள். தடுத்து வார்த்தை சொல்ல முடியாத கருணாகரன் இரண்டு தடவையாக எல்லாவற்றையும் கொண்டுபோய் வைத்துவிட்டு வந்தான். புகைவண்டியும் வந்தது. காந்தா - கானவதியான இரண்டு மடந்தையர்களும், முதல் வகுப்பில் ஒய்யாரமாய் ஏறி அமர்ந்தார்கள்.

இவர்கள் போய் உட்கார்ந்த முதல் வகுப்பில் அழகிய தோற்றமுடைய ஒரு வாலிபன் விலையுயர்ந்த ஆடைகளும், முந்நூறு ரூபாய் பெறுமான அழகிய கைக்கடிகாரமும், இன்னும் சில ஆபரணங்களும் அணிந்துகொண்டு வாயில் சிகரட் புகைய அமர்ந்திருந்தான். தன் வண்டியில் ஏறும் காந்தா - கானவதிகளைக் கண்டதும் பழைய நிலைமாறி புதுத் தோற்றத்துடன் காணப்பட்டான். அவனுடைய நிலை ஒரு இடத்தில் தரிகொடுக்கவில்லை. மதி மயங்கிக் கண்கள் சுழலத் தொடங்கின. தன் மனதில் என்னென்னமோ நினைக்க ஆரம்பித்துவிட்டான். 'இவர்கள் தாசிகளாகத்தான் இருக்க வேண்டும். சீ! நாம் நினைத்தது தப்பு. இக்காலத்தில் தான் பிராமணப் பெண்கள் எல்லாவித வாத்தியங்களையும் வாசிக் கிறார்களே! கச்சேரிக்குக்கூடப் போகிறார்கள். ஆகவே பிராமணப் பெண்களாய் இருக்கலாமோ?...... இல்லை இல்லை. அப்படி யிருந்தால் புருசன்மார் கூட வந்திருப் பார்களே. புருசன்மார் வந்தால் இந்த வண்டியில் தானே வர வேண்டும். ஆகையால் இவர்கள் தாசிகளாகத்தான் இருக்க வேண்டும்" என்று பலவாறாக எண்ணினான். ஐயா மைனரானதால் இரு மடந்தையர்களையும் பார்த்துப் பார்த்து மனம் எப்படி எப்படியோ வேலை செய்யத் தொடங்கிவிட்டது. காந்தா - கானவதி இருவரையும் கட்டித்தழுவி ஆலிங்கனம் செய்து விடலாமா என்று கூட நினைத்து விட்டான். சே! சே! அப்படிச் செய்வது முறையன்று; நம்மைப் பைத்தியக்காரன் என்று

நினைத்தாலும் நினைத்து விடுவார்கள். இவர்களிடம் எப்படியாவது ஒரு பேச்சாகிலும் பேசினால் அதிலிருந்து பார்த்துக்கொள்வோமென்று மனதை ஒருவாறாகத் திடப்படுத்திக்கொண்டான்.

இந்நிலையில் கானவதி தன் தமக்கையைப் பார்த்து இந்த வண்டி பட்டணத்திற்கு எப்போது போகுமோ தெரியவில்லையே என்று மைனரையும் ஜாடையாய்க் கவனித்தாள். மைனர் இந்தச் சந்தர்ப்பம் தவறினால் இவர்களுடன் பேச முடியாது என்று முடிவு கட்டி "இந்த வண்டி காலை ஆறுமணிக்கு எழும்பூர் போகிறது. ஏன் அம்மா! தங்களுக்கு எந்த ஊர்? தங்கள் இருவரையும் எங்கேயோ பார்த்தாற்போல் இருக்கிறது; கோபித்துக் கொள்ளாமல் சொல்ல வேண்டும்" என்றான். இதைக் கேட்ட இருவரும் இவனைப் பார்த்தால் பெரிய மைனர் மாதிரி தெரிகிறது. இவனுடன் பேச்சுக் கொடுப்பதால் நலமேற்படுமென்றெண்ணி 'எங்கள் ஊர் தஞ்சாவூர்' தற்போது கச்சேரிக்காகப் பட்டணம் அழைத்தார்கள்; போகிறோம். எங்களை அநேக இடங்களில் கண்டிருக் கலாம். மைனராய் இருப்பர்களுக்கே ஒருதரம் பார்த்த வர்களை மறுதடவை பார்த்தால் ஞாபகம் வராது. தங்களுக்கு மாத்திரம் எங்கள் ஞாபகம் எப்படி வரும்? தெரிந்தவர்களாயிருந்தும் இவ்வளவு நேரம் பேச வில்லையே என்று நாங்களும் பேசாமலிருந்தோம்" என்று மைனரைப் பார்த்து காந்தா ஒருபோடு போட்டாள். அதைக் கேட்டதும் மைனருக்கு ஜில் தட்டி விட்டது. "ஓகோ! தாங்கள் இருவரும் தஞ்சாவூர்தானே! அவ்விடத்தில் என்னை அடிக்கடி பார்த்திருக்கலாமே. கீழவீதி கனகாம்புஜம் வீட்டிற்கு அடிக்கடி வருவேன். இப்போது ரயிலுக்கு வருவதற்கு ஒருமணி நேரத்துக்கு முந்திகூட அவள் தம்பி கோவிந்தசாமிப் பயலை அழைத்துவந்து ஷேட்கடையில் ரூபா 200க்கு ஒரு சேலை எடுத்து அனுப்பி வைத்தேன். இன்னும் சில்லரைச்

சாமான்களும் 100 ரூபா சொச்சத்திற்கு வாங்கி அனுப்பிவிட்டுத்தான் வருகிறேன். நானும் ஜனவரி பண்டிகைக்குத்தான் சென்னை செல்கிறேன்" என்பதாகத் தன்னுடைய பெருமைகளை மூட்டைக்கணக்காய் அளக்க ஆரம்பித்து விட்டான். மைனரின் நடை உடை பாவனைகளை எல்லாம் பூரணமாகக் கவனித்துக் கொண்டிருந்த காந்தா - கானவதியாகிய இரு மடந்தையர்களும் மைனரை ஒரு சோணகிரி என்று முடிவு செய்தார்கள். இவ்விருவர்களில் காந்தா புத்தி சாதுரிய மானவளாதலால் மைனரைக் கேலியாக ஒரு பார்வை போட்டு "நீங்கள்தானே தஞ்சாவூர் பாக்கியத்தம்மாள் புதல்வி திரிபுரசுந்தரியைச் "சாந்திமுகூர்த்தம் செய்தது?" என்று கேட்டாள். இந்த வார்த்தையை மைனர் காதில் கேட்டதுதான் பாக்கி, போதைக்காரனுக்குச் சாமி வருவதுபோல் காமபோதை மேலிட்டு தலை கிறுகிறு வென்று சுழல ஆரம்பித்துவிட்டது. தான் அவர்களோடு அறிமுகமாகிவிட்டதற்குப் பிரமானந்தமடைந்தான். அவர்கள் தன்னை முன்னாடி அறிந்திருப்பதிலிருந்து தன் பேரில் ஆசையும் காதலுமிருப்பதாகவும் நினைத்தான். இவர்களை எப்படியாவது சரி பண்ணிவிட வேண்டு மென்று எண்ணிக் காந்தாவைப் பார்த்துச் சொல்லுகிறான்: "என்ன உனக்குத் திரிபுரசுந்தரியைத் தெரியுமா? என்னைப்பற்றி நீ நிரம்பத் தெரிந்து வைத்திருக்கிறாயே! நான்தான் திரிபுரசுந்தரியைச் சாந்திசெய்தேன். சாந்திக்கு ரூ 5000 செலவு செய்ததோடு 10,000 ரூபாயூக்கு வயிரசெட்டும் வாங்கிக் கொடுத்தேன். சில்லரைச் செலவே ரூ 5000 பிடித்து விட்டது. இவ்வளவும் இரண்டு மாதத்திற்குள் செய்தேன்."

இந்தப் பீத்தல்களைக் கேட்டவுடன் கண்டிப்பாய் இவன் ஒரு வெகுளி மைனர் தான் - நம் சொல்லுக்குத் தவறாது தாளம் போடுகிறவன் தான் என்று முடிவு செய்து கொண்டார்கள். விழுப்புரம் ஸ்டேஷனில் வண்டிநின்றது.

மூன்று கிளாஸ் ஐஸ் கலர் கொண்டுவரும்படி ஸ்பென்ஸர் பொட்ளருக்கு உத்தரவு செய்தான் மைனர். கமலா ஆரஞ்சு, ஆப்பிள் முதலிய பழங்களும் தட்டுக்கார பையனிடத்தில் விலை கேட்டான். அவன் ஆசாமிகளைப் பார்த்ததும், சரிதான் நமக்கு இது சமயம் நல்ல வேட்டை என்று நினைத்துக்கொண்டு, உங்களுக்கு விலை தெரியாதது போல் கேட்கிறீர்களே" இப்போதுதான் என்னிடத்தில் வாங்குகிறீர்களா புதிதாய்க் கேட்பதுபோல கேட்கி றீர்கள்" என்றான். ஸ்பென்சர் பொட்ளர் மூன்று கிளாஸ் கொண்டு வந்தான். மைனர் அவைகளை வாங்கிக் காந்தாவிடத்தில் ஒரு கிளாஸைக் கொடுத்துச் சாப்பிடச் சொன்னான். "இதெல்லாம் நாங்கள் சாப்பிடுகிற பழக்கம்இல்லை. இருந்தாலும் நீங்கள் சொல்வதைத் தட்டக்கூடாதென்று சாப்பிடுகிறேன்" என்று சொல்லி வாங்கிச் சாப்பிட்டாள். கானவதியிடம் ஒரு கிளாஸைக் கொடுத்துச் சாப்பிடச் சொன்னான். கடைசியாகத் தானும் சாப்பிட்டுக் கிளாஸும் பணமும் கொடுத்து அனுப்பி விட்டான். தட்டுக்காரப் பையன் "எத்தனை டஜன் எடுத்துவைக்க?" என்று மைனரைக் கேட்டான். 'தினுசுக்கு 2 டஜன் எடு" என்றான். நல்ல பழங்களையெல்லம் ஒரு பக்கமாய் ஒதுக்கித் தள்ளி விட்டுக் கொஞ்சம் முன்னே பின்னே இருப்பதாய்ப் பார்த்து மைனர் சொன்னபடி எடுத்துவைத்தான். தட்டுக்காரப் பையனிடத்தில் புஷ்பம் வாங்கி வரும்படி சொன்னான். அவன் புஷ்பப் பொட்டளம் ஒன்று வாங்கி வந்தான். எல்லாவற்றையும் காந்தா - கானவதியிடத்தில் எடுத்துக் கொடுத்தான். "இதெல்லாம் எதற்கு வாங்கினீர்கள்? என்னைக் கேட்டாவது செய்யப்படாதோ? எதோ வாங்கி விட்டீர்கள்! நான் பணம் கொடுக்கிறேன்" என்று அள்ளி வீசுபவள்போல் மனிபர்சிலிருந்து 10 ரூபா நோட்டு ஒன்றை எடுத்து முழங்கை நீளாமல் தட்டுக்காரப் பையனிடத்தில் கொடுக்கப்போனாள். "நான் வாங்க மாட்டேன். உங்களிடத்தில் வாங்கினால் எங்கள் ஐயா

கோபிப்பார்கள்" என்றான் பலே கெட்டிக்காரனாகிய அப்பையன். "சரி கணக்கென்னடா?" என்றான் மைனர். "இது ஏதடி தருமசங்கடாய் இருக்கிறது" என்று மைனரைப் பார்த்து, 'என்னவித்தியாசமாய் நினைக்கிறீர்களே! என் பணம் உங்கள் பணம் என்று வித்தியாசம் நினைக்கலாமா" என்றாள். மைனர் சந்தோசப்பட்டுக்கொண்டான். தட்டுக்காரப் பையன் புஷ்பம் உள்பட ரூபாய் 15-11-6 ஆயிற்று" என்றான். சரி என்று ரூபா 16 கொடுத்துப் போடா என்று சொல்லிவிட்டான். இந்தக் கூத்துக்களை யெல்லாம் பார்த்துக்கொண்டிருந்த மடந்தையர்கள் "சரியான முட்டாள் சிக்கினான்" என்று மகிழ்ந்தவர்களாய்ப் பேசாமலிருந்தார்கள். மைனருக்கு வேடிக்கையாய்ப் பேசிக்கொண்டு இருக்கவேண்டுமென்ற ஆசை வந்தது. ஆனால் என்ன பேசுவது என்று தெரியவில்லை. விஷயமிருந்தால்தானே பேசலாம்! ஏதாவது வாயில் வந்ததைப் பேசிக்கொண்டு போவோமென்று நினைத்துப் பேச ஆரம்பித்தான். அங்கிருந்த தம்பூரைப் பார்த்து "இதென்ன நீட்டமாய் இருக்கிறதே" என்றான்.

காந்தா: (சரிதான் பைத்தியம்தான் என்ற முடிவு செய்து கொண்டு) தம்பூர் என்றாள்.

மைனர்: "தம்பூர் என்பது எந்த ஜில்லா?" என்றான்.

காந்தா: "இது ஏதடா கஷ்டகாலம். இது தம்பூருமில்லை அசலூருமில்லை. பாடுவதற்கு சுதி வைத்துக் கொள்வது" என்றாள்.

மைனர்: (புன்சிரிப்புடன்) "சும்மா தாமாஷாய்க் கேட்டேன்; எனக்கும் கொஞ்சம் சங்கீத ஞானமுண்டு. தங்கள் விலாசத்தைக் கொடுக்கலாமா?" என்றான்.

கானவதி தன் அக்காளைக் கோபிப்பது மாதிரி முகத்தைக் காட்டிக்கொண்டு "ரயில் பிரயாணம் செய்பவர்களுக்கெல்லாம் இது ஒரு கெட்ட பழக்கம். ஆங்கிலேயர் பிரயாணத்தில் அவரவர்கள் காரியத்தைக்

கவனிப்பார்களே யல்லாது அக்கப்போர் விசாரணை யெல்லாம் வைத்துக் கொள்ள மாட்டார்கள், ஏன் அக்கா வீண் பேச்சுப் பேசிக் கொண்டிருக்கிறாய்? இனி ஒன்றும் பேசாதே! நாளை சபாவில் கக்சேரி செய்ய வேண்டாமா? தொண்டை கம்மிக் கொள்ளும். ரயில் பிரயாணம், கண்விழிப்பு, அத்துடன் சதா பேசினால் உடம்புக்கு ஆகுமா? பேசாமலிரு; சபாவுக்கு எவ்வளவு வித்வான்கள், பிரபுக்கள் வருவார்கள்; கச்சேரி நன்றாய் இருக்க வேண்டாமா? எப்படி நமக்கு நல்ல பெயர் கிடைக்கும்? ரயிலில் வரும்போது வீண் பேச்சுப் பேசிக் கொண்டிருந்தேன் என்று சொன்னால் ஒப்புவார்களா? அந்த ஐயாவுக்கு என்ன? மகாப் பிரபு! நாம் எப்படிப் பிழைக்கிறது?" என்று சொன்னாள். மைனர் "இது ஏதடா சுண்டைக்காய் அளவு இருக்கிறது; ஆ! என்ன வினயமாயும் புத்திசாலித்தனமாயும் பேசுகிறது. இந்த சாதியில் பிறந்த பெண்களின் புத்தியே புத்தி! நம் வீட்டில் மூதேவியும் பீடையும் சேர்ந்தாற் போல் பிறக்கிறதே" என்று நினைத்து ஆனந்த மேலிட்டவனாய்ச் சொல்கிறான். "கானவதி! என்னைத் தம்படிக்குக்கூடப் பிரயேஜனம் இல்லாதவன் என்று எண்ணிக் கொண்டாயே! உண்மையை உணர்ந்து பேசு. எங்கும் கியாபதியோடு மைனர் என்று பட்டம் எனக்கு எப்படிக் கிடைத்தது என்பது உனக்குத் தெரிந்தால் தம்படிக்குப் பிரயோஜனமில்லாதவனென்று எண்ணி இருக்கமாட்டாய். மூன்று மாதத்தில் ஒரு லட்சரூபாய் செலவு செய்தேன். எந்த டாபர் மாமாக்களைக் கேட்டாலும் என் பெருமையைச் சொல்வார்கள். இதெல்லாம் தெரிந்துகொள்ளாமல் என்னைக் கேவலமாய் நினைத்து வார்த்தையாடுகிறாயே" என்றான்.

காந்தா சரிதான் முதல் தரமான சோணகிரிதான் என்பதைத் தங்கைக்குக் ஜாடையாய் உணர்த்தி அவன் கையில் கட்டியிருக்கும் கடிகாரத்தைச் சரிப்படுத்து வதற்குச் சைகைகாட்டிவிட்டுப் பேசாமலிருந்தாள்.

கானவதி: "என்னமோ தெரியாமல் சொல்லி விட்டேன்; தங்களைப் பெண் என்று நினைத்துச் சொல்லி விட்டேன் கோபித்துக் கொள்ளாதீர்கள்.

மைனர்: "ஐயோ! இதென்ன ஆச்சரியம், நான் பெண்பிள்ளையா? பெண்ணுக்கும் ஆணுக்கும் வித்தியாசம் தெரியாத உன்னை மகா புத்திசாலியென்று சொன்னேனே. இதுகூடத் தெரிந்து கொள்ளாத நீதானா அக்காளுக்குப் புத்திசொல்லக் கிளம்பிவிட்டாய்? பேஷ்! உன் புத்தியே புத்தி! நல்ல புத்தி" என்றான்.

கானவதி: "கோபித்துக் கொள்ளாதீர்கள். தங்களுடைய கோணவகிடும் தாங்கள் கட்டியிருக்கும் லேடி கடிகாரமும் தங்களை யாரோ மலையாளப் பெண் என்று நினைக்க வேண்டியிருந்தது. நீங்கள் ஆண் பிள்ளையானால் சரிதான். இவ்வளவு தனவந்தாரகிய தாங்கள் பவுன் சங்கிலி செய்து கடிகாரத்தைச் சட்டைப் பையில் சரித்துக் கொள்ள கூடாதா? அப்படியிருந்தால் நான்தான் கேலியாய்ப் பேசுவேனா? பெண்பிள்ளைகள் கையில் கட்டிக்கொள்வது மாதிரி தாங்கள் கட்டியிருந்ததால்தானே தமாஷாய் பேசினேன்?"

அதைக் கேட்டதும் மைனருக்கு அதிக வெட்கம் மேலிட்டது. தன்னோடு தமாஷாய் வார்த்தையாடின கானவதியைப் பார்த்து புத்தியில்லாமல் வார்த்தையாடின தனது முட்டாள் தனத்துக்கு மிக வருந்தினான். பிறகு அவளைப் பார்த்து, "ஏன் கானவதி! பெண்கள் கட்டிக் கொள்வதென்றாயே உன் கையில் ஏன் கட்டிக் கொள்ள வில்லை?"

கானவதி: "நான் கலியாணமாகாத சிறு பெண்தானே; தங்களைப் போன்றவர்கள் வாங்கிக் கொடுத்தால்தானே கட்டிக்கொள்ளலாம்; எனக்கென்ன புருசனா இருக்கிறான்?"

மைனருக்குச் சந்தோஷ முண்டாகிவிட்டது. "இதைப்பார்த்தால் அவரைக்காய் நீளமிருக்கிறது; என்ன

புத்தி; என்ன வாஞ்சையான பேச்சு; இவள் பேசும் போதே என்மனம் படாத பாடெல்லாம் படுகிறது. ஒவ்வொரு பேச்சிலும் எவ்வளவு சாதுரியம்! எவ்வளவு அர்த்தபுஷ்டி! நம் சாதிப் பெண்கள் பேசினால் நாராசத்தைக் காய்ச்சிக் காதில் ஊற்றியது மாதிரியிருக்குமே" என்று நினைத்து, "கானவதி! இந்தக் கடிகாரம் உனக்கு வேண்டும் போலிருக்கிறது. இந்தா நீ பெற்றுக்கொள்."

கானவதி: "இது ஏதடி மோசமாய் இருக்கிறது! நீங்கள் ஒரு இரயில் பிரயாணி; நானும் ஒரு பிரயாணி. இரயிலை விட்டிறங்கியதும் நீங்கள் ஒருவழியாயும் நான் ஒரு வழியாயும் போய்விட வேண்டியவர்கள்; இந்தத் தாமஷ் பேச்சுக்களெல்லாம் எதற்கு? ரயில் உறவு என்று கேட்ட தில்லையோ? எனக்கு அது வேண்டாம். எனக்குச் சொந்தமாய் இருந்தால்தான் போட்டுக் கொள்வ தென்றிருக்கிறேன். இரவல் கடிகாரம் கட்டிக்கொள்வது ஒரு பெருமையா? பிரயோஜனமில்லாத வார்த்தைகளை ரயில் பிரயாணிகள் பொழுது போக்குவதற்காகப் போசுவது வழக்கந்தான். பேஷ்! நன்றாய் இருக்கிறது. அதெல்லாம் எனக்கு வேண்டாம்" என்றாள். பாவம் மைனர்பாடு திண்டாட்டமாய் விட்டது. "மூன்று மாதத்தில் லட்ச ரூபாய் செலவு செய்துவிட்டதாய்ச் சொன்னேமே; இந்த 300 ரூபா கடிகாரத்தைக் கொடுக்காவிட்டால் நம்மைக் கேவலமாய் நினைப்பார்கள். இந்தக் கடிகாரத்தை அவளுக்கு இனாமாய்க் கொடுத்துவிட வேண்டியதுதான்" என்று முடிவு செய்துவிட்டான். உடனே "கானவதி! இந்தா உன் புத்திசாலித் தனத்துக்காக இந்தக் கடிகாரத்தை இனாமாகக் கொடுக்கிறேன். சொந்தமாகவே கட்டிக் கொள்ளலாம்; கையைக் காட்டு - கட்டிவிடுகிறேன்."

கானவதி: "என்ன வார்த்தை சொல்லுகிறீர்கள்? கலியாணமாகாதவள் கையைத் தொடுவது சரியா? அது மாதிரி இன்னொருதரம் சொல்லாதீர்கள். அம்மா காதில் விழுந்தால் என்கதி என்னாகும் தெரியுமா?"

மைனர்: "நான் ஒன்றும் வித்தியாசமாய் நினைத்துச் சொல்லவில்லை. எனக்கு மேல்நாட்டு நாகரிகத்தில் பிடித்த முண்டு; அந்த அநுபோகத்தில் சொல்லிவிட்டேன்; கோபியாதே"

கானவதி: "மேல்நாட்டு நாகரிகம் 300 ரூபா கடிகாரத்தை இளிச்சவாய்த் தனமாய்க் கழற்றிக் கொடுக்கவா சொல்லுகிறது? மேல்நாட்டார் இப்படியும் நடப்பார்களா?

மைனர்: "வார்த்தையோடு வார்த்தையாய் இளிச்சவாயன் என்று சொல்லிவிட்டாயே! ஒருவருடைய புத்திக்குச் சந்தோஷப்பட்டுச் சன்மானம் செய்தால் அது எப்படி இளிச்சவாய்த்தனமாகும்?"

கானவதி: "நான் சிறுபெண்தானே! மைனர் பட்டம் வருவது இளிச்சவாய்ப் பேர்வழிகளுக்குத்தான் என்று நினைத்துச் சொல்லிவிட்டேன்; கோபிக்காதீர்கள்! இனி தங்களிடத்தில் வேடிக்கையாய் ஒன்றும் பேசுவதில்லை."

மைனர்: "ஒரு தரத்திற்கு இரண்டு தரமாய் எனக்கு இளிச்சவாய்ப் பட்டம் கொடுத்து நீ அழைத்தாலும் எனக்கும் கோபமில்லை; புத்திசாலிகள் வாயால் எதைச் சொல்லக் கேட்டால்தான் என்ன? என் பேரில் அன்பு மிகுதியால் பேசுகிற நீ எதைப் பேசினால்தான் என்ன? அவ்வார்த்தைகளைக் கேட்க நான் எவ்வளவு தவம் செய்திருக்க வேண்டும் தெரியுமா? கோடிக்கணக்காய் வைத்திருக்கும் லோபிகளிடத்தில் நீ வாய்திறந்து பேசுவாயா? நான் லட்சக்கணக்காய் செலவு செய்த தாலல்லவா நீ என்னோடு பேசும்படியான தவம் பெற்றேன்? நான் இளிச்சவாயனா? மற்றவர்களைப்போல் என்னை நினைக்காதே; என்னோடு தினம் 10 பேர்கள் சுற்றினாலும் சாப்பாடு மாத்திரம் போடுவேனே ஒழிய கையில் ஒரு காசுகூடக் கொடுக்கமாட்டேன். நீ வேடிக்கையாய்ச் சொன்னதில் எனக்குக் கோபமில்லை."

கானவதி: (கிண்டலாய்) "வீண் பேர்வழிகளைச் சேர்த்துச் சாப்பாடு மாத்திரம் போட்டது எப்படி இளிச்சவாய்த் தனமாக முடியும்! உங்களை மிகமிகச் சாமர்த்திய சாலியென்றுதான் சொல்ல வேண்டும். தங்களுக்கு எவ்வளவு சாமர்த்தியமிருந்தால் 3 மாத காலத்தில் லட்சம் ரூபாய் செலவு செய்வீர்கள்? தங்களுடைய புத்தியையும் பெருமையையும் என்னென்று சொல்வது? அடடா! தங்கள் புத்தியே புத்தி."

மைனர்: "பேசும்போதே 'டா' போட்டுப் பேசுகிறாயே. உனக்கு நெஞ்சழுத்தம் தாஸ்தி. நீதான் தமாசான குட்டி; நான் எத்தனையோ தாசிகளிடத்தில் தமாசாய்ப் பேசியிருக்கிறேன்; உன்னைப்போல் தமாஷ் பேர்வழியைப் பார்த்ததில்லை; நீ எதைச் சொன்னாலும் எனக்குச் சந்தோசமே. நீ பேசப் பேச எனக்கு மகா பிரியமாய் இருக்கிறது."

கானவதி: "நீங்கள் என்ன ஐயா வேடிக்கையாய்ப் பேசுவதற்குக்கூடக் கற்பனை செய்து விடுகிறீர்களே! நீங்களும் என்னோடு பேசவேண்டாம், நானும் உங்களோடு இனிப் பேசவில்லை" என்று சொல்லிவிட்டு அக்காளைப் பார்த்து 'அதுதாண்டி அக்கா இது' என்னும் கதையைப் போலிருக்கிறது' என்று சொன்னாள்.

மைனர்: "இது என்ன புத்தியாய்ப் பேசுகிறாய்; அது என்ன கதை? எனக்குச் சொல்லக்கூடாதா?"

கானவதி: "அதுதாண்டி அக்கா இது" என்னும் கதையைச் சொன்னால் தங்களைச் சொன்னதாகக் கோபித்துக் கொள்வீர்கள். நான் எதற்காகத்தான் அதைச் சொல்ல வேண்டும்?"

மைனர்: "சும்மா சொல் கானவதி; கதை சொன்னால் எனக்கென்ன வருத்தம்? என் பெயரைக் குறிப்பிட்டுச் சொன்னாலும் வருத்தமில்லை; பரம சந்தோஷம் தான் சொல்."

கானவதி கதையைச் சொல்லத் தொடங்கினாள். "ஒரு ஊரில் இரவு ஒரு மணிக்கு நான்குபேர் பேசிக் கொண்டிருந்தார்கள். அது சமயம் அரண்மனையில் நகரா சப்தம் கேட்டது; அத்தொனியைக் கேட்டதும் பேசிக் கொண்டிருந்தவர்களில் ஒருத்தி "நல்ல தொனி" என்றாள். மற்றொருத்தி "தோல் நாத" மென்றாள். மற்றொருத்தி "கை வளம் கைவளம்" என்றாள். மற்றொருத்தி "கால வேற்றுமை" என்றாள். அத்தருணம் நகர் சோதனைக்கு வந்த அரசன் இவர்கள் பேசுவதைக் கேட்டு அர்த்தம் புரியாமல் அரண்மனைக்குச் சென்று பேசிக் கொண்டிருந்தவர்களை அழைத்துவர உத்திரவிட்டான். நால்வரும் அரச சபைக்கு வந்தார்கள்; அவர்கள் பேசிக்கொண்டிருந்த வார்த்தைக்கு அர்த்தம் என்ன வென்று அரசன் கேட்டான். ஒருத்தி "இது என்னடி அக்கா" என்றாள்; ஒருத்தி "அதுதாண்டி இது" என்றாள்; "அதுவானால் இது இருக்குமே" என்றாள்; ஒருத்தி "அப்படியுமுண்டு இப்படியுமுண்டு" என்றாள். அரசனுக்கு இரவு பேசிக்கொண்டிருந்த வார்த்தை அர்த்தம் புரியாதிருக்கும் நிலையில் இப்போது ராஜ சபையில் சொல்லிய வார்த்தைகளுக்கும் சந்தேகம் வந்துவிட்டதால் இரண்டுக்கும் அர்த்தம் சொல்லும்படி கேட்டான். நால்வரில் ஒருத்தி சொல்கிறாள்: "அரசே! நாங்கள் பேசிக்கொண்டதில் ஆச்சரிய மொன்றுமில்லை. இரவில் நகரா தொனி கேட்டது. எங்களில் ஒருத்தி "நல்ல தொனியாய் இருக்கிற தென்றாள். ஒருத்தி "மாட்டுத்தோல் சப்தத்தால் தோல்நாத"மென்றாள். ஒருத்தி "அடிப் பவனுடைய கைவள" மென்றாள். ஒருத்தி "நிசப்தமான இரவுக் காலமாதலால் காலவேற்றுமை" என்றாள்: இதுதான் வேறில்லை"

இதைக் கேட்ட அரசன் "அதிருக்கட்டும், இவ்விடத்தில் நீங்கள் பேசியதற்கு அர்த்தமென்ன?" என்று கேட்டான். "இவ்விடத்தில் பேசியதற்கு அர்த்தம்

சொன்னால் எங்களுக்குச் சிரசாக்கினை கிடைக்கு" மென்றாள். சொல்லா விட்டாலும் சிரசாக்கினை கிடைக்குமென்று அறிவித்தான் அரசன். சொன்னாலும் பிசகு; சொல்லாவிட்டாலும் பிசகு; சொல்லாமல் சிரசை இழப்பதைவிட அரசனுடைய முட்டாள்தனத்தை வெளிப்படுத்திவிட்டே சிரசிழப்போ மென்று முடிவு செய்து சொல்ல ஆரம்பித்தாள்.

"அரசே! அநேக பிரஜைகளை வைத்துப் பரிபாலிக்கக் கூடிய தாங்களே இதற்கு அர்த்தம் தெரியவில்லை என்கிறீர்கள்! தங்களால் தானா ஒரு ராஜ்யத்தைப் பரிபாலிக்க முடியும்? உலைவாயை மூடினாலும் ஊர்வாயை மூடமுடியாது என்றபடி, பல ஜனங்கள் பலவாறாய்ப் பேசிக் கொள்வார்களே. அவைகளை யெல்லாம் பொறுத்து ஆள வேண்டியதை விட்டு எங்களை இங்கு அழைத்ததால் இவர் அரசர்தானே என்பதற்கு "இது என்னடி" என்றாள்: முந்திய பேச்சில் மாட்டுத்தோல் நாதம் என்றபடி மாட்டுத்தோலைக் காட்டி மாடு என்பதற்குப் பதிலாக "அதுதாண்டி அக்கா இது" என்றாள்; மாடானால் கொம்பிருக்குமே என்பதற்குப் பதிலாக "அதுவானால் இது இருக்குமே" என்று சொன்னது மொட்டை மாடும் உண்டு. கொம்புமாடும் உண்டு என்பதற்குப் பதிலாக, 'அப்படியுமுண்டு, இப்படியுமுண்டு' என்று சொன்னது; இவ்விடத்தில் பேசியதற்கு இவைகள் தான் அர்த்தமென்றாள். உடனே அரசன் வெட்கப்பட்டு இவர்களைச் சும்மா அனுப்பிவிட்டதாக ஓர் கதை உண்டு. அக்கதை இப்போது ஞாபகத்திற்கு வந்தது. அக்காளிடத்தில் சொல்லலாமென்று நினைத்தேன். நீங்களும் சொல்லச் சொன்னீர்கள். சொல்லிவிட்டேன்.

மைனர் கதையைக் கேட்டதும் பரம சந்தோஷமாய் "என்ன கானவதி! இப்படி ஒரு முட்டாளரசனிருப்பானா?" என்று தன் முட்டாள் தனத்தைக் குறியாகக் கொண்டு கானவதி சொல்லியதை உணராமல் பேசத் தலைப்பட்டு விட்டான்.

தங்கள் வீட்டிற்கு வரும் பிரபுக்களை எத்தனையோ விதமான கேலிகளைத் தாசிகள் செய்வார்கள். ஆனால் அந்தப் பிரபுக்களுக்குக் கேலி செய்வதாய்ப் படாது. ஆனந்தப்பெருக்கால் மேலும் மேலும் அவற்றைப் பெருக்க வைத்துக்கொண்டு நாக்கில் தண்ணீர் சொட்டக் கேட்டுக் கொண்டுதான் இருப்பார்கள். நிற்க, இன்னொரு விசேஷத்தை இங்கே குறிப்பிடாமலிருக்க முடியவில்லை. எவ்வளவு தனவந்தராயிருந்தாலும், புத்திமானாயிருந் தாலும், எவ்வளவு உயர்ந்த சாதியென்போரானாலும் இவர்களுக்கெல்லாம் தாசிகள் சில பணிகளைக் கொடுப்பார்கள். சாதாரண மக்களுக்கு அந்தப் பணிகளின் தன்மையைக் கண்டால் கேவலமாகவும் வருத்தமாகவும் தோன்றும். இத்தகைய விசயங்களில் தாசிப் பெண்களை மகா புத்திசாலிகள் என்றுதான் சொல்லவேண்டும். ஒருபாவமும் அறியாத மனைவிமார்கள் குடும்ப விசயமாய் இக்கனவான்களிடத்தில் ஏதாவது சொல்லிவிட்டால் இவர்களுக்கு மூக்குக்குமேல் கோபம் வந்துவிடும். தங்கள் வீரப்பிரதாபங்களைக் காட்டி வசை மொழிகளோடு தண்டப் பிரயோகமும் செய்ய ஆரம்பித்து விடுவார்கள். "சிறுக்கி! எனக்குத் தெரியாத புத்திக்கா நீ யோசனை சொல்ல வந்துவிட்டாய்? என் படிப்பென்ன! சொத்தென்ன! என்னை ஊரார் எவ்வளவோ மதிக்கிறார்கள்! கவர்னருக்கு டீ பார்ட்டி நடந்தபோது எனக்கு அழைப்பு வந்தது உனக்குத் தெரியாதா? கவர்னர் டீ பார்ட்டியில் எனக்கு எவ்வளவு மரியாதை செய்தார்கள் தெரியுமா? என்னைப் புத்தியில்லாதவன் என்று தெரிந்தா அவர்கள் நடந் தார்கள்? உன்னைக் கட்டிக் கொண்டதற்குப் பதிலாக ஒரு கழுதையைக் கட்டிக் கொண்டாலும் பிரயோசனமுண்டு. இனி உன் முகத்தில் விழித்தாலும் என் மதிப்புக்குப் பங்கம் வந்துவிடும். நீ உன் தாயார் வீட்டிற்கு ஓடிப்போ. மாதா மாதம் சோற்றுக்கு அனுப்பிவிடுகிறேன்" - இம்மாதிரி வீரப்பிரதாப வார்த்தைகளோடு முடிவுசெய்து விடுவார்கள். இத்தகையவர்கள் எல்லாம் தாசிப் பெண்கள்

வாக்கில் வரும் ஒவ்வொன்றையும் தேவாமிர்தமாக நினைத்துச் சந்தோஷத்துடன் அங்கீகரித்து நடப்பார்கள். எனவே கானவதி மைனர் அவர்களைக் கேவலமாய்ப் பேசியதில் ஒன்றும் அதிசயமில்லை. அவர் கேட்டுக் கொண்டிருந்ததிலும் ஆச்சரியமொன்று மில்லை.

மைனர் கானவதி சொல்லிய கதையைக் கேட்டுக் கொண்டிருக்கும்போதே சென்னையும் நெருங்கிவிட்டது. மைனர் காந்தா, கானவதி விலாசம் முதலியவை தெரிந்து கொள்ளவில்லையே என்று எண்ணி "என்ன கானவதி! உன் விலாசம் முதலியவை தெரியப்படுத்தவில்லையே" என்றான்.

கானவதி: "என்ன ஐயா விலாசத்துடன் முதலியவை என்ற வார்த்தை ஒன்று போட்டுக் கொள்கிறீர்களே, அதென்ன?"

மைனர்: "இதுயேது சும்மா கேலி செய்து கொண்டிருக்கிறாயே! விலாசமும் வேண்டியதுதான். அதோடு உங்கள் இருவருக்கும் புருசர்கள் யாராகிலும் உண்டா என்பதையும் தயவு செய்து தெரிவித்தால் என்மனம் திருப்தியாயிருக்கும்."

கானவதி: "சரி. கட்டாயம் சொல்ல வேண்டுமோ? சொல்லுகிறேன். தாசிகள் சொல்லுவதை யார் உண்மை என்று நம்புவார்கள்? ஒரே புருசனிடத்திலிருந்து மானமாய்க் காலம் தள்ளினாலும் தாசிகள்தானே - பல புருசர்களிருப்பார்கள் என்றுதான் நினைப்பார்கள். அப்படியிருக்க நான் சொல்லுவதை யார்தான் நம்பு வார்கள்? நீங்கள்தான் நம்புவீர்களா? சொல்லித்தான் என்ன பிரயோசனம்? தள்ளுங்கள் குப்பையில்."

மைனர்: "அடடா! தாசிகளில் உத்தமிகள் இல்லையா என்ன?"

கானவதி: "மாயவரம் தாலுக்காவில் இருக்கும் ஒரு வேளாளர் என் தமக்கையிடத்தில் போக்குவரத்துண்டு.

அவர் பரமசாது. என் அக்காளை மானமாய் வைத்துக் கொண்டிருக்கிறார். அவரைத்தவிர என் அக்காள் வேறு ஒருவர் முகத்தை ஏறெடுத்தும் பார்ப்பதில்லை. எனக்கு இன்னும் காலியாணமாகவில்லை."

"சரி! காந்தா - கானவதி இருவரையும் ஏற்பாடு செய்து கொள்ளலாமென்று இருந்தோம். காந்தாவோ வேறு யாரையும் இச்சிப்பதில்லை என்று சொல்கிறாள். அதைப் பற்றிப் பிறகு பார்த்துக்கொள்ளுவோம். லட்சக்கணக்காய் வாங்கி அநுபவிக்கும் பேர்வழி நம்மை இப்போது அலட்சியமாய் நினைக்கிறாள். அந்த லட்சத்தை இந்த மகா உத்தமிகளிடத்தில் கொடுத்திருந்தாலும், நம்அந்நிய காலம்வரை வைத்துக் காப்பாற்றி விடுவார்களே! இனி என்ன செய்வது? வீணாய் ஏமாந்து விட்டோமே. போனது போகட்டும்; கானவதியையாகிலும் கலியாணம் செய்துகொண்டால் காந்தா - கானவதி வீட்டிற்கு அதிகாரியாகி விடுவோம். அதன் பிறகு காந்தாவின் பேர்வழியான வேளாளரைப் போகச் சொல்லிவிட்டு இருவரையும் நாமே பார்த்துக் கொள்ளலாம்" என்று தனக்குள் எண்ணிக் கொண்டு மைனர் சொல்லுகிறான்: "கானவதி! அந்தத் தேவடியாச் சிறுக்கிகளுக்கு எவ்வளவு பொருள் கொடுத்தாலும் விசுவாசமில்லை. நீங்கள் உத்தமிகளாய் இருப்பீர் களென்று அறிந்து கொண்டேன். நானும் எத்தனையோ தாசிகளைப் பார்த்திருக்கிறேன். உங்களைப்போல் விசுவாசமுள்ளவர்களைப் பார்த்ததில்லை. ஆதலால் தங்களையே நம்பிய என்னை விசுவாசித்து மறக்காம லிருக்கும் படி கேட்டுக்கொள்கிறேன். எனக்கிருக்கும் பாக்கி சொத்துக்களை விற்றுக்கொண்டு சம்சாரத்தைத் தாய் வீட்டிற்கு அனுப்பிவிட்டு உங்கள் வீட்டோடு வந்துவிடுகிறேன். ரட்சித்தாலும் சரி! சிசித்தாலும் சரி!" இந்த வார்த்தைகள் கேட்டதும் திடுக்கிட்டாள்போல் பாவனை காட்டிய கானவதி "ஐயோ! இப்படியெல்லாம்

கெட்ட வார்த்தைகள் சொல்லாதீர்கள். அம்மா காதில் விழப்போகிறது. என்னைக் கலியாணம் செய்துகொள்ள எத்தனையோ பிரபுக்கள் பதினாயிரம், இருபதினாயிரம், கொடுக்கிறோம் என்று கேட்டார்கள். சங்கீதத்திற்குக் கெடுதல் வருமென்று அவர்களுக்குப் பதில் சொல்லாம லிருக்கிறது. இனி இம்மாதிரியான வார்த்தைகளைச் சொல்லாதீர்கள். இறங்கும் வரையில் வேடிக்கையாய்ப் பேசிக்கொண்டிருப்பதுகூட நின்று விடும்" என்றாள்.

மைனருக்கு ஆச்சரியம் மேலிட்டது. "இந்த விதமாய்க்கூடவா உலகத்தில் தாசிகள் இருப்பார்கள்? விழுப்புரத்தில் சோடா பழம் வாங்கிக் கொடுத்ததற்கு அவர்கள் பணத்தை கொடுக்க வந்தார்கள். 300 ரூபா கைக்கடிகாரத்தைக் கொடுப்பதாகச் சொன்னேன். அதைப்பற்றி இதுவரையில் ஒரு வார்த்தைகூட வரவில்லை. பொருள் இச்சை என்பது இவர்களுக்குக் கொஞ்சம்கூட இல்லையே! இம்மாதிரியான தாசிகளை விரும்பிப்போகும் தனவந்தர்கள் கெட்டுவிடுவார்களா" என்று தனக்குள் எண்ணி மன மகிழ்ந்து "கானவதி! இந்தக் கடிகாரத்தை நீயே சர்வ சுதந்தரமாய் எடுத்துக்கொள்" என்று வேண்டினான். "வேண்டாம்! வேண்டாம்!! அதன் கிரயத்தை எங்களிடத்தில் வாங்கிக் கொள்வதென்றால் வாங்கிக்கொள்வேன். மற்றத் தாசிகளைப் போல் வந்ததைப் பெற்று ஏமாற்றும் வழக்கம் எங்கள் குடும்ப வழியிலேயே கிடையாது. எங்கள் வம்சமே சங்கீதத்தைக் கொண்டுதான் ஜீவிக்கிற வழக்கம். மற்றத் தாசிகளைப் போல் எங்களை நினையாதீர்கள்" என்றாள் கானவதி - பெரும் தியாகியைப் போல் தங்களை விட்டு பொருள் போய்விடாதென்று தெரிந்துவிட்டால் இச்சிக்காதது போலிருப்பது தெரிந்தால் தமாசாய்ப் பேசி பறிமுதல் செய்துவிடுவார்கள். ஒரு ஆளைப் பார்த்ததுமே அவன் குணம் குறிகளை நன்கு அறிந்துகொள்ளும் ஞான திருஷ்டி தாசிகளுக்குண்டு. தாசி வீட்டிற்குப் போகும் சோணகிரிகள் சாமான்களைத்

தாங்களாகக் கொடுப்பதைவிடத் தாசிகள் மடியைத் தடவிப் பறித்துக் கொள்வதில் பரம சந்தோசப்படுவார்கள். கொடுத்து விட்டு வெளியில் வந்து நண்பர்களிடத்தில் வெகு டம்பமாயும் பேசுவார்கள். "என்னசார்! எதுவாயிருந்தாலும் வித்தியாசமில்லாமல் எடுத்துக் கொள்கிறார்கள். ஏதேனும் பட்சணங்கள் கொண்டுபோய் நம் சம்சாரத்தினிடத்தில் கொடுத்தால் மூஞ்சியைத் திருப்பிக் கொண்டு போகிறார்கள் சார். இந்தப் பீடைகளுக்கு எதை வாங்கிக் கொடுக்கத்தான் இஷ்டம் வரும்? ஒருநாள் நம் தாசி சொர்ணம் நான் போட்டிருந்த கடிகாரம், கடுக்கன், மோதிரம், பூட்ஸ் எல்லாவற்றையும் வாங்கிப் போட்டுக் கொண்டு வெளியில் வந்தாள். அந்தப் பெண்கள் வித்தியாசமே நினைப்பதில்லை. அதைப் பார்த்ததும் எனக்கு வெகு பிரியம் வந்துவிட்டது? நீயே வைத்துக் கொள், நான் வரும்போதெல்லாம் போட்டுக்கொண்டு என் எதிரில் வா என்று சொன்னேன் சார். நாளிது வரையில் என் வார்த்தையைத் தட்டாமல் அதே மாதிரி செய்து வருகிறாள். நம் வார்த்தையைத் தட்டாதவள் நம்பேரில் வாஞ்சையுடையவளா? தட்டுகிறவர்கள் வாஞ்சையுடையவர்களா? நம் வீட்டுப் பெண்களிடத்தில் இப்படிச் சொன்னால் செய்வார்களா சார்?" என்பது போன்றவார்த்தைகளை உளறிக் கொட்டுவார்கள். இவர்களுக்கு ஆளுக்குத் தக்கபடி நடந்து பொருள் பறிப்பது தான் தொழில் என்பதை உணருகிறார்கள் இல்லை. சாமிக்குக் கண் இல்லை என்பதுபோல் பாவம் மைனருக்கு கானவதி விசயத்தில் கண் இல்லாமல் போய் "ஏ! கானவதி என்னை வித்தியாசமாய் நினைக்காதே. என் தயவு வேண்டுமானால் இதைத் தட்டாமல் வாங்கிக்கொள்" என்றான்.

இவைகளை யெல்லாம் சர்வெண்ட் கம்பார்ட்மெண்டிலிருந்த தாயார் கூர்மையாகக் கவனித்துக் கேட்டுக் கொண்டிருந்தாள். மைனர் என்றால் மூன்றுமாதப்

பிரபுதானே. இந்தக் கடிகாரத்தை ஒருத்தியும் பிடுங்கிக் கொள்ளவில்லை போலிருக்கிறது. இது நமக்குக் கிடைக்க வேண்டும் என்ற பிராப்தம் போலிருக்கிறது; நமது பெண்கள் கடிகாரத்தை வாங்கிக்கொண்டு விலாசத்தைக் கொடுத்து விட்டால் நம்கூடவே வந்து சவடால் அடிக்க ஆரம்பித்து விடுவான். இதனால் புருசனைக்கூட கச்சேரிக்கு அழைத்து வந்திருப்பதாய்த் தனவந்தர்கள் கருதிவிட்டால் நம் தொழில் கெட்டுவிடுமே என்று எண்ணினாள். எனவே ஜாடையாய்ப் பேசத் தொடங்கினாள் போகசிந்தாமணி. "என்னடி தங்கச்சி! நான் இதுவரையில் ஒன்றும் பேசாமலிருந்து விட்டேன்; தம்பி ரொம்ப நல்லமாதிரியாய் இருக்கிறாரே. அவரைக் கண்டபடியெல்லாம் கேலி செய்துகொண்டு வருகிறாயே; தம்பியிடத்தில் கடிகாரம் மாத்திரம்தான் பாக்கி இருக்கும்போல் இருக்கிறது; சென்னையில் அவருக்குச் செலவிருந்தாலும் இருக்கும்; செலவுக்குத் தம்பி என்ன செய்யும்? கடிகாரத்தை வாங்காதடி" என்று சொன்னதைக் கானவதி கேட்டதோடு தாயார் ஜாடையாய் சொன்னதையும் தெரிந்து கொண்டாள். உடனே மைனரிடத்தில் "அம்மா கோபித்துக் கொள்கிறது பார்த்தீர்களா? முந்தியே சொன்னேனே! நாங்கள் மோசம் செய்து பிழைக்கிறது இல்லை என்று சொன்னது சரியாய் இருக்கிறதா? வேறு தாசியாய் இருந்தால் 300 ரூபா கடிகாரத்தை வேண்டாமென்று சொல்வாளா? என்னமோ அந்தக் கெட்ட சாதியில் பிறந்து விட்டோமே யல்லாது யாரையும் மோசம் செய்ய எங்களுக்கு மனம் வராது" என்றாள். மைனருக்கு இவர்கள் பேரில் வெகு நம்பிக்கை உண்டாகி விட்டது. "கானவதி! நான் இவ்வளவு கேட்டுக் கொண்டும் என் வார்த்தையை மதிக்காமல் பேசுகிறாயே! என் தயவும் உனக்கு வேண்டுமானால் 'உன் அம்மாவுக்குத் தெரியாமல் இந்தக் கடிகாரத்தை வாங்கிக் கொள்" என்று வற்புறுத்திக் கொடுத்தான். கானவதியும் "உங்கள் வார்த்தையைத் தட்டக் கூடாது?; நீங்கள் பிடிவாதப் படுத்துவதால் உங்களுக்கு

ஏதாவது உபகாரம் செய்து விடுகிறேன். அம்மாவுக்குத் தெரியாமல் கொடுங்கள்" என்று வாங்கிக் கொண்டாள். மைனருக்கு வெகு சந்தோசம் பொங்கிவிட்டது. நினைத்த காரியம் இதுவரையில் சந்தேகமாக இருந்தாலும் இப்போது நிச்சயமாகிவிட்டது என்று மனம் பூரித்தான். உடனே விலாசம் வாங்கப் பவுண்டன் பேனாவை எடுத்து எழுத ஆரம்பித்தான். கானவதி "இப்போது சென்னை விலாசத்தைக் கொடுக்கிறேன்; அங்கு வாருங்கள் எல்லாம் பேசிக்கொள்ளலாம்" என்று சொல்லித் தாங்கள் இருக்கும் ஜாகை விலாசம் மாற்றி 120 தங்கசாலைத்தெரு என்ற விலாசத்தை கொடுத்தாள். விலாசத்தைக் கண்ணில் ஒற்றிக்கொண்டு வெகு ஜாக்கிரதையாக வைத்துக் கொண்டார் மைனர் பிரபு. காலை 6 மணிக்கு வண்டியும் எழும்பூர் ஸ்டேசன் வந்துவிட்டது. எல்லோரும் இறங்கினார்கள். வாடகைக் கார் பேசி நால்வரும் பயணமானார்கள். மைனர் 'நானும் தங்களுடன் வரலாமா' என்று கேட்டான். கானவதி "இதில் இடமில்லையே" என்றாள்; காரும் புறப்பட்டுப் போய்விட்டது. மைனர் அவமானம் பொறுக்கமாட்டாமல் "நாம் அவர்களிடம் காரில் வருவதாகக் கேட்டது மகா பிசகு; நம்மிடத்தில் விலாசமிருக்கும் போது ஒரு தனி கார் பிடித்துப் போகாமல் தவறுதலாய் அவர்களை அவசரப்பட்டுக் கேட்டுவிட்டோமே" என்று வருந்தினான். இரவு பூராவும் முதல் வகுப்பு வண்டியில் காந்தா - கானவதி சகிதம் சம்பாஷணை புரிந்துகொண்டு வந்த மைனருக்குத் தன்னந் தனியாய் இருக்க முடியவில்லை. "இனி எப்போது இவர்களைப் பார்ப்பேன்? ஆகா என்ன அழகு! என்ன மதுரமான வார்த்தைகள்! விடிந்ததே தெரியவில்லையே! அவள் அழகு என் மனதை விட்டு மாறவே இல்லையே" என்று சிந்தித்தான். மைனர் மதி மயங்கிவிட்டது. "வண்டிக்காரா" என்பான்; "ஏ! கார்காரா" என்பான்; 'டேய் போர்டர்" என்பான் - இந்தப் பிதற்றல்களைக் கண்ட ஒரு போர்டர் இவருக்குப் பைத்தியம் போலிருக்கிறது

என்று நினைத்து "என்ன ஐயா கூலி வேணுமா வேண்டாமா" என்றான். "சீச்சி தடியா! என்னமோ யோசித்துக்கொண்டிருக்கும் போது அவசரப் படுகிறாயே! போடா ஒன்றும் வேண்டாம்" என்றான். கடைசியில் தானே மூட்டை தூக்கும் படியான நிலைமைக்கு மைனர் வந்துவிட்டான். ஒருவாறு மனதைத் தேற்றிக்கொண்டு ஹோட்டலுக்குப் போகும் போதே தன்னைத்தேடி கானவதி வருவாளோ என்று சுற்றுமுற்றும் பார்த்துக் கொண்டே போனான். "வீணில் இங்கே தாமதம் செய்யக் கூடாது; நம் வரவைக் கானவதி எதிர் நோக்கிக்கொண்டு இருப்பாள்" என்று சீக்கிரத்தில் ஆகாராதிகளை முடித்து, தனி கார் வைத்துக்கொண்டு கானவதி கொடுத்த விலாசத்தை நாடிச் சென்றான்.

2
இருளும் ஒளியும்

கானவதி கொடுத்திருந்த விலாசத்திற்கு வெகு ஆவலுடன் ஆடம்பரமாய்க் காரில் வந்த மைனர் ஏமாந்தான். அந்த இடத்தில் அவர்கள் இல்லை. வேறு யாரோ குடும்பஸ்தர்கள் இருந்தார்கள். அவ்வீட்டிலிருந்த ஒரு பெரியவரிடம் தாம் நாடிவந்த செய்தியைக் குறித்துத் தெரிவித்து விவரம் கேட்டான். அப் பெரியவர் சமீபத்திலிருந்த ஒரு வீட்டைச் சுட்டிக்காட்டி அங்கே விசாரிக்கச் சொன்னார். மைனரும் காரை அங்கே விடச்சொன்னான். அந்த வீட்டுப் பெண்மணி தெருத் திண்ணையில் நின்றிருந்தாள். அந்தப் பெண்ணைக் கானவதி என்று நினைத்துக்கொண்டு "நம் சமர்த்தைப் பரிசோதிக்கத்தான் விலாசத்தை மாற்றிக் கொடுத்திருக் கிறாள் போலிருக்கிறது; நான் என்ன அவ்வளவு முட்டாளா? அவளைக் கண்டு நமது சாமர்த்தியத்தைத் தெரிவிக்க வேண்டும்" என்று முடிவு செய்து காரினின்று இறங்கி வாசற்படி ஏறினான். பெண் யாரோ வருகிறார் என்று உள்ளே சென்றாள். மைனர் மூட்டை, பெட்டி களைத் திண்ணையில் வைக்கச்சொல்லி டிரைவருக்குப் பணத்தைக் கொடுத்தனுப்பிவிட்டு 'கானவதி!' என்று அழைத்துக்கொண்டே உள்ளே போனான். அந்தப் பெண்மணி "உள்ளே வராதீர்கள் வெளியில் நில்லுங்கள்" என்றாள். மைனருக்குச் சந்தேகம் வந்துவிட்டது. "கானவதி எதிர்பார்த்துக் கொண்டிருப்பதாய் எண்ணி உள்ளே வந்தோம்; கானவதியாயிருந்தால் இவ்வளவு அலட்சிய மாய் வெளியில் நில் என்று சொல்லமாட்டாளே; ஒருகால்

தாமதமாய் வந்தோமென்று நம் பேரில் கோபமாய்ச் சொல்லுகிறாளோ? நாம் காபி சாப்பிட்டது பிசகு; உடனே வந்திருந்தால் எல்லோரும் சேர்ந்து குசியாய் சாப்பிட்டிருக் கலாம். நம் காதல் நாயகியின் மனஸ்தாபமும் வராது. நமக்கு முன்யோசனை இல்லாமல் போய்விட்டது. இனி என்ன செய்வது? சமாதானம் சொல்லி மன்னிப்புக் கேட்டுக் கொள்ள வேண்டியதுதான்" என்று எண்ணி மரம் போல் நின்று விட்டான். இவர் இவ்வாறு நிற்பதைக் கண்ட அப்பெண்மணி உள்ளே சென்று தன் காதலரிடத்தில் யாரோ ஒருவர் வெளியில் வந்திருப்பதையும், வரும்போதே "கானவதி" என்று சொல்லிக்கொண்டு உள்ளே வந்ததையும், தான் வரக்கூடாதென்று சொல்லியதையும் அவர் மரம் போல் நிற்பதையும் தெரிவித்ததோடு, "பாவம் நல்லவர் போல் தெரிகிறது. அந்தச் சிறுக்கிகளுடைய புருசனாய் இருந்தாலும் இருக்கலாம். அநியாயமாய்க் கெடுத்து விடுவார்களே! எல்லாவற்றிற்கும் போய் விசாரியுங்கள்' என்றும் கூறினாள். அவ்வீட்டுக்காரர் உடனே வெளியில் வந்து "தாங்கள் யார்? எந்த ஊர்?" என்று கேட்டார்.

உடனே மைனர் "கமலாபுரத்திலிருந்து காந்தா, கானவதி, போகசிந்தாமணி, கருணாகரன் நால்வரும் இவ்விடம் வந்தார்களா? அவர்களிடத்தில் திருச்சி மைனர் வந்து வெகு நாழியாய்க் காத்திருப்பதாகச் சொல்லி கானவதியை வரச்சொல்லுங்கள். நான் வரும்போது வாசலில் வருத்தமாய் பேசிக்கொண்டிருந்தார்களா? கார் கிடைப்பதற்கு நேரமாகிவிட்டது. இன்னும் காபிகூடச் சாப்பிடவில்லை. இதெல்லாம் சொல்லி என்பேரில் கோபங்கொள்ளாமல் வரச்சொல்லுங்கள்" என்று உள்ளேயே பார்த்த வண்ணமாய்ச் சொன்னான்.

"சரிதான் பறிகொடுத்தவன் போல் தெரிகிறது. பறி கொடுத்தவனுக்குத்தானே மைனர் பட்டம்" என்று எண்ணிய வீட்டுக்காரர் "ஐயா மைனர்வாளே! இதோ என்னைப் பாருங்கள்! அவர்கள் இங்கு வரவில்லை."

மைனர்: "ஐயோ! இங்கே வரவில்லையா? வேறு எங்கே போய் இருப்பார்கள்? தங்களுக்குத் தெரியுமா?"

வீட்டுக்காரர்: "என்ன ஐயா! சொல்லி முடிப்பதற்குள் ஐயோ என்று பரிதவிக்கிறீர்களே! உட்காருங்கள் சொல்லுகிறேன்."

"சரி! சொல்லுங்கள் சார்!" என்று கூறிக்கொண்டே உட்கார மனமில்லாதவனாய் மைனர் உட்கார்ந்தான்.

வீட்டுக்காரர் "அவர்களை எனக்குத் தெரியும். அவர்களிடத்தில் ஏதோ கொடுத்துவிட்டு ஏமாந்து போனீர்கள் போல் தெரிகிறது. அப்படி ஏதாவது உண்டா?" என்று கேட்டார்.

மைனர் "நான் ஒன்றும் பிரமாதமாய்க் கொடுத்துவிடவில்லை. ரூ 300 பெறுமான கைக்கடிகாரத்தை மட்டும் நானாகத்தான் இனாமாகக் கொடுத்தேன். கானவதியைக் கலியாணம் செய்துகொள்ளும் எண்ணம் எனக்குண்டு. ஆனால் அவர்கள் சம்மதிக்கவில்லை. கானவதிக்கு மாத்திரம் என்பேரில் விருப்பமுண்டு என்பதை நான் தெரிந்து கொண்டேன். எல்லா விஷயத்தையும் அவர்களிருக்கும் சபையில் பேசி முடித்துக் கொள்வதாய்ச் சொல்லி விலாசத்தைக் கொடுத்தாள். என்பேரில் உள்ள காதல் மிகுதியால் விலாசத்தைத் தவறிச் சொல்லி விட்டாளோ என்னமோ தெரியவில்லை. அவள் கொடுத்த விலாசமுள்ள வீடு பூட்டிக் கிடக்கிறது. இவ்விடத்தில் விசாரித்தால் தெரியுமென்று கேள்விப்பட்டதால் வந்தேன்" என்றான்.

வீட்டுக்காரர் தமக்குள் "இவருக்கு நல்ல காலமிருந்ததால்தான் தான் தட்டுக்கெட்டு இவ்விடமாவது வந்து சேர்ந்தார். இவரை இரண்டு நாளைக்கு நம் வீட்டில் வைத்திருந்து நல்ல புத்தி புகட்டிப் போனது போக இருக்கும் சொத்தையாகிலும் மிச்சம் செய்து அனுப்ப வேண்டும்" என்று நினைத்து "ஐயா மைனரே! உள்ளே

வாருங்கள். அவர்கள் நம் வீட்டிற்கு வராமல் ஊருக்குப் போகமாட்டார்கள். தாங்கள் இப்பொழுது கண்ட பெண் அவர்களுக்கு மிகவும் வேண்டியவள். இவளை வந்து பார்க்காமல் ஒருநாளும் ஊருக்குப் போகமாட்டார்கள். ஆகையால் எங்கும் போய் அலைய வேண்டாம்; நம் வீட்டிலேயே தங்கிவிடுங்கள்" என்றார். மைனருக்குக் கொஞ்சம் ஆறுதல் ஏற்பட்டது. உடனே தனது சாமான் களை உள்ளே எடுத்துக்கொண்டு வந்து வைத்தான். "எந்தச் சமயத்தில் கானவதி இங்கே வருவாளோ அந்தச் சமயத்தில் நான் இல்லாவிட்டால் கோபித்துக் கொள்வாள். ஆகையால் இதைவிட்டு வேறு எந்த இடத்திற்கும் போகக் கூடாது" என்று உறுதி செய்து கொண்டு உட்கார்ந்தான்.

சிவராமன் தம் காதலியான குணபூஷணியிடம் சென்று "ஆகாராதிகளெல்லாம் செய்து வைத்து இவருக்கு நல்ல புத்தி புகட்டு; கெட்டுப் போனவர்போல் தெரிகிறது" என்று சொல்லிவிட்டு வெளியே வந்தார். மைனரிடத்திலும் "ஐயா! நமது வீட்டில் சாப்பாடு முதலியன வைத்துக் கொள்ளுங்கள். நான் ஆபிசுக்குப் போய் வருகிறேன்" என்று தெரிவித்து விட்டுப் போனார்.

மைனருக்குப் பெருத்த சந்தேகம் தோன்றிவிட்டது. "இது என்ன ஆச்சரியமாய் இருக்கிறது. நம்மைத் தனியே வைத்துவிட்டுப் போய்விட்டாரே. இங்கே இருக்கும் பெண் இன்னாரென்று தெரியவில்லையே. அவரது மனைவியா யிருந்தால் நம்மைத் தனியே வைத்துவிட்டுப் போவாரா?" என்று எண்ணினான். கொஞ்சம் கானவதி ஞாபகம் மாறியவனாய்க் கால்மேல்கால் போட்டு உட்கார்ந்து கொண்டு சிகரெட் பிடிக்க ஆரம்பித்துவிட்டான்.

குணபூஷணி தன் காதலர் கட்டளைப்படி விரைவில் சமையல் செய்து முடித்தாள். உடனே கூடத்திற்கு வந்து மைனரைப் பார்த்து "இப்போது ஆகாரம் செய்கிறீர்களா அல்லது ஆபீஸிலிருந்து அவர் வந்ததும் இருவருமாய்ச்

சாப்பிடுகிறீர்களா?" என்று கேட்டாள். "ஒன்றும் அவசர மில்லை; ஐயா வந்தவுடன் அவரோடு சாப்பிடுகிறேன்" என்று பதில் சொன்னான் மைனர். "இது என்ன அதிசயமாயிருக்கிறதே. இவளைப் பார்த்தால் தாசியும், சம்சாரியாயும் தோன்றுகிறதே. தாசியாக இருந்தால் சமையல் செய்ய தெரியாதே; இவள் வார்த்தையையும் போக்கையும் பார்த்தால் தாசி என்று சொல்ல முடியவில்லை. குடும்ப ஸ்திரீயாய் இருந்தால் முன் பின் அறிமுகமில்லாத ஒரு அந்நியனைத் தனியாய்விட்டுப் போகமாட்டாரே........சீ! நம் புத்தி என்ன புத்தி! உத்தமப் பெண்களாய் இருந்தால் எத்தனை பேர்களுடன் பேசிக்கொண்டிருந்தால்தான் என்ன? அவர்களுக்குப் புருசன்மார் காவல் எதற்கு? இவ்வுண்மையை மதியாமல் நம் தாசி வீட்டிற்குக் காவல் போட்டிருக்கிறோமே" என்று பலவாறு நினைத்துக் கொண்டிருக்கும்போது சிவராமன் ஆபிசிலிருந்து வந்துவிட்டார். இருவரும் ஸ்நானம் செய்து சாப்பிட்டார்கள். வெளி ஹாலில் போட்டிருந்த சமுக்காளத்தில் மைனரை அமரச் சொன்னார். "என்ன சார், சோபா நாற்காலி ஒன்றுமில்லையா?" என்று கேட்டான் மைனர். சிவராமன் சிரித்துக்கொண்டே "தங்களைப்போல் மைனராயிருந்தால் அதெல்லா மிருக்கும். நானோ குடும்பஸ்தன். அதிலும் ஓர் ஆபிசில் சாதாரண குமாஸ்தா. அதற்கெல்லாம் நான் எங்கே போவேன்?" என்று பதில் சொன்னார். சிவராமன் அவசர அவசரமாய் வெற்றிலை போட்டுக்கொண்டே மைனரிடத்தில் விடைபெற்று ஆபிசுக்குப் போய்விட்டார். குணபூஷணி ஆகாராதிகளை முடித்துக்கொண்டு வந்து மைனர் இருக்கும் சமுக்காளத்தில் ஒரு பக்கமாய் உட்கார்ந்தாள். இதைக் கண்டதும் மைனருக்கிருந்த பழைய சந்தேகமெல்லாம் நீங்கி விட்டன. குணபூஷணியைத் தாசி என்றே முடிவு செய்து விட்டான். 'எவ்வளவுதான் நம்பிக்கையுள்ளவளாய் இருந்தாலும் "வேறு புருச னிடத்தில் பேசிக்கொண்டிரு" என்று சொல்ல யாருக்கும்

மனம் வராது. இவளால் அவருக்குப் பிழைப்பிருக்கும் போல் இருக்கின்றது. நமக்கு நல்ல அதிர்ஷ்டம் தான். இவனை விலக்கிவிட்டு நாமே ஏற்பாடு செய்து கொள்ள வேண்டியதுதான். கானவதி நமக்கு வேண்டியதில்லை. இவளுக்குச் சமையல்கூட செய்யத் தெரிகிறது. எல்லாவிதப் பொருத்தமுமிருக்கிறது" என்று மனோராஜ்யம் செய்ய மைனர்வாள் ஆரம்பித்துவிட்டார்.

குணபூஷணி: "தாங்கள் எந்த ஊர்? தங்களுக்குக் கலியாணம் ஆகிவிட்டதா?

மைனர்: திருச்சி மைனர் என்றால் எல்லாத் தாசிகளுக்கும் தெரியும். எனக்கும் கலியாணமாகிவிட்டது. அது ஒரு பீடை. அந்தச் சனியனைப் பார்க்கக்கூடப் பிடிக்கவில்லை. தாசி வீட்டில் பழகியவர்களுக்கு இந்த மூதேவிகளைப் பிடிக்குமா? நேற்றிரவு முழுதும் தூங்க மனம் வந்ததா? அடடா! கானவதியினுடைய அமுதம் போன்ற பொன்மொழிகள் இன்னும் என் காதைவிட்டே அகலவில்லை. செல்வம் போனால் என்ன? எது போனால்தான் என்ன? மனிதனுக்குச் செல்வமா வேண்டும்? தாசிகளுடன் கூடிவாழும் இன்ப வாழ்க்கையை விட வேறு இன்பம் இவ்வுலகில் என்ன இருக்கிறது?"

குணபூஷணி: "நான் சொல்வதைக் கொஞ்சம் தயவு செய்து கேளுங்கள். சம்சாரத்தைவிடத் தாசிகள் புத்திசாலிகள், இன்ப வாழ்க்கைக்கு உகந்தவர்கள் என்பதெல்லாம் வீண் கனவே தவிர உண்மையில்லை. தங்களுடைய மனோ நிலைதான் அவ்விதம் தங்களை நினைக்கச் சொல்கிறது. மனதைச் சஞ்சலத்தில் விடாமல் திடப்படுத்திப் பார்த்தால் அதன் உண்மை விளங்காமல் போகாது. எல்லாவற்றையும் கூட்டி ஆலோசித்தால் உண்மை விளங்குமே தவிர, தாசிகளிடத்தில் மாத்திரம் மனதை வைத்துக்கொண்டு பேசுபவர்களுக்கு உண்மை விளங்காது. ஆகவே நீங்கள் மனதை ஒரு நிலைப்படுத்திப் பாருங்கள்.

மைனர்: நீ சொல்வது சுத்தப் பிசகு. தாசிகளுடைய நடையுடை பாவனைகளையும், அவர்கள் ஆண்களிடத்தில் "சோஸிய"லாய்ப் பழகும் பான்மையையும், சம்சாரிகள் ஆண்களிடத்தில் நடந்துகொள்ளும் அருவருப்பையும் அனுபவித்துப் பார்த்தால்தான் உண்மை விளங்கும். குடும்பப் பெண்களைத் தாசிப் பெண்களோடு ஒப்பிட்டுப் பேசுவது பிசகு.

குணபூஷணி: நீங்கள் தாசிக் கூட்டத்தின் தொழில் முறைகளின் உண்மைகளை உணராமல் பேசுகிறீர்கள். தாசிப் பெண்களைச் சிறுபிராயம் முதல் தொழில் முறைக்குத் தக்கபடியே பழக்குவார்கள். பழக்க வாசனையில் நடிக்கும் ஒவ்வொன்றும் உங்களைப்போல் உள்ளவர்களுக்கு உண்மையாகத்தான் தோன்றும். பொதுவாகவே மற்றப் பெண்களைக் காட்டிலும் தாசிப் பெண்களுக்குப் புத்தியைப் பொருத்தவரையில், வாழ்க்கையைப் பொருத்தவரையிலும் தனி விசேஷம் ஒன்றுமில்லை.

மைனர்: எல்லாப் பெண்களோடும் தாசிப் பெண்களையும் சேர்த்துப் பேசுவது முறையன்று. அவர்கள் தேவலோகத்திலிருந்து வந்தவர்களென்பது உனக்குத் தெரியாதா? அவர்களைப் பார்க்கும்போதே தேவாம்ச முள்ளவர்ளென்பது நன்கு விளங்கும். அவர்களுடைய சங்கீத ஞானமே அதை மெய்ப்பிக்கும். அத்தகையவர்களோடு இதர பெண்களை ஒப்பிடலாமா?

குணபூஷணி: "ஐயா பைத்தியகார உலகமே! தாசிகள் தேவாம்சத்துடன் தேவலோகத்திலிருந்து வந்தார்கள் என்றா நினைத்துக் கொண்டிருக்கிறீர்கள்? ஐயா! உங்களை ஒன்று கேட்கிறேன். தாசிகள் வீட்டில் தங்களுக்கு அதிகப் பழக்கமென்கிறீர்களே, புத்திர உற்பத்தி இல்லாத தாசிகள் பல சாதிப் பெண்களை விலைக்கு வாங்கி வளர்ப்பது தங்களுக்குத் தெரியுமா? தாசிகள் வயிற்றில் பிறந்த

பெண்ணாய் இருந்தாலும் ஒரு சமயம் தேவலோகத்தி லிருந்து கடவுள் கொண்டுவந்து கொடுத்ததாகச் சொல்லலாம். இவ்வுண்மையைத் தாசி வீட்டிற்குப் போகும் உங்களைப்போல் உள்ள பிரபுக்களும் அறிந்திருப்பதோடு, உலகம் முழுதும் அறிந்திருக்கிறது. அப்படியிருக்கும் போது தாசித் தொழில் செய்பவர்களுக்குத்தான் விசேஷ புத்தியிருக்கிறது - சங்கீத ஞானமிருக்கிறது - தேவாம்ச மிருக்கிறது என்றால் அதில் ஏதாவது அருத்தமிருக்கிறதா? நிற்க, தாசி என்ற பெயருக்குத் தாதி என்றும், ஊழியம் புரிபவள் - தொண்டு செய்வள் - என்றும் பொருள். ஜமீன்தார்கள் வீட்டில் வேலை செய்பவர்களுக்குத் தாசி என்று பெயருண்டு. வைஷ்ணவர்கள் வேலைக்காரர்களைத் தாசன், தாசி என்றழைக்கிறார்கள். ஆனால் தேவதாசிகள் என்ற பட்டம் வரக் காரணமென்னவென்றால், அக் காலத்தில் தேவர்கள் என்ற கூட்டத்தார்கள் இருந்தார்கள். அவர்களுக்கு இப்பெண்கள் பணி செய்திருக்கலாம். ஆகவே, வியபிசார வியாபாரத்திற்கென்றே வயிற்றுப் பிழைப்பை உத்தேசித்து அவர்களைப் பழக்கி வருவதால், அவர்களின் நடிப்புகள் உங்களை மயங்கச் செய்வதில் ஆச்சரிமொன்றுமில்லை. தாசிப் பெண்களை மகா புத்திசாலிகளாகக் கருதுகிறீர்கள். அவர்கள் புத்தி சாலிகளே இல்லை. அவர்கள் பழக்க வழக்கத்தின்படி நடிப்பதால் உங்களுக்கு புத்தியுள்ளவர்களைபோல் நீ விளங்குகிறார்கள். உண்மையிலேயே அவர்கள் புத்தி சாலிகளாய் இருந்தால் அவர்களை உலகத்தார் பெரிதும் மதிப்பார்களன்றோ? தாசி என்ற வார்த்தையை உலகத்தார் எத்தனை இழிவாய் மதிக்கிறார்கள். பொதுவாக ஒருவனைக் கேவலமாய் பேசவேண்டுமானால் தேவடியாள் மகனே என்று ஏசுகிறார்கள். தேவடியாள் மகன் என்று ஒருவனைச் சொன்னவுடன், அவனுக்கு அடங்காக் கோபம் வந்துவிடுகிறது. ஆனால் தேவதாசி களுக்குப் பிறந்த ஆண் சிங்கங்கள் இதைப்பற்றிக் கொஞ்சம் கூடக் கவலைகொள்வதில்லை. அந்தக் கவலை இருந்தால்

தங்கள் சமூகத்துப் பெண்களை வியபிசார வியாபாரம் செய்யச்சொல்லிவிட்டு வேடிக்கை பார்த்துக்கொண்டிருப் பார்களா? உலகத்தில் சோற்றுக்கு வழியில்லாத கோடிக் கணக்கான ஏழை மக்களிருக்கிறார்களே! அவர்கள் தங்கள் பெண்களை வியபிசாரத்திற்கு விட்டு உயிர் வாழ நினைக்கிறார்களா? இதிலிருந்தே அந்த சாதியாருக்குப் புத்தியில்லையென்று விளங்கவில்லையா?

மைனர்: நீ சொல்வது சரியன்று. வியாபாரத்திற்கு வியபிசாரம் செய்ய வளர்க்கிறார்கள் என்றால் நேற்றிரவு கானவதிக்கு எவ்வளவு வற்புறுத்தி என் கைக்கடிகாரத்தைக் கொடுத்தேன் தெரியுமா? வியாபார முறையில் வளர்ந் திருந்தால் 300 ரூபாய் கடிகாரத்தை வேண்டாமென்று சொல்லுவாளா? கிடைத்தது போதுமென்று சொல்ல மாட்டாளா? நான் என்ன முட்டாளா? கானவதிக்கு எவ்வளவோ நல்ல வார்த்தைகளைச் சொல்லி, கொடுத்துப் பார்த்தேன். என்னை ஏமாற்றி வாங்க வேண்டுமென்ற எண்ணமே அவளுக்குக் கிடையாது.

குணபூஷணி: ஐயோ! 300 ரூபாய் கடிகாரத்தை வாங்கிக்கொண்டு தன் விலாசத்தை மாற்றிக்கொடுத்த புரட்டைத் தாங்கள் கவனிக்கவில்லையே. அது எப்படித் தெரியும்? தாசி வீடே கதியென்றிருந்த எத்தனையோ ஜமீன்தார்கள் ஓட்டாண்டிகளாய் வெளியில் வந்து சந்தி சிரிக்க அலைவது தெரிந்திருந்தும், இப்படி நினைக் கலாமா? அவர்கள் கதிதானே நமக்கும் வரும் என்று தெரியாமல் போட்டி போட்டுத் தானே கெட்டுப் போகிறார்கள். அந்த சாதிப் பெண்களுக்குத் தக்க புத்தி இருப்பதாக ஏற்கெனவே சொன்னீர்களே. அந்தப் புத்தி இந்த இடத்தில் விளங்கி விட்டது. பரம்பரையாத் தாசித் தொழில் நடத்தி வந்தவர்களுக்கு ஏமாற்றும் விசயத்தில் திறமையும், புத்தியுமிருக்குமென்று தங்கள் வார்த்தையிலிருந்தே நிச்சயமாகிவிட்டது. தாசித் தொழிலுக்குப் பழகிய பெண்கள் தங்களுக்குப் பொருள் இச்சை இருப்பதாகக்

காட்டிக்கொள்ள மாட்டார்கள். உங்களுடைய நிலைமையைத் தெரிந்து இத்துடன் விட்டுவிட்டார்கள். பொருள் அதிகமுடையவன் சிக்கினால் கைப்பொருளையும் சட்டை செய்யாமல் செலவழிப்பார்கள். "தாங்கள் ஒன்றும் கொடுக்கவேண்டாம்; எங்களிடத்தில் ஏராளமான சொத்து இருக்கிறது; சந்தான விருத்திக்குத் தாங்கள் இருந்தால் போது" மென்பார்கள்.

இந்த நடிப்பையெல்லாம் வந்தவர்கள் உண்மை என்றே நம்பிவிடுவார்கள். இவளுக்கிருக்கும் ஆஸ்தி போதுமென்றால் வேசித் தொழிலுக்கு வருவானேன்? யாரேனும் ஒருவரைத் திருமணம் புரிந்துகொள்ளக் கூடாதா? அவர்கள் தந்திரத்தை எப்பேற்பட்ட புத்தி மானாய் இருந்தாலும் கண்டுபிடிக்கமுடியாது. இந்த உண்மை தங்களுக்குத்தான் தெரிந்ததா? 300 ரூபாய்க் கடிகாரத்தைத் தங்களிடத்தில் வாங்கிக் கொண்டவள் தன் காரில் அழைத்துப்போகக் கூடாதா? இதையெல்லாம் நீங்கள் யோசித்துப் பார்த்தீர்களா? அவர்கள் தந்திரத்தை அவர்களால் கெட்டுப்போனவர்கள் கூடக் கவனிப்ப தில்லை. உங்களால் மாத்திரம் எப்படிக் கவனிக்க முடியும்?

இப்பொழுதுதான் மைனருக்குக் கொஞ்சம் ஞானம் உதயமாயிற்று. குணபூஷணியைக் கேட்கிறான், "ஏன் அம்மா வியாபார முறைக்கு வியபிசாரம் செய்பவள் என்னிடத்தில் 300 ரூபாய் கடிகாரத்தை வாங்கிக் கொண்டு மென்மேலும் பொருள் பறிக்காமல் விலாசத்தை மாற்றிக் கொடுப்பதற்கு என்ன காரணம்?" என்றான்.

குணபூஷணி: விபரமாய்ச் சொல்கிறேன் கேளுங்கள். நீங்கள் சொல்லியது சரியே. அந்த விசயத்தில் மாத்திரம் அவர்கள் புத்திசாலிகளே. ஒருவரைப் பார்த்த மாத்திரத்தில் - பொருள் படைத்தவராயினும் - அவர் லோபியா, தாராள புத்தியுடையவரா, என்பதை நன்கு அறிந்து கொள்வார்கள். ஆனால் ஒருவரையும் விடமாட்டார்கள். ஒருவன் காலணா

இடுப்பில் வைத்துக்கொண்டு தாசிகள் முக தரிசனமாவது செய்து வரலாமென்று போனால் அவன் நிலையையும் தெரிந்துகொண்டு வீட்டிலுள்ள வேலைகளையெல்லாம் செய்யச் சொல்லி இடுப்பிலிருக்கும் காலணாவுக்கு அவனையே வெற்றிலை வாங்கிவரச் சொல்லிவிடுவார்கள். வந்த சோணகிரிகளும் சந்தோஷப்பட்டு வேலை செய்வார்கள். தாசி வீட்டிற்கு வருகிற பெருமையுடைய வர்கள் கருமித்தனமாய் இருந்தாலும் தாங்கள் பொருள் இச்சையில்லாதவர்கள் போல் நடித்துப் பலவிதத்திலும் பொருள் பறிப்பார்கள். 100 ரூபாய் பெறுமான சமானை 50 ரூ விலைக்குக் கொடுக்கும்படி வியாபாரிகளிடத்தில் ரகசிய ஏற்பாடு செய்துகொண்டு, தாங்கள் 50 ரூ. கொடுத்துவிட்டு 50 ரூ. ஆதாயத்தில் 100 ரூ. பொருளை வாங்கிவிடுவார்கள். அந்தக் கருமிப் பிரபுக்களும் 100 ரூ. சாமானை 50 ரூபாய்க்கு வாங்கிவிட்டதாகச் சந்தோசப்படுவார்கள். பல விசேஷங்களை ஏற்படுத்திக்கொண்டு சொந்தக்காரர்களை விருந்திற்கு அழைப்பதன் மூலம் சிறுகச் சிறுகப் பற்றுவார்கள். சாமான் கொடுப்பவரிடத்தில் சாமானாகப் பெற்றும் விற்றுவிடுவார்கள். கொடுப்பவர்களும் நியாயமான செலவுதானே என்று கொடுப்பார்கள். இன்னும் அநேகவிதமான சூழ்ச்சிகளுண்டு. ஒருவன் எல்லா விஷயத்திலும் சாமர்த்தியமுள்ளவனாய் இருந்தால் தாயார் கோபிப்பதாகவும், தனக்கு ஒன்றும் கேட்க சம்மதமில்லையென்பதாகவும், சொல்லி நடித்துக் கண்ணீர் விடுவார்கள். இதனால் கெட்டிக்கார புருசன் கூட சமாதானம் சொல்லி வேண்டிய உதவி செய்யும் நிலைமைக்கு வந்துவிடுவான். இவ்வளவுக்கும் மசியாத வனுக்கு அங்கு வேலையில்லை. தாராளமுடையவர்களைப் பற்றிக் கவலையே இல்லை. ஆதலால், தங்களைப் பார்த்தவுடன் தங்களிடத்தில் இந்தக் கடிகாரத்தைத் தவிர வேறு வழியில்லையென்று தெரிந்து கொண்டார்கள். உங்களடைய ஆடம்பர வார்த்தைகளைப் பார்த்தாலும் தங்களைக் கச்சேரிக்கு உடன் அழைத்துச் சென்றால் இதர

வரும்படியும் போய் பிரபுக்களும் கேவலமாய் நினைக்க இடமேற்படுமென்று கருதியிருப்பார்கள். இதை உத்தேசித்தே விலாசத்தை மாற்றிக் கொடுத்திருக்கக்கூடும்.

மைனர்: நீ சொல்வதிலிருந்து என் மனம் கொஞ்சம் மாறுதலடைகிறது. இருந்தாலும் கானவதிபேரில் உள்ள வாஞ்சையில் மனம் மாறவில்லை. காந்தா - கானவதி மாத்திரம் அந்த சாதியில் பிறக்கக்கூடியவர்கள் இல்லை. மகா உத்தமிகள். நீ சொல்வதெல்லாம் வேறு தாசிப் பெண்களுக்குப் பொருந்துமே ஒழிய இவர்களுக்குப் பொருந்தாது. நான் ஒன்று கேட்க விரும்புகிறேன்; இந்த சாதிப் பெண்களுக்கு நீ சொல்லுகிறபடி பார்த்தால் புருச இச்சை கிடையாதா? ஒரு புருசனிடத்தில் பழகிவிட்டால் அவனை ஏமாற்ற எப்படி மனம் வரும்? அவனை வெறுத்து வெளியில் போகச் சொல்ல முடியுமா? பொருள் கொடுத்தாலும் கொடுக்காவிட்டாலும் பட்சமிருந்தால் அவளை இழக்க எப்படித்தான் மனம் வரும்? அப் பெண்மணிகளிடத்தில் விருப்பமில்லாமலா பெரிய பெரிய தனவந்தர்களெல்லாம் தங்கள் உடல், பொருள், ஆவி எல்லாவற்றையும் அவர்களுக்கே அர்ப்பணம் செய்கிறார்கள்? அவர்களெல்லாம் முட்டாள்களா?

குணபூஷணி: தங்கள் கேள்வி சரியானதே. ஆண்களுக்கோ, பெண்களுக்கோ, இயற்கைச் சக்தியில் வித்தியாசமிருப்பதாகச் சொல்லமுடியாது. ஒரு தாசி தனக்கு வேண்டிய அந்தரங்க புருசனைத் தேர்ந்தெடுத்துக் கொள்ளுவாள். அவனுக்கு வேண்டுவன எல்லாம் தனது செலவில் செய்து கொடுப்பாள். அநேகமாய் அத்தகைய ஆசை நாயகன் அந்தச் சாதியானாகவே இருப்பான். மற்றவர்களிடத்தில் எவ்வளவோ காதலிருப்பதுபோல் நடிப்பார்களே யல்லாது பொருள் கொடுப்போர் எவ்வளவு அழகுடையவராய் இருந்தாலும் உண்மைக் காதல் ஒருகாலுமிருக்காது. தாசிகள் வீட்டிற்குப் போகும் தனவந்தர்கள் உடல், பொருள், ஆவிகளை இழப்பதற்குக்

காரணம் என்ன என்கிறீர்களா? அவர்களிடத்தில் ஏதோ விசேஷமிருப்பதாக எண்ணிச் செல்வதால் ஏற்படுகிற சபல சித்தமே தவிர வேறு ஒன்றுமில்லை. இதனால் அவர்களுக்குக் கெடுதிகளும் தெரிவதில்லை. தாசிகளைக் காதலித்துப் போனவர்கள் எவ்வளவோ பேர்கள் கெட்டழிந்தும் நாளிதுவரையில் அக்கூட்டத்தை வெறுத்தவர்கள் யாராவது உண்டா? எந்தச் சாதியாய் இருந்தாலும், ஆணும், பெண்ணும் ஒருவருக்கொருவர் ஒத்துக் காதல் கொண்டுவிட்டால் அவர்கள் பிரியவே மாட்டார்கள். ஒருவன் தன்னுடைய சம்சாரம் அழகிலும், அறிவிலும் சிறந்து தன்பேரில் காதலுடையவளாய் இருந்தாலும் அவளை வெறுத்து அழகிலும், அறிவிலும் குறைவுபட்ட பிறனுடைய பெண்சாதியை அவன் இச்சிக்கிறான். அநேகமாக ஒருத்தி தன் புருஷன் அழகு அறிவு உடையவனாக இருந்தாலும், அவனை வெறுத்து அழகு அறிவு அற்ற பிறனைக் காதலிக்க ஆரம்பித்து விடுகிறாள். ஆகவே தாசிகளிடத்தில்தான் விசேஷ மிருக்கிறதென்றால் உலகத்தார் எல்லாரும் தாசிகளையே இச்சிக்க வேண்டுமே ஒழிய பிறரை இச்சிக்கப் படாதல்லவா? எனவே காதல் என்பது இன்று நடக்கும் திருமணத்திலோ அல்லது தாசி வீட்டிற்குப் போவதிலோ இல்லை. எப்பொழுது காதலோடு கூடிய திருமணம் நம் நாட்டில் சாதாரணமாக நடைபெறுகிறதோ அப்பொழுது தான் சொந்தச் சம்சாரத்தை வெறுப்பது, தாசி வீட்டிற்குப் போவது, பிறர் சாம்சாரத்தை இச்சிப்பது போன்ற இழிதொழில்கள் ஒழியும். அப்பொழுதுதான் தாசிகளுடைய குட்டும் வெளிப்படும். தங்களுக்கு இன்னுமோர் அநுபவத்தையும் சொல்லுகிறேன். மேனாடுகளில் இத்தகைய தெய்வாம்சப் பெண்கள் இல்லை. அந்நாடுகளிலும் வியபிசாரம் இருந்தாலும் மற்றக் குடும்பப் பெண்களும் ஆண்களும் சாதாரணமாய்க் கூடா வொழுக்கத்தில் தலையிடமாட்டார்கள். அவர்கள் விவாக முறை காதலை அடிப்படையாகக் கொண்டிருப்பதே

இந்நிலைமைக்குக் காரணம். நம்மவர்களிலும் எல்லாருமா மனைவிமாரை வெறுக்கிறார்கள்? காதலுடன் கூடிய மனமொத்த வாழ்க்கையை நடத்துபவர்கள் பிற பெண்கள் எவ்வளவு அழகுடையவர்களாய் இருந்தாலும் அவர்களை ஏறிட்டுப் பார்க்கமாட்டார்கள்.

மைனர்: நீ சொல்வது ஒருவிதத்தில் சரி என்றாலும் நம் முன்னோர்கள் ஏற்படுத்திய விவாக முறையைத் தப்பென்று சொல்லலாமா? அந்நியர்களுடைய முறையை நம் நாட்டிற்கும், மத சம்பிரதாயத்துக்கும் எப்படிப் பொருத்த முடியும்?

குணபூஷணி: முன்னோர் பழக்கமென்பதற்கு தாங்களும் வந்துவிட்டீர்களா? எம்முறைகளையும் ஆராய்ச்சி செய்து பிரத்தியட்சப் பிரமாணமாகச் சொன்னாலும் நம்பாமல் முன்னோர் பழக்கமென்று சொல்வது உலக வழக்கமாகிவிட்டது. தங்கள் முன்னோர்கள் தாசி வீட்டிற்குப் போனார்களா? அதிருக்கட்டும்; முன்னோர் பழக்கத்தின்படி இதர காரியங்களை நீங்களே, உலகமோ அநுஷ்டிப்பதாகச் சொல்ல முடியுமா? தாங்கள் உள்பட நம் நாட்டார் நவீன காரியங்களை மேல் நாட்டுமுறையில் செய்து கொண்டு, விவாக முறையில் மாத்திரம் நம் நாட்டுப் பழக்கமென்று தனியாய் இருக்கிறதாகச் சொல்வதில் ஏதாவது அர்த்தமிருக்கிறதா? இந்து மதத்திற்கு முக்கியமாய் உள்ள புராணங்களில், சுயம்வரத்தைப் பற்றி சொல்லப்பட்டிருக்கிறதே! சுயம்வரமென்றால் என்ன? ஒரு பெண் சுயமாக வரனைத் தேர்ந்தெடுத்துக்கொள்வதென்றுதானே அர்த்தம்? ஐம்பத்தாறு தேசத்தரசர்களும் அழைக்கப்படுவார்கள். தகுதிகளுக்கேற்பச் சபையில் வீற்றிருப்பார்கள். ஒவ்வொருவரையும் கன்னிகை நேரில் பார்வையிடுவாள். அவர்களுடைய வரலாறுகளும் அவளுக்கு எடுத்து உரைக்கப்படும். அந்தக் கன்னிகை தன் மனதுக்குப் பிடித்த அரசனுக்கு மாலையிடுவாள். பிறகு அவர்களுக்கு

திருமணம். அரசன் எவ்வழியோ அவ் வழியில்தானே குடிகளெல்லாம் நடந்திருக்க வேண்டும். இதையெல்லாம் பார்த்தால் காதல் முறையை அடிப்படையாகக் கொண்டு தானே புராதனத் திருமண நிகழ்ச்சிகள் எல்லாம் நடந்திருப்பதாகத் தெரிகிறது. ராமாயணம் முதலிய இதிகாச புராணங்களைக் கட்டி அழும் தற்கால மக்கள் அவற்றின் படியா நடக்கிறார்கள்? முன்னோர்முறை என்றாலும் நான் சொல்லிய காதல் முறைதான் வரவேண்டுமே ஒழியத் தாங்கள் சொல்லிய கட்டாய மணமுறை பொருந்தவில்லை என்பது விளங்கவில்லையா? ஆகவே கட்டாய முறையில் திருமணங்களேற்பட ஆரம்பித்ததிலிருந்துதான், தாசிகளும், மற்றவர்களும் வியபிசாரம் செய்ய ஆரம்பித்திருப்பார்களென்று நினைக்கிறேன்.

மைனர்: பிரம்மாவே முடிபோட்டதாகச் சொல்கிறார்களே; விவாகம் நடக்கும்போது தேவர்கள் வந்து ஆசீர்வதிக்கும் பாவனையில் தேவாம்சமுள்ள பிராமணர்கள் தாலியைத் தொட்டுக் கொடுத்து ஆசீர்வதிக்கிறார்கள். நம் நாட்டு விவாக முறையே தெய்வாம்சமுடையதல்லவா? ஒரு பெண்ணும் - ஆணும் விவாகம் செய்துகொள்வது பிராரப்த விஷயத்தைப் பொறுத்ததல்லவா?

குணபூஷணி: நம் நாட்டுத் திருமண முறையை முன்பு கொஞ்சம் தெரிவித்திருக்கிறேன். பிரம்மா உயர்ந்த கடவுளாயும், சமதிருஷ்டியுடையவராயுமிருந்தால், ஆணுக்கும் பெண்ணுக்கும் சமமாய்த்தானே முடிவுபோட வேண்டும்? அறுபது வயதுக் கிழவனுக்கும், ஆறு வயதுப் பெண்ணுக்கும் முடி போடலாமா? அப்படிப் போடத் தீர்மானித்தவர், அறுபது வயதுக் கிழவிக்கும், ஆறு வயதுப் பையனுக்குங்கூட முடிபோடுவதென்று முடிவு செய்திருந்தால் நியாயமாய் இருக்கும். பிரம்மா போட்ட முடி பிரியலாமா? தாசி வீட்டிற்குப் போகச் செய்யலாமா?

தாசிகளுக்குப் பல புருஷர் என்றா முடிபோட்டான்? பாஞ்சாலிக்கு ஐந்து புருஷன்மாரை முடிபோட்டானா? பிரம்மா போட்ட முடி தவறினாலும் விதவைக்குக் கர்ப்பம் தரிக்கலாமா? வேறு புருஷனை இச்சிக்கலாமா? சீர்திருத்த முறையில் கலப்பு மணம் புரிந்து கொண்டவர்களைப் பார்த்தீர்களா? சுயமரியாதைக்காரர்களும், கலப்பு மணமுறையைக் கைக்கொண்டு ஏராளமான விவாகங் களைப் புரிந்துகொண்டு வருகிறார்கள். இவர்களுக் கெல்லாம் பிரம்மா முடிபோட்டானா? கூத்தாண்டான் கோவிலுக்கு ஆண்கள் தாலிகட்டி அனுப்புகிறார்கள். அக்கூட்டத்திற்கு யார் முடி போட்டது? தேவர்களும், தேவாம்சமுள்ள பிராமணர்களுமிருந்து கட்டிய தாலி அறுபடலாமா? விதவைகளாகலாமா? உலக வாழ்வி லிருந்து உயிருடன் பிரிக்கப்படலாமா? வதைக்கப் படலாமா? இந்தத் தேவர்கள் முன்னின்று செய்வதில் இருக்கும் தனிச் சிறப்பு இன்னதென்று தெரியவில்லையே! "அரசாணிக் காலைத் தூக்கு! பானையில் தண்ணீரை ஊற்று! ஆலமெடு" என்று சொல்லிப் பணத்தை வாங்கிக் கொண்டு போவதைத் தவிர வேறு என்ன ஆச்சரிய மிருக்கிறது? இந்த வேலைகள் நம் பெண் மணிகளுக்குத் தெரியாதா? இதெல்லாம் பிராமணர்கள் பிழைப்பை உத்தேசித்துச் செய்யும் வேலையே தவிர வேறில்லை. மிருகாதிகளுக்கு எந்தப் பொருத்தம் பார்க்கிறார்கள்? பசி வந்தால் ஐயரைக் கூப்பிட்டுப் பொருத்தம் பார்த்தா சாப்பிடுகிறோம்? ஆகவே இயற்கையில் ஒரு ஆணும், பெண்ணும் ஒத்துக்கொண்டு வாழ்க்கை நடத்துவதைத் தவிர, இம்மாதிரியான கட்டாய முறையெல்லாம் பிழைப்புக்கென அறிவீர்களாக. சம்சாரத்தைப் பீடை, மூதேவி என்று திட்டியதோடு தாசி கானவதியைப் பற்றிப் பிரமாதப்படுத்தினீர்கள். உங்களுக்குப் பிரமா முடிச்சுப் போடாமலும், பிராமணர்களிலிருந்து செய்து வைக்காமலுமா கலியாணம் நடந்தது? நீங்களே இப்படிக் கேட்பதென்றால் என்ன செய்வது?

மைனர்: நீ சொல்லுவது சரியாய் இருந்தாலும் எனக்கென்னமோ கானவதியிடத்திலிருக்கும் காதல் மாத்திரம் மாறவில்லை. தாசிகளிடத்தில் காதல் இல்லை என்றா நினைக்கிறாய்?

குணபூஷணி: உண்டு. அதைப்பற்றி முந்தியே சொல்லியிருக்கிறேன். தாயாரிடத்தில் அடங்கியிருக்கும் தாசிப் பெண்களெல்லாம் உண்மைக் காதலுடையவர் களாய் இருக்கமாட்டார்கள். தங்கள்பேரில் காதல்தான் என்பார்கள். அனால் தாயாருக்குப் பயப்படுகிறேன் என்பார்கள். உண்மைக்காதல் உடையவர்கள் ஒருவனுக்குப் பயப்படுவார்களா என்பதை யோசித்துப் பாருங்கள். தாசிகளிடம் போகிறவர்களை அவர்கள் உண்மையோடு காதலிப்பதில்லை. வயிற்றுக்குச் சோறும், இடுப்புக்குத் துணியும் கொடுத்தால் போதுமென்று காதல் மேலிட்டவர்கள் போலிருப்பார்கள். இவர்கள் இருப்பதைப் பார்த்தால் எவ்வளவு சமர்த்துடையவனா யிருந்தாலும் அவனது மனமிளகிவிடும். நமக்குப் பிற்பாடு-பாவம் இவள் என்ன செய்வாள்? என்று ஒரே நாளில் உயில்கூடச் செய்து வைத்து விடுவார்கள். கெட்டி காரர்களின் நிலைமையே இப்படியென்றால் சாதாரணப் பேர்வழிகளைப் பற்றிச் சொல்லவும் வேண்டுமோ? மாதக் கணக்கில் சொந்த ஊரைவிட்டு ஒருவரிடம் போயிருப் பார்கள். தாய்மார்களை வெறுத்துக் காதல் மிகுதியால் வந்துவிட்டதாக நடிப்பார்கள். ஆனால் ரகசியமாய்த் தாய் வீட்டிற்குக் கிடைப்பதெல்லாம் சுருட்டி அனுப்பிக் கொண்டே இருப்பார்கள். அவனிடத்தில் பொருள் அற்றது தெரிந்தவுடன் "உன்னோடு இருந்து கொண்டு என்ன செய்வது? தாயோடு பிள்ளையையாய்ப்போய் விடுவதே மேல்" என்று வந்துவிடுவார்கள். மேலும், 'என்தாய் தேடியசொத்து ஏராளமாய் இருக்கிறது. பெரிய குடும்பத்தில் பிறந்த ஒருவர் வந்து போகிறார் என்ற பெருமையிருந்தால் போதும்" என்பார்கள். இத்தகைய

வர்களையும் காதல் உள்ளவர்களென்று நம்பிவிடக் கூடாது. தாசிப் பெண்களில் வாஸ்தவத்தில் யாரேனும் ஒருத்தி உத்தமியாய் இருந்தால் ஏழையை இச்சித் திருப்பாள்; தாயை விட்டுப் பிரிந்திருப்பாள்; அது வேண்டும், இதுவேண்டுமென்று கேட்கமாட்டாள்; பிற தாசிகளைப் பற்றி தன் புருஷனிடத்தில் சுட்டிக்காட்டிப் பேசமாட்டாள்; தாசித் தொழிலை இழிவாய்ப் பேசுவாள்; தன்னைத் தாசி என்று யாராவது சொன்னால் நாணமடைந்து வருந்துவாள்; வரவுக்குத்தக்க செலவு செய்வாள்; புருஷனை உபசரிப்பாள்; கோபக்குறியே காட்டமாட்டாள்; இப்பேர்ப்பட்ட தாசிகளைக் காண்பது அருமை. இத்தகைய பெண்கள் நூற்றுக்கு ஒருவரிருந் தாலும் அவர்கள் தாய்க் கிழவியை விட்டுப்பிரிந்தவர் களாகவே இருப்பார்கள்.

மைனர்: சரி. பொருள் இச்சையால்தானே இவ்வளவும் செய்கிறார்கள். ஒரே தடவையில் வேண்டிய பொருள்களையெல்லாம் கொடுத்துவிட்டால் அப்போ தாகிலும் காதல் உண்டாகி வேறு புருஷனை இச்சிக்கா திருப்பார்கள் அல்லவா?

குணபூஷணி: தாசித் தொழில் ஒரு வியாபார முறை என்று முன்னமே சொல்லிவிட்டேன். ஒரு வியாபாரிக்கு ஒரே தடவையில் ஏராளமான லாபம் கிடைத்தாலும் கிடைத்தது போதுமென்றிருப்பானா? மேலும் மேலும் சம்பாதிக்கத்தானே ஆசைப்படுவான்? அதேபோல் தாசிகளுக்கு எவ்வளவு பொருள் ஒரே தடவையில் கொடுத்தாலும் அவர்கள் எப்படித் திருப்தியடைவார்கள்? அப்படித் திருப்தியடைபவர்களாய் இருந்தால் ஏராளமான சொத்துடைய தாசிகள் ஏன் தங்கள் பெண்களைத் தாசித் தொழிலுக்குப் பொட்டுக்கட்டிப் பயிற்சிசெய்ய வேண்டும்? இதெல்லாம் வீண் கனவு. ஒரு நாட்டுக் கோட்டை செட்டியார் ஐந்து லட்சம் ரூபா வரையில் தாசி வீட்டில் கொடுத்தார். கடைசியில் சொத்தெல்லாம்போய்,

அன்னக்காவடியான அந்திம காலத்தில் தாம் அருமையாகக் காதலித்த தாசி வீட்டில் இருந்தாராம். அந்தத்தாசி அவருக்கு வந்த ஒரு வாரண்டுக்கு ஆயிரம் ரூபாய் வாங்கிக்கொண்டு ஆளைக் காட்டிவிட்டதாகச் சமீபத்தில் வெளிவந்துலவிய செய்தி தங்களுக்கு ஞாபகமிருக்கலாம்; இத்தகைய கொடும் நெஞ்சமுடையவர்களுக்கு ஒரே தடவையில் கொடுத்தாலும், பல தடவையில் கொடுத்தாலும் அவர்களிடம் கருணை என்பது மருந்துக்கும் காணமுடியாது.

மைனர்: நீ சொல்லுவதெல்லாம் புத்தியே; என் மனம்கூடக் கொஞ்சம் நல்வழிப்பட்டிருக்கிறது. ஆனால் பழக்கம் என்னைவிட்டு விலகவில்லை. எனக்கொரு சந்தேகம் எழுகிறது. தாசித்தொழில் வியாபாரமுறையைக் கொண்டது என்பதற்கு அநேக உதாரணங்களோடு தெரிவித்தாயே; இம்மையில் அறம் செய்யாதவர்களுடைய செல்வத்தைப் பறிக்க வேண்டியதற்குத் தாசிகள், சூது முதலியவற்றைக் கடவுள் படைத்ததாகப் பாட்டுகள் பாடி இருக்கிறார்களே! அதன் உண்மை என்ன?

குணபூஷணி: அப்படிப் பாடியிருந்தால் இக்காலத்தில் தனவந்தர்கள் எலக்ஷனில் பணத்தை விரயம் செய்கிறார்கள். எலக்ஷனில், உண்மைக்கும், சட்டத்திற்கும் மாறான முறையில் பணத்தைக் கொண்டு பல மாறுபாடான காரியங்களைச் செய்கிறார்களே; இச்செலவு செய்பவர்களுக்குடைய செல்வத்தை இம்மையில் தருமங்கள் செய்யாத செல்வமென்றா கருதுவது? இதெல்லாம் உண்மைக்கு மாறான நிலையில் தங்கள் பணத்திமிரினால் செய்யப்படுவதே ஒழிய வேறில்லை. ஏழைகளைப் பாருங்கள்! அவர்களுக்கெல்லாம் இவ்வெண்ணம் தோன்றுகிறதா? ஏழைகளிடத்தில் பணமில்லை என்று சொன்னாலும் பணக்காரர்களுக்கும், ஏழைகளுக்கும் எண்ணத்தில் வித்தியாசம் சொல்ல முடியுமா? அதோடுகூட இம்மையில் தருமம்

செய்யாதவர்களாக ஏன் ஒரு கூட்டத்தைக் கடவுள் சிருஷ்டிக்க வேண்டும்? பணத்தோடு ஒருவரைச் சிருஷ்டித்த கடவுள் தரும முள்ளவராகவாவது சிருஷ்டிக்கக் கூடாதா? இதெல்லாம் ஆராய்ச்சிக்கும், அறிவுக்கும் பெருந்தாத விஷயம். "நாசக்கார தாசிகளை நம்பினோர் பரதேசிகள்" என்னும் பாட்டை இப்போது பாடவில்லையா? இம்மையில் தருமம் செய்யாதவர்களுடைய செல்வத்தைப் பறிக்கத் தாசிகளைக் கடவுள் சிருஷ்டித்திருந்தால் இம்மாதிரியான பாட்டைப் பாடுவானேன்? ஆகவே பழைய கவிராயர்கள் பாடிய பாட்டை ஒரு ஆதாரமாகக் கொள்வது பகுத்தறிவிற்கு ஒத்ததில்லை. தாசிகளை அறம் செய்யாதவர்களுடைய செல்வத்தை அபகரிக்கக் கடவுள் சிருஷ்டித்தாரென்பது வாஸ்தவமானால் தாசி வீட்டிற்கு வருபவர்களிடம் கொள்ளையடிப்பதுபோல் தாசிகளுக்கு அநுகூலமாய் மைனர்களுக்குப் பணம் வட்டிக்குக் கொடுப்பார்கள். சாமான்கள் கொடுப்பார்கள் - இவர்களைப் போன்றவர்கள் ஏராளமாக லாபம் சம்பாதிக்கிறார்களே அவர்களையும் தாசிகளுடன் சேர்த்துச் சிருஷ்டித்தாரா? நிற்க, தனவைசிய செட்டியார்கள் எத்தனையோ விதமான தருமங்களை அவர்கள் பரம்பரையில் செய்து வருகிறார்களே இன்னமும் செய்கிறார்களே; அக்கூட்டத்தார் தாசிகள் வீட்டிற்குச் செலவு செய்யாமல் இருக்கிறார்களா? அவர்கள் சொத்து அதர்ம சொத்தா என்பதை நினைத்துப் பாருங்கள். ஒரு தாசிக்கு இரண்டு பெண்கள் பிறந்தால் ஒரு பெண்ணைப் பொட்டுக் கட்டித் தாசித் தொழிலுக்கு விடுவாள். ஒரு பெண்ணை விவாகம் செய்து கொடுப்பாள். இதைக் கவனிக்கும்போது ஒரு பெண்ணை இம்மையில் அறம் செய்யாதவன் சொத்தை அபகரிக்கவும், ஒரு பெண்ணைக் கலியாணம் செய்துகொண்டு உத்தமியாய் இருக்கவும் கடவுள் சிருஷ்டித்திருப்பார் என்றா அர்த்தம் கொள்வது?

மைனர்: தாசிப் பெண்களில் விவாகமானவர்கள் உத்தமிகளாய் இருப்பார்களென்று சொன்னாய்; அந்த சாதி ஆண்கள் தங்கை, தமக்கைகளை தாசித் தொழிலுக்கு விட்டு அவர்களிடத்தில் வரும் புருஷர்களுக்கு மன லஜ்ஜையில்லாமல் மாமா வேலை செய்து கொண்டிருக் கிறார்களே. அப்படிப்பட்ட சமூகத்தில் விவாகமான பெண்கள் எப்படி உத்தமிகளாய் இருக்க முடியும்?

குணபூஷணி: தங்கள் கேள்வி சரியானதே. இந்தச் சாதியில் பெண்கள் பகுதியில் தாசிகளைப் பழக்குவது போலவே, ஆண்களையும் மன லஜ்ஜையில்லாமல் பழக்குவார்கள். இந்தச் சாதி ஆண்கள், தங்கை, தமக்கைகளை வியாபிசாரத்திற்கு விட்டு அதற்கு இன்றியமையாத காரியங்களை மனக் கூச்சமில்லாமல் செய்தாலும் - அவர்கள் வரும்படியில் வயிறு வளர்த் தாலும் சொந்த மனைவிகளைப் பொறுத்த வரையில் வெகு ஜாக்கிரதையாக இருப்பார்கள். தங்களுக்குப் பிறக்கும் பெண்களைத் தங்கை, தமக்கை பிள்ளைகளுக்குத் தாசி மக்கள் என்ற காரணத்தால் கலியாணம் செய்து கொடுக்க மாட்டார்கள். பொதுவாக விவாகம் செய்துகொண்ட அந்தச் சாதிப் பெண்கள் மகா உத்தமிகளாய் இருப்பார்கள். வெளியில்கூட வரமாட்டார்கள். தாங்கள் எத்தனையோ தாசிகள் வீடுகளுக்குப் போனதாகச் சொன்னீர்களே, அந்த வீடுகளிலிருக்கும் குடும்பப் பெண்களை எப்போதாகிலும் பார்த்திருக்கிறீர்களா? பார்க்கவே முடியாது. ஆண்கள் மாத்திரம் சாதிப் பழக்கம் என்ற பெயரால் எவ்வளவு இழி தொழிலும் செய்வார்கள். பெரிய வித்வான்களாக இருந்தாலும் தம் தங்கை, தமக்கையிரிடத்திற்கு வரும் புருஷர்களைக் கண்டால் அங்கவஸ்திரத்தை அடியோடு எடுத்து மரியாதையாய் நிற்பார்கள். உட்காரச் சொன்னாலும் உட்காரமாட்டார்கள். ஆனால் தற்காலத்தில் சிலர் இந்தப் பழக்கத்தை ஒழித்துச் சீர்திருத்தம் செய்யவும் புறப்பட்டிருக்கிறார்கள்.

இவர்களைப் பார்த்தால் தெரிந்துகொள்ளலாம். ஆகவே ஆண்களுடைய நிலை கேவலமாய் இருந்தாலும் விவாகம் செய்துகொண்ட பெண்களைப் பற்றிக் கொஞ்சம்கூட சந்தேகப்பட வேண்டியதில்லை.

மைனர்: நீ சொல்வது சரியோ தப்போ - காந்தா கானவதிகள் மாத்திரம் உத்தமிகளே. காந்தா ஒரு புருஷனுடனிருக்கிறாளாம்.

குணபூஷணி: காந்தாளுக்கு மூன்று புருஷன்மார்கள் உண்டு. இன்னும் பிரைவேட்டாக வேறே இருக்கிறார்கள். ஒரே புருஷனுடன் இருக்கவே மாட்டார்கள்.

மைனர்: இது என்ன அநியமாயிருக்கிறதே! என்னைப்போல் கெட்டிக்காரனாய் இருந்து காவல் போட்டால் எப்படிப் போகமுடியம்? நான்கூட காவல் வைத்திருக்கிறேன்.

குணபூஷணி: பேஷ்! இதில் கெட்டிகாரப் பட்டம் வேறா? காவல் போடுவதென்பதே சந்தேகத்தினால் தானே. அதன் உண்மையைச் சொல்லுகிறேன். பணக்கார தாசிகள் வீட்டில் ஜன்னல்களெல்லாம் திறக்கும் கதவுகளாய் இருக்கும். படுக்கை அறையின் கீழிருந்து - கீழே வருபவர்களை மாடிக்குத் தெரிவிக்கும் கருவிகளுமிருக்கும். காவல்காரனைத் தம் வசப்படுத்தியும் வைத்திருப்பார்கள். இவைகளைக் கெட்டிக்காரர்கள் நாளது வரையில் அறிந்திருப்பதாய்த் தெரியவில்லை. திருட்டுத்தனமாய்ப் போகும் தனவந்தர்கள் இந்த வழிகளினால் வெளிவருவதை வெளிப்படுத்துவதில்லை. என்ன செய்வார்கள்? வெட்கமாயிருக்காதா?

மைனர்: தாசிகள் இழிவான தொழிலைச் செய்து லட்சக்கணக்கான பொருளைச் சம்பாதித்தும் அந்திம காலத்தில் சோற்றுக்குங்கூட கஷ்டப்படுகிறார்களே, பணத்தையெல்லாம் கைலாசத்திற்கு அனுப்பிவிடு வார்களா? அதன் விவரமென்ன?

குணபூஷணி: கைலாசத்திற்கு அனுப்பி வருகிறார் களோ என்னமோ எனக்குத் தெரியாது. போஸ்டாபீஸைத் தான் கேட்க வேண்டும். ஆனால் கைலாசமொன்று இருக்குமானால் அந்த ஊரை இதுவரையில் வெள்ளை யர்கள் கண்டுபிடிக்காமலிருப்பார்களா? ஒரு திருடன் ஏராளமான சொத்தைக் கொள்ளையடிக்கிறான். கடைசி காலத்தில் சாப்பாட்டிற்கில்லாது கஷ்டப்படுகிறான். இதற்குக் காரணமென்ன? திருடும் தொழில் உள்ள வனுக்குப் பக்கத் துணையாகப் பலரைச் சேர்த்துக்கொள்ள வேண்டும். திருடிய பொருளை எல்லோருக்கும் பங்கிட்டுக் கொடுத்துக் கடைசி காலத்தில் தான் கஷ்டப்படுவதோடு ஜெயிலுக்கும் போகும்படியான நிலை ஏற்படுகிறது. அதேபோல் தாசிகளுக்கும் பக்கத் துணைவர் பலர் வேண்டியிருக்கிறது. சாதியாருக்கும் இஷ்டப்பட்டதைச் செய்ய வேண்டும். இல்லையேல் இவர்கள் பிழைப்பிற்கு ஏதாவது கெடுதல் செய்வார்களோ என்ற பயமும் இவர்களுக்கு ஏற்படுகிறது. ஆகவே இவர்கள் ஆடம் பரமும் செய்துகொள்ள வேண்டியிருக்கிறது. தற்காலத்துத் தாசிகள் குடிவகையும் ஆரம்பித்துவிட்டார்கள். வாலிபம் குறைந்து வரும்படி குறைந்தாலும் பழைய டாம்பீகத்தை விடமுடியாது. நிறுத்தினால் பெருமை போய்விடுமோ என்று நினைப்பார்கள். எதை நிறுத்தினாலும் குடியை நிறுத்தமுடியாது. நகை, துணி முதலியவற்றை அடகு வைக்கவும் ஆரம்பித்துவிடுவார்கள். இப்படியே சோற்றுக்கும் திண்டாட்டம் வந்துவிடும். திருடர் களுக்குக் கைவிலங்கு ஏற்படுவதுபோல் இவர்களுக்கு உலக இழிவும் ஏற்பட்டுவிடும். கடைசியாக எல்லாம் கடவுள் செயல் என்று வேதாந்தம் பேச ஆரம்பித்து விடுவார்கள்.

மைனர்: இந்த உண்மைகளெல்லாம் இப்பொழுது தான் என் மனதிற்படுகிறது. எனக்கு நல்ல காலமிருந்த தால்தான் உன்னிடம் வந்தேன். 300 ரூ. கடிகாரத்தைப்

பெற்றுக்கொண்டு விலாசத்தைக் கொடுக்காமல் ஏமாற்றிய அவர்களுடைய மனோ நிலையைத் தங்களால் உணர்ந்து கொண்டேன். 300 ரூ. கடிகாரத்தை என்னிடம் பெற்றுக் கொண்டதோடு என்னை ஒரு இளிச்சவாயனாக்க நினைத்தற்கு அவர்களை ஒரு கை பார்த்துக் கொள்கிறேன்.

குணபூஷணி: போனது போகட்டும். இனி மிச்ச மிருக்கும் செல்வத்தையாகிலும் வீண் செலவு செய்யாமல் பார்த்துக்கொள்ளுங்கள். என் வார்த்தையை இது வரையில் கேட்டு அதன் பலா பலன்களை ஒருவாறு உணர்ந் திருப்பதால் தங்களுக்கு இன்னும் சில விஷயங்களைச் சொல்லலாமென்று நினைக்கிறேன்.

மைனர்: கொஞ்சம் விவரமாய்ச் சொல்

குணபூஷணி: தாசிகளுக்கு ஜீவகாருண்யமென்பதே கிடையாது. ஜீவகாருண்யமோ, ஒழுக்கமோ, மனித இருதயமோ இருந்தால் பெற்ற பெண்களைத் தயவு தாட்சண்யமில்லாமல் கண்ட புருஷனிடத்தில் அனுப்பி இழிதொழில் செய்யச் சொல்வார்களா? அந்தத் தொழிலால் ஏற்படும் கெட்ட வியாதிகளால் பெண்கள் துன்பப்படுவதைப் பார்த்துச் சகித்துக்கொண்டுதானே இருக்கிறார்கள்! ஆனால் இவர்கள் கடவுள்பக்தி, ஆலயம் தொழுவது, பூஜை, நைவேத்யம் போன்றவைகளில் மாத்திரம் குறைவதில்லை. பிறரை மோசம் செய்யக் கூடாது, கடவுள் கெடுத்துவிடுவார், நரகத்திற்குப் போக வேண்டும் என்பது போன்ற வார்த்தைகளைக் கொண்டு இவர்கள் பேசும் வேதாந்தங்களுக்குக் கணக்கில்லை. ஆனால் நெஞ்சில் மாத்திரம் கடுகளவுகூட அவ்வேதாந்தம் இருக்காது. இவர்கள் கடவுள் பக்தி நகர பயமெல்லாம், கோயில் குருக்களுக்கும், புரோகிதர்களுக்கும் எவ்வளவு இருக்குமோ அவ்வளவுதான் இவர்களுக்கும் இருக்கும். இக்கூட்டத்தாருக்கு அவசியம் கடவுள் என்ற ஒரு சாமான் வேண்டியிருக்கிறது. கடவுளே கதியென்று நம்பியிருக்கிற

உலகத்தில் இவர்கள் கடவுளுக்கு நெருங்கிய சம்பந்த முடையவர்களாக விளம்பரப்படுத்திக்கொள்வதில் இவர்களுக்கு எவ்வளவோ பிரயோஜனமிருக்கிறது. "கடவுள்பேரில் சத்தியமாய் உங்களைத் தவிர வேறு யாரையும் இச்சிப்பதில்லை" என்ற வார்த்தையைத் தாசி வீட்டிற்கு வரும் தனவந்தர்களிடத்தில் சொல்லிவிட்டால், அவர்கள் கண்டிப்பாய் நம்பிவிடுவார்கள். தனவந்தரின் பொருளைப் பறிப்பதற்குக் கடவுள் சத்தியம் என்பதைப் போட்டுவிட்டால் கடவுள் நம்பிக்கை மிகுந்த தனவந்தர் தம் உடல் பொருள் முதலிய எல்லாவற்றையும் அர்ப்பணம் செய்துவிடுவார். அதேபோல் கண்ணில்லாத குருடனைப் பார்த்து நீ கடவுளுக்குக் குற்றம் செய்ததால்தான் கண்ணில்லாமல் போய்விட்டதென்று ஒரு பொய்யைக் கடவுள்பேரால் குருக்கள் சொல்லிவிடுவாராகில் கண் கெட்ட குருடனும் ஏராளமாகச் செலவு செய்து கடவுளைச் சமாதனம் செய்ய ஆரம்பித்து விடுவான். இதனால் குருக்கள், புரோகிதர்கள், பிராமணர்கள் முதலியோர் பிழைக்க ஆரம்பித்துவிடுவார்கள். ஆகவே தாசி, வேசி, வேசியர், குருக்கள், புரோகிதர் என்ற ஒரு கூட்டத்தினர்க்கே கடவுள் என்ற ஒன்று வேண்டி யிருக்கிறது. அதைக்கொண்டு வெகு சுலபமாக இந்தப் பைத்தியக்கார உலகத்தை ஏமாற்றி விடுவார்கள். உலகம் கடவுள் என்ற மாயையில் சிக்கிக்கொண்டிருப்பதாய் உணர்ந்த இவர்கள் தங்கள் புரட்டிற்குக் கடவுளை உபயோகப்படுத்துவது ஆச்சரியமில்லை. பிராமணர்கள் பிரம்மா முகத்திலிருந்து வந்தவர்கள்; தாசிகளெல்லாம் தேவலோகத்திலிருந்து வந்தவர்கள் என்றால் இவ்விரு கூட்டத்தாரும் உலகத்தை ஏமாற்றத் தோன்றியவர்கள் என்பதையும் ஒப்புக்கொண்டாக வேண்டும். பிரம்மா முகத்திலிருந்து பிராமணனும், தேவலோகத்திலிருந்து தாசிகளும் இங்கு எதற்கு வந்தார்கள்? வந்து என்னதான் செய்தார்கள்? செய்து கொண்டிருக்கிறார்கள்? என்பவைகளை ஆழ்ந்து கவனித்தால் பிரம்மாவின்

யோக்கியதையும், தேவலோகத்தின் யோக்கியதையும் நன்கு விளங்கிவிடும். பிரமலோகத்திற்கும், தேவலோகத்திற்கும் போக ஆசைப்படுபவர்கள் அங்கிருந்து வந்ததாகச் சொல்லும் பிராமணர்கள், தாசிகள் போன்றவர்களின் நடவடிக்கைகளின் உண்மையை உணர்வார்களாக. அந்நிய நாட்டார் நம்நாட்டுப் பொருள்களைக் கொள்ளை கொள்வதாகக் கூச்சல்போடும் தேசியவாதிகளுக்குப் பிரம்மா முகத்திலிருந்தும், தேவலோகத்திலிருந்தும் வந்து நம் நாட்டுப் பொருள்களைக் கடவுளின் பெயரால் கொள்ளை கொள்கிறார்களே! வியாதியைக் கொடுக் கிறார்களே! ரத்தத்தை உரிஞ்சுகிறார்களே! மேல், கீழ் என்கிறார்களே! இவர்களை வெருட்டி யடிப்பதற்கு எந்தத் தேசிய வாதிக்காவது கண் இருக்கிறதா? அந்நிய நாட்டாராவது வியாபார முறையிலும், ராஜாங்க முறையிலும் பணத்தை வசூலிக்கிறார்கள். கணக்கு எழுதிக் காட்டுகிறார்கள். தாசிகளும், வேசிகளும், பிராமணர்களும் மதத்தையும், கடவுளையும், மோட்சத்தையும் காட்டி ஏராளமாக அர்த்தமில்லாமல் பொருள் வசூலிக் கிறார்களே. இதற்கு ஏதாவது கணக்காவதிருக்கிறதா? கோவிலில் இருக்கும் கடவுளுக்குத் தாலியைக் கட்டிக் கொண்டு கடவுளின் பெண்சாதிகள் என்ற பெயர் வழங்கும் தாசிகள் வியபிசாரம் செய்ய முற்பட்டதைப் பார்த்தாலே பிராமணர்களும், குருக்களும், புரோகிதர்களும், கோயில், கடவுள், மதம், சாஸ்திரம் என்று மகளிடத்தில் சொல்வதெல்லாம் வெறும் புரட்டு என்பது புலப்படாமல் போகாது. கடவுளோ உலகரட்சகர். அவருடைய பெண் சாதிகளாகிய தாசிகள் பலபேரிடத்தில் வியபிசாரம் செய்வதை அக்கடவுளால் எப்படிப் பொறுத்துக் கொண்டிருக்க முடியும்? கடவுளுக்கு உணர்ச்சி இல்லை என்று சொல்லமுடியுமா? கோவிலிருக்கும் கடவுள் பெண்டாட்டிக்குக்கூடத் தினந்தோறும் குருக்கள்தானே குளிப்பாட்டிச் சேலை சுற்றுகிறார்? வாஸ்தவத்தில் இவர்கள் சொல்லும் கடவுள் ஒருவர் இருந்தால்

இதெல்லாம் பொறுத்துக்கொண்டிருப்பாரா? ஆதலால், இவைகளையெல்லாம் நம்பவேண்டாம். பிராமணனும், தாசியும் நாட்டைக் கெடுக்கும் சாதியார்கள். பாவம், புண்ணியம் என்பதும் இவர்களிடத்திலிருந்து உற்பத்தியான ஒரு போக்கிரித்தனமான வார்த்தை என்றுதான் சொல்ல வேண்டும். உதாரணமாகப் பாவம் செய்தவர்கள்தான் கடவுளுக்குச் செலவு செய்து புண்ணியத்திற்கு வரம் வாங்க வேண்டும். பாவம் செய்யாதவர்களுக்குக் கடவுள் பயம் எங்கிருந்து வரும்? அவர்கள் பாவ புண்ணியம் என்ற வித்தியாசம் கற்பிப்பார்களா? பிறரைக் கெடுத்துப் பிழைப்பவர்களுக்குத்தான் கடவுள் பக்தியும், பாவ புண்ணிய விசேஷங்களும் வேண்டும். ஆகவே இரவு பகலாக உழைக்கும் ஏழைகளுக்கு உணவளிக்காமல் அவர்கள் உழைப்பைத் தின்று கொழுத்திருக்கும் பாவிகளுக்கும் பிறரை ஏமாற்றிப் பொருள் பறிப்பதையே தொழிலாகக் கொண்ட வேசிகளுக்கும், கடவுள் பெயரைச் சொல்லிப் பிழைக்கும் பிராமணர்களுக்கும் தான் பாப புண்ணியக் கவலை வேண்டுமே ஒழிய யோக்கியர்களுக்கு வேண்டியதில்லை. இராப்பகலாக உழைக்கும் ஏழை களுக்குக் கடவுள் பயமே இருக்காது. பயம் ஏதாவ திருந்தாலும் அது மேல் சாதியாருடைய அதாவது ஏழைகளின் உழைப்பில் தின்று திரிபவர்களுடைய துர்போதனையால் ஏற்பட்டதாக இருக்க முடியுமே தவிர வேறில்லை. ஆனால் ஏழைகளுடைய பயமெல்லாம் தினம் திரேகப் பிரயாசைப்பட்டு முதலாளிகள் வீட்டுச் சொத்தைக் காப்பதிலேதான் இருக்கும். மடியில் கனம் இருப்பவர்களுக்குத்தானே வழியில் பயம். இக்கூட்டத்தைத் தவிர யோக்கியர்களிடத்தில் பாவ புண்ணியமும் கடவுள் கோபமும் சாரா ஆகவே பிராமணர்களும், தாசிகளும் மக்களைக் கொள்ளை கொள்வதற்குக் கடவுள், பாவம், புண்ணியம், மோட்சம், நரகம் என்பவைகளைச் சிருஷ்டித்துக் கொண்டார்கள். அவர்களில் ஒருவரை யொருவர் உயர்வு தாழ்வாய்க் கருதிக் கொள்ள

_____ தாசிகள் மோசவலை அல்லது மதிபெற்ற மைனர் மாட்டார்கள். உதாரணமாகச் சிலவற்றைச் சொல்லுகிறேன்.

பிராமணர்கள் உயர்ந்தவர்கள். அவர்களை மரியாதை குறைவாய்ச் சொல்லக்கூடாது. அவர்கள் உட்கார்ந்த இடத்தில் உட்கார்ந்தாலும் பாவம். அவர்கள் படிக்கும் சாஸ்திரங்களை மற்றவர்கள் படித்தால் நாக்கை துண்டிக்க வேண்டும். கேட்டால் காதில் ஈயத்தைக் காய்ச்சி ஊற்ற வேண்டும். நினைத்தால் மனதைப் பிளக்க வேண்டும். பிராமணர் அல்லாதார் உழைத்து அவர்களுக்குப் போட வேண்டும். பிராமணர்கள் உட்கார்ந்துகொண்டு சட்டமாய்ச் சாப்பிட வேண்டும் - என்பனவற்றைச் சாஸ்திரங்கள் மூலமாகக் கொடுத்து ஜனங்களைப் பின்பற்றும்படிச் செய்கிறார்கள்.

இத்தகைய பிராமணோத்தமர்களுடைய நிலை தாசிகள் வீட்டில் எப்படி என்பதைக் கவனியுங்கள்.

1. தாசிகள் வாயால் வந்தபடி பேசுவார்கள்.

2. தங்கள் வீட்டு வேலைகளை அவர்களைச் செய்யச் சொல்வார்கள்.

3. மற்றவர்கள் மோட்சத்தை விரும்பிப் பிராமணர்களுக்குக் கொடுக்கும் தானங்களைத் தாசிகளுக்கும் கொடுத்து விடுவார்கள். அவர்களும் வாங்கிக் கொள்வார்கள்.

4. கோவில்களுக்கு அபிஷேகத்திற்குக் கொடுத்தால் சுவாமிக்கு நைவேத்தியமாவதற்கு முந்தியே கோபம் வந்துவிடுமென்று தாசிகளுடைய வீடுகளுக்கு எடுத்து அனுப்பிவிடுவார்கள்.

5. தாசிகள் தங்கள் பிழைப்பிற்கும் பணியாளர்களாய் பிராமணர்களை (மாமாக்களாக) நியமித்துக் கொண்டு மிருக்கிறார்கள்.

இன்னும் சொல்லமுடியாத கேவலமான வேலைகளையும் செய்வார்கள். தாசிகளின் முதுகெலும்பாய் இருப்பவர்கள் அவர்களே.

இவ்வேலைகளைச் செய்வதில் பிராமணர்கள் சங்கோஜப்படுவதில்லை. அதற்குக் காரணமில்லாமலில்லை. தாசி வம்ச பரம்பரைக்கும், பிராமணர்க்கும் கூட்டுறவு இருக்கிறது. அதாவது பிராமணர்கள் பிரம்மா முகத்தில் பிறந்ததாகச் சாஸ்திரம் சொல்லுகிறது. பிரம்மாவினுடைய பெண் ஊர்வசி, 'வசிஷ்டானாம ஊர்வசி சுதஹ' என்றபடி அவளுடைய புத்திரர் வசிஷ்டர். வசிஷ்டரோ பிராமணர்களுக்குக் குரு. ஊர்வசி, திலோத்தமை, மேனகை - இவர்கள் நாட்டியப் பெண்கள். ஆகவே இவர்களையெல்லாம் தாசிகள் உட்பட பிராமண வம்சத்தைச் சேர்ந்தவர்களாக நினைக்க வேண்டியிருக்கிறது. ஆகவே தாசிகளும் பிராமண வம்சத்தைச் சேர்ந்தவர்களென்று சொல்லலாம். இக்கூட்டத்தாருடைய சம்பந்தத்தை மக்கள் உதறித் தள்ளினாலொழிய ஒருவரும் முன்னேற முடியாது. இக்கூட்டத்துக்குத் தலை குனிந்த ஒரு பாவமே புராதன காலத்தவர்கள் பிள்ளையை அறுக்கவும், சம்சாரத்தைக் கொடுக்கவும், கோவிலுக்கு வந்த புஷ்பத்தை எடுத்து முகந்த பெண்ணின் மூக்கை அறுக்கவும் எற்பட்டதோடு அதைப் பெருமை பாராட்டிப் புராணமும் எழுதி வைத்து விட்டார்கள். தாசிகள் கோவில் புஷ்பத்தைத் தலையில் வைத்துக் கொள்வார்களே - அவர்களின் தலைகளை வெட்டிய பக்தன் எவனாவது உண்டா?

மைனர்: என்ன நீ சுயமரியாதைக் கட்சியில் சேர்ந்தவள் போல் பேசுகிறாயே?

குணபூஷணி: நியாயத்திற்கு ஒத்த கேள்விக்குச் சமாதானம் சொல்ல முடியாத இடத்திற்குக் கடவுள் சாஸ்திரம் முன்னோர் பழக்கம் என்று சொல்வது

மாதிரியே இந்தக் கேள்வியுமிருக்கிறது. இதிலிருந்து தங்கள் நிலையும் ஒருவகைப்பட்டுவிட்டதென்று கருதுகிறேன். பண்டைக்காலச் சித்தர் முதலியோர் கண்டிப்பதைவிடவா சுயமரியாதைக்காரர்கள் கண்டித்துவிட்டார்கள்? ஆகவே நியாயத்தைச் சீர்தூக்கிப் பார்க்க வேண்டுவதுதான் உண்மையும் யோக்கிய பொறுப்பும் நாணயமும் உடையவர்களுக்கு லட்சணம்.

மைனர்: அப்படியானால் கடவுள் இல்லையென்று சொல்லுகிறாயா?

குணபூஷணி: கடவுளைப் பற்றி எடுத்துக்கொண்டு பேசுவதென்றால் எனக்கு நேரம் இல்லை. அதைப் பற்றித் தங்களுக்கு ஆகவேண்டிய காரியமும் கிடையாது. கடவுள் உண்டா இல்லையா என்பது தங்களுக்கும் தெரியாது - எனக்கும் தெரியாது. அதைப்பற்றிப் பேசுகிறவர்களுக்கும் தெரியாது. காணாத வஸ்துவைக் கண்டேன் என்று பொய் சொல்வதைவிடக் காணாததைக் காணவில்லையென்று மெய் சொல்வதே மேல். யாருக்கும் தெரியாத ஒரு கற்பனையைப் பற்றிப் பேசி வீண் காலத்தைப் போக்க வேண்டியதில்லை. ஆனால் தங்களைப் போல் உள்ளவர்களுக்குக் கடவுள் நம்பிக்கை தோன்றத்தான் செய்யும். தாலி கட்டிய பெண்ணைத் தவிக்கவிட்ட தாங்கள் செய்திருக்கும் மகா பாதகத்திற்கு இந்தச் சந்தேகம் தோன்றியதில் ஆச்சரியமில்லை.

மைனர்: சகோதரியே! நீ சொல்வதையெல்லாம் சந்தோஷத்துடன் கேட்டுக்கொண்டிருந்தேன். எல்லாம் யோசித்துப் பார்த்ததில் உன் ஆராய்ச்சி விஷயமெல்லாம் என் புத்தியில் நன்கு பதிந்துவிட்டது. என் சம்சாரத்தின் கதி என்ன வாயிற்றோவென்று இப்பொழுது கவலைப் படுகிறேன். அவள் கண்ணீர் சொரிந்து கொண்டேதான் இருப்பாள். இவ்வளவு குற்றத்திற்கும், மானக் குறைவிற்கும் ஆளாகிவிட்டேனே என்று கவலை அடைகிறேன். தாசிகள்

விஷயமும், தற்கால விவாக விஷயமும், கடவுள், புராணம், சாஸ்திரம், பிராமணர், குருக்கள் ரகசியங்களும் தெரிந்து கொண்டேன். நான் தாசி வீட்டில் செலவுசெய்த மாதிரி என் முன்னோர்கள் என்னைவிட இரண்டுபங்கு செலவில் கோவில் சத்திரம் கட்டித் தருமம் செய்திருக்கிறார்கள். இனி நான் செய்ய வேண்டியது யாது?

குணபூஷணி: ஒன்றும் செய்ய வேண்டாம். ஏழை எளியவர்கள், உழைப்பாளிகள் பேரில் காருண்யமிருந்தால் போதும். இதைவிடச் சிறந்த தர்மமோ, புண்ணியமோ வேறில்லை என்பது முக்காலும் உறுதி.

மைனர்: நான் உண்மை உணர்ந்தேன். இதுவரையில் என்னை நல்லவழிப் படுத்த அரிய உபதேசம் செய்த உன் வரலாறுகளை எனக்குச் சொல்லும்படி கேட்டுக் கொள்கிறேன். உன் காதலர் என்னை முதலில் கண்டபோது உன்னைப் பார்க்காமல் காந்தா - கானவதி போக மாட்டார்கள் என்று சொன்னார். அவர் சொன்ன வார்த்தையிலிருந்து எனக்கு ஒரு சந்தேகம் உண்டாயிற்று. அதாவது, நீயும் தாசி வகுப்பைச் சேர்ந்தவளாய் இருக்கலாமோ என்பதுதான். இப்படிக் கேட்டதற்குக் கோபிக்கக் கூடாது. என்னை நல் நிலைக்குக் கொண்டுவந்த உன்னைச் சகோதரிக்கு மேலாக நினைக்க வேண்டியனாகி விட்டேன். உன்னை என் வீட்டிற்கு அழைத்துப் போய் என் சம்சாரத்திற்கும் நல்லபுத்தி புகட்ட வேண்டும் என்று விரும்புகின்றேன்.

குணபூஷணி: ஐயோ! ஒரே புருஷனுடன் வாழ்க்கை நடத்தியும் தாசி என்ற பட்டம் மாறவில்லையே; மற்ற சாதியார் வியபிசாரம் செய்து பிழைத்தால் இவ்விதம் நேரில் கேட்கத் துணிவார்களா? எவ்வளவு குற்றம் செய்தாலும் மேல் சாதியார் மேல் சாதியார் என்று சொல்வதுபோல் எங்கள் சாதியில் எவ்வளவு உத்தமியா யிருந்தாலும் சாதிப் பழக்கம் எங்களைவிட்டகல

வில்லையே? என் வரலாற்றைக் கேட்க வேண்டுமா? தாங்கள் காதலித்த கானவதியின் பெரியதாயாருடைய பெண் தாயார். நான் இளமைப் பிராயமாய் இருக்கும் போதே அவள் இறந்துவிட்டாள்; என் இளையதாயாராகிய போகசிந்தாமணி என்னைத் தாசித் தொழிலுக்குத் தயார் செய்தாள்; அந்தத் தொழில் எனக்குப் பிடிக்காமல் கல்வியில் கருத்தைச் செலுத்தி வந்தேன்; நான் பருவமடைந்த பின்னர் என்னைப் பலவிதத்திலும் இம்சை செய்துவந்தாள். என் காதலராகிய சிவராமன் என்பவர் எளிய குடும்பத்தில் பிறந்தவர்; புத்திமான்; நாங்கள் இருவரும் படிக்கும்போதே ஒருவித வாஞ்சையாய் இருந்தோம். பள்ளிக்கூடம் நீங்கிய பிறகு சிவராமன் அடிக்கடி என் வீட்டிற்கு வருவதுண்டு; அவரிடத்தில் என் எண்ணத்தைச் சொல்லித் தாங்கள் வேறு விவாகம் செய்து கொள்வதில்லை என்று சொன்னால் தங்களுடன் வந்துவிடுகிறேன் என்று சொல்ல அவரும் என் பேரில் காதல்கொண்டு தம் சுற்றத்தார் விரோதம் வந்தாலும் என்னை வெறுப்பதில்லையென்று வாக்களித்தார். உடனே என் சிறிய தாயாரை விட்டுப்பிரிந்து இவருடன் வந்து விட்டேன். எங்கள் இருவருக்கும் வேண்டிய இன்னல் களைப் போக சிந்தாமணி செய்ததால் நாங்கள் சென்னைக்கு வந்துவிட்டோம்; எனது காதலர் ஓர் ஆபிசில் இப்போது மாதம் 60 ரூபாய் சம்பளத்திற்கு உத்தியோகம் செய்து வருகிறார். அதைக்கொண்டு சிக்கனமாய் இல்லற வாழ்க்கையை இன்பமாய் நடத்தி வருகிறோம்; அன்று முதல் இன்றுவரை எனது காதலருக்கு மற்ற ஸ்திரீகள் சகோதரிகளே; எனக்கு மற்றப் புருஷர்கள் சகோதரர்களே; நாங்கள் இருவரும் மனமொத்துத் தேர்ந்தெடுத்துக் கொண்டதால் தான் ஒருவரை யொருவர் சந்தேகிக்காமல் இருக்கிறோம். இந்த அநுபவத்தினால்தான் காதல் மணம் விசேஷமென்று முன்பு தெரிவித்தேன். அவருக்குச் சந்தேகமிருந்தால் தங்களுடன் தனிமையில் வைத்துச் செல்வாரா? ஆணும், பெண்ணும் தனிமையில் இருந்தால்

என்ன; தாங்கள் வாலிபராயிருந்தும் என்னைச் சகோதரியாய் நினைத்துவிட்டீர்களே யன்றி வேறு வித்தியாசமெதுவும் நினைக்கவில்லையே; இப்போதா கிலும் காதல் விவாகமுறையை ஒப்புக்கொள்வீர்களா? என்ன செய்வது? பழக்க வழக்கம் அவ்வளவு சீக்கிரத்தில் விடுமா?" என்று சொல்லிக்கொண்டிருக்கும் போது சிவராமன் வந்தார்.

சிவராமன் வந்ததும் காதலியைப் பார்த்து "என்ன குணபூஷணி! உன் இன்ப வாழ்க்கையைப் பற்றிப் பேசிக் கொண்டிருக்கிறாயே, மைனர்வாளின் இன்ப வாழ்க்கையைப் பற்றி ஏதாவது பலன் கிடைத்ததா?" என்று கேட்டுக் கொண்டே உட்கார்ந்தார்.

மைனர்: என் சகோதரியின் உபதேசத்தைக் கேட்டுத் திருந்திவிட்டேன். இனி கெடுவேனா? அந்த மகாபாவிகள் இருக்குமிடத்திற்கு நமஸ்காரம் செய்கிறேன். தாங்கள் இருவரும் என் வீட்டிற்குவந்து இன்ப வாழ்க்கைக்கு உற்றவைகளைச் செய்துவைக்க வேண்டும்.

குணபூஷணி: என் வரலாறுகளைத் தெரிவித்து விட்டேன்; தங்கள் வரலாறுகளைத் தெரிவிக்க வேண்டாமா?

மைனர்: என் ஊர் திருச்சி; தொண்டை மண்டல வேளாளச்சாதியைச் சேர்ந்தவன்; என் தகப்பனார் தனவந்தர்; அவருக்கு நான் ஒரே புதல்வன்; இளம் பிராயத்தில் என் தகப்பனார் உயிர் நீத்தார்; தாயார் போஷணையிலிருந்து இந்நிலைக்கு வந்தேன். என் சம்சாரம் கல்வி நீங்கலாக மற்ற எல்லா அழகும் பொருந்தியவள். என் தாயாரும் அவளும்தான் வீட்டில் இருக்கிறார்கள். நீ வந்து உன் மதனிக்கு என் நிலையை உணர்த்தி என்னுடன் சமரசமாய்ப் பழகும்படி செய்ய வேண்டும்.

குணபூஷணி: (சிரித்துக்கொண்டே) இவைகளைக் கற்றுக் கொடுக்க உபாத்தியாயரா வேண்டும்? நான்

அவ்விடம் வரவேண்டுவதில்லை நான் சொல்வதைக் கேளுங்கள். தங்கள் தொண்டைமண்டல வேளாள சாதியில் கல்வி இல்லாவிட்டாலும் பெண்கள் இயற்கையில் அறிவுடையவர்கள் என்பது எனக்குத் தெரியும். புருஷன்மார் இஷ்டப்படி நடக்கக்கூடியவர்களே. ஆனால் சாதிச் சங்கடம் குறுக்கிட்டுத் தடுக்கிறது. புருஷருடன் சரசமாய்ப் பேசினால் தாசி வேசி மாதிரி நடந்து கொள்கிறாள் என்று சாதியார் இழிவுபடுத்தி விடுவார்களே என்ற ஒருவித அச்சம் அவர்களுக்கு இருக்கும் அதோடு பார்ப்பனர்கள் ஒசத்தி இவர்களிடத்தில் அச்சம் அறிவுடைய பெண்களாய் இருந்தாலும் புருஷன் இஷ்டத்திற்குத் தகுந்தாற்போல் நடந்துகொள்ள அவர்களால் முடிவதில்லை. தங்கள் சாதிக்குத்தான் இந்தக் கஷ்டமிருக்கிறதென்று சொல்ல முடியாது. எல்லா சாதிகளிலும் இந்தக் கஷ்டமிருந்து கொண்டு தானிருக்கிறது. மாமி நாத்திமார்களும் புருஷனிடம் உரக்கப் பேசக்கூடாதென்று சொல்வார்கள். புருஷனுடன் பேசுவது பிறருக்குத் தெரிந்தால் தாசி வேசிகள் என்று சொல்வார்கள். "தாசி; வேசிகள்தான் வெட்கமில்லாமல் சரசமாய்ப் பேசுவார்கள், காலம் கெட்டுவிட்டது. காலகாலத்தில் மழை பெய்வதில்லை" என்பவை போன்ற வார்த்தைகளைக் கொண்டு குடும்பப் பெண்களை இடித்தும் கொண்டிருப்பார்கள். அறிவுள்ள பெண்கள் என்ன செய்வார்கள் பாவம்? புராணக் கதைகளையும் நேரில்பார்த்தவர்கள் மாதிரி ஆரம்பித்து விடுவார்கள். திருவள்ளுவர், மனைவியிடம் சாப்பிடும்போது தேங்காய் ஓட்டில் தண்ணீரும், ஓர்ஊசியும் வைக்கச் சொன்னாராம். எதற்கு வைக்கச் சொன்னாரென்று அப்பெண்மணி கேட்கவில்லையாம். "வள்ளுவர் சம்சாரத்திற்கு உயிர் போகும் தருணத்தில் ஏன் உனக்கு உயிர் அநாயாசமாகப் போகமாட்டேன் என்கின்றது?" என்று கேட்டாராம். தேங்காய் ஓட்டில் ஜலம் வைக்கச் சொல்லிய காரணம் தெரியவில்லை என்றாளாம் "நீ எனக்கு அன்னமிடும்

போது அன்னம் கீழே சிந்தினால் ஊசியால் எடுத்துத் தேங்காய் ஓட்டிலிருக்கும் தண்ணீரில் அலம்பிச் சாப்பிடலாமென்று வைக்கச் சொன்னேன். நீ அன்னமிடும் போது அலட்சியமாய் பரிமாறாததால் அதை உபயோகிக்கச் சந்தர்ப்பம் வரவில்லை" என்று சொன்னதும் அப் பெண்மணி உயிர் நீத்தாளாம். இத்தகைய கதைகளை நம் நாட்டுப் பெண்மணிகள் நேரில் பார்த்ததுபோல் சொல்லத் தொடங்கிவிடுவார்கள். இக்கதைளை இம்மாதிரி யெல்லாம் சிறு பிராயத்தில் கேட்ட பெண்மணிகள் என்ன செய்வார்கள் பாவம்? தனிமையில் இல்லறம் நடத்திய திருவள்ளுவரின் கதியே இம்மாதிரியென்றால், மாமி, நாத்தி, மதம், சாதி போன்றவைகள் சூழ்ந்திருக்கும்போது, அன்னியர் தங்களுடன் சரசமாய்ப் பழகவில்லை என்பதில் என்ன ஆச்சரியமிருக்கிறது? குடும்பப் பெண்கள் மாமி, நாத்திமார்களைத் தங்கள் புருஷர்கள் தாசி வீட்டிற்குப் போய்விட்டார்களே அவர்கள் இஷ்டப்படி நடக்காத தினால் தானே தாசிகள் வீட்டுப் பழக்கம் ஏற்பட்டது என்று கேட்க ஆரம்பித்துவிட்டால் நாளாயினி கதையை எடுத்துச் சொல்வார்கள். நளாயினி தன் புருஷனைப் கூடையில் வைத்துத் தூக்கிப்போய்த் தாசி வீட்டில் விட்டதோடு விடியாமல் இருக்கும் படியாயும் செய்துவிட்டாளாம். திரிமூர்த்திகளும் வந்து அவள் கேட்ட வரங்களைக் கொடுத்துப் பொழுது விடியும்படி செய்தார்கள் என்பது போன்ற கதைகளை நேரில் பார்த்ததுபோல் சொல்லி "மகன் செத்தாலும் சாகட்டும்; மருமகள் கொட்டம் அடங்கட்டும்" என்று நினைப் பார்கள். அதைப்போல் தாசி வீட்டிற்குப் போய்க் கெட்டுப்போனாலும், மருமகள் புருஷனுடன் சுதந்தர முள்ளவளாய் இருக்கவிடமாட்டார்கள். தம் பிள்ளை களையும், மருமகளிடத்தில் அதிகம் சரசமில்லாமலிருக்கப் பல உட்கலகங்களைக் கிளப்பி விட்டுக்கொண்டே இருப்பார்கள். இவையெல்லாம் இந்து மதக் கட்டுப்பாடும்,

சாதிக் கட்டுப்பாடுமே ஒழியக் குடும்பப் பெண்கள் பேரில் குற்றம் சொல்வதற்கில்லை.

மைனர்: இப்போது குடும்பப் பெண்களைப் பெயர் சொல்லி அழைத்துக்கொண்டு சகஜமாய்ப் பழகுகிறார்களே அப்பெண்களுக்கு மாமி, நாத்தி இல்லையென்று சொல்ல முடியுமா?

குணபூஷணி: யார் யார் அப்படி இருப்பார்கள்? ஆங்கிலம் படித்தும், இக்கால உலகப்போக்கை அறிந்துமிருப்பவர்கள் தங்கள் மனைவிகளைத் தாங்கள் சொல்கிற மாதிரி சுதந்தரமுள்ளவளாகத் வைத்துக் கொண்டிருப்பார்கள். படித்துப் பட்டம் பெற்ற சில புத்தக அலமாரிகளும் அப்படிச் செய்யமாட்டார்கள். ஆகவே உலக அநுபவம் தெரிந்தவர்கள்தான் அப்படிச் செய்வார்கள். இவ்விஷயத்தில் கிராம வாசிகளின் நிலையை எடுத்துக்கொண்டு பார்த்தால் மிகமிகக் கேவலமாயிருக்கும். நூதன நகை அணிய இடம் கொடுப்பதில்கூட சாதிப் பழக்கத்திற்கு பங்கம் வந்துவிடுமோ என்று கருதுவார்கள். சில புருஷ வர்க்கத்தை எடுத்துக்கொண்டாலும் இந்தக்கெட்ட பழக்கமே இருக்கும். சம்சாரத்தோடு பேசமாட்டார்கள். பேசினால் தாயார் ஏதாவது சொல்லிவிடுவாளோ என்று பயந்தவர்களாய்ச் சாப்பிடும் போதும் சைகை காட்டுவார்கள். ஏதாவது கேட்கவேண்டி ஏற்பட்டால் தங்கள் தமக்கை முதலியவர்கள் பெயரைச் சொல்லிக் கேட்பார்களேயன்றிச் சம்சரத்தை அழைத்துச் சொல்லமாட்டார்கள். இத்தகைய குடும்பங்களில் அறிவுடைய பெண்களிருந்துதான் என்ன செய்யமுடியும்? "கொண்டவன் அன்பு இருந்தாலல்லவோ கண்டவன் அன்பு இருக்கும்" என்பதுபோல் தங்கள் சம்சாரத்தினிடத்தில் பூரண அன்புகாட்டினால் எல்லாம் சரியாகிவிடும். தங்கள் தாயாருடைய எதிர்ப்பிருந்தாலும் அது ஒன்றும் செய்துவிடாது.

மைனர்: நீ சொல்வதெல்லாம் கேட்டுக் கொண்டேன். இனி என் மனைவி என்னிடத்திலும், நான் அவளிடத்திலும் அந்நியோந்நியமாய்ப் பழகுவதற்கு என்னென்ன செய்யவேண்டுமென்பதைப் பற்றித் தெரிந்து கொள்ள வேண்டியவனாக இருக்கிறேன்.

குணபூஷணி: நீங்கள் ஒன்றும் செய்ய வேண்டாம். தாங்கள் ஊர் சென்றதும் தங்கள் சம்சாரம்தான் தாசி கானவதி என்று நினைத்துக் கொண்டு தாசி கானவதி யிடத்தில் கொண்ட அன்பைத் தங்கள் சம்சாரத்தி னிடத்தில் காட்டிக்கொண்டு கோபக் குறியில்லாது சந்தோசமாய்ப் பேசுங்கள். பிறகு அந்த அம்மை எவ்விதம் பழகுகிறாள் என்பதைப் பாருங்கள். நீங்கள் இப்படிப் பழக ஆரம்பிப்பதில் தாயருக்குக் கோபம் வந்தாலும் அதைப் பொருட்படுத்தாமல் நடந்துவந்தால் எல்லாம் சரியாகி விடும்.

இவ்விதம் குணபூஷணியின் தர்க்கரீதியான நீண்ட உபதேசத்தில் மைனருக்குப் புத்தி வந்தது. ஐயோ! நம் சம்சாரத்தைக் கேவலமாய் நினைத்த ஒரு பாவத்தால் எவ்வளவு பொருள் நஷ்டமும் கெட்ட பெயரும், மானக்கேடும் சம்பவித்துவிட்டன! உற்று நோக்கினால் தான் உண்மை விளங்குகிறது. சம்சாரத்தைவிடத் தாசிகளிடத்திலிருக்கும் தனி விசேஷமென்ன? ஒன்று மில்லையே! நம் முட்டாள்தனம் அப்படியெல்லாம் நினைக்கச் சொல்லியதே தவிர வேறென்ன? என்று தனக்குள் எண்ணினான். "என் சகோதரியே! நீ சொல்லிய புத்திமதிகளால் நான் திருந்தியதோடு இப்பொய் உலகத்தி லுள்ள நீ சொன்ன அழுக்குகளைப் போக்குவதிலும் எனது கவனம் சென்று கொண்டிருக்கிறது. என் அஞ்ஞானத்தைப் போக்கிக் கொள்ள இங்கு எதிர்பாராமல் வந்ததற்கு என்னால் சந்தோஷிக்காமலிருக்க முடியுமா? தங்கையே உன்னைக் கண்டவுடன் என் மனம் உன் விஷயத்தில் கூட கெடுதலாய் நினைத்தது. அப்படி நினைத்ததற்கு என்

கெட்ட சகவாச தோஷமென்பதை இப்போதுதான் உணர்கிறேன். தீய விஷயத்தில் மனத்திருப்தி அடைவது அவனவனுடைய மனோநிலைமையென்று சொல்லியதின் உண்மை இப்போதுதான் உணர்ந்தேன். நான் இங்கே கானவதிப் பைத்தியம் பிடித்து வந்தபோது, நீயும் உன் காதலரும் என்னை மதிக்காமல் வெளியில் அனுப்பி யிருந்தால் என்கதி என்ன ஆகியிருக்கும்? சென்னை பூராவும் கானவதி பைத்தியம் மேலிட்டுத் திரிந்து மானபங்கமடையும்படி ஆகியிருக்குமே! பாக்கியிருக்கும் பொருளையும் அவளிடத்தில் கொடுத்துப் பிச்சை யெடுக்கும் நிலைக்கு வரவிருந்த என்னைக் காப்பாற்றிய உனது நல்ல எண்ணத்திற்கு நான் என்ன பிரதி உபகாரம் செய்யப்போகிறேன்? எனக்குச் சொந்தத் தங்கை நீ தான். எனக்கு அத்தான் சிவராமன் அவர்களே. உன் உபதேசத்தி லிருந்து தாசி வீடு, தரும கைங்கரியம், மோட்சம், நரகம், பாவம், புண்ணியம் கடவுள் போன்றவற்றின் அஞ்ஞானத்தி லிருந்து இன்று தான் புரண விடுதலையடைந்தேன். என் முன்னோர்கள் செய்த தருமங்களையும், என் நிலையையும், உலக நிலையையும் உற்று நோக்கினால் நீ சொல்லியபடி எல்லாம் புரட்டென்று விளங்குகின்றன. முன்னோர்கள் கோவில் கட்டி பக்திக்கென்று அதில் தாசி, வேசிகளை வைப்பதும், கலியான காரியங்களில் தாசியைவிட்டுக் கச்சேரி செய்யச் சொல்வதுமே பின்னோர்கள் கெட்டுப் போவதற்குக் காரணமென்பது விளங்கிவிட்டது. ஆகவே இனி ஏழைகளிடத்திலும், சோற்றுக்கில்லாதவர்களிடத் திலும் என் கவனத்தைச் செலுத்துவேன். கானவதியைத் தவிர எல்லோரும் எனக்குச் சகோதரிகளே. நான் இனி திருச்சிக்குச் செல்லுகிறேன்.

குணபூஷணி: தாங்கள் பேசியதையெல்லாம் கேட்டுச் சந்தோசமடைந்தேன். இரவு பூராவும் ராமாயணம் கேட்டு ராமனுக்குச் சீதை தமக்கையென்று சொல்லுவது மாதிரி கானவதி நீங்கலாக எல்லோரும் சகோதரிகளே

என்றால் இது என்ன மோசமாய் இருக்கிறது? நீங்கள் திருச்சி போகவேண்டாம். இரண்டு நாளைக்கு இங்கேயே இருங்கள். இன்னும் மனதைச் சரிபடுத்திக் கொண்டு போகலாம்.

மைனர்: தங்கையே! இனி ஒருகாலும் கெடமாட்டேன். நீ சொல்லியவைகளையெல்லாம் இனி அநுபவித்துப் பார்க்கப் போகிறேன். எவ்வளவோ பொருளை இழந்த தெல்லாம் எனக்குப் பெரியதாய்த் தெரியவில்லை. 300 ரூபாய் கடிகாரத்தை இழந்தது மாத்திரம் மனிதத் தன்மைக்கு விரோதமென்று கருதுவதால் "கானவதியைத் தவிர" என்று குறிப்பிட்டேனே யல்லாது வேறு ஒன்றும் சந்தேகம் கொள்ளவேண்டாம். இனிக் கெட்டுப் போகிறவர்களை நல்வழிப்படுத்துவதில் என் மனம் செல்லும். திருச்சிப்போய் கொஞ்ச நாளில் நானும் என் மனைவியும் இங்கு வருகிறோம். சந்தோசத்துடன் அத்தானும், நீயும் எனக்கு உத்தரவு கொடுத்து அனுப்பி வையுங்கள்.

குணபூஷணி: தாங்கள் சொல்லியபடி வந்தால் நாங்கள் சந்தோசப்படுவோம்.

மைனர் குணபூஷணியிடத்தில் விடைபெற்றுச் சந்தோசத்துடன் இரவு வண்டிக்குப் புறப்பட்டார். சிவராமனும் மைனரை ரயில் நிலையம் வரையில் சென்று அனுப்பிவிட்டு வீட்டிற்குத் திரும்பினார்.

3
கண்டோர் மயங்கும் காந்தா சகோதரிகள் கச்சேரி

கமலாபுரம் காந்தா சகோதரிகள் சங்கீதக் கச்சேரி கானசபாவில் நடப்பதற்கு வேண்டிய ஏற்பாடுகள் வெகு தடபுடலாக நடைபெற்றுக் கொண்டிருந்தன. எட்டு நாளைக்கு முன்னரே சுவரொட்டி விளம்பரங்கள் சென்னை வாசிகளுடைய மனங்களைக் கவர்ந்து கொண்டிருந்தன. பெரிய பெரிய தலைப்புக்களின் கீழ் பத்திரிகைகளிலும் விளம்பரங்கள் செய்யப்பட்டன. கச்சேரி நடக்கும் நாளாகிய 8ஆம் தேதியில் பல்லாயிரக் கணக்கான துண்டுப் பிரசுரங்கள் வழங்கப்பட்டன. சென்னை மாநகரம் முழுவதும் காந்தா - கானவதி கச்சேரிப் பேச்சாகவே இருந்தது. மாலை 4 மணிக் கெல்லாம் விசேச அலங்காரம் செய்யப்பட்ட கானசபா வாயிலில் கும்பல் கூடிவிட்டது. அன்று என்றும் இல்லாத அளவுக்குத் தெருவின் இரு பக்கங்களிலும் கார்கள் வரிசையாக நிறுத்தப்பட்டிருந்தன. ஹைக்கோர்ட் ஜட்ஜுகள், வக்கீல்கள், மற்றும் பெரிய பெரிய சர்க்கார் உத்தியோகஸ்தர்கள், சிறிய உத்தியோகஸ்தர்கள் வியாபாரிகள் முதலியவர்கள் விசேச ஆடை ஆபரண பூசிதர்களாக மனைவி மக்களோடு விஜயம் செய்திருந்தார்கள். உற்சாகம் நிறைந்த காலேஜ் மாணவ கோஷ்டிகளின் நவீன வேசங்களும் ஆர்ப்பாட்டங்களும் முதன்மைபெற்று விளங்கியது குறிப்பிடத்தக்கதாகும். இச் சந்தர்ப்பத்தில் ஒரு காரில் வந்து இறங்கிய மூன்று

வாலிபர்களின் மீது எல்லாருடைய கவனங்களும் சென்றன. இம் மூவரில் ஒருவன் ராஜ கம்பிரமாய் விளங்கினான். இவன் உடனே பத்து ரூபாய் நோட்டு ஒன்றை எடுத்துக் கூடவந்த வாலிபனிடம் மூன்று முதல் வகுப்பு டிக்கட் வாங்குமாறு கட்டளையிட்டான். உடனே மூன்று முதல் வகுப்பு டிக்கட்டுகள் வாங்கப்பட்டன. மூவரும் கச்சேரி ஹாலுக்குள் சென்று அங்கே முன்னரே வந்து உட்கார்ந்திருந்த பெரியமனிதர்களையெல்லாம் தாண்டி முன்னனியில் உட்கார்ந்துகொண்டார்கள். ஏற்கெனவே தங்களுக்குரிய இடத்தில் உட்கார்ந்திருந்த காந்தா - கானாவதிகளின் கடைக்கண் பார்வைகள் இவ்வாலிபர்கள் மீது விழுந்தன என்பதை விவரிக்க வேண்டியது அநாவசியம். நாகரிகப் போக்கிலும் அழகிலும் தளுக்கிலும் சிறந்து விளங்கிய காந்தா சகோதரிகள் பாடத் தொடங்கினார்கள். முன்னணியில் உட்கார்ந்திருந்த வாலிபர்கள் இரண்டு பேர் அட்சரங்களோடு தாளங்கள் போட்டும் இடையிடையே சபாஷ்களும், பேஷ்களும், பலேக்களும் தெரிவித்தும் காந்தா சகோதரிகளை உற்சாகப்படுத்தினார்கள். ராஜ கம்பீரமாய் விளங்கிய எங்கள் பணக்கார நண்பனைப் பார்த்து "என்ன அழகான குரல்! குயில் மாதிரி இருக்கிறதே" என்று புகழ்ந்தார்கள். பாவம் இந்தப் பேர்வழிக்குச் சங்கீதத்திலோ சாரீரத்திலோ மனம் செல்லவில்லை. அவ்விருவருடைய அழகிலேயே மனதைச் செலுத்தி அதே ஞாபகத்துடன் சிந்தனையிலாழ்ந்து விட்டான். "காந்தா - கானவதிகளைப் பார்க்கும்போதே மனம் இவ்வளவு பாடுபடுகின்றதே. இவர்களைக் காதலிக்க முற்பட்டுவிட்டால் நம் மனம் பூரண சந்தோஷத்தை அடையாமலா இருக்கும்? நமக்கு எவ்வளவு சொத்து சுதந்தரமிருந்தாலும் அவைகளால் மனோ இன்பம் அடையமுடியுமா? இத்தகைய பெண்மணிகளை அநுபவிக்காத நிலையும் ஒரு நிலையாகுமா? ராஜ்யம் முழுவதும் போனாலும் இவர்களை அனுபவித்துப் பார்ப்பதே இவ்வுலக வாழ்க்கையில் நான் அடையும் முதல்

சாந்தி" என்பன போன்ற பல சிந்தனைகளில் மூழ்கி யிருந்தான். இத்தருணத்தில் காந்தா-கானவதியான இரு மடந்தையர்களும் "தானே வருகிறாரோ நான் வரவோ அவரைத் தையலே கேட்டு வா போடி" என்ற சுப்பாரமையர் கீர்த்தனையைப் பாடினார்கள். இப்பாட்டைக் கேட்டதும் இவ்வாலிபனுடைய நிலையைச் சொல்ல வேண்டுமா? "தானே வருகிறாரோ அல்லது நான் வரட்டுமா?" என்று தன்னை அழைப்பதாக நினைத்தக் கொண்டான். இது சமயம் இவளை நம்மிடத்திற்கு அழைத்துப்போக முடியாதே என்னசெய்வதென்று நினைத்தான். கடைசியாக இவள் இருக்குமிடத்திற்கு நாம் செல்வதுதான் உத்தமம் என்று நிச்சயம் செய்துகொண்டான். இரவு 8 மணிக்குக் கச்சேரி முடிவு பெற்றது. இவர்கள் இருக்கும் ஜாகையை விசாரித்துப் போகலாமென்று நினைத்தான். ஆனால் கூடவந்திருக்கும் நண்பர்கள் கேலி செய்வார்களே என்று அவர்களோடு ஹாஸ்டலை அடைந்தான்.

ஹாஸ்டலுக்குச் சென்ற சோமசேகரனுக்கு அன்றிரவு முழுவதும் தூக்கம் வரவில்லை. காந்தா-கானவதியின் ஞாபகமே அவனை வாட்டிக் கொண்டிருந்தது. பரிட்சையில் தான் கடவுள் தேர்ச்சி செய்துவிடுவார். அவருக்கு அபிசேக ஆராதனைகள் எல்லாம் செய்வதாய் வேண்டிக் கொண்டிருக்கிறேன். ஆதலால் படிக்கும் வேலையும் கிடையாது. பரிட்சையும் நெருங்கிவிட்டது. அதற்குள் காந்தா-கானவதி இருக்கு மிடம் போய் வந்துவிடவேண்டும் என்று நினைத்துக் கொண்டிருந்தான். பொழுது விடிந்தது. சங்கீதக் கச்சேரிக்குவந்த இரண்டு நண்பர்களில் ஒருவனான விசுவநாதன் சோமசேகரனைப் பார்த்து "என்ன சோமசேகரா! பரிட்சைக்கு இன்னும் ஒரு வாரம் தான் இருக்கிறது. பாடங்களைப் படிக்காமல் என்னமோ ஒரு மாதிரியாயிருக்கிறாயே?" என்றான்.

சோமசேகரன்: 'விசுவநாதா! என் விசயத்தைத் தெரிவிக்கிறேன் கேள். சபா கச்சேரிக்குப் போனது முதல் அந்த இரு பெண்மணிகளின் வடிவங்கள் என் கண்ணிலேயே இருப்பதால் புத்தகத்தைப் படிக்க முடியவில்லை. என் மனம் அவர்களிடத்தில் இரண்டறக் கலந்துவிட்டபடியால் எப்படிப் படிக்க முடியும்? என்ன செய்வது, கடவுளிடத்தில் பக்தியிருந்தால் பரீட்சைக்குத் தேர்ந்துவிடுவேனென்று சொன்னாயே? கடவுளுக்கு ஏராளமாக வேண்டிக் கொண்டிருக்கிறேன்" என்றான்.

விசுவநாதன் இதைக் கேட்டதும் "ஐயோ! இவனை விளையாட்டாக நாம் வழிக்குத் திருப்பினோம். அது வினையாக முடிந்ததே. இதனால் தான் நம் பிராமண சாதியை நம்பக்கூடாதென்று உலகமே சொல்லுகிறது. நம் சாதிக்கும் பிற சாதிக்கும் இதுதான் வித்தியாசம். நம் சாதியார் மற்றவர்களுக்கு எதைச் சொன்னாலும் சொந்த விசயத்தில் ஏமாறாததால்தான் எல்லாத் துறைகளிலும் மேம்பாடு அடைந்திருக்கிறார்கள். அடாடா! தாசி வீட்டிற்குப் போய்க் கெட்டுப்போய்விடுவான் போலிருக்கிறதே" என்று நினைத்து, இதன் விவரத்தை மற்ற நண்பனாகிய சுப்பிரமணியனிடத்தில் சொல்லிச் சோமசேகரனை நலவழிப்படுத்த வேண்டுமென்று எண்ணினான். உடனே சுப்பிரமணியனிடம் இச் செய்தியைச் சொன்னான். சுப்பிரமணியன் விசுவநாதனுடைய வெள்ளைச் சுபாவத்திற்கு மனம் வருந்தி "போடா முட்டாள்! அவன் கெட்டால் உனக்கென்ன? ஆடு நனைகிறதென்று ஓநாய் அழுகிற மாதிரி இருக்கிறது உன் சங்கதி. இந்தப் பயல்கள் படித்ததால் தான் நம் பிரமாண சாதிக்கு வேலை கிடைப்பது கஷ்டமாயிருக்கிறது. நாயர், தியாகராயசெட்டி, பனகால் இவர்கள் படித்ததினால்தான் தானே நம் சாதிக்கு உத்யோக உலகத்தில் உலை வைக்க ஆரம்பித்தார்கள். இந்தச் சாதியர்கள் படிக்கப் படிக்க நம் சாதிக்கு எத்தனை விதத்தில் கெடுதல்கள் ஏற்பட்டிருக்

கின்றன என்பதை உணர்ந்துபார். அதிகக் கவலைப் படுகிறாயே? நீ ஒன்றும் புத்தி சொல்ல வேண்டாம். அவன் எங்கே போனால் உனக்கென்ன? தாசி வீட்டிற்குப் போனால்தான் அவன் செல்வம் தொலையும். இல்லா விட்டால் படித்துச் சட்ட சபைக்குப் போய் நம் சாதியார் தலையில் கை வைக்க ஆரம்பித்துவிடுவான். சுவாமிக்குப் பிரார்த்னைசெய்துகொண்டால் பரிட்சையில் தேறலாம் என்று சொல்லிவிட்டு உன் படிப்பைக் கவனித்துக் கொண்டிரு. வீண் வேலையில் ஏண்டா தலையிடுகிறாய்", என்று இடித்துரைத்தான். பிறகு இருவரும் பரீட்சைக்குப் படிக்கப் போய்விட்டார்கள். சோமசேகரனுக்குக் காந்தா ஞாபகம் அதிகரித்துவிட்டது. "காந்தா - கானவதி விலாசம் தெரியவில்லையே. சபா நோட்டீசில் பேரும் ஊரும் இருக்கின்றனவே யொழிய பிரபலமான விலாசம் தெரிய வில்லையே! எங்கே போய் விசாரிப்பது? எல்லாவற்றிற்கும் கமலாபுரம் போய் விசாரித்துக்கொள்ளலாம்" என்று முடிவுசெய்துகொண்டு கமலாபுரத்தை நாடிச் சென்றான். கமலாபுரம் சென்ற சோமசேகரன் காந்தா - கானவதி விலாசத்தை வெளிப்படையாய் விசாரிக்க சங்கோஜப் பட்டு ஓர் இடத்தில் நின்றபோது ஒரு கிழவி அவ்வழியே போனாள். அக்கிழவியைக் கேட்கலாமென்று நினைத்து 'பாட்டி! இவ்வூரில் காந்தா - கானவதி என்ற தாசிப் பெண்கள் இருக்கிறார்களே - அவர்கள் வீடு எங்கிருக் கிறது?" என்ற கேட்டான். கிழவி "அவர்கள் வடக்கு வீதியிலிருக்கிறார்கள். நான் வரும்போது வாசலில் காந்தா நின்று கொண்டிருந்தாள்." என்று சொல்லி வடக்கு வீதிக்குப் போகும் வழியைக் காட்டிவிட்டு அவள் போய்விட்டாள். சோமசேகரன் சந்தோஷம் மேலிட்ட வனாய் வடக்குவீதியை நாடிச் சென்றான். "காமிக்குக் கண்ணில்லை" 'அவசரக்காரனுக்குப் புத்தி மட்டு' என்பதுபோல் கிழவியை அழைத்து வந்து வீட்டின் விவரத்தைத் தெரிந்துகொள்ளாமல் வடக்கு வீதியின் இரு பக்கங்களையும் கவனித்துக்கொண்டு போனான்.

அவ்வீதியில் ஒரு வீட்டு வாசலில் அந்த வீட்டுப் பெண் நவீன நாகரிக முறைப்படி ஆடை ஆபரணங்களால் தன்னை அலங்கரித்துக்கொண்டு பக்கத்து வீட்டுக்காரி யுடன் குதூகலமாய்ப் பேசிக்கொண்டிருந்தாள். இப் பெண்மணியைப் பார்த்ததும், இவள் காந்தாவா, அல்லவா என்று சோமசேகரனுக்குச் சந்தேகம் உண்டாயிற்று. "சென்னையில் கச்சேரி செய்யும்போது இரவில் பார்த்தது. இப்போது பகலில் பார்ப்பதனால் சரியாய் அடையாளம் தெரியவில்லையே. ஒருகால் குடும்பப் பெண்ணோ என்னமோ? கிழவியும் காந்தா வாசலில் நிற்பதைப் பார்த்ததாகச் சொன்னாள். இவள் நடை, உடை, பாவனைகளை எல்லாம் பார்க்கும்போது தாசி காந்தா வாகத்தான் தோன்றுகிறாள்" என்று தனக்குள் முடிவு செய்துகொண்டு அந்தத் திண்ணையில் போய் உட்கார்ந்தான். அவ்வீட்டுப் பெண் சோமசேகரனைக் கண்டதும் புருஷருக்குத் தெரிந்தவர் யாரோ வந்திருக்கிறார் என்று நினைத்து உள்ளே சென்று தன் புருஷனிடம் யாரோ வந்திருப்பதாகத் தெரிவித்தாள். இதைக் கேட்ட அவள் புருஷன் வெளிவந்து சோம சேகரனைப் பார்த்து "தாங்கள் யாரோ தெரியவில்லையே? எந்த ஊர்? என்ன விசேசமாய் வந்தீர்கள்? என்று விசாரித்தான். அநுபவமில்லாமல் தாசிவீட்டைத் தேடிவந்த சோமசேகரன் முன்பின் யோசியாமல் இந்த வீடு தாசி வீடுதானே! சென்னைக் கானசபாவில் கச்சேரி செய்ய வந்த கானவதி வீடு இதுதானா? என்று கேட்டான். அவ்வார்த்தையைக் கேட்ட அவ்வீட்டுச் சொந்தக் காரனுக்கு அடங்காத கோபம் வந்து விட்டது. "முட்டாளே! எந்த வீட்டைப் பார்த்துத் தாசி வீடு என்றாய்? உன்னை என்ன செய்தால் தகும்?" என்று சொல்லிச் சோமசேகரன் கன்னத்தில் பளீர், பளீர் என்று நாலைந்து அறை அறைந்தான். அறைபட்டதும் சோமசேகரன் கண்களிலிருந்து பொல பொலவென்று கண்ணீர் உதிர்ந்தது. அடங்காத் துயரத்துடன் துக்கம்

பொங்கி எழுந்தது. "நம் நிலை என்ன? அந்தஸ்து என்ன? நம் நிலை தவறி வந்தமையால் அல்லவா இக்கதிக்கு ஆளாகும்படி நேரிட்டது. நம் கீழ் எத்தனை வேலை யாட்கள் இருக்கிறார்கள்? அவர்களில் யாரையாவது அனுப்பி அவள் வீட்டைத் தெரிந்துவரச் சொல்லாமல் போனோமே! நாம் அடிபட்ட விஷயம் நம் தகப்பனாருக்குத் தெரிந்தால் அவர் மனம் என்ன பாடுபடும்? இனி என்ன செய்வது? தாசி வீட்டிற்குப் போகிறவன் கதி இதுதான்" என்று நினைத்துக் கொண்டு "ஐயா! என்ன குற்றம் செய்ததற்காக என்னை அடித்தீர்கள்? தங்கள் சம்சாரம் வாசலில் நின்று பேசிய உல்லசாமான நிலையைக் கண்டே நான் தவறுதலாக நினைக்க நேர்ந்தது. நீங்களாவது என்னுடைய அறியாமைக்கு வருந்தி எனக்குப் புத்தி சொல்லி இந்த வீடன்று என்று சொல்லக்கூடாதா? தாசி வீதியில் தங்கள் சம்சாரம் இருந்த நிலை என்னை இப்படித் தூண்டியது. தங்கள் வீட்டிற்கு வரும்படியும் நேரிட்டது. இதற்காகத்தான் தங்கள் சம்சாரத்திற்குத் தக்க புத்தி சொல்லாமல் என்னை அடித்தீர்களே? இது நியாயமா?" என்றான். இதைக் கேட்டதும் அவனுக்குக் கொஞ்சம் வெட்கம் வந்துவிட்டது. இவரையடித்தது வெளிக்குத் தெரிந்தால் நமக்கு இரண்டு வகையில் அவமானம் உண்டாகும். ஆகவே இவரை மரியாதையாக அனுப்பி விட்டு நம் சம்சாரம் இனி சரியாயிருப்பதற்கு வேண்டுவன செய்ய வேண்டுமென்று சோமசேகரனிடத்தில் தான்டித்ததற்காக மன்னிப்புக் கேட்டுக்கொண்டு "தாங்கள் விரும்பிய தாசி வீட்டைக் காண்பிக்கிறேன் வாருங்கள்" என்றான்.

சோமசேகரன்: தாசி வீடும் வேண்டாம். வேசி வீடும் வேண்டாம். தாசி என்ற வார்த்தையைச் சொன்னதற்குக் கிடைத்த வெகுமதி போதும். இனித் தாசி வீட்டுக்கே போய்விட்டால் என்ன கிடைக்குமோ?" என்று சொல்லி சென்னைக்குத் திரும்பிப் போய்விட்டான்.

4
நகைப் பைத்தியமும் தெளிவும்

சோமசேகரனை அடித்த அவமானம் பொறுக்க மாட்டாதவனாய் அம்மனிதன் தனது சம்சாரத்தை அழைத்து 'உன்னால் நல்ல மனிதனை அடிக்கும்படி ஆயிற்றே. துணிமணிகளை நவநாகரிகமாய் ஆடம்பரத் தோடு அணிய எந்தப் பெண் ஆசை கொள்கிறாளோ அவர்களுக்கெல்லாம் இக்கெட்ட பெயர்தான் ஏற்படும். இயற்கையழகை விடுத்துச் செயற்கையழகு செய்து கொள்வதில் இருக்கும் நன்மையைத் தெரிந்து கொண்டாயா? நீ ஆடம்பரத்துடன் அலங்கரித்துக் கொண்டு வாசலில் நின்றதினால்தானே அறிமுகமில்லாத ஒரு மனிதனை அடித்தேன். அவனை அடித்த விவரம் விளம்பரப்பட்டிருந்தால் எல்லோருக்கும் கெட்ட பெயர் அல்லவா? அழகு செய்து கொள்வதை ஒரு அளவுக்குச் செய்துகொண்டால் இவ்வாறெல்லாம் ஏற்படுமா? நான் ஏதாவது சொன்னால் உனக்கு மூக்குக்கு மேல் கோபம் வந்துவிடுகிறது" என்றான்.

சம்சாரம் "நீங்கள் எதைச் சொன்னாலும் எனக்குக் கோபம் வரக்கூடாதுதான். நான் செய்த பாவம் தங்களுக்கு வந்து மாலையிட்டேன். நான் மட்டும் அழகாய்ச் சிங்காரித்துக் கொண்டால் தங்களுக்குப் பிடிக்காது. என்னைப்போன்ற பெண்களெல்லாம் 200 ரூபாய், 400 ரூபாய் சேலைகளை வாங்கி உடுத்திக்கொள்கிறார்கள். நான் 10 ரூபாய்த் துணி கட்டியிருக்கும்போதே நீங்கள் இப்படியெல்லாம் பேசுகிறீர்கள். நானும் மற்றவர் களைப்போல் இருந்துவிட்டால் தங்களைக் கையில்கூட

பிடிக்க முடியாது. புருஷர்களுடைய அனுமதியில்லாமல் ஏராளமான நகைகளைப் போட்டுக் கொண்டு ஊர் ஊராய்த் தேர் திருநாளுக்குப் போகிறார்கள். அந்த விசேச உற்சவங்களுக்குப் போய்விட்டு வந்ததும் அவர்கள் புருஷர்கள் எல்லாம் போய் வந்த விஷயங்களைக்கேட்டு சந்தோசப்படுகிறார்கள். அவர்கள் வந்த வழி அப்படி. நான் வந்த வழி இப்படி. என்னமோ என் தலையெழுத்து உங்களிடத்தில் வந்து துன்பப்படும்படி ஆய்விட்டது. எவனோ தாசி வீடு என்று கேட்டானாம், அதில் குடி முழுகிவிட்டதாகப் பேசினால் அதற்கு நான் என்ன செய்கிறது, உலகத்துப் பெண்களைப் பார்த்து நான் தலை குனியவேண்டியவளாய் இருக்கிறேன். கம்மல், அட்டிகை, கமலத்தோடு போன்ற உயர்ந்த நகைகளைத் தரித்திருக்கும் பெண்களுடைய புருஷர்கள் எல்லாம் இம்மாதிரி பேச மாட்டார்கள். என்னமோ இந்த நகை போட்டிருப்பது உங்கள் கண்ணைக் கரிக்கிறது. மாமி நாத்தியில்லாத வீட்டில் கொடுக்க வேண்டுமென்று எங்கள் அப்பா என்னை அருமையாய் வளர்த்துத் தங்களுக்குக் கொடுத்தார். என்னமோ வீணுக்கு அறுக்க வந்தவள் மாதிரி பேசுகிறீர்கள். இந்தக் கஷ்டங்களையெல்லாம் பார்க்காமல் எங்கோயவது தொலைத்து விட்டாலும் துன்பம் தீரும்” என்று சொல்லிக் கண்ணீர் விட்டு அழுதாள்.

இவற்றையெல்லாம் கேட்ட கணவன் “பெண்களைப் படிக்க வைக்கவேண்டுமென்று சொல்பவர்களை ஆழ்ந்த கருத்தில்லாதவர்களென்று நாம் நினைத்தது முட்டாள் தனமென்று இப்போதுதான் புலப்படுகிறது. படிப்பில்லாத ஓர் குற்றம்தானே நாம் சொல்வதில் நல்லது கெட்டது கூடப் பகுத்தறியாமல் பேசுகிறாள்” என்று நினைத்துச் சொல்கிறான்: “நான் சொல்வதைக்கேள்; எத்தனையோ நல்ல பெண்மணிகளின் பழக்க வழக்கம் உன் மனதிற்குப் படாமல், உலகமறியாப் பெண்களின் பழக்கம்தானா

உனக்குத் தோன்றவேண்டும்! தாசி என்றால் விபச்சாரம் செய்யும் தீயவழக்கமுடையவள் என்றுதானே உலகத்தார் கருதுகிறார்கள். ஆணாக இருந்தாலும், பெண்ணாக இருந்தாலும், உலகத்தாரிடம் நல்ல பெயர் எடுத்துப் புகழ் அடைய வேண்டாமா? ஜரிகைப்புடவைகளையும், ஏராளமான நகைகளையும் அணிந்து உற்சவாதிகளுக்குப் போகும் பெண்களின் பெருமை உன் மனதிற்குப்பட்டதே ஒழிய உலக அறிவைக் கற்ற பெண்கள் எத்தனையோ பேர்கள் இருக்கிறார்களே, அவர்கள் ஆயிரக்கணக்கான நகைகளைச் சுமை தாங்கிகள் மாதிரியா அணிகிறார்கள்? பட்டி மாட்டிற்கு மூக்குக் குத்திக் கயிறு போட்டுக் கட்டுவது மாதிரி பகுத்தறிவுள்ள பெண்மணிகளுக்கு மூக்கு காது முதலிய அவயங்களைக் குத்தி அங்கவீனப்படுத்தி அவமானங்கள் செய்கிறார்கள். அவைகளில் நகைகளைப் பூட்டுவதால் திருடர்கள் அவைகளை அறுத்துப் பிடுங்கிக் கொண்டு போகும் கொடுமைகளைக் கண்கொண்டு பார்க்க முடியவில்லை. மிருகத்திலும் கேவலமாகப் பெண்களை நினைத்துச் செய்கிறதை நீ உணராமல் பேசுகிறாயே. ஆங்கில நாட்டுப் பெண்களுக்குச் சொத்தில்லையா? அவர்கள் நகை அணிவதென்றால் அணியக்கூடாதா? அவர்கள் இந்நாட்டு பெண்கள் மாதிரி அநாவசியமான ஆபரண விகாரங்களைச் செய்து கொள்கிறார்களா? வட்டிக்குக் கடன்வாங்கி நகை பூட்டி அலங்கரித்து இறுதியில் கஷ்டப்படும் குடும்பங்களை நீ எத்தனையோ பார்த்ததில்லையா? பெண்மணிகளின் வீண் அலங்காரத்தை என்று ஒழிக்கிறார்களோ அன்றே இந்நாட்டின் தரித்திர நிலை நீங்கி விடுவதோடு ஒருவரை ஒருவர் பார்த்துப் போட்டி போட்டு அர்த்தமில்லாமல் அலங்கரிக்கும் பழக்கமும் ஒழிந்துவிடும், அப்போது குடும்பங்களில் உள் சண்டைகளும் புகையா. வாழ்க்கையின் நிலையும் புனிதப்படும். இதெல்லாம் தெரியாமல் பேசுகிறாயே! உனக்கு ஒரு சொம்பு தண்ணீர் கூடத் தூக்க முடியவில்லை, தொட்டதற்கெல்லாம்

ஆள்வேண்டியிருக்கிறது. அப்படியிருக்க நீ தரித்திருக்கும் நகைகளை எப்படித்தான் தூக்கிக்கொண்டிருக்கிறாயோ தெரியவில்லை. நன்றாய் யோசித்துப் பார்க்காமல் அவள் நகை போட்டிருக்கிறாள், இவள் நகை போட்டிருக்கிறாள், புருஷன் உத்தரவில்லாமல் ஸ்தல யாத்திரை செய்கிறாள் என்பது போன்ற அவசரப்பட்ட வார்த்தைகளை மேல்வாரியாகச் சொல்லாமல் உலகப் போக்கை ஆழ்ந்து கவனித்து முடிவு செய், உன் இஷ்டத்திற்கு நானும் நகை வாங்கி கொடுத்துவிட்டால், நாம் இருவருமே இனி ஒரு முடிவு செய்துகொள்ள வேண்டும். இதுவரையில் நம் இருவருடைய குடும்ப நிலையும் ஒருவாரிருந்தாலும் இனிக்கொஞ்சம் யோசித்து எல்லாக்காரியங்களையும் சிக்கனமாய் நடத்தலாம். இனிப் பழக்கமென்பதைக் கைவிட்டுக் கொஞ்சம் யோசித்துப் பார்ப்போம். அதற்கு உனது உதவியும் இருந்தால்தான் நடக்கும். உன் நகைகளுடைய பெறுமானத்தை நீயே சர்வ சுதந்தரத்துடன் அடைந்து கொள். ஆனால் இனி வீண் வேதாந்தம் பேசாதே."

சம்சாரம்: நீங்கள் சொல்லியதில் எனக்குப் புத்தி வந்து விட்டது. பழக்க வாசனையால் தாங்கள் சொல்லியவைகளுக்கு மறுப்புச் சொல்லி விட்டேன். இயற்கையான அழகை விடச் செயற்கை அழகில் யாதொரு பலனுமில்லை என்று ஏற்பட்டு விட்டது, நான் செய்த குற்றங்களுக்கு மன்னித்துக் கொள்ளுங்கள். தாசிகள் பிழைப்புக்குச் செய்து கொள்ளும் செயற்கை அலங்காரங்களை நான் செய்து கொண்டதால் ஒருவர் என்னையும் அப்படி நினைக்க ஏற்பட்டதோடு அவரும் அடிபட நேரிட்டது. இதற்கெல்லாம் நான்தான் காரண மென்பதை இப்போது உணருகிறேன், எவ்விஷயத்தையும், தாங்கள் சொன்னது போல் இதமாகச் சொன்னால் இதர பெண்களும் பிடித்துக் கொள்வார்கள். 'நல்ல மாட்டுக்கு ஒருசூடு, நல்ல பெண்ணுக்கு ஒரு வார்த்தை' என்பதுபோல்

தாங்கள் சொல்லிய புத்தி எல்லாம் எனக்குப் பட்டு விட்டது. இதோ என் நகைகள் - எல்லாவற்றையும் விற்று வட்டிக்குப் போட்டுவிடுங்கள். இவைகளிலிருந்து எனக்கு ஒரு சந்தேகம் உண்டாகிறது. அதைக் கொஞ்சம் சொல்ல வேண்டும்.

புருஷன்: அதென்ன சந்தேகம் சொல்?

சம்சாரம்: என்னை நகை போட்டுக் கொள்ளக் கூடாதென்றீர்களே, கோயிலில் இருக்கும் நம் தெய்வங்களெல்லாம் ஏராளமான நகைகளைப் போட்டுக் கொண்டு கலியாணம் காட்சி உற்சவம் செய்து கொள்ளுகின்றனவே இதன் காரணமென்ன? இவைகள் அப்படியே இருந்தால் உலகத்தின் வறுமை எப்படி நீங்க முடியும்?

புருஷன் கொஞ்சம் தெய்வபக்தி புடையவனாதலால் இக்கேள்விக்குப் பதில் சொல்ல முடியாதவனாய் யோசித்தான். இக்கேள்விக்கு விடையளிக்காவிட்டால் கழற்றிச் கொடுத்த நகையை மீண்டும் கேட்டு விடுவாளோ என்று பயந்து கொண்டு அவசியம் அதெல்லாம் ஒழிய வேண்டுமென்று சொல்லி விட்டு சம்சாரம் நகைகளைக் கொடுத்ததற்காகச் சந்தோஷப்பட்டான். பெண்களுக்கு நியாயத்தை எடுத்துப் புகட்டாமல் மிருகத்தனமாய் அடிப்பதினாலேயே அவர்கள் உண்மையை உணராமல் போய் விடுகிறார்கள். விஷயத்தை எடுத்து முறைப்படி போதிக்கும் பட்சத்தில் கண்டிப்பாய் உண்மையை உணர்ந்து கொள்வதோடு அதன்படியும் நடப்பார்கள், அவனுடைய சம்சாரத்திற்கு முரட்டுத்தனமில்லாமல் இதமாகச் சொல்லியதாலேயே எல்லா விஷயத்தையும் உணர்ந்து கொண்டதோடு அவனுக்குத் தெய்வத்தின் பேரிலிருந்த ஒருவித மூடநம்பிக்கை போகும்படியும் செய்து விட்டாள். இப்பொழுது தம்பதிகள் இருவரும் சந்தோஷத்துடன் குடும்பம் நடத்தி வருகிறார்கள்.

5
சோக்கில் மூழ்கிய சோமசேகரன் வரலாறு

காந்தா -கானவதி சென்னைக் கானசபாவில் நடத்திய சங்கீதக் கச்சேரியைப் பற்றியும், அவர்களைக் கண்டு மயங்கிய சோமசேகரன் கமலாபுரம் சென்று தடுமாறி அடிபட்டுச் சென்னை திரும்பியதைப் பற்றியும் நீங்கள் முன்பு படித்தீர்கள். அந்தச் சோமசேகரன் வரலாற்றைத் தெரிந்து கொள்ளுவது மிக முக்கியமானதால் அதை இங்கே விவரிக்கிறோம்.

தர்மபுரி ஜமீன்தார் ஜெயவீர கருணாகர துரைப்பாண்டிய ஐயன் அவர்களை அறியாதார் தமிழ் நாட்டில் வெகுசிலரே இருப்பார்கள். தர்மசிந்தை, தெய்வபக்தி, பிராமண விசுவாசம், புராணோதிகாச சாஸ்திர அபிமானம், தமிழ்ப் பற்று, முதலியவைகளில் தலைசிறந்து விளங்குபவர் நமது தர்மபுரி ஜமீன்தார். இவரைப் பாடிப் பரிசில் பெறாத புலவன் இல்லை. இவரிடம் தானம் வாங்காத பிராமணன் இல்லை. இவருடைய சமஸ்தானத்தில் அன்ன சத்திரங்களுக்குப் பஞ்சமில்லை. ஏராளமான தேவாலாயங்கள் உண்டு. அவைகளில் முறைப்படி நித்திய நைமித்திக பூஜைகளும் திருவிழாக்களும் தவறாமல் சிறப்பாக நடைபெற ஜமீன்தார் ஏற்பாடு செய்திருந்தார். ஆலயங்கள் தோறும் வேதபாடசாலைகளும் தேவாரப் பாடசாலைகளும் ஏற்படுத்தி அவைகளுக்கு மானியங்களும் விட்டிருந்தார். சதா சர்வகாலமும் புராணப் படங்களும் கதா காலட்சேபங்களும் சமஸ்தானமெங்கும் நடைபெற்ற

வண்ணமாகவே இருக்கும். சுருங்கச் சொன்னால் மநுநீதிக்கும் வைதிக சம்பிரதாயங்களுக்கும் தாயகமாய் விளங்குவது தர்மபுரி சமஸ்தானம் என்றே சொல்ல வேண்டும். ஜெயவீர கருணாகர துரைப்பாண்டிய ஐயனது சபைக்குச் தினந்தோறும் பிராமணர்கள் சென்று “புத்திர பௌத்திரராய் அஸ்ட ஐசுவரியங்களும் உண்டாக வேணும்” என்று ஆசீர்வதித்து வருகிற வழக்கமும் நடந்து வந்தது. இதற்குச் சன்மான திட்டங்களும் நமது ஜமீன்தார் வகுத்திருந்தார். பிராமண ஆசீர்வாதமில்லாமல் மகாராஜா ஒருநாளும் இருக்கமாட்டார். தற்கால சட்டசபைகளும், கமிட்டிகளும், எலக்ஷன்களும் பட்டம் பதவிகளும் நமது ஜமீன்தாரை அசைக்கவில்லை. அவைகளுக்கும் அவருக்கும் வெகுதூரம். இவருடைய தவப்புதல்வன் தான் சோமசேகரன். ஜமீன்தாருக்கு ஏகபுத்திரன். ஜமீன்தார் பரம வைதீக சிகாமணியாக விளங்கினாலும் எப்படியோ தம் மகனுக்கு ராஜாங்க பாஷையாகிய ஆங்கிலம் கற்பிக்க வேண்டும் என்ற ஆவல்மேலிட்டது. முதலில் அரண் மனையில் ஒரு பிராமண ஆசிரியரை நியமித்து ஆங்கிலம் கற்பித்தார். பிறகு உள்ளூர் உயர்தரக் கலாசாலையில் சேர்த்து ஸ்கூல் பைனல் பரிட்சையிலும் தேர்ச்சி பெறுமாறு செய்தார். இண்டர்மீடியட் வகுப்பில் படிக்கச் சென்னைக்கு மகனை அனுப்ப வேண்டும் என்பது ஜமீன்தார் உத்தேசம். இதை அவருடைய மனைவியாராகிய விஜயலட்சுமி தேவியாரிடம் தெரிவித்தார். விஜயலட்சுமி தேவியார் ஜமீன்தாரைப்போலவே பழைய ஆசார சம்பிரதாயங்களில் மிகுந்த பற்றுள்ளங் கொண்டவர்; எனினும் இயற்கையான புத்திக்கூர்மையும் உலகா னுபவமும் வாய்ந்தவர். ஒரே மகனான சோமசேகரனை உயிராகப் போற்றி வளர்ப்பவர். மகனைச் சென்னைக்கு அனுப்பும் உத்தேசத்தை ஜமீன்தார் வெளியிட்டவுடன் அந்த அம்மையார் ஒப்புக்கொள்ளவில்லை. இப்போதுள்ள ஆங்கில அறிவே போதும் என்பது அம்மையார் எண்ணம். மேலும் பட்டினத்துக்குப் போனால் பையன் கெட்டு

விடுவான் என்றும் அஞ்சினார். ஜமீன்தார் ஆங்கிலக் கல்வியால் வரும் மதிப்பையும், மரியாதையையும் பற்றி எவ்வளவு எடுத்துச்சொல்லியும் விஜயலட்சுமி தேவியார் கேட்கவில்லை. இதனால் மனவருத்தங்கொண்ட ஜமீன்தார் "பெண்புத்தி பின்புத்தி" என்பது சரியாகவே உன்னிடம் கண்டுகொண்டேன் என்று வையத் தொடங்கினார். உடனே "கோபித்துக்கொள்ளாதீர்கள். பெண் புத்தி பின்புத்தி என்பது உண்மைதான்; பின்னால் வரும் விசயத்தை நன்கறிந்து தைரியமாய்ச் சொல்லுவது பெண்களே. தாங்கள் பெண் புத்தியை மதிக்காமல் இழிவாய்ச் சொல்வதைப் பற்றி எனக்கு வருத்தமில்லை. ஆனால் தற்காலம் ஆங்கிலம் படித்தவர்கள் தங்கள் கவனத்தை எதில் செலவு செய்கிறார்கள்? தாசி வீடு, சீமைச்சரக்கு, எலக்சன் போன்றவைகளில் லட்சக் கணக்காய் விரயம் செய்கிறார்களே; இதில் ஏதேனும் பெருமையுண்டா? அதைப் போல் நம் புதல்வனும் ஆரம்பித்துவிட்டால் நம் சமஸ்தானத்தின் கதி என்னவாகும்? இவையெல்லாம் யோசித்தே பயப்படுகிறேன்" என்றார் தேவியார்.

இதைக் கேட்ட ஜமீன்தார் "நம் புதல்வனுக்குக் கெட்ட பழக்கம் எங்கிருந்து வரும்? அவனை ஹாஸ்டலில் சேர்க்கப் போகிறோம். அங்கு எவ்வளவு பந்தோபஸ்து தெரியுமா? நாம் கூடப் பிள்ளைகளை அவ்வளவு ஜாக்கிரதையாய் கவனிக்கமாட்டோம். இரவு 8 மணிக்கு ஹாஸ்டலில் எல்லாப் பையன்களையும் ஆஜர் பார்த்து வெளிக்கதவை மூடிவிடுவார்கள். அங்குக் கெட்ட பழக்கம் வருவதற்கே வழியில்லை. இதெல்லாம் கவனிக்காது சொல்லுகிறாயே! பெண் புத்தியைக் கேட்டால் ஒன்றும் நடவாது என்பது உன் வார்த்தைகளிலிருந்து வாஸ்தமாகி விட்டது. நல்லது கெட்டது தெரியாமல் எல்லாம் தெரிந்தவள்போல் புத்தி புகட்டக் கிளம்பிவிட்டாயே. நான் உன்னைப் பெரிதாக மதித்துக் கேட்டதற்கு உங்கள்

இஷ்டம் போல் செய்து விடுங்கள் என்று சொல்லாமல் புத்தி சொல்கிறாயே; உன்னை இந்த விஷயத்தில் யோசனை கேட்டதே பிசகு. நமது புதல்வன் எவ்வளவு கெட்டவர்களிடத்தில் சேர்ந்தாலும் அவர்களைத் திருத்தப் பார்ப்பானே ஒழிய அவன் ஒருகாலும் கெடமாட்டான். நாளைக்கே தம்பியைச் சென்னைக்கு அனுப்பிவிட்டு மறுவேலை பார்க்கிறேன். கொஞ்சம் தாமதமாய் அனுப்புவோமென்றிருந்தால் நீ பிள்ளையைக் கெடுத்து விடுவாய் என்று நினைக்கிறேன்'' என்று ஆவேசத்தோடு ஒரு பிரசங்கம் செய்தார்.

பெண்கள் வருங்காலத்தைச் சொல்லிப் புத்தி புகட்டினாலும் பெண்களின் கூர்மையான புத்தியை ஆண்கள் மதிப்பதில்லை. இது பழக்க வழக்கத்தில் வந்து விட்டபடியால் அவர்கள் பேரில் குற்றம் சொல்வதில் யாது பயன் என்று நினைத்துக் கொண்டு தேவியார் நான் சொன்னதைப் பெண் சொன்னாள் என்பதால் புறக் கனித்தீர்களே யல்லாது அதில் உள்ள நன்மை தீமைகளைக் கவனிக்க வில்லையே!

"எப்பொருள் யார்யார்வாய்க் கேட்பினும் அப்பொருள்
மெய்ப்பொருள் காண்ப தறிவு''

என்ற முன்னோருரையைக் கூட கவனிக்காமல் பேசுகிறீர்கள். தங்கள் இஷ்டம்போல் எப்படியாகிலும் செய்யுங்கள்'' என்று சொல்லி எழுந்து போனார்.

ஜமீன்தார், மறுதினமே புதல்வன் சோமசேகரனுக்கு வேண்டியவைகளைத் தயாரித்துவிட்டார். நகரத்திலுள்ள கோவில்களுக்கெல்லாம் புதல்வன் பேருக்கு அர்ச்சனை செய்ய முன்னேற்பாடு செய்திருந்தபடி எல்லாத் தேவாலயங்களிலிருந்தும் விபூதிப் பிரசாதங்களோடு அர்ச்சர்களும் நகரத்திலுள்ள பழுத்த வைதீக பிராமணர்களும் அரண்மனைக்கு வந்துவிட்டார்கள். எல்லாரும் ஆசீர்வாதம் செய்தபிறகு தாயாரிடத்திலும்

சொல்லிக்கொள்ள விடாமல் சோமசேகரனை அழைத்துக்கொண்டு சென்னைக்குப் புறப்பட்டுப் போய்ச்சேர்ந்தார். ஜமீன்தார் சென்னைப் பிரசிடென்சி கல்லூரியில் புதல்வனைச் சேர்த்தார், தனி ஜாகையில் வைத்தால் கெட்டுவிடுவானென்று ஹாஸ்டலில் சேர்த்து விட்டதோடு, ஹாஸ்டல் மேற்பார்வையாளர் முதல் காவல்காரன் வரையில் சோமசேகரனைப் பாதுகாத்துக் கொள்ளுமாறு சொல்லித் தக்க ஏற்பாடுகளைச் செய்து விட்டு ஊருக்கு வந்துவிட்டார். அதேபோல் எல்லாரும் சோமசேகரனைக் கவனித்தார்கள். சோமசேகரனும் படிப்பதையே குறியாகக் கொண்டிருந்தானே ஒழிய யாரையும் ஏறிட்டுப் பார்ப்பது பேசுவது கூட இல்லை. படிப்புண்டு தான்உண்டு என்றிருந்தான்.

சுப்பிரமணியன் விசுவநாதன் என்ற இரு பிராமணப் பையன்கள் சோமசேகரன் அறைக்குப் பக்கத்து அறையிலிருந்து படித்துக் கொண்டிருந்தார்கள். அவர்கள் சங்கீதப் பயிற்சியுடையவர்களாதலால் படித்த நேரம் போக சங்கீதம் பாடிக்கொண்டிருப்பது வழக்கம். ஒரு நாள் இவ்விரு பிராமணப் பையன்களும் சோமசேகரனைப் பார்த்து பின்வருமாறு கேட்கலானார்கள். "என்ன சோமசேகரா! எங்களுடன் பேசமாட்டேன் என்கிறாயே; பள்ளிக்கூடத்தில் நாம் வித்தியாசம் பாராட்டலாமா? நீயும் நாங்களும் வெவ்வேறு ஊராயிருந்தாலும் பள்ளிக்கூட வாழ்க்கை ஒரே இடத்தில் நம்மை சேர்த்திருப்பதை மறந்து ஒரு மாதிரியாயிருப்பது எங்களுக்கு மிகுந்த வருத்தத்தைக் கொடுக்கிறது. நாம் ஒருவக்கொருவர் துணைவராய் இருக்க வேண்டாமா? எங்களிடத்தில் ஏதாவது உனக்கு வித்தியாசமிருந்தாலும் சங்கீதத்தில் கூடவா வித்தியாசம்? நாங்கள் பாடும்போதாகிலும் எங்கள் அறைக்கு வந்து சங்கீதம் கேட்கக்கூடாதா?" என்றார்கள். இந்த வார்த்தைகளைக் கேட்ட சோமசேகரன் "நான் படிக்க வந்திருக்கிறேனே ஒழிய சங்கீதம் கேட்க வரவில்லை.

இன்று உங்கள் சங்கீதம்தானே என்று கேட்டால் நாளை டிராமா பார்க்கவும், எங்காவது சங்கீதக் கச்சேரி நடந்தால் அவ்விடங்களுக்குப் போகவும் சொல்லும். இதன்மூலம் பல கெட்ட வழிகளிலிலும் மனம் நாடுவதற்குச் சந்தர்ப்பம் ஏற்படும். படிப்பதில் மனம் நாடாது. அதனால் தான் யாருடைய சிநேகமும் கூடாதென்றிருக்கிறேன். ஆதலால் இம்மாதிரியான காரியங்களுக்கு என்னை அழைக்காமலும், பேசாமலிருக்கும் படி தங்களிருவரையும் கேட்டுக் கொள்கிறேன்'' என்றான்.

சுப்ரமணியனும் விசுவநாதனும் என்ன இந்த முட்டாளுக்குச் சங்கீத ஞானமில்லையே! நம்மை எவ்வளவு கேவலமாயும் தன்னை எவ்வளவு புத்திசாலியாயும் நினைத்துப் பேசிவிட்டான். நம்மோடு சேருவது கெட்ட சகவாசமென்றால் நாம் கெட்டவர்களா? இருக்கட்டும். இவனை எப்படியாவது நம் வழிக்குத் திருப்பவேண்டும் என்று முடிவு செய்துகொண்டனர். மறுநாள் மாலையில் கடற்கரையில் சுப்ரமணியன் உபதேசம் செய்யத் தொடங்கினான். "சங்கீதம் கேட்டால் கெட்டுப்போவதாய் நீ சொன்னதிலிருந்து உன் விஷயத்தில் வருத்தப்பட்டேன் உன்னைப்போல் நாங்களும் படிக்க வந்தவர்கள்தான். நீ எங்களோடு சேர வேண்டாம். நான் சொல்வதைக் கேட்டாலும் சரி, கேட்காவிட்டாலும் சரி. என் கடமையை செய்துவிட்டுப் போகிறேன். சங்கீதம் கேட்டால் கெட்டுப்போவதாய்ச் சொன்னாய்; சங்கீத ஞானமில்லாதவனுக்கு மோட்சமில்லை என்ற சாஸ்திர நீதி உனக்குத் தெரியுமா? என்ன படித்தாலென்ன? எவ்வளவு சொத்திருந்தாலென்ன? கடவுள் பக்தி ஒருவனுக்கு இல்லையென்றால் அவனுக்கு நரகம் கிடைக்குமென்பது சாஸ்திரம். நாங்கள் பல சாஸ்திரங்களைப் படித்தபின்பு தான் கடவுளை ஸ்தோத்தரிக்க வேண்டிச் சங்கீதம் கற்றுக்கொண்டோம். சமாகானத்தில் இராவணன் மேலான வரங்களைப் பெற்றதோடு கடவுள்

பாதாரவிந்தமு மடைந்தான். ஆகவே உனக்குச் சங்கீத ஞானமிருந்தால் படிக்கக்கூடவேண்டுமா? கடவுள் கடாட்சமிருந்தால் படிக்காவிட்டாலும் பாசாகிவிடாதா? நாங்கள் தெரியாமலா சங்கீதம் கற்றுக்கொண்டோம்? எங்கள் பிராமணச் சாதியில் அதிகம் பேர் படித்திருப்பதற்குக் காரணம் கடவுள் கடாட்சம் தானே? ஏதோ பக்கத்து அறையிலிருக்கும் நண்பனாயிற்றே என்று சொன்னேன். கேட்டால் கேள். இல்லாவிட்டால் உன் இஷ்டப்படி நடந்துகொள்." வைதிக குடும்பத்தில் பிறந்து வளர்ந்த சோமசேகரன் என்ன செய்வான்? பிராமணப் பையன்கள் சொல்லியதால் அது வாஸ்தவமாய் இருக்குமென்று நம்பினான். நம் தகப்பனார் தெரியாமலா பிராமணர் களுக்கு ஏராளமான பூரிதட்சணை கொடுத்து அவர்கள் ஆசிர்வாதம் பெறுகிறார்! நம் ஊரில் தினம் ராமாயண பாரத கலாசேட்பமெல்லாம் புத்தியில்லாமலா நடத்து கிறார்கள்? இவர்கள் சொல்லியதெல்லாம் சரியாகத் தானிருக்கு மென்று அவனுடைய தொட்டில் பழக்கம் வந்து விட்டது. விசுவநாதனையும் சுப்பிரமணியனையும் பார்த்து "சுவாமிகளே இன்று முதல் எனக்குச் சங்கீதம் கற்றுக்கொடுங்கள். கடவுள் கிருபையிருந்தால் போதும். அவர் கிருபையிருந்தால் பாசாகட்டும்" என்று சொல்ல ஆரம்பித்து விட்டான்.

சுப்பிரமணியன் இப்பெரும் சாமர்த்தியம் செய்ததைப்பற்றி விசுவநாதனிடத்தில் தனிமையில் புகழ்ந்து கொண்டான். இனி நாம் எதைச்சொன்னாலும் சோமசேகரன் தட்டமாட்டான். நமக்கு வேண்டிய செலவிற்குக்கூட அவனிடத்தில் வாங்கிக் கொள்ளலாம். தட்டாமலும் கொடுப்பான் என்று சொல்லி மகிழ்ந்தான். அன்று முதல் சோமசேரகனுக்குச் சங்கீதம் சொல்லிக் கொடுத்து வந்தான். சோமசேகரனும் கடவுள் பக்தி மேலிட்டுப் போய் சங்கீதத்தையே குறியாகக்கொண்டு படிப்பதை அடியோடு நிறுத்திவிட்டான். இவனுடைய

மனோநிலையைப் பற்றி விசுவநாதனும், சுப்பிரமணியனும் ரகசியமாகப் பரிகசித்து வந்தார்கள். இவ்விருவரும் சோமசேகரனுக்குக் குலதெய்வங்களாவிட்டார்கள். சென்னையில் நடக்கும் சுதா காலசேட்பங்கள் - சங்கீதக் கச்சேரிகள் - சினிமாக்கள் - டிராமாக்கள் ஒன்றையும் பார்க்காமல் விடுவதில்லை. சோமசேகரன் நிலைமை அடியோடு மாறிவிட்டது. நாகரிக சோக்குகளில் மூழ்கி விட்டான். இந்த நிலைமையில்தான் காந்தா-கானவதியின் சங்கீதக் கச்சேரிக்கு வந்தது.

தர்மபுரி இளைய ஜமீன்தாரை நமது ஜெயவீர சோமசேகர துரைப் பாண்டிய ஐயன், காந்தா-கானவதிகளின் மயக்கத்தில் உழன்று, கமலாபுரம் சென்று, மானபங்கப்பட்டுச் சென்னை சேர்ந்த பிறகு பரீட்சையில் தேர்ச்சி பெற வேண்டுமே என்ற கவலையில் மூழ்கினான். பரிட்சையோ நெருங்கிவிட்டது. படிக்கப் போதிய காலமில்லை. எனவே எல்லாப் பாரத்தையும் கடவுள் தலையில் போட்டு விட்டுத் தோத்திரங்களைச் செய்து கொண்டிருந்தான். எத்தனையோ தெய்வங்கட்கு மலை மலையாய்ச் செய்வதாய் ஏராளமான பிரார்த்தனைகளைச் செய்தான். கடைசியில் எல்லாத் தெய்வங்களும் சோமசேகரனை ஏமாற்றிவிட்டன. பரீட்சையில் தேர்ச்சி அடையவில்லை. இதை அறிந்த சோமசேகரன் அடங்காத ஆத்திரங்கொண்டான். வந்தனை செய்த கடவுள்களை யெல்லாம் நிந்தனை செய்யத் தொடங்கினான். கடவுளும் தெய்வமும் இந்த வேலையைச் செய்வதானால் நாம் சென்னைக்கு வருவானேன்? நாம் கவலையுடன் படித்திருந்தால் பரீட்சையில் தேறியிருப்போமல்லவா? "முயற்சியுடையார் இகழ்ச்சியடையார்" என்றபடி முயற்சியை விட்டுக் கடவுள்களையும் தெய்வங்களையும் கட்டி அழுது கிடைத்த பலன் இது தானா? நான் இந்நிலை அடைந்ததற்கு விசுவநாதன் சுப்பிரமணியனாகிய பார்ப்பனர்களே காரணம். கடவுள் செய்வதென்றால்

இங்கே செலவு செய்ததை எல்லாம் ஊரில் இருந்தபடியே காணிக்கை செலுத்திக் கல்வி வரம் வாங்கியிருக்கலாமே! இவை எல்லாம் வீண் கனவு என்பது இப்பொழுது புலனாகிறது. கடவுளுக்கு இந்தச் சக்தியிருந்தால் நம்மைச் சிருஷ்டிக்கும்போதே கல்வியுடையவனாகச் சிருஷ்டித் திருக்கமாட்டாரா? கடவுளை நம்பியதால் முயற்சியை இழந்து பரீட்சையில் வெற்றி பெறாமல் பார்ப்பனர்கள் பார்த்து எள்ளி நகையாடும்படியாகிவிட்டது. நம் தகப்பனார், தாயார் வார்த்தையைக் கேளாது இங்குச் கொண்டுவந்துவிட்டாரே! அவர் நம்மைக் கண்டால் என்ன நினைப்பார்? இனி என்ன செய்வது? சகபாடி நண்பர்கள் எல்லாம் நம் உண்மையைத் தெரிந்து கொள்வதற்கு முன்பே ஊருக்குப் போய்விட வேண்டும். அல்லது வேறு எங்காவது போய்விட வேண்டுமென்று முடிவுசெய்து கொண்டிருந்தான்.

சென்னையில் சோமசேகரன் சரியானபடி படிக்காமல் சகவாச தோஷத்தால் கெட்டு அலைவதையும், அதன் பயனாய்ப் பரீட்சையில் தேர்ச்சி அடையவில்லை என்பதையும் எப்படியோ ஜமீன்தார் அறிந்து கொண்டார். உடனே சென்னைக்கு வந்து, உண்மை நிலையை அறிந்து வருந்தி, அவனை ஊருக்கு அழைத்துச் சென்றார்.

விஜய லட்சுமி தேவியார் பையனின் நிலைகளைத் தெரிந்துகொள்ளாமல் கணவர் சொல்லியவைகளைக் கேட்காது பெருமைக்கு ஆசைப்பட்டுச் சென்னைக்கு அனுப்பியதால் இப்படியெல்லாம் சம்பவித்தன என்று எண்ணினார். மன வருத்தமுற்றிருக்கும் ஜமீன்தாரிடம் இதெல்லாம் சொன்னால் புண்ணில் கோல் கொண்டு குத்துவதுபோலிருக்கும். ஆகவே ஒன்றும் சொல்லாமல் இனி மேல் ஆக வேண்டிய காரியங்களை ஆலோசனை செய்தார். மகனுக்கு மணம் செய்துவிடுவது உத்தமம் என்ற முடிவுக்கு வந்தார். ஒருநாள் மனக்கிலேசமடைந்திருக்கும் கணவனிடம் "இனி ஏன் கவலைப்படுகிறீர்கள்? நடந்தது

நடந்துவிட்டது, வருத்தப்படுவதால் வருவதொன்று மில்லை, நமது புதல்வன் "இனி நல்ல நிலைமைக்கு வரவேண்டுமானால் தாமதமின்றிக் கலியாணத்தைச் செய்துவிடுங்கள். நமது சமஸ்தானமும், புதல்வனும் நல்ல நிலைமை அடையவேண்டுமானால் நான் குறிப்பிடும் பெண்ணைத் திருமணம் செய்வதற்கு எற்பாடு செய்யுங்கள். அப்பெண்ணைக் கலியாணம் செய்தால் நாம் எவ்வளவோ மேன்மையடையலாம்" என்றார். ஜமீன்தார் "எந்தப் பெண்ணைச் செய்ய வேண்டும்?" என்று கேட்டார். விஜயலட்சுமி தேவி "சொர்ணபுரி ஜமீன்தார் ஏக புத்திரியான ஞானசுந்தரிதான் எல்லாரிலும் சிறந்த பெண். அழகிலும், குணத்திலும், கல்வியறிவிலும் மிகச் சிறந்தவள்; நம் புதல்வனை அன்புடன் பராமரிப்பவள். கல்வியில்லாத பெண்ணை விவாகம் செய்துகொண்டு கஷ்டப்படுவதை விட கல்வியறிவு நிறைந்த ஞானசுந்தரியைத் திருமணம் புரிவதால் எவ்வளவோ நன்மையுண்டு. நாளைக்கே அவ்விடம் சென்று முடிவு செய்துவிடுங்கள்" என்றாள்.

ஜமீன்தார்: நீ சொல்லுவதெல்லாம் சரிதான்; சொர்ணபுரி ஜமீன்தார் சீர்திருத்த கொள்கை உடையவர். அவர் கொள்கைக்கும், நம் கொள்கைக்கும் எவ்வளவோ வித்தியாசம் இருக்கிறதே; ராஜிய விசஷயத்திலும் அப்படியே அவருக்குத் தர்ம சிந்தனை என்பதே கிடையாது. அன்ன சத்திரம், ஆலயம் முதலியவற்றை எடுத்துவிட்டு அவற்றைக் கல்வி நிலையங்களாகவும், தொழிற்சாலைகளாகவும் செய்து விட்டார். நாம் செய்யும் தர்மங்களை எல்லாம் நிந்திக்கிறார். இப்படியிருக்க அவரிடத்தில் நாம் எப்படிப் பெண் கேட்பது! அப்படிக் கேட்டாலும் அவர் நமக்குப் பெண் கொடுப்பாரா? ஆதலால் அது விஷயத்தில் எனக்கு இஷ்டமில்லை.

விஜயலட்சுமி: தாங்கள் சொல்வது நன்றாயிருக்கிறது! அவருக்கா தர்ம சிந்தனையில்லை? ஜனங்களின் அறிவை அபிவிருத்திசெய்து எல்லா மக்களும் சேமமாயிருக்கும்

படியான தர்மங்களை அவர் செய்துவருகிறார். தாங்கள் செய்யும் தர்மங்களெல்லாம் சோம்பேறிகளை அபிவிருத்தி செய்கின்றன. நன்றாய் யோசனை செய்து பாருங்கள்.

ஜமீன்தார்: நீ எவ்வளவு சொன்னாலும் அவர் செய்கை எனக்குப் பிடிக்கவில்லை. ஜாதி மதமெல்லாம் ஒன்றாகவேணும் என்கிறார்; எல்லாரும் சமம் என்கிறார்; எல்லாரும் படித்துவிட்டால் வேலைக்காரர்கள் வேண்டாமா? அப்படிப் படித்தவர்கள் நமக்கு அடங்கி நடப்பார்களா? நம் முன்னோர்கள் முட்டாள்களா? சில ஜாதிகள்தான் படிக்கலாம்; மற்றவர்கள் படிக்க கூடாதென்று ஏற்படுத்தியிருப்பதில் உண்மையில்லாமலா செய்திருக் கிறார்கள்? தெரியாத்தனமாய் அவர் செய்யும் காரியங்களை மெச்சிக்கொள்கிறாயே.

விஜயலட்சுமி: கல்விக்கும் வேலைக்கும் என்ன சம்பந்தம்? சொர்ணபுரியில் இப்பொழுது வேலை செய்யாமலா இருக்கிறார்கள்? அங்கே படிப்புடன் கூடியவர்கள் வேலைகளைச் செய்வதால் எல்லாம் திறமையாக நடைபெறுகின்றன. இப்போது படித் திருப்பவர்களெல்லாம் அவர்களுக்கு மேம்பட்டவர் களிடம் அடங்கி நடக்காமலா வேலை செய்கிறார்கள்? எல்லாரும் படிக்கும் சொர்ணபுரியில் என்ன வேலை நடக்கவில்லை? விளைபொருள்கள் அங்கு உற்பத்தி யாவதில் அதைவிட அதிக நிலம்படைத்த உங்களுக்கு நாலில் ஒரு பங்குகூட விளையவில்லையே! அங்கு நடக்கும் தொழில்கள் எவ்வளவு என்பதைக் கவனித்தும் பாருங்கள்... தருமமே உருவாயமைந்ததாகச் சொல்லப்படும் முன்னோர்கள் வழக்கத்தைக் கடைப்பிடித்தொழுகும் தங்கள் தேசத்தின் வளத்தையும் பாருங்கள். இதைப்பற்றிப் பேசினால் தங்களுக்கு அதிக வருத்தம் வரும். நான் சொன்னபடி அந்தப் பெண்ணையே முடியுங்கள்.

ஜமீன்தார்: சரி. நீ ஒரே பிடிவாதம் செய்தால் நான் தட்டாமல் போகிறேன்; நாம் செய்யும் தருமங்களைப்பற்றி

அவர் ஏதாவது கேவலமாகப் பேசினாலும், கேட்டாலும் அந்தப் பெண் வேண்டியதில்லை என்று வந்து விடுவேன்.

விஜயலட்சுமி: அவர் ஏதாவது சொன்னால் அதன்படி தாங்கள் நடக்கவேண்டாம். அதற்காக நல்ல புத்தியுள்ள பெண்ணை வேண்டாமென்று சொல்வதில் என்ன பலனிருக்கிறது?

ஜமீன்தார்: சரி, எப்படியோ போய்ப் பார்க்கிறேன் என்று சொல்லிவிட்டு உடனே பிராமணரை அழைத்து நல்ல நாள் பார்த்துப் பெண்கேட்கப் புறப்பட்டுச் சென்றார்.

6

சோபிதம் தவழும் சொர்ணபுரி சமஸ்தானம்

சொர்ணபுரி ஜமீன்தார் திக்விஜய மார்த்தாண்ட தேவ பூபதி மஹாராஜாவைப் பற்றியும், அவருடைய சமஸ்தான நிர்வாகத்தைப் பற்றியும் பத்திரிகை படிக்கும் சகோதரி சகோதரர்கள் நன்கு அறிந்திருப்பார்கள் என்பதில் ஐயமில்லை. சொர்ணபுரி ஜமீன்தார் தமிழில் நல்ல பாண்டித்யமும், ஆங்கிலத்திலும் விவகார ஞானமும் படைத்தவர். முற்போக்கான சீர்திருத்தக் கொள்கை கொண்டவர். ஜஸ்டிஸ் கட்சியின் ஆரம்பகாலத்தில் அதற்கொரு தூண் போல் விளங்கினார். தம்முடைய சமஸ்தான எல்லையிலும், ஜில்லாவிலும் ஜஸ்டிஸ் கட்சியின் திட்டங்களைப் பிரசாரம் செய்வதில் முனைந்து நின்று பேரும் புகழும் பெற்றிருந்தார். இவர் பல ஆண்டுகள் தொடர்ச்சியாகத் தாலூகா - ஜில்லா போர்டுகளின் அங்கத்தினராகவும், தலைவராகவும் விளங்கி அரிய ஊழியம் செய்திருந்தார். சென்னைச் சட்டசபையில் இவர் அங்கம் வகித்து விவசாயிகளின் பங்காளராகத் தொண்டு செய்து மற்ற ஜமீன்தார்களுக்கெல்லாம் ஒரு சிறந்த ஆதர்ச புருஷராய் - வழிகாட்டியாய் விளங்கினார். நமது சமூகத்திலுள்ள பொருளற்ற மூடப்பழக்க வழக்கங்களை யெல்லாம் அடியோடு தொலைக்க வேண்டும் என்பதில் சொர்ணபுரி ஜமீன்தார் அளவு கடந்த ஆர்வங் காட்டிவந்தார். சுயமரியாதை இயக்க ஆரம்பகாலத்திலும் இவர் அதில் முக்கிய பங்கெடுத்துக் கொண்டிருந்தார் என்பதை இங்கே குறிப்பிடாமல் இருக்க முடியவில்லை.

நமது சமஸ்தானத்திலுள்ள கோவில்களில் அநேக சீர்திருத்தங்களைச் செய்தார். தேர் - திருவிழாக்களில் சர்வசாதாரணமாய் நிகழக்கூடிய தேவதாசிகளின் சதிர்க்கச்சேரிகள் வாணவேடிக்கைகள் போன்ற அநாவசிய ஆடம்பரங்களை ஒழித்துவிட்டார். அத் திருவிழாக்களில் தத்துவ அறிஞர் மகாநாடுகள், சமூக சீர்திருத்த மகாநாடுகள், தமிழ் மகாநாடுகள் போன்ற பயன்தரத்தக்க சபைகள் நடைபெற ஏற்பாடு செய்திருந்தார். கைத்தொழில் விவசாயப் பொருட்காட்சிகளுக்கு ஏற்பாடு செய்திருந்தார். அவ்வத் துறையில் சிறந்து விளங்கும் அறிஞர்கள் விஜயம் செய்து மேற்படி மகாநாடுகளை அலங்கரித்துப் பிரசங்கங்களைச் செய்வார்கள். சமஸ்தானப் பிரஜைகள் மாத்திரமில்லை - தூரப் பிரதேசங்களிலுள்ள மக்களும் வந்து பயனடைவார்கள். மற்ற ஜில்லாக்களிலுள்ள சமூகத் தொண்டர்கள் சொர்ணபுரி சமஸ்தானத்தில் நடைபெறும் அறிவுத் திருவிழா வைபவங்களை ஜனங்களுக்கு எடுத்துக் காட்டி ஆங்காங்கு அர்த்தமற்ற முறையில் நடைபெற்றுக் கொண்டிருக்கும் தேர் திருநாட்களைக் கண்டிப்பது வழக்கமாயிருந்தது.. பரம்பரையாக நடைபெற்றுக் கொண்டிருப்பனவும், ஏராளமான மானியங்கள் உள்ளனவும், பிராமண அன்ன சத்திரங்களையெல்லாம் ஜமீன்தார் பிச்சைக்கார விடுதிகளாகவும், அநாதைப் பெண்கள் சரணாலயங்களாகவும், ஏழை மாணவர் விடுதிகளாகவும் மாற்றி விட்டார். கோவில் மடங்கள் முதலியவற்றின் நிர்வாகப் பொறுப்புக்களை சமஸ் தானத்திற்கே சேர்த்து விட்டார். நியாயமான செலவு போக மீதமாகும் கோயில் - மட வருமானங்களையெல்லாம் வைத்தியசாலைகள், கைத்தொழிற் கல்விச் சாலைகள், தமிழ்க்கலாசாலைகள் முதலியவற்றை நிர்வகிக்க ஒதுக்கியிருந்தார்.

சொர்ணபுரி ஜமீன்தார் மேற்கெண்ட ஒவ்வொரு சீர்திருத்த வேலைக்கும் பிராமணர்கள் முட்டுக்கட்டை

போட்டுக்கொண்டிருந்தார்கள். வைதிக பிராமணர்கள் சாஸ்திரம் போச்சு, சமயம் போச்சு, கடவுள் போச்சு என்று கூச்சல் கிளப்பிக் கொண்டிருந்தார்கள். உத்தியோக பிராமணர்களும், வக்கீல் பிராமணர்களும் சட்ட திட்டங்களைப் புரட்டிக் கோர்ட்டுகளுக்கு இழுத்து விடுவதோடு கலெக்டர், கவர்னர், வைசிராய்களிடம் போய் முறையிடத் தூது கோஷ்டிகளைத் திரட்டிக் கொண்டிருந் தார்கள். ஜமீன்தார் இந்தப் பூச்சாண்டிகளையெல்லாம் லட்சியம் செய்யாமல் மக்கள் முன்னேற்றத்திலேயே கண்ணுங்கருத்துமாயிருந்து ஒவ்வொரு காரியத்தையும் சாதித்து வந்தார். சொர்ணபுரி சமஸ்தானத்தில் வேலை யில்லாத் திண்டாட்டம் என்பது மருந்துக்கும் கிடையாது. விவசாயிகள் விவசாயத்தில் புதியபுதிய சாஸ்திரிய முறைகளைக் கையாண்டு தங்கள் விளைபொருள்களை மேன்மேலும் பெருக்கிக் கொண்டிருந்தார்கள். ஜமீன்தார் வரிப்பளுவுகளைக் குறைத்திருந்ததாலும், கடன் தொல்லைகளை நீக்கியிருந்ததாலும் விலைவாசிகள் வீழ்ச்சியடைந்து சொர்ணபுரி சமஸ்தானப் பிரஜைகள் செழிப்பான வாழ்க்கையை நடத்திக் கொண்டு வந்தனர். பிரஜைகள் எல்லாரும் ஜமீன்தாரை உயிராக மதித்துப் போற்றிப் புகழ்ந்து கொண்டிருந்தனர். ஜமீன்தாரின் சீர்திருத்த நோக்கங்களை நிறைவேற்றிவைக்க உற்ற துணைவராக விளங்கியவர் மனைவியார் - தேசி சுந்தரவல்லித் தாயார் ஆவர். இந்த அம்மையார் சிறந்த கல்வி கேள்வி வாய்ந்தவர். சமஸ்தானத்தில் பெண் கல்வி வளர்ச்சிக்காகத் தேவி சுந்தரவல்லித் தாயார் அரும்பாடு பட்டிருக்கிறார். ஜமீன்தாருக்கும், தேவியாருக்கும் ஞானசுந்தரி ஏகபுத்திரி. வேறு ஆண் சந்ததி இல்லை. ஒரே மகளானதால் சீரும் சிறப்புமாக வளர்த்தார்கள். சிறுவயதில் ஓர் ஆங்கிலங்கற்ற ஆசிரியரை வைத்து வீட்டிலேயே ஆங்கிலமும், தமிழும் கற்பிக்க ஏற்பாடு செய்யப்பட்டன. ஆங்கிலத்திலும் தமிழிலும் நன்றாக எழுதவும், படிக்கவும், பேசவும் தெரிந்த பின்னர் வயதும்

பக்குவத்தை அடைந்துவிட்டது. ஞானசுந்தரி உருவும், திருவும் அறிவும் ஒருங்கே பொருந்தியவளாய் காண்போர் கண்களைக் கவரத்தக்க சிறந்த எழில் நலங்களோடு விளங்கினாள். அப்பொழுது படிப்பை நிறுத்தி விட்டபடியால் பொது அறிவுக்காகப் பத்திரிகைகளையும் பெரியோர்கள் எழுதிய நல்லறிவு நூல்களையும் படித்துக் கொண்டு வந்தாள். அத்துடன் தன் தாய் தந்தையர்களுடன் ஒழிந்த நேரங்களில் தங்கள் நாட்டு நிலைமைகளையும், இக்கால சீர்திருத்த முறைகளையும், பிறநாடுகளின் நிலைமைகளையும் பற்றிச் சாம்பாஷணை மூலமாக நன்கு அறிந்திருந்தாள், எனவே ஞானசுந்தரி பழுத்த சீர்திருத்த நோக்கமுடைய பெண்மணியாக மேற்படி சமஸ்தானத்திற்கே ஒரு திலகம்போல் விளங்கினாள். தருமபுரி ஜமீன்தாரணியான விஜய லட்சுமி தேவி சொர்ணபுரி ஜமீன்தாருக்கு ஒன்றுவிட்ட சகோதரி முறையானாலும் உடன்பிறந்த சகோதரியைப் போலவே அவர் அன்பு செலுத்தி வந்தார் என்பது இங்கே குறிப்பிடத்தக்க செய்தியாகும். மனைவியின் வற்புறுத்தலுக் கிணங்கிய தருமபுரி ஜமீன்தார் சொர்ணபுரி அரண் மனைக்கு வந்தபோது மிகவும் அன்புடன் வரவேற்கப் பட்டார்; உபசரிக்கப்பட்டார். தம்முடைய மைத்துனரின் வைதீகப் போக்கை நன்றாய் அறிந்திருந்த மார்த் தாண்டதேவ பூபதி அவருக்கு வேண்டிய சௌகரியங் களையெல்லாம் வைதிக முறைப்படியே ஏற்பாடு செய்திருந்தார். தருமபுரி ஜமீன்தார் ஸ்நானம், பூஜை ஆகாராதிகளை முடித்தார். பிறகு பரஸ்பரம் சேமலாபங்களும் சமஸ்தான விவகாரங்களும் சற்றுநேரம் பேசிக்கொள்ளப்பட்டன. சொர்ணபுரி ஜமீன்தார் மெதுவாய் அவர் வந்த நோக்கத்தை அறிந்துகொள்ள விரும்பி அதற்கேற்றார்போல் சம்பாஷணைப் போக்கைத் திருப்ப முயன்றார். “சொர்ணபுரியின்மீது இத்தனை நாளைக்குப் பிறகு தயவு பிறந்தது ஆச்சரியமாயிருக்கிறது. எங்கே அடியோடு பகிஷ்காரம் செய்துவிட்டீர்களோ

என்று எண்ணிக்கொண்டிருந்தேன்” என்றார் மார்த் தாண்ட தேவபூபதி.

தருமபுரி ஜமீன்தார்: நான் தங்களிடத்திற்குப் புதல்வனின் சுபகாரியத்தை உத்தேசித்து வந்தேன். நமக்குள் ஒரு தொடர்பை ஏற்படுத்திக்கொள்ள எண்ணியுள்ளேன். சோமசேகரனுக்குத் தங்கள் புத்திரியை விவாகம் செய்து கொடுக்க வேண்டும், இச்சுபகாரியத்தின் மூலம் நம் தொடர்பு அற்றுபோகாமலிருக்கும்படி செய்ய வேண்டும்.

சொர்ணபுரி ஜமீன்தார்: (புன் முறுவலுடன்) என் புதல்வியை விவாகம் செய்துகொள்ளத் தங்களுக்கு மனம் வருமா? பெண்கள் படிக்கக்கூடாதென்ற சாஸ்திர நீதிக்கு விரோதமாக என் புத்திரியைக் கல்வி கேள்விகளில் பாண்டித்திய முடையவளாகச் செய்திருக்கிறேன். இக் கொள்கைகள் தங்களுக்குக் கொஞ்சமும் பிடிக்கா தல்லவா? ஆதலால் தங்களுடைய புதல்வனுக்கு என் மகள் எப்படிப் பொருத்தமுடையவளாவாள்?

தருமபுரி ஜமீன்தார்: நான் என்ன செய்வது? என் சம்சாரமும் என் புதல்வனும் தங்கள் பெண்ணைத்தான் விவாகம் செய்ய வேண்டுமென்று முடிவு செய்து கொண்டிருப்பதால் என் கொள்கையை அவர்களிடத்தில் எப்படிச் சொல்ல முடியும்?

சொர்ணபுரி ஜமின்தார்: ஆனால் குடும்ப தலைவரான தங்களுக்கே என் புதல்வியை விவாகம் செய்ய மனமில்லையானால் விட்டுவிடுங்கள். மனமில்லாமல் ஒரு காரியத்தைச் செய்வது நல்லதில்லை.

இதைக் கேட்டதும் தருமபுரி ஜமீன்தார் இறுமாப் புடன் தம் ஊர் வந்து அங்கு நடந்தவைகளை மனைவி யிடத்தில் தெரிவித்துவிட்டுத் தம் இருப்பிடம் சென்று விட்டார்.

ஜமீன்தார் சொன்னவைகளைக் கேட்ட ஜமீன் தாரணி அவருடைய அசட்டுத்தனத்துக்கு மனம்

புழுங்கினார். அநேக ஆலோசனைகளைச் செய்தார். கடைசியில் தம் புதல்வனைக் கலந்துகொண்டு கீழ்க்கண்ட வாறு ஞான சுந்தரிக்கு ஒரு கடிதம் எழுதலானார்.

தருமபுரி
8-7-29

அன்புள்ள ஞானசுந்தரிக்கு,

விஜயலட்சுமி தேவி ஆசீர்வதித்து எழுதியது. இவ்விடம் நலம். அவ்விடம் நலமறிய அவா; என் புதல்வன் சோமசேகரனுக்கு உன்னை விவாகம் செய்ய வேண்டும் என்னும் அவா வெகுகாலமாய் எனக்கு உண்டு; என் எண்ணம் நிறைவேற இதுவே காலம். ஆதலால் என் எண்ணத்தை ஒருவாறு இவ்வருடத்தில் முடித்துக்கொள்ள நினைத்து உன் தகப்பனார் எண்ணத்தை அறியும் பொருட்டு மாமாவை அனுப்பியிருந்தேன். உன் தகப்பனார் அபிப்பிராய பேதத்தால் உன்னை மணம் செய்துகொடுக்க முடியாதென்று சொல்லிவிட்டாராம். தருமபுரி சமஸ்தானம் தற்காலம் அஞ்ஞான இருளில் அகப்பட்டுத் தவித்துக் கொண்டிருக்கிறது. இந்நிலைமைக்குக் காரணம் மாமாவின் குற்றமாகவும் சொல்ல முடியாது. "தொட்டில் பழக்கம் சுடுகாடு மட்டும்" என்பதை உன் தகப்பனார் அறியாரா? ஆகவே இந்நாட்டின் நிலையை எதிர் காலத்திலாவது தக்க முறையில் நடத்துவதற்கு உன் சம்பந்தம் அவசியமல்லவா என்பதை யோசித்துப்பார். பேரும் புகழும் உங்கள் ராஜ்யத்தில் மட்டும் ஏற்பட்டால் போதுமென்று நினைக்கிறாயா? அல்லது எங்கள் ராஜ்யம் எதிர் காலத்திலாவது நல்ல நிலை அடையவேண்டு மென்று நினைக்கிறாயா? என் இஷ்டத்தைப் பூர்த்தி செய்வது உன் அறிவுக்கு ஒத்ததாய் இருந்தால் உன் தகப்பனாரிடத்தில் தெரிவித்து என் புதல்வன் இஷ்டத்தைப் பூர்த்தி செய்ய வேண்டியது உனது முதன்மையான கடமை என்பதைத் தெரிவித்துக்

கொள்ளுகிறேன். உனது அன்பான பதிலை ஆவலுடன் எதிர்பார்க்கும்

விஜயலட்சுமிதேவி

இக்கடிதம் ஞானசுந்தரிக்குக் கிடைத்தது. கடிதத்தைப் படித்துப் பார்த்தவுடன் ஆச்சரியப்பட்டு நம்மைச் சேர்ந்த ஜமீன்தார் குடும்பங்களில் இவ்வாறு கடிதம் எழுதும் பெண்மணிகள் யார் இருக்கிறார்கள்? என்ன ஆச்சரியமாய் இருக்கிறதே! இம்மாதிரி கடிதம் எழுதுவதோடு நம் சீர்திருத்த முறையையும் ஆதரித்து எழுதியிருப்பதை யோசித்துப்பார்த்தால் காலச்சக்கரம் வேகமாய்ச் சுழன்று வருகிறதுபோல் தெரிகின்றது. இத்தகைய மாமியார்தான் நமக்குப் பொருத்தம் என்று எண்ணிக்கொண்டு உடனே தகப்பனாரிடம் சென்று தருமபுரி ஜமீன்தார் வந்த விவரத்தைப்பற்றிக் கேட்டாள். மார்த்தாண்ட பூபதி அவர் வந்த விவரங்களைத் தெரிவித்தார். "அவருடைய மூடப்பழக்க வழக்கங்களும், நமது கொள்கைக்கும் தலைகீழான மாறுதல்; உன்னை அடிமை வாழ்க்கைக்கு ஆளாக்கிவிடுவார்கள். தந்தையைப்போல் பிள்ளை என்ற பழமொழிக்கு ஒப்ப அவர் புதல்வன் தந்தையைப் போலவேதான் இருப்பான். எனவே உன்னை அங்கு விவாகம் செய்துகொடுக்க முடியாதென்று தெரிவித்து விட்டேன்" என்றார்.

ஞானசுந்தரி "தந்தையே! இக்கடிதத்தைப் பாருங்கள். மிகுந்த அவா மேலீட்டினால் கடிதம் எழுதப்பட்டிருக் கிறது. அவர்கள் ராஜ்ஜியத்திலும் நம் கொள்கைகளைப் பரப்புவதற்கு என்னை மருமகளாய்க் கொள்ள வேண்டும் என்ற நோக்கம் வெகுகாலமாய் இருந்து வருவதாயும் எழுதப்பட்டிருக்கிறது. ஜமீன்தார் குடும்பங்களில் இருக்கும் பெண்களுக்கு இவ்வித எண்ணங்கள் தோன்றுவ தென்றால் பெரும் ஆச்சரியமல்லவா? ஆகவே, அவர்கள் எண்ணத்தைப் பூர்த்திசெய்து வைக்க வேண்டியது நமது முக்கிய கடமையாகும். நமது கொள்கைகளை அஞ்

ஞானத்தில் மூழ்க்கியிருக்கும் தருமபுரியில் நம் சம்பந்தத்தின் மூலமாகப் பரப்பி அதனை நல்வழிப் படுத்தலாமென்று நினைக்கிறேன். தருமபுரி ஜமீன்தாரணி நம் கொள்கைகளில் பற்றுடையவராய் இருப்பதால் நல்லபலன் ஏற்படக்கூடியவாறு செய்யலாமென்று நினைக்கிறேன்" என்றாள்.

உடனே தந்தை "குழந்தாய்! உன் இஷ்டத்திற்கு மாறுபட்டு நடக்க எனக்கு இஷ்டமில்லை. உனக்குத் தெரியாத விஷயங்களையா நான் சொல்லப்போகிறேன்? தருமபுரி ராஜ்யத்தின் நிலைமை வேறு. பிறவிச்செருக்கு, ஜாதித்திமிர். ஆண் பெண் ஏற்றத்தாழ்வு, ஏழைகளைத் துன்புறுத்தும் வழிகள் ஆகியவைகளை மேலும் மேலும் அபிவிருத்தி செய்யக்கூடிய புராண சின்னங்களால் தருமசீலர் நாட்டை அலங்கரித்திருக்கிறார். இவைகளில் ஆழ்ந்துகிடக்கும் அவர் புதல்வனுக்கு உன்னை விவாகம் செய்துகொடுக்க நான் பயப்படுவதில் ஆச்சரியம் ஒன்றுமில்லை. தருமபுரி ஜமீன்தாரணி நம் கொள்கைகளை மனப்பூர்வமாக ஏற்றுக்கொண்ட மனோதிடத்தைப் பற்றி நான் சந்தோஷிக்கிறேன். ஆனால் இவைகளை எல்லாம் நீயே ஆழ்ந்து யோசித்து முடிவுசெய்; அதன்படி நடக்க நான் சித்தமாயிருக்கிறேன்" என்றார்.

ஞானசுந்தரி: நான் யோசித்துப் பார்த்தேன். எந்தக் கொள்கையானாலும் பெண்கள் மனதில் தெளிவுறத் தெரிந்துகொண்டார்களானால் அந்தக் கொள்கை வெகு விரைவில் முடியுமென்பதை யாராலும் மறுக்க முடியாது. ஆதலால் ஜமீன்தாரணி அவர்களைக்கொண்டு ஜமீன் தாரையும் நல்வழிப்படுத்தி என் காரியத்தைப் பூர்த்தி செய்யலாமென்று நினைக்கிறேன். கொஞ்சம் கால தாமதமானாலும் பிறகு நம் நாட்டிற்குச் சரிசமானமாய் அதையும் ஆக்கிவிடலாமென்ற நம்பிக்கை எனக்கு உண்டாகிறது. ஆதலால் அவ்விடத்திய சம்பந்தத்தை முடிப்பதற்கு முயற்சி எடுத்துக் கொள்ளுங்கள்.

மார்த்தாண்ட தேவபூபதி பெண் சுதந்தர நோக்க முடையவர். எனவே மற்ற விஷயங்கள் எவ்விதமிருந்தாலும் திருமண விஷயமாய்ப் பெண்கள் அபிப்பிராயப்படி தாய் தந்தையர்கள் நடந்தால்தான் நல்லது; நம் இஷ்டம்போல் திருமணம் நடத்தினால் பிறகு ஏதேனும் விக்கினம் நேர்ந்துவிட்டால் நமக்கு அபவாதம் ஏற்படும். ஆதலால் நம் பெண்ணின் மனோயிஷ்டப்படி செய்துவிட்டால் அதனால் எவ்விதக் கெடுதல் வந்தாலும் நம்மைப் பாதிக்காது. நம் பெண் அறிவுடையவளாய் இருப்பதால் புருஷன் வீட்டில் உள்ள நன்மை தீமைகளை அறிந்து அதற்குத் தக்கவாறு நடந்து கொள்வாள். பெண்ணிற்கு மாமியாக வரும் ஜமீன்தாரணி நல்லறிவுடையவளாய் இருப்பதால் ஞானசுந்தரி சொல்வதுபோலவே விவாகத்தை முடித்துவிடுவதே மேல் என்று முடிவு செய்து கொண்டார். உடனே தருமபுரிக்குப் பிரயாணமானார். வலிய வந்த மார்த்தண்டாரைத் தருமபுரியார் உற்சாக மாகவே வரவேற்று உபசரித்தார். பிறகு விவாக காரியங் களைப் பேசி முடித்தனர். நாளும் குறிப்பிடப்பட்டது. சொர்ணபுரி ஜமீன்தார் ஊருக்கு வந்து ஞானசுந்தரி யிடத்தில் விவாக முடிவைத் தெரிவித்தார்.

7

திருந்திய மைனரின திருச்சி விஜயம்

சென்னையில் குணபூஷணியிடத்திலும் சிவராமனிடத்திலும் விடைபெற்று வந்த மைனர் தம் சொந்த ஊராகிய திருச்சி வந்து சேர்ந்தார். மைனர் இப்பொழுது திருந்தப்பெற்றுச் சிறந்த சீர்திருத்த நோக்கமுடையவராய் இருப்பதால் இனிமேல் ஏகவசனத்தைவிட்டு உயர்வுப் பன்மையிலேயே குறிப்பிடலாம். வீட்டுக்கு வந்தபோது தம் மனைவியும் தாயாரும் பேசிக்கொண்டிருந்த சப்தம் கேட்டது. இருவரும் என்ன பேசிக்கொள்கிறார்களென்று சந்தடி செய்யாமல் வாசலிலேயே நின்று கேட்டார்.

வசந்தா "தங்கள் மகன் வெளியே போய் மூன்று மாதகாலம் ஆகியும் இன்னும் வராத காரணம் ஒன்றும் தெரியவில்லையே. பொருள் எல்லாம் இழந்துவிட்டாலும் உயிருக்கு ஆபத்தில்லாமல் வந்துவிட்டால் போதும். என்ன செய்வது மாமி? ஒன்றும் புரியவில்லையே. வெளியே சென்று தேடிவருவோமென்றாலும் ஜாதியில் இழிவாய்ப் பேசுவார்களே" என்று வருத்தத்துடன் சொன்னாள். உடனே மாமியாருக்குக் கோபம் வந்துவிட்டது. "என்னடி சிறுக்கி! வெளியில் பார்க்கப் போகிறாய்? உன் ஜாலக்கு எனக்குத் தெரியும்! தம்பி எந்த காலத்திலாவது வீடு தேடி வந்து இந்த வார்த்தையைக் கேட்டால் உயிரை மாய்த்துக் கொள்வானே! இது நம் பந்துக்களுக்குத் தெரிந்தால் அவள் யாரையோ இழுத்துக் கொண்டு போய்விட்டாளென்று ஏசமாட்டார்களா? என் குடும்பத்திற்கு அவமானத்தைத் தேடிக்கொடுக்கவா நீ வந்தாய்? புருஷனைத் தேட வெளியில் போகவேண்டுமா? உன் எண்ணந்தான் என்ன?

தம்பி தாசி வீட்டுக்குப் போனால் மெல்ல வருகிறான். உலகத்தில் செய்யாத காரியத்தை அவன் என்ன செய்து விட்டான்? ஊரில் ஒவ்வொருவரும் இரண்டு தாசிகளை அழைத்து வீட்டுடன் வைத்து தாசிகளுக்குங்கூடத் தங்கள் மனைவிமார்களை எல்லா வேலைகளையும் செய்யச் சொல்லுகிறது உனக்குத் தெரியாதோ? தம்பி நல்லவனா தலால்தான் உன் கண்ணுக்கு முன்னே ஒன்றும் செய்யாமல் எங்கேயோ போயிருக்கிறான். உனக்கு அவன் ஞாபகம் எதற்கு? சோற்றுக்கில்லாமல் காதடைத்துப் போயிருக்கிறயா? அல்லது உன் அப்பன் வீட்டிலிருந்து கொண்டு வந்து சாப்பிடுகிறாயா? மற்றவர்களைப்போல உன்னைத் தாய் வீட்டுக்குப் போகச் சொன்னானா? பொங்கித் தின்ன உனக்கு என்ன கேடு? நானும் தம்பி போன நாளாய்ப் பார்க்கிறேன், குடும்பத்தைக் கவனிக்கிறாயா? இரவில் தூங்குகிறாயா? அவன் பித்துப் பிடித்தே அலைகிறாயே! நம் ஜாதியில் இல்லாத வழக்கமெல்லாம் உன்னிடம் குடிகொண்டிருக்கிறதே! நான் ஒரு பிராணி இருக்கும் பொழுதே எவ்வளவு நெஞ்சழுத்தத்தால் இவ்வளவு நடலை அடிக்கிறாய்? நானில்லாவிட்டால் நீ மானம் ஈனம் இல்லாமல் தம்பி போயிருக்கும் தேவடியாள் வீடு தேடிப் போனாலும் போய்விடுவாய். எனக்கும் இத்தனை வயசு ஆச்சு; உன்னைப்போல் நெஞ்சழுத்தக் காரியை நான் பார்த்ததே இல்லை. புருஷன் எங்கிருக்கிறான் என்று கிழவிகள் மாதிரி பேச வந்துவிட்டாய்! போடி சிறுக்கி! எல்லாம் போட்டது போட்டபடியே கிடக்கிறது. போய் வேலையைப்பார்" என்று கடூரமாய் அதட்டினாள். தக்க பருவமுடைய வசந்தாளுக்கு இவ்வார்த்தைகள் எப்படியிருக்கும்? ஐயோ! பெண்ணாய்ப் பிறந்ததற்குப் பதில் ஒரு பேயாய்ப் பிறக்கக்கூடாதா? தாய்மார்கள் பெண்ணைப் பெற்றால் உடனே கொலை செய்துவிடாமல் வளர்த்து இந்நிலைக்கு ஏன் ஆளாக்க வேண்டும்? தாம் பட்ட கஷ்டமெல்லாம் தம் பெண்ணுக்கும் வரும் என்பது கூடவா தாய்மார்களுக்குத் தெரியாமல் போகிறது? இந்த

லட்சணத்தில் தாயாருக்குப் பெண்பேரில்தான் பிரியம் அதிகம் என்று சொல்லுகிறார்கள். இப்போது என்ன சொல்லிவிட்டோம். ஒன்றுமில்லாததற்கு இவ்வளவு வார்த்தைகளைப் பேசிவிட்டார்களே. நாம் என்ன செய்கிறது? நம் விதியை நாம் அனுபவித்துத்தானே தீரவேணும். இனி பதில் பேசாமலிருப்பதே மேலென்று முடிவு செய்துகொண்டு 'மாமி! நான் சொன்னதெல்லாம் தவறு. என்னை மன்னித்துக்கொள்ளுங்கள்" என்று சொல்லிப் பேசாமலிருந்தாள்.

இதை எல்லாம் வெளியில் கேட்டுக் கொண்டிருந்த மைனர், தம் சம்சாரம் பொருள் போனாலும் தாம் வந்தால் போதுமென்று தம்பேரில் கொண்டிருக்கும் ஆவலையும் குணபூஷணி சொல்லியபடி, தாயார், சாதிப் பித்தாலும், பழக்கப் பித்தாலும் செய்யும் ஆர்ப்பாட்டத்தையும் கவனித்து 'வசந்தா! வசந்தா!!' என்று கதவைத் தட்டினார். புருஷனுடைய ஞாபகத்திலிருக்கும் வசந்தாவுக்கு இந்தச் சப்தத்தைக் கேட்டதும் தன் நாயகன்தான் என்று முடிவு செய்துகொண்டு "மாமி யாரோ கதவைத் தட்டுகிறார்கள். தங்கள் மகன் குரல் மாதிரி இருக்கிறது. போய்ப் பாருங்கள்" என்றாள். "தம்பி எங்கே இப்போது வரப்போகிறான்? அப்படி வந்தாலும் உன்னைக் கூப்பிடமாட்டான். என்னைத்தான் கூப்பிடுவான்" என்று சொல்லிக் கொண்டே கதவைத் திறந்துப் பார்த்தாள். தன் மகன் எதிரில் நிற்பதைக் கண்டதும், அடி வயிற்றில் இடி விழுந்தவள்போல் 'வாடா தம்பி! எப்போது வந்தாய்? எப்போதும் என்னைக் கூப்பிடுவாயே. இன்று அவள் பெயரைச் சொல்லிக் கூப்பிட்ட சப்தம் கேட்டதால் சந்தேகப்பட்டேன்" என்றாள்.

"நீங்கள் இருவரும் பேசத் தொடங்கியபோதே நான் வந்துவிட்டேன். நீங்கள் பேசுவதைக் கேட்க வேண்டுமென்றுதான் இதுவரை வெளியில் நின்று கொண்டிருந்தேன். வசந்தா தவறுதலான வார்த்தைகளை

உன்னிடத்தில் என்ன சொல்லிவிட்டாள்? நான் எங்கிருக்கிறேனோ என்ற ஏக்கத்தால் போய்ப் பார்க்க வேண்டுமென்றுதானே சொன்னாள். இதற்காக இவ்வளவு கொடுமையான வார்த்தைகளைக் கெட்டிவிட்டாயே. எனது சகோதரி குணபூஷணி சொல்லியது சரியாய் விட்டதே. சம்பாதிக்கப்போன பிள்ளைகளுடைய தாய்மார்கூட இவ்வளவு வாஞ்சையாய் மருமகளிடத்தில் பேசமாட்டாளே. தேவடியாள் வீட்டுக்குப்போன பிள்ளைக்குப் பரிந்து நீ இவ்வளவு பேசவேண்டுமா? சிறு பிராயமுதல் உன் கையில் வளர்ந்த பாவத்தினால்தான் நான் இந்நிலைக்கு வர நேர்ந்தது. அதையும் பெருமை பாராட்டிப் பேச நீ முன் வந்துவிட்டாய். உன் பேரில் குற்றம் சொல்வதில் பயனில்லை. பழக்கவாசனை அப்படி ஏற்பட்டுவிட்டது. இதைக்கூட கேட்கமாட்டேன். நான் வந்ததும் அவள் பேரில் வீண் அவதூறு கற்பிக்க முற்பட்டுவிடுவாய் என்று தெரிந்தே முன் ஜாக்கிரதை செய்ய இவைகளைக் கேட்டு விட்டேன். இனி அவள் பேரில் என்ன குற்றம் சொன்னாலும் என் காதில் ஏறாது" என்று ஆவேசத்தோடுகூட கூறினார் மைனர். இவைகளைக் கேட்ட கிழவிக்குச் சஞ்சலமும் ஆத்திரமும் வந்துவிட்டன. இந்தப் பயல் அந்தச் சிறுக்கியை வைத்துக்கொண்டு எவ்வளவு பேசி விட்டான்! அவள் இனி அடங்கி நடப்பாளா? இவளை ஏறெடுத்துங்கூடப் பார்க்காதவன் அவளுக்குப் பரிந்து எவ்வளவோ பேசிவிட்டான். என்னமோ விஷயம் தெரியவில்லை. இவளுடைய தாயார் பலே கைகாரி. அவள் ஏதாகிலும் மந்திரம் செய்து மந்திரம் போட்டிருப்பாளோ என்னமோ தெரியவில்லை - என்பன போன்ற குதர்க்கமான கற்பனைகளைச் சிருஷ்டித்துக்கொண்டு பேசாது உள்ளே போய்விட்டாள். இவைகளை எல்லாம் கண்ட வசந்தாளுக்கு ஒன்றுமே புரியவில்லை. நம் பெயரை மனதில்கூட நினையாதவர் இன்று நம்மிடம் அன்புடன்

நடந்துகொண்ட காரணம் தெரியவில்லை. எல்லாம் பார்ப்போம் என்று பேசாமலிருந்தாள்.

மைனர் "வசந்தா, நான் சொல்வதை உண்மை என்று நம்பு. இனி நான் வெளியே போவதில்லை. அநியாயமாய் உன்னைக் கஷ்டப்படுத்தியதை எல்லாம் இனிமேல் நினையாதே. சம்சாரத்தைக் குற்றம் சொல்பவர்கள் அறிவில்லாதவர்கள். சம்சாரத்தைக் குற்றம் சொல்லி இம்சிப்பதைவிடக் கலியாணம் செய்யாமலிருப்பதே மேல்! நீ ஒன்றுக்கும் கவலை கொள்ளாதே. உன்பேரில் அன்பு கொண்டு என்னை இந் நல்நிலைக்குக் கொண்டுவந்த நாத்தி சென்னையிலிருக்கிறாள். உன் நாத்தியை நீ பார்க்க வேண்டும்" என்றார். வசந்தா 'மாமியாரால் பட்ட கஷ்டம் போதாதா? இனி நாத்தி கஷ்டம் வேறு இருக்கின்றதா?" என்று கேட்டாள். "அச்சப்படாதே. அந்த நாத்தியாரால் தான் உனக்கு நல்ல காலம் உண்டாயிற்று" என்றார். வசந்தாளுக்குச் சென்னையில் நாத்தியொருத்தி இருப்பதாகச் சொன்னதும் நமக்கு இதுவரை நாத்தியிருப்பதாகத் தெரியாதே என்று நினைத்துக்கொண்டு பேசாமலிருந்து விட்டாள். மைனர் "வசந்தா ஆகாராதிகள் செய். எதற்கும் அஞ்சவேண்டாம். இனி ஒற்றுமையாக இருந்து பழகுவோம்" என்றதும் சந்தோஷம் மேலிட்ட வசந்தா காலாகாலத்தில் ஆகாராதிகளைச் செய்தும் மாமியார் புருஷர் இவர்களை உபசரித்தும் இல்லறம் இனிது நடத்திவந்தாள். ஆனால் மாமியாருக்கு மாத்திரம் மனதில் கொஞ்சம் கவலைதான்.

8

சோமசேகரன் - ஞானசுந்தரி திருமணம்

தருமபுரி ஜமீன்தார் தமது ஏகபுத்திரனுக்குத் திருமணம் செய்வதால் எல்லாருடைய கண்களையும் கவரத்தக்க வண்ணம் ராஜ்ஜியத்தை அலங்கரிக்க ஏற்பாடு செய்தார். இவர் வைதிக சம்பிரதாயமுடையவராதலால் சாதி வாரியாக அவரவர் அந்தஸ்த்துக்குத் தக்கபடி சாப்பாட்டு விடுதிகளும் தனித்தனியாக ஏற்படுத்தி யிருந்தார். சங்கீதக் கக்சேரி விஷயமாய் எல்லா வித்துவான்களுக்கும், வித்துவ சிரோமணிகளுக்கும் செய்தி அனுப்பினார். சங்கீத கக்சேரிக்கு வரும் வித்துவ சிரோமணிகளில் கமலாபுரம் காந்தா -கானவதி செட்டும் குறிப்பிடத்தக்கது. யாவருக்கும் திருமண அழைப்பு அனுப்பப்பட்டது. இவ்வழைப்புகளில் திருச்சி மைனருக்கும் ஒன்று அனுப்பப்பட்டது. பெண் வீட்டாருக்குக் கொண்டுபோக வேண்டிய சீர் வரிசைகளோடு வெகு ஆடம்பரமாய்த் தருமபுரி ஜமீன்தார் சொர்ணபுரிக்குச் சென்றார். போய் இளைப்பாறின பின்னர் தாம் திருமண விஷயமாகச் செய்த ஏற்பாடுகளைப் பற்றிப் பெருமையாய்ப் எடுத்துச் சொன்னார். சம்பந்தியான சொர்ணபுரி ஜமீன்தார் ஆடம்பரங்களிலும் உயர்வு தாழ்வு என்ற பாகுபாடுகளிலும் விருப்பமில்லாதவராய் இருந் தாலும் தருமபுரியார் சொல்வதை எல்லாம் மௌனமாய்க் கேட்டுக்கொண்டே இருந்தார். தாசிகள் கச்சேரிக்கு வருவதைப்பற்றி எடுத்துச் சொன்னவுடன் அவருக்குக் கொஞ்சமும் சசிக்கமுடியவில்லை. ஆதலால் “தாங்கள் சொன்ன எல்லாவற்றையும் தங்களுக்காக ஏற்றுக்

கொள்கிறேன். ஆனால், தாசிகள் கச்சேரியை அறிவுடையோர் இக்காலத்தில் விரும்புவதில்லை. காரணம் இப்போதிருக்கும் தாசிகள் சங்கீதமென்ற பெயரால் வாலிபர்களை மயக்கிக் கெடுத்துவிடுகிறார்கள். ஆதலால் தாங்கள் தாசிகளை அழைப்பதை மாத்திரம் தயவுகூர்ந்து நிறுத்திவிடுங்கள்" என்று கேட்டுக் கொண்டார்.

உடனே தருமபுரி ஜமீன்தார் "தாங்கள் சொல்வது ஒரு முறைக்கு நன்மையாய் இருந்தாலும் நம் முன்னோர்கள் பழக்கத்தை எப்படி மாற்றமுடியும்? தாசிகள் ஆலம் எடுக்காது பெண்ணை வீட்டிற்கு அழைக்கக்கூடாதென்று நம் முன்னோர்கள் காலம் முதல் வழக்கமாகி விட்டதல்லவா? அதை நிறுத்தினால் அதனால் ஏதேனும் கெடுதல் வந்தால் என்ன செய்வது? இதுவுமன்றி, தாசிகள் பரதநாட்டியம் விவாக வீட்டில் நடக்க வேண்டுமென்று சாஸ்திரம் கூறுகிறது. தங்களுக்குச் சாஸ்திரத்தில் நம்பிக்கை இல்லாததால் நல்ல காரியங்களை எல்லாம் வெறுத்துப் பேசுகிறீர்கள்! ஏதோ ஒரு பிள்ளைக்கு விவாகம் நடத்துகிறேன்; பல பேர்களின் ஆசிகளும் நன்மையாய் இருக்க வேண்டாமா? என் மனமும் சிறிது சந்தோஷம் அடைய ஆசைப்படுகிறேன். சுப காரியத்தில் ஒன்றும் தடை செய்யாதீர்கள்" என்றார்.

மார்த்தாண்டர் என்ன செய்வார்? நல்லது கெட்டது தெரியாத துருப்பிடித்த மூடர்களுக்கு எதைச் சொன்னால் தான் தெரிந்துகொள்வார்கள். பிடிவாதமாய் தாம் பிடித்த முயலுக்கு மூன்றே கால் என்றுதான் சொல்வார்கள். பெருமைக்குத் தருமம் செய்யும் பிரபுக்களில் இவரும் ஒருவர்தானே; சோற்றுக்கு வழியில்லா ஏழைகளை நாட்டில் வைத்துக்கொண்டு நல்ல வாக்கு வாங்குவதற்கு தாசிகளையும், வேசிகளையும் வைத்து விவாகம் செய்யப் போகிறாராம்; இவர்களுக்குக் கொடுக்கும் பொருளை ஏழைகளுக்குக் கொடுத்தால் நல்ல வாக்கைப் பெற முடியாதா? இதுகூடத் தெரியாதவரைப்பற்றி சிரிப்பதா?

அழுவதா? என்று நினைத்தவராய்ச் சந்தோஷக் குறிப்புடன் அனுப்பிவிட்டார். ஞானசுந்தரி விவாக முடிவை அறிந்து சந்தோஷ சாகரத்தில் மூழ்கியவளாய்க் காணப்பட்டாள். எதைக்குறித்து சந்தோஷமடைந் திருக்கிறாள்? தன் வாழ்நாளில் நல்ல வேலைகளைச் செய்து ஜன சமூகத்தை எல்லாத் துறைகளிலும் மேன்மையுடையதாக்கி நல்ல நிலைக்குக் கொண்டுவரத் தனக்கு நல்ல சந்தர்ப்பம் கிடைத்ததைப் பற்றியேதான் சந்தோஷமடைந்திருந்தாள்.

குறிப்பிட்ட தேதியில் திருமணம் ஆரம்பமாயிற்று; அழைப்புக் கிடைத்தவர்கள் எல்லோரும் வெகு ஆடம்பரத்துடன் வந்து அவரவர்களுக்கு நியமித்த விடுதியில் தங்கினார்கள். குறித்த நேரத்தில் திருமணச் சடங்குகள் அனைத்தும் சிறப்பாக நிறைவேறின. வித்துவான்கள் வித்துவ சிரோமணிகள் முதலிய யாவரும் அறுசுவையோடு கூடிய உணவை உண்டு களித்தார்கள். விவாகம் ஒருவாறு முடிவு பெற்றது. கடைசி தினம் கமலாபுரம், காந்தா-கானவதி சங்கீதக் கச்சேரி ஆரம்பமாயிற்று. இவ்விருவரையும் பார்த்தவுடன் மணமகனான சோமசேகரனுக்குப் பழைய ஞாபகம் வந்துவிட்டது. இவர்களைக் கக்சேரிக்கு அழைத்தது எரியும் தீயில் நெய்யை ஊற்றியதுபோல் ஆகிவிட்டது. சோமசேகரனின் நோக்கம் இவ்விருவர்பாலும் சென்று விட்டது; மணமகன் தன் பெண்கள் பேரில் வைத்த குறிப்பையறிந்த போகசிந்தாமணி நமக்கு நல்லதிர்ஷ்டம் வந்துவிட்டது என்று சந்தோச சாகரத்தில் ஆழ்ந்து விட்டாள். ஏற்கனவே காந்தா-கானவதியிடத்தில் கடிகாரத்தைப் பறிகொடுத்துக் குணபூஷணியால் நன்னிலையடைந்த திருச்சி மைனரும் இவைகளை யெல்லாம் கவனித்தார். மணமகன் நோக்கத்தைப் பார்த்த மைனர் என்ன நினைத்தார்? நம் கடிகாரத்தைப் பறித்த இந்தச் சிறுக்கிகளை ஒழிப்பதற்கு இது நல்ல தருணம்;

இவனை உபயோகப்படுத்தினாலொழிய வேறு எவ்விதத் திலும் இவர்களை ஒழிக்க முடியாதென்ற முடிவுக்கு வந்தார். சங்கீதம் நடக்கும்போது ஆள்மிரட்டல்களைக் கவனித்துக்கொண்டிருந்தார். மைனர் தாம் நினைத்த வேலை பூர்த்தி செய்துகொள்ள வேண்டி மேலும் மேலும் காந்தா - கானவதியின் காமவலையில் ஆழ்ந்து கிடக்கும் மணமகன் நினைவில் தாமும் கலந்துவிட வேண்டுமென்று முடிவுசெய்துகொண்டு, மணமகன் அருகில் போய் அமர்ந்தார். தன் பக்கத்தில் அமர்ந்த மைனரைப் பார்த்த சோமசேகரனும் இவர் யாரோ தெரியவில்லையே; கலியாணத்திற்கு வந்தவர்களை நீங்கள் யார் என்று விசாரிப்பது முறையல்லவே என்று நினைத்தான். பிறகு ஒருவாறாகக் கேட்கத் தொடங்கினான். "நான் சிறுவனாயிருப்பதால் தங்களை இன்னார் என்று தெரிந்துகொள்ள முடியவில்லை" என்றான்.

"நான் இருப்பது திருச்சி; நான் ஒரு மைனர்; என் பேர் ஒருவருக்கும் தெரியாது. ஆனால் திருச்சி மைனர் என்றால் எல்லாருக்கும் தெரியும். விசேஷமாக உலகத்திலுள்ள தாசிகள் என்னை எல்லாரும் அறிவார்கள். தாசிகள் இன்ப வாழ்க்கை தவிர வேறு இல்லை என்ற எண்ணத்துடன் என் வாழ்நாளை முடித்துவிட்டேன்" என்றார் மைனர்.

சோமசேகரன் 'சரி தாங்கள் என் அருகில் வந்ததற்குக் காரணம் என்ன?" என்று கேட்டான்.

மைனர் "நான் ஊருக்குப் போகவேண்டி இருப்பதால் தங்களிடத்தில் விடைபெற்றுப் போகவந்தேன்" என்றார்.

சோமசேகரன் "சரி இவர் மைனராய் இருப்பதால் காந்தா-கானவதியையும் தெரிந்திருக்கலாம்; இவரைக் கொண்டே நம் எண்ணத்தைப் பூர்த்தி செய்து கொள்ளலாம். முன்பு நாம் தனிமையில் போனதாய் வழிமுறை தவறி மானபங்கமடைய நேர்ந்தது; ஆகவே, இவருடைய வியாபகத்தைக் கொண்டுபோனால்

காரியத்தைப் பூர்த்தி செய்யலாம்" என்று நினைத்தான். "ஊருக்கு இப்போது என்ன அவசரம்? நாளை போகலாம். தாங்களும் நானும் தனிமையில் கொஞ்சம் அந்தரங்கமாய்ப் பேசவேண்டியிருக்கிறது" என்று தெரிவித்து மைனரைத் தாமதிக்குமாறு செய்துவிட்டான். காந்தா-கானவதி கச்சேரியும் முடிவு பெற்றது. யாவரும் அவரவர் ஊர்களுக்குச் சென்றார்கள். காந்தா-கானவதியும் காதலுடையவர்போல் நடித்து குறிப்பைக் காட்டித் தங்கள் இருப்பிடம் சேர்ந்தார்கள். மைனரும் சோமசேகரனும் தனிமையில் பேச ஆரம்பித்துவிட்டார்கள். "என் ஆப்த நண்பர் என்ற முறையில் ஒரு விஷயம் தெரிவிக்கிறேன்; என்பேரில் தாங்கள் கோபிக்காது இந்தப் பேருதவியைச் செய்ய வேண்டும். என் உயிர் உள்ள வரையில் தாங்கள் செய்த நன்றியை மறக்கமாட்டேன். இப்போது வந்திருந்த காந்தா - கானவதி இவர்கள் பேரில் சென்னையில் நான் கல்வி கற்கும்போதே காதல் உண்டு. அந்த எண்ணம் முடிய கடவுள் அநுக்கிரகத்தால் இவ்விடத்தில் தங்களை என் அருகில் வரச்செய்தார் போலும்! ஆகவே அவர்கள் பேரில் ஏற்பட்டிருக்கும் எனது எண்ணத்தைத் தங்கள் செல்வாக்கைக்கொண்டு பூர்த்திசெய்து கொள்ளலா மென்று நினைக்கிறேன். இன்னொரு விசேஷத்தையும் தங்களிடத்தில் சொல்ல வெட்கப்படுகிறேன். தாங்கள் எனக்கு நண்பராய் இருப்பதால் அதையும் தெரிவிக்கிறேன். இங்கு வந்திருந்த தாசிகள் நான் சென்னையில் இருக்கும்போது கானசபாக் கச்சேரிக்கு வந்திருந்தார்கள்; இவர்கள் பேரில் காதலித்துத் தன்மையில் இவர்களைத் தேடி சென்றேன். இவர்கள் வீடு என்று நினைத்து சம்சாரி வீட்டில் நுழைந்துவிட்டேன். அந்தப் பெண்மணியின் புருஷனால் மானபங்கப்பட்டுச் சென்னை வந்துவிட்டேன். இவ்வளவு அனுபவித்தும் ஆசை வெட்கமறியாது என்பதுபோல் இவர்களை இங்கு கண்டதும் காதல் மேலிட்டிருக்கிறது. இவைகளை எல்லாம் ஒருவரிடத் திலும் சொல்லாது எனது எண்ணத்தைக் கண்ணியமான

முறையில் பூர்த்திசெய்யவேண்டுமாய்த் தங்களைத் தயவுடன் கேட்டுக்கொள்கிறேன்" என்றான் சோமசேகரன்.

மைனர் "ஐயோ! நல்ல கடவுள் நம்மை இவர் அருகில் வரச்செய்தது. தாசி வீட்டிற்குப் போகச்சொல்லவா? நம் கதிதான் இவ்வாறாயிற்று; இவன் நிலைமையும் பங்கப் படும்படி நேர்ந்ததே! இவ்வளவு மானபங்கப்பட்டும் அவள்பித்து இவனை விடவில்லை யென்றால் சகோதரி குணபூஷணி சொல்லியதில் என்ன குற்றமிருக்கிறது? ஐயோ இவனது நிலைமை பரிதாபப்படக்கூடியதாய் இருக்கிறதே! கல்வி அறிவுள்ள பெண்ணை மணக் கோலத்தோடு விடுத்துத் தாசி வீடு போக நேர்வதற்கு யார் பொறுப்பு? இவன் பேரில் குற்றமில்லை. சிறு பிள்ளை களைக் கெடுப்பதற்கு விவாக காலத்தில் இவர்களைக் கச்சேரிக்கு அழைக்கும் அறிவில்லார் பேரில்தான் குற்றம். சரி, இப்போது இவனுக்குச் சமாதானம் சொல்வதில் பலன் ஒன்றுமில்லை. இவன் எண்ணப்படி விட்டு இவனைச் சரியான நிலைக்குக் கொண்டுவருவதோடு இவனைக் கொண்டு நம்மைக் கெடுத்த காந்தா-கானவதியை ஒரு கை பார்த்துவிட வேணடும்" என்று நினைத்தான். "அதைப் பற்றிக் கவலைப்படாதீர்கள். இது ஒரு சின்ன விஷயம். ஏதோ பெரிய விஷயம் போல் கருதிப் பிரமாதமாய்ப் சொல்கிறீர்களே! என்னை உற்ற நண்பனாக எண்ணிச் சொன்ன காரியங்களை வெளியில் ஒருகாலும் சொல்லமாட்டேன். தாங்கள் சொல்லிய விஷயங்களைக் கண்ணியமான முறையில் முடித்து வைக்கிறேன். நான் பிரபல மைனராய் விளங்கிய காலத்தில் எனக்கொரு மாமா சிநேகமுண்டு; அவரை நாளையே தங்களிடம் வரச்சொல்கிறேன். அவர் மிக்க யோக்கியப் பொறுப்பு வாய்ந்தவர். தாசிகள் மாமா வார்த்தைக்குத் தான் மதிப்புக் கொடுப்பார்கள். ஆகவே அவரைக்கொண்டு உங்கள் விருப்பத்தை நிறைவேற்றிக்கொள்ளுங்கள்" என்று மைனர் விடை பெற்றுச் சென்றார்.

9
மாமா சந்திப்பும், மங்கையர் நட்பும்

கோபால ஐயர் என்ற பெயரை உடைய ஒருவர் ஜமீன்தாரரிடத்தில் சென்று சோமசேகரனைப் பார்க்க வேண்டுமென்றார். அவர் பிராமண பக்தரானதால் தம் புதல்வனுக்குத் தெரிந்த பிராமணராய் இருக்கிறாரென்று நினைத்து "வாருங்கள் சுவாமிகளே" என்று மிகவும் மரியாதையுடன் அழைத்துத் தம் புதல்வன் இருக்கு மிடத்தை ஏவலாளரைக் கொண்டு காட்டச்சொன்னார். சோமசேகரன் இவரைப் பார்த்தவுடன் "வாருங்கள் சுவாமிகளே! எந்த ஊர்? என்ன விசேஷமாய் இங்கு வந்தீர்கள்? இங்கே அமருங்கள்" என்றான்.

கோபால ஐயர் "திருச்சி மைனர்வாள் வரச்சொல்லி வந்தேன். அவாளுக்கு அந்தரங்கமுள்ள மாமா நான் தான்" என்றார்.

சோமசேகரன்: (சந்தோஷம் மேலிட்டவனாய்) வாருங்கள்! வாருங்கள்! மைனர்வாள் சேமந்தானா? என் கலியாணத்தில் மைனர்வாளிடத்தில் சற்றுநேரம்தான் பேசினேன். அவருடைய பெருந்தன்மையை உணர்ந்து என்னுடைய விஷயத்தைத் தெரிவித்தேன்; தங்களை அனுப்பிப் பூர்த்திசெய்துவைப்பதாய்ச் சொல்லிப் போனார் கள்; என் பேரில் என்ன அன்பு? என்னை ஒரு பொருட்டாய் எண்ணித் தங்களைத் தவக்கமில்லாது அனுப்பியதற்கு நான் அவர்களுக்கு என்ன கைம்மாறு செய்யக்கூடும்?

மாமா: நான் வெகுகாலமாய் மைனர்வாளுக்கு அந்தரங்கமுடையவன்; அவருடைய மனோயிஷ்டப்படி

அவர் குறிப்பிடும் தாசிகளை எப்படியாகிலும் சரிப்படுத்தி அவர் எண்ணத்தைப் பூர்த்திசெய்து வைப்பேன். அவருக்கும் எனக்கும் கிடைக்க வேண்டிய பீஸ்கூடக் கேட்கமாட்டேன்; அவரைப் பார்த்துப் போகலாமென்று அவர் வீட்டிற்குச் சென்றேன். கும்பிடப்போன தெய்வம் குறுக்கே வந்தது என்றார். என்ன விசேஷமென்றேன்? காலதாமதமில்லாது தருமபுரி சென்று, ஜமீன் புதல்வரைப்பார்த்து அவர் சொல்லுகிற பேர்வழியை உடனே அறிமுகப்படுத்தி அவர் இஷ்டத்தைப் பூர்த்தி செய் என்றார். என் வீட்டில்கூட தெரிவிக்காது இவ்விடம் வந்துவிட்டேன். தாங்கள் எந்த நோக்கத்தோடு என்னை அழைத்தீர்கள்? யாராயிருந்தாலும் முடித்துவிடுகிறேன்; இல்லையேல் சித்திரப் பதுமைபோல் கொண்டுவந்து தள்ளுகிறேன்.

சோமசேகரன் இவர் உத்தமமான மாமாவாகத் தெரிகிறது. மைனர் விஷயதில் பீஸ் வாங்காது இருந்தேன் என்கிறார். நாமும் இவரைக்கொண்டு எல்லாக் காரியத்தையும் நடத்தினால் நம்மைப் பெருமையாகவே நடத்தி வருவார் என்று நினைத்து "எனக்கு ஒருவர் பேரிலும் அபேக்ஷையில்லை. கமலாபுரம் காந்தா-கானவதி பேரில் நான் காதல் கொண்டிருக்கிறேன். அவர்கள் எதைக் கேட்டாலும் கொடுப்போம். முடிவு செய்து வாருங்கள் மாமா. இந்தப் பேருபகாரத்தை எக்காலத்திலும் மறக்க மாட்டேன். முடிவு செய்வதற்கு இன்னுமொருதரம் என்னை வந்து கேட்டுப் போகவேண்டாம். நீங்கள் பார்த்து என் ராஜ்யம் முழுவதும் கொடுக்கச் சொன்னாலும் கொடுத்துவிடுகிறேன். என் உயிர் நீங்கிவிடும்போலிருக் கிறது. உயிரைவிடப் பொருள் பெரிதா மாமா? சீக்கிரம் சென்று வாருங்கள்" என்றான்.

"இது என்ன பெரிய விஷயமா? நான் போய் கேட்பது பிறகு தாங்கள் போவது என்றால் வீண் காலதாமதமாகும். அப்பா இடத்தில் சென்று சென்னைக்குப் போய் மந்திரி

முதலானவர்களைப் பார்த்து வருவதாய்ச் சொல்லி இப்போதே புறப்படுங்கள். குறிப்பிட்ட விஷயத்தை இரண்டு பேரும் போய்ப் பூர்த்திசெய்துகொண்டு வந்து விடுவோம்" என்றார் மாமா.

மாமாவின் யோசனைப்படியே சோமசேகரன் தகப்பனாரிடத்தில் விடைபெற்றுக் கொண்டான். உடனே மாமாவைப் பின் தொடர்ந்து கமலாபுரம் தாசி வீட்டை அடைந்தான். வாசலில் நின்றுகொண்டிருந்த கிழவி போகசிந்தாமணி இவர்களைக் கண்டதும் அநேக நாள் பழகியவள் மாதிரி "வாருங்களே! வாருங்களே!!" என்று அழைத்து அழகிய சோபாவில் அமரச்செய்தாள். 'தங்கச்சி கங்கா! தங்கச்சி கானவதி! ஜமீன்தார் அவர்கள் வந்திருக்கிறார்கள். நல்ல எண்ணமிருந்தால் எண்ணிய காரியம் முடியும். தங்கள் கலியாணத்திற்கு நாங்கள் வந்திருந்தபோது - தங்களுடன் பேசவேண்டுமென்று அவர்கள் இருவரும் ஆசைப்பட்டார்கள். இராஜசபையில் எப்படிப் பேசமுடியும்? நாங்களும் எத்தனையோ ஜமீன்தார் கலியாணங்களுக்குப் போயிருக்கிறோம்; தங்கள் கலியாணத்தில் நடந்த வரிசை போல் எந்த ஜமீன்தாரும் நடத்தவில்லை. வந்தவர்க்கெல்லாம் எவ்வளவு உபசரிப்பு! எவ்வளவு மரியாதை! எந்த இடத்திலும் சின்ன மேளத்தை மறந்துவிடுவார்கள். தங்கள் கலியாணத்தில் என்ன உபசாரம் தெரியுமா? அங்கிருந்து வந்த நாளாய்த் தங்கச்சிகள் தங்கள் கலியாணத்தைப் பற்றிப் பேசாத நாளே இல்லை. நல்லவர்களை எப்படி மறக்க முடியும்? இவர்களைக் கூட கலியாணத்தில் பார்த்த ஞாபக மிருக்கிறது" என்று சம்பந்தமில்லாத வார்த்தைகளைச் சரமாரியாய்த் தொடுத்தாள். இவைகளைக் கேட்ட மாமா "இவர் கலியாணத்திற்கு நான் வரவில்லை. தங்கள் ஜாதியார் வீட்டில் அடிக்கடி என்னைப் பார்த்திருக்கலாம். என் பேர் கோபால ஐயர்" என்றவுடன் மாமாவென்று தெரிந்து "தங்கச்சி - கோபால ஐயர்வாளை அழைக்க

வேண்டுமென்று சொன்னாயே இவாள்தானா? எனக்குத் தெரியவில்லை. வயதாகிவிட்டது! என்ன செய்வது? இப்போது பார்த்தவர்களை நாளைக்குத் தெரிகிறதில்லை. மறதி அதிகமாயிருக்கிறது. வீடு போ போ என்கிறது காடு வா வா என்கிறது. எனக்கு ஒன்றும் கவலை இல்லை. இந்தக் குட்டிகள் இரண்டையும் மானமாய் வைத்துக் காப்பாற்றக் கூடியவர்கள்தான் இன்னும் ஒருவரும் ஏற்படவில்லையே என்ற கவலை ஒன்றுதான் - இந்தக் காரியம் தீர்ந்துவிட்டால் உடனே செத்தாலும் பாதகமில்லை - என்னமோ கடவுளை நம்பிதான் இருக்கிறேன்'' என்றாள்.

இவற்றை எல்லாம் கேட்டுக்கொண்டிருந்த மாமா சிரித்துக்கொண்டேயிருந்தார். இவ்வளவு பேச்சு நடந்தும் காந்தா-கானவதி இவர்கள் முன்பு வரவே இல்லை. உடனே மாமா ''காந்தா-கானவதி எங்கே'' என்றார்.

போகசிந்தாமணி ''கலியாணமாகாத பெண்களானதால் வெளியில் வர வெட்கப்படுகிறார்கள்'' என்றாள்.

வீடு அலங்கரிக்கப்பட்டிருப்பதைச் சோமசேகரன் பார்த்த வண்ணமாய் இருந்தான். ஏழைத் தாசிகளே உடன் வாங்கி அலங்கரித்து ஆண் மந்தைகளை எதிர்பார்க்கும் போது பணக்காரத் தாசிகளைப் பற்றிக் சொல்லவா வேண்டும்? காந்தா வீடு நிலைக்கண்ணாடிகளாலும் ஜிகினா வேலைப்பாடுகள் அமைந்த பந்தல்களாலும் எலக்டிரிக் லைட்டுகளாலும் அலங்கரிக்கப்பட்டிருந்தது. இவைகளை எல்லாம் பார்த்த சோமசேகரன் நம் இராஜ்யத்தில் இவ்வளவு வேலைப்பாடுள்ள கட்டடம் கிடையாது. இவர்கள் நம்மைவிடப் பொருள் உடையவர்கள் போலிருக்கிறது. நம் இராஜ்யத்தை முழுவதும் கொடுத்தாலும்கூட இவர்கள் நம்மை மதிக்கமாட்டார்கள் போல் காணப்படுகிறதே. பார்ப்போம். மாமாதான் அருகில் இருக்கிறர் என்று பற்பலவாறு எண்ணிக்கொண்டே உட்கார்ந்திருந்தான்.

மாமா, கிழவி போகசிந்தாமணியை நோக்கிக் கொல்லைப்பக்கம் போகலாமா? என்றார். போக சிந்தாமணி "என்ன அப்படிப் கேட்கிறீர்களே! இது உங்கள் வீடு; உங்கள் வாசல்; நீங்கள் எல்லாம் எங்கள் வீட்டிற்கு வர நாங்கள் என்ன தவம் செய்தோமோ? என்னை வித்தியாசமாய் நினையாதீர்கள்" என்றாள். மாமா கொல்லைப் பக்கமாய் சென்றார் - போகசிந்தாமணியும் பின்னால் போனாள். மாமாவும் போகசிந்தாமணியும் கீழ்வருமாறு பேசலானார்கள்.

மாமா: இவர் யார் தெரியுமா? லட்சக்கணக்கான வருவாயுள்ளவர். இதுவரையில் தாசி வீட்டிற்குப் போனவரல்லர். என் சாமர்த்தியத்தால் சரிப்படுத்திக் கொண்டு வந்திருக்கிறேன். என் இஷ்டத்திற்கு நீயாவது உன் பெண்ணாவது தவறி நடந்தால், அன்றே இடத்தை மாற்றி விடுவேன்; என்னை இன்னார் என்று உனக்குத் தெரியாது. மைனர்கள் மாமா வார்த்தையைத் தட்ட மாட்டார்கள் என்பது நீ யறியாத விஷயமா? நான் சொல்கிறபடி தவறாது நீங்கள் நடந்தால் அவர் ஆஸ்தி முழுவதையும் வருஷம் ஒன்றுக்குள் சரிப்படுத்தி விடுகிறேன்.

போகசிந்தாமணி தனக்குள் என்ன செய்வது? பிரபுக்களுக்கு புத்தியில்லையே இந்த வெட்டி ஆசாமிகளை அழைத்து வருவதுமல்லாமல், அவர்கள் சொல்வதைத் தட்டாமல் நடக்கிறார்கள். இவர்கள் இஷ்டப்படி ஆடாவிட்டால் வேறு தாசி வீட்டிற்கு அழைத்துப்போய் விடுவார்களே. இந்தக் காலத்திலோ காசுக்கு ஒரு தாசியாகி விட்டாள். கிராக்கி செய்ய முடியவில்லையே, வந்தது போதுமென்று தாசித் தொழில் நடத்தும் காலமாகி விட்டது என்று நினைத்தவளாய் "என்ன மாமா எங்களை அவ்வளவு வித்தியாசமாக நினைத்துவிட்டீர்கள். நாங்கள் பரம்பரைத் தாசிகள் அல்லவா? ஒருவர் வந்தவுடன் அவர்கள் நல்லவர்களா? கெட்டவர்களா? என்று தெரிந்து

கொள்வோம். கடவுள் இந்த அறிவை எங்களுக்குத் தாராளமாய் அளித்திருக்கிறார். தங்கச்சிகள் இருவரையும் தங்கள் கையில் ஒப்படைத்துவிடுகிறேன். இன்றையிலிருந்து இருவரும் தங்களுக்கு அடிமைகள். தாங்கள்தான் என் வீட்டிற்கு எஜமான். எங்களை ரட்சிப்பது - சிட்சிப்பதும் தாங்கள்தான். இது கடவுளறியச் சத்தியம் - சத்தியம்" என்றதும் மாமா நம்பிக்கை வந்தவர்போல் பாவனை காட்டி, இனி ஜமீன்தாரை வேறு வீட்டிற்கு அழைத்துப் போவதில்லை என்று சொன்னார். காந்தாவுக்கு யாராவது புருஷன் உண்டா? என்று கேட்டார். போகசிந்தாமணி ஐயோ! இருவருக்கும் சத்தியமாய்க் கலியாணமாகவில்லை. சங்கீதம் கெட்டு விடுமென்று அந்த வழிக்கே விடாது இருக்கிறேன்; தங்களிடத்தில் பொய் சொல்லலாமா? என்றாள். உடனே மாமா "சரி இருக்கட்டும். நாமிருவரும் பேசியது ஜமீன்தாருக்குத் தெரிவிக்க வேண்டாம்" என்று சொல்லிச் சோமசேகரனிடத்திற்கு வந்தார். போகசிந்தாமணி சமையல் அறையில் இருந்து வருபவள் போல் பாவனை காட்டி வந்து நம் வீட்டில் பிராமணாள் சமையல்தான். தாங்கள் இவ்விடத்தில் சாப்பிடலாம். வெந்நீர் போட்டிருக்கிறது வாருங்கள் என்றாள். ஸ்நானபானாதிகளை முடித்துக்கொண்டு மாமாவும் ஜமீன்தாரும் அறுசுவை உணவு சாப்பிட்டார்கள். இதற்குள் போகசிந்தாமணி, தங்கத் தட்டில் வாசனைச் சமான்களுடன் தாம்பூலம் கொணர்ந்து ஜமீன்தார் முன் வைத்தாள். சோமசேகரன் மாமாவை நோக்கி "காலைமுதல் இதுவரையில் காந்தா-கானவதியைக் காணவில்லையே. போகசிந்தாமணியே நம்முடன் பேசிக்கொண்டிருக்கிறாளே இதன் ரகசியம் என்ன?" என்றார்.

மாமா "பெருமையுடைய தாசிகள் ஒருவித முடிவும் செய்யாமல் பெண்களைக் காட்ட மாட்டார்கள்; பட்டணத்தில் பவுடர் பூசிக்கொண்டு வாசற்படியில்

கைகாட்டிமரம் போல் நிற்கும் தாசிகளைப்போல் இவர்கள் வெளியே வர மாட்டார்கள். மனுஷாளை உத்தேசித்துச் சரி சொல்வார்களே யல்லாது பொருளை உத்தேசித்துச் சரி சொல்பவர்கள் இவர்கள் அல்லர். நானும் என் வாழ்நாளில் எத்தனையோ தாசிகளைப் பார்த்திருக்கிறேன். இவர்களைப் போல் நல்ல சித்தமுடையவர்களை நான்கண்டதே இல்லை. தாசி என்றால் என்ன அர்த்தம் தெரியுமா? பொருளுடையாரைத் தா தா? என்பாள். பொருள் இல்லாதாரை சீ! சீ! என்பாள். ஆனால் இவர்கள் அப்படியில்லை. நாம் இஷ்டப்பட்டுக் கொடுப்பவற்றை வாங்கிக் கொள்வார்கள். இவர்களை நான் நன்கறிந்தவன். நான் சொல்லும் உண்மைகள் பிறகு தெரியும். தங்களுடைய நல்ல காலம் நான் தங்களுடன் வர நேர்ந்தது" என்றவுடன் சோமசேகரன் "என்ன மாமா தங்களை நம்பி வந்துவிட்டேன். தாங்கள் எதைச் சொன்னாலும் தட்டப்போகிறேனா?" என்றான்.

மாமா சொல்லியதைக் கேட்டுக்கொண்டிருந்த போகசிந்தாமணி எங்கள் குடும்பநிலை முழுவதும் மாமாவுக்கு நன்றாகத் தெரிந்ததே. அவர் சொல்வதெல்லாம் உண்மைதான். மற்ற தாசிகளைப்போல் வந்தது போதுமென்று நாங்கள் நினைக்கமாட்டோம். எங்கள் வீட்டிற்கு ஜமீன்தார்கள் வருகிறார்கள் என்ற பேரும் புகழும் இருந்தால் போதும் என்று நினைப்போம். மோசமாய்த் தேடிய பொருள் நீடித்திருக்குமா? நானும் இவ்விதமாகவே தாசித்தொழில் நடத்திவந்திருக்கிறேன். நான் என்ன கெட்டு விட்டேன்?" என்று பேசிக் கொண்டிருக்கும்போதே மணி நான்காகி விட்டது.

உடனே தங்கத் தாம்பாளத்தில் பிராமணப்பிள்ளை சிற்றுண்டி கொண்டுவந்தான். சோமசேகரன் ஜமீன்தாரா யிருந்தும் இவ்விதப் பாத்திரங்களைப் பார்த்ததே இல்லை. இவர்கள் பொருள் எவ்வளவு இருக்குமோ? சொந்தமாய்த்

தங்கப் பாத்திரங்கள் இருக்காதே என்று நினைத்தவனாய்ச் சிற்றுண்டி அருந்தினான். இதற்குள் மணி 6 ஆகிவிட்டது.

ஜமீன்தாரை மாடிக்கு அழைத்துப் போகும்படி மாமாவுக்குச் சாடை காட்டிவிட்டுப் போகசிந்தாமணி போய்விட்டாள். உடனே இருவ்ரும் மாடிக்கும் போனார்கள். போனதும் எலக்டிரிக் லைட்போடப் பட்டது; மாடி முழுவதும் ஜிகினா வேலையால் அலங்கரிக்கப்பட்டிருந்தமையால் விளக்கு வெளிச்சத்தில் வைரங்கள் வைத்திழைத்த வீடாகக் காணப்பட்டது. சோமசேகரன் சித்தம் கலங்கிவிட்டது. இச்சமயத்தில் காந்தா-கானவதி ஆகிய இருவரும் நல்ல அலங்காரங் களுடன் சித்திரப் பதுமைகளைப் போல் சிறு சிரிப்புடன் எதிர்வந்து வாருங்கள் என்று கடைக்கண் பார்வையுடன் மாமா இருக்கும் சோபா அருகில் போய் அமர்ந்தார்கள். இவர்களைப் பார்ப்பதற்கு முன்பே மனம் கலங்கிய சோமசேகரனுக்கு இவர்களைப் பார்த்தவுடன் எவ்விதம் இருக்குமென்பதை எழுதவும் வேண்டுமோ? மின்னல் ஒளியைக்கண்டு கண் ஒளி மழுங்கியவனைப்போல் சோமசேகரனுக்கு கண் ஒளி மழுங்கிவிட்டது. இவர் களைப் படைத்தது பிரம்மாவா? அல்லது இவர்கள் தாமே அவதாரமானவர்களா? என்று நினைத்தான். எத்தனையோ பெண்களைப் பார்த்திருக்கிறோம்; இவர்களைப் போல் அழகுடைய பெண்களைப் பார்த்ததே இல்லையே! சென்னை கானசபாவில் பார்த்தபோது இவ்வளவு அழகு ஜொலிக்கவில்லையே; நாம் சரியாய்ப் பார்க்கவில்லையோ என்னமோ! ஆனால் இவர்கள் தாம் இந்நிலையோடு வெளிவந்தால் தம் உத்தம லட்சணத்திற்குப் பங்கம் வந்து விடுமென்று சுயரூபத்தை மாற்றி வந்தார்களோ என்னமோ தெரியவில்லை. ஐயோ! இவர்களைப் பார்க்காத கண் ஒரு கண்ணா? இவர்களைத் தொடாத கை ஒரு கையா? இவர்கள் குணந்தான் என்னே! இவர்கள் வரும்போதே குணம் முன்னும் அவர்கள் பின்னுமாக வந்தார்களோ!

இவர்கள் இன்பத்தை அனுபவிக்காத உடல் பரலோகத்தை யடையுமா? நமக்குச் செல்வமிருந்தும் அது என்ன இன்பத்தைக் கொடுக்கிறது? இவர்கள் இன்பத்தை அடையாத செல்வம் எதற்காக? மகாபலி சக்கரவர்த்தி கொடுத்ததுபோல் நம் செல்வ முழுவதையும் இவர்களுக்குக் கொடுத்தாலும் பாதகமில்லை. கடவுள் மகாபலி தலையில் அடிவைத்து மோட்சத்திற்குப் போனதுபோல் நம் சொத்து முழுவதும் வாங்கிக்கொண்டு நம் தலையில் கைவைத்தாலும் பாதகமில்லை; தெரியாமலா இவர்களுக்குத் தேவதாசிகள் என்று பெயர் வழங்குகிறது? உண்மையாய் இவர்கள் தேவலோகப் பெண்கள்தான். இவர்கள் இன்ப வாழ்க்கை தெரியாமலா உடல் பொருள் ஆவி மூன்றும் இவர்களால் இழக்கிறார்கள்? இவர்களைப் பார்த்த கண்களுக்குத் தூக்கமேது? இவர்களை நினைத்த மனதிற்குத் துக்கமேது? பசியேது? மற்ற கருவிகளைப் பார்க்க மனமேது? கண்ணேது! ஞான மார்க்கத்தை விரும்பும் ஞானிகள் கூட இவர்களை அடைந்தால் ஞானியாகிவிடலாமே; நாம் செய்த பாக்கியமல்லவா மாமாவைக் காண நேர்ந்தது; அவரைக் காணாவிட்டால் இந்தத் திருமேனிகளைத் தொட நமக்குக் கிட்டுமா? என்று பலவாற நினைத்துக்கொண்டிருந்தான். இவன் இப்படி யிருக்க காந்தா மாமாவை நோக்கி "நான் திருச்சி சபாகச்சேரிக்கு வந்தபோது தாங்கள் சங்கீத ஞான முடையவர்களென்று கேள்விப்பட்டேன்; தங்களைப் பார்க்க வேண்டுமென்ற அவாவுண்டு; ஆனால் பார்க்க முடியவில்லை. பிறகு ஜமீன்தார் திருமண காலத்திலும் பார்க்கலாமென்றிருந்தேன்; அவ்விடத்திலும் பார்க்கும் பாக்கியம் கிடைக்கவில்லை. ஜமீன்தார் அவர்களிடத்திலும் பேச ஆசைப்பட்டேன் - அதுவும் முடியவில்லை. இருவரையும ஒரே இடத்தில் பார்க்கும் பாக்கியம் கிடைத்தது; எல்லாம் தெய்வச்செயல்" என்றாள்.

இவ்வாறு பேசிக்கொண்டிருக்கும்போது போக சிந்தாமணி வந்தாள். மாமா சோமசேகரனைப் பார்த்து காந்தாவா? கானவதியா? என்றார். இரண்டு பேரும் வேண்டியதுதான் என்றான். இந்த விவரத்தை போக சிந்தாமணியிடத்தில் சொல்லி முடிவு கேட்டார்.

போகசிந்தாமணி காந்தாவை மாத்திரம் இப்போது கலியாணம் செய்துகொள்ளட்டும்; கானவதி சம்பந்தம் பிறகு பார்த்துக் கொள்வோம்; அவர்களைத் தவிர இங்கு யார் வரப்போகிறார்கள் என்றாள். அப்படியானால் காந்தா விஷயத்தில் என்ன கேட்கிறாய்? என்றார் மாமா.

போகசிந்தாமணி எனக்கு ஒன்றும் வேண்டாம். தங்கள் புண்ணியத்தில் எனக்கு ஏராளமான பொருள் இருக்கிறது. இது போதாதா? அவாள் நம் வீட்டிற்கு வரப்போக இருக்கிறார்கள் என்ற புகழ் இருந்தால் போதும். எங்கள் வீட்டிற்கு வந்து கெட்டுப்போனார்கள் என்ற அபவாதம் வராமல் இருந்தால் போதும். விவாகமான பெண்கள் ஐயோ பாவி என்று எங்களைத் திட்டாமல் இருந்தால் போதும். வீண் வார்த்தைபேசிக் காலத்தை வீணாக்காதீர்கள் மாமா. கானவதியை அழைத்து வாருங்கள். நாம் கீழே போவோம்; காந்தாவும் அவரும் பேசிக்கொண்டிருக்கட்டும் என்றாள். பிறகு மூவரும் கீழிறங்கி வந்துவிட்டார்கள். சோமசேகரனும் காந்தாவும் வெகு உல்லாசமாயிருந்தார்கள்.

கீழே இறங்கி வந்த மாமா போகசிந்தாமணியிடம் கானவதியைத் தம் அறைக்கு வரும்படி தெரிவித்தார். போகசிந்தாமணி “மாமா! என்னை எதற்காகக் கேட்க வேண்டும்? நன்றாயிருக்கிறது! தங்களுக்கு மிஞ்சியது தானே மற்றவர்களுக்கு. தங்கள் வீடுமாதிரி நினைத்துக் கொண்டு உங்கள் இஷ்டத்தைப் பூர்த்திசெய்து கொள்ள வேண்டுமே ஒழிய இதெல்லாம் என்னைக் கேட்டு நடக்காதீர்கள்” என்று சொல்லிவிட்டுப் படுக்கப்

போகும்போது பிராமணப் பிள்ளையிடத்தில் அவர்கள் அறைக்குச் சாப்பாடு அனுப்பு என்று உத்திரவிட்டுக் கானவதி மாமா அறைக்குப் போவென்று சொல்லித் தன் படுக்கைக்குப் போய்விட்டாள். கிழத்தாத்தாவும் வந்து விட்டார். கானவதி மாமா இடத்தில் காதலுடையவள் போல் நடித்துக் கொண்டு சொல்லுகிறாள்; "அக்காளுக்கு அதிர்ஷ்டமா? எனக்கு அதிர்ஷ்டமா மாமா? அக்காளும் அக்காள் புருஷனும் தங்களுக்குக் கட்டுப்பட்டவர்கள் தானே? எனக்கு வேண்டியவைகளைத் தாங்கள் செய்யாவிட்டாலும் எத்தனையோ பிரபுக்களை கொண்டு செய்துவிடமாட்டீர்கள்? எனக்கு என்ன குறைவு?" என்று சந்தோஷமாய்ப் பேசிக்கொண்டிருந்தாள். மாமாவும் அன்றிரவைச் சந்தோஷமாய்க் கழித்ததோடு அக்காளுக்கு ஒரு ஜமீன் என்றால் உனக்கு எத்தனையோ ஜமீன்களைத் தள்ளிவிட மாட்டேனா? என்பதுபோன்ற வார்த்தைகளை அவள் மனம் குளிர அளந்தார்.

இம்மாதிரியாக ஒருவாரமாகிவிட்டது. இவர்களை ஒன்றுமே கேட்காமல் தங்கள் சொந்தப் பொறுப்பில் வித்தியாசமான குறிப்புகள் தோன்றாது உபசரித்து வந்தார்கள். காரணம் சிறுமீனைப்போட்டுப் பெரிய மீனைப் பிடிக்கும் தூண்டிற்காரன்போல் லட்சக்கணக்காய் வாங்க உத்தேசித்தவர்கள் வித்தியாசக் குறிகளைக் காட்டுவார்களா? இதையறிந்தவர்கள் தான் உண்டா? போகசிந்தாமணி எதிர்பாராது செலவு செய்ததில் ஆச்சரியம் ஒன்றுமில்லை. இப்படியிருக்க சோமசேகரன் ஒருநாள் மாமாவை அழைத்து "நாம் வந்து ஒரு வாரமாகிறது. அவர்கள் செலவில் இருந்து வருகிறோம்; அவர்கள் நம்மை ஒன்றும் கேட்கமாட்டார்கள்போல் இருக்கிறது. அவர்கள் கேட்காவிட்டாலும் நாம் ஒன்றும் கொடுக்காமல் இருப்பது முறையாகுமா? அவர்கள் நம்மை மதிக்க வேண்டாமா?" என்றான். மாமா ஒன்றும் தோன்றாதவர்போல் என்ன செய்கிறது? என்றார். "நான்

சென்னை சென்று இரத்தின கண்டிகை வாங்கித் தந்துவிடலாமென்று நினைக்கிறேன். ஒன்றும் தடை சொல்லாதீர்கள்" என்றான். மாமா 'சரி சரி நானும் அதைத்தான் நினைத்தேன். அப்படியே செய்யுங்கள். அப்படிச் செய்தால்தான் நம்பெருமைக்கு ஒத்ததா யிருக்கும். தங்கள் புத்தியே புத்தி. பொருளுக்குத் தக்க புத்திதானே வரும்" என்றார். சோமசேகரன் காந்தாளை அழைத்து "நான் நாளைக்குச் சென்னை போகிறேன்; உனக்கு எதன் பேரில் அபேக்ஷயிருக்கிறது சொல்" என்றான். இதைக்கேட்ட காந்தா திடுக்கிட்டவள்போல் "எனக்கு எதன் பேரிலும் அபேக்ஷ இல்லை. தங்கள் பேரில்தான் அபேக்ஷ; சென்னைக்குப் போகிறீர்களா? தங்களைவிட்டு எப்படிப் பிரிந்திருப்பேன்? தங்களுக்கு ஏதாவது அவசரகாரியமாருந்தால் நானும் வருகிறேன். இல்லாவிடில் மாமாவையாகிலும் வைத்துப் போங்கள். தங்களைப் பார்ப்பதுபோல் மாமாவையாகிலும் பார்த்துக் கொண்டிருக்கிறேன்" என்றாள். மாமாவையும் உடன் அனுப்பினால் வேறு தாசி வீட்டிற்குப் போய்விட்டால் என்ன செய்வதென்ற சந்தேகம் தான் இவளுக்கு. சரியென்று மாமாவிடத்தில் "நான் சென்னைக்குப் போய்வரும் வரையில் நீங்கள் இவ்விடத்தில் இருங்கள். காந்தாவை கவலைகொள்ளாமல் பார்த்துக் கொள்ளுங்கள். நான் சென்று வருகிறேன்" என்று சோமசேகரன் சென்னை சென்றுவிட்டான். நல்லவேலை என்று மாமா இருவருடைய சந்தோஷத்திலும் மூழ்கி விட்டார்.

சோமசேகரன் சென்னை சென்று தன்னுடன் படித்த விசுவாதன் மூலமாய் பி.ஆர். அண்டு சன்சுக்குப் போய் தருமபுரி ஜமீன்தார் என்பதாய்த் தெரியப்படுத்தி இரண்டு லட்சம் பெறும்படியான இரத்தின கண்டிகை ஒன்றும், வைர நெக்லஸ் ஒன்றும் இன்னும் சில நகைகளும் கடனுக்கு வாங்கிக்கொண்டு இரண்டு நாள் அவ்விடத்தில் தங்கிவிட்டான்.

இவ்விடத்தில் ஏற்கெனவே காந்தாளைக் காதலித்த கார்காத்தா வேளாளர் வந்துவிட்டார்; காந்தா அவரை மாடிக்கு அழைத்துப் போய்விட்டாள். பிறகு நாதசுரம் குப்புசாமியும் வந்துவிட்டான். வந்த குப்புசாமி போகசிந்தாமணியைப் பார்த்து "என்ன அத்தே ஒரு வாரமாய் எனக்கு ஏன் சொல்லியனுப்பவில்லை? குட்டிகளுக்கு வேலையும் வரும்படியுமதிகமோ? அந்தச் சிறுக்கிகள் தினம் பாடுகிறாள்களா? இல்லையா? இரத்தத்திமிர் இருக்கிற வரையில் எவனாகிலும் பத்து ரூபாய் கொடுப்பான்; பிறகு என்ன செய்யப்போகிறாள்கள்? சங்கீதம் வேண்டாமா?" என்று கோபித்துக் கண்டபடி வசைமொழிகள் பாட ஆரம்பித்துவிட்டான். போக சிந்தாமணி "என்ன மருமகனே! கோபித்துக்கொள் கிறீர்கள். நம் வீட்டிற்கு யார் வருகிறார்கள்? தருமபுரி ஜமீன்தார் கானவதியைக் கலியாணம் செய்ய வந்திருக்கிறார்; இன்னும் ஒன்றும் முடியவில்லை. அவருடன் வந்த ஐயர் இங்கிருக்கிறார். அவர் இன்றுதான் ஊருக்குப் போயிருக்கிறார். பிள்ளைவாள்கூட இன்று தான் வந்தார்கள்; ஒரு வாரமாய்க் காந்தாளுக்கு உடம்பு சரியில்லை. இன்றுதான் கொஞ்சம் சௌக்கியமா யிருக்கிறது" என்றாள். குப்புசாமிக்கு கோபம் வந்து விட்டது. "நீதான் அவர்களைக் கெடுக்கிறாய். எப்படியா கிலும் போங்கள்" என்று போய் விட்டான்.

மாமா போகசிந்தாமணியை அழைத்து "காந்தா ளுக்குக் கலியாணமாகவில்லை என்றாயே, மாடிக்குப் போனவர் யார்? உன்னிடத்தில் பேசிய குப்புசாமி யார்?" என்றார்.

போகசிந்தாமணி "என்ன தெரியாதவர்போல் கேட்கிறீர்களே! குப்புசாமி நம் பெண்களுக்குச் சங்கீதம் சொல்லிக்கொடுத்தவன்; அடிக்கடி வந்து பாடச் சொல்வான்; தினம் பாடாவிட்டால் சங்கீதம் கெட்டு விடுமல்லவா? என் சொந்தக்காரன்; குருவானதால்

சுதந்தரமாய்ப் பேசினான். ஒன்றும் வித்தியாசமாய் நினைக்காதீர்கள்; இவர்களுடைய விரோதம் வைத்துக் கொண்டிருந்தால் கெட்ட ஜாதியாரோடு நாங்கள் சம்பந்தம் வைத்திருப்பதாக ஜாதிக் காட்டுப்பாடு செய்துவிடுவார்கள். இந்தத் தொல்லைக்குத்தான் இந்தத் தடியன்கள் ஏதாவது கத்தட்டுமென்று நாங்கள் காதில் வாங்குவதில்லை; இந்தக் கஷ்டத்தால்தான் தூக்கிவைக்க வேண்டிருக்கிறது; அவர்கள் இஷ்டப்படி நடந்துவிட்டால் எப்படி நடத்தினாலும் காதில்கூடப் போட்டுக்கொள்ள மாட்டார்கள். நிற்க நம் காந்தாவைக் கலியாணம் செய்தவர்தான் மாடிக்குப் போனவர்; மாமாக்களெல்லாம் இம்மாதிரியான காரியத்துக்கு ஒற்றுமையாய் இருப்பார்கள்; அவர்கள் விஷயத்திலும் நாங்கள் ஒற்றுமையாய்த் தான் இருப்போம்" என்றாள்.

மாமா "சரிதான் எனக்கு எல்லாம் தெரியும்; சும்மா கேட்டுப்பார்த்தேன்; இனி நான் அழைத்துவரும் தனவந்தர்களை ஒருவர்க்கொருவர் விரோதமில்லாத முறையில் உனக்கு நடத்திக்கொள்ளத் தெரிகிறதா வென்று இவ்வாறு கேட்டேன், நீ ஒன்றுக்கும் கவலைப்படாதே; எத்தனை ஜமீன்தார் வேண்டுமானாலும் கொண்டுவந்து தள்ளுகிறேன்; ஏன் பெண்களுக்கு உச்சியிலிருந்து உள்ளங்கால் வரையில் வைர மயமான அங்கி மாதிரி போட்டுவிடுகிறேன்; ஒன்றுக்கும் அஞ்சாதே" என்றார்.

போகசிந்தாமணி "அதைப்பற்றிய கவலை வேண்டாம். யார் வந்தாலும் தங்கள் பேருக்கு ஹானியில்லாது அவரவர்களுக்குத் தக்கபடி அனுப்பி விடுகிறேன். நான் யார் என்று தங்களுக்குத் தெரியாது; மற்றவைகளில் புத்தி இல்லாவிட்டாலும் இந்த விஷயத்தில் என்னை ஏய்க்க முடியாது. நான் மட்டுமா? என் பெண்கள் இதுவிஷயத்தில் எனக்குத் தெரியாமல்கூட வந்தவர்களை மயக்கி மேய்த்து விடுவார்கள். இவ்வளவு சாமர்த்திய மில்லால் இந்தத் தொழிலை நடத்த முடியாது. ஒரே

புருஷனிடத்திலிருந்தால் எப்படிப் பொருள் சேரும்? என்ன மாமா தங்களுக்குத் தெரியாத விஷயமா நான் சொல்லப் போகிறேன்" என்றாள். மாடிக்குச்சென்ற காந்தாளும் மிராசுதாரும் வெகு உல்லாசமாய்ப் பேசிக்கொண்டு இருக்கும்போது காந்தா சொல்கிறாள் "என் அருமைக் காதலரே! தங்களை ஒன்று பயந்து கேட்கிறேன்; கோபித்துக் கொள்ளாதீர்கள்" என்றாள்.

பிள்ளைவாள்: என் அருமைக்காதலி! நீ அடித்தாலும் உன்பேரில் எனக்குக் கோபம் வருமா? உன்னை இன்னுமா உணராமல் இருக்கிறேன்? நீ என் பேரில் வைத்திருக்கும் காதலும் அன்பும் எனக்குத் தெரியாதா? எனக்குப் புத்தியில்லையா? என்னையே சதமென்று வேறு யாரையும் நேசிக்காத உன் அன்பால் எனக்கு எவ்வளவு பெருமை தெரியுமா? நீ என்னை மறந்தாலும் என்னால் உன்னை மறக்க முடியுமா? எந்த விஷயமாய் இருந்தாலும் அஞ்சாமல்சொல்; என் அபரஞ்சியே! கண்ணே! கண்மணியே ஏன் பயப்படவேண்டும்?

காந்தா: தங்களுக்கு ஒரு காலத்தில் கஷ்டம் வந்தால் என் தாய் தங்கையை இழந்தாலும் இழப்பேன் தங்களை இழக்கமாட்டேன்; இது கடவுளறியச் சத்தியம்.

பிள்ளைவாள்: சத்தியம் எதற்காக? முந்தியே நாமிருவரும் சத்தியம் செய்துகொண்டிருக்கிறோம்; சத்தியம் தவறாமல் நானும் சம்சாரத்தின் முகத்தில் விழிப்பதில்லை. நீயும் வேறு புருஷர் முகத்தில் விழிப்ப தில்லை. இதைப் பற்றி நம் இருவர் மனச்சாட்சிக்குத்தான் தெரியும்; வேறு யார் அறிவார்? உன் இஷ்டத்தைச் சொல் அதன்படி நடக்கிறேன்.

காந்தா: (கண்ணீர் சொரிந்தவளாய்) கானவதியைச் சாந்தி செய்ய ஒரு ஜமீன்தார் வந்திருக்கிறார். அவர் வேறு ஆண்களைக் கண்டால் வெட்கப்படுகிறாராம்; அதற்காகத் தங்களை ஒரு மாதத்திற்கு இவ்விடத்திற்கு வராமலிருக்கும்

படி அம்மாள் சொல்லச் சொன்னாள். அவரிடத்தில் முடிவு செய்துகொண்டு பணம் வாங்கிவிட்டால் தாங்கள் தாராளமாய் வரலாமாம்; பிறகு தங்களுக்கும் அவருக்கும் சிநேகம் உண்டாகிவிடுமாம்; நான் இதற்குச் சம்மதிக்கவில்லை; தங்களைக் கேட்டுத்தான் முடிவு சொல்வேன் என்று சொல்லி விட்டேன்; தாங்கள் சம்மதித்தாலும் குடும்பச் செலவிற்காகத் தங்களைக் கேட்கமாட்டேன். காந்தாதான் பார்த்துக்கொள்ள வேண்டுமென்று கண்டித்துவிட்டேன். என் செலவுக்கு மாத்திரம் தாங்கள் கொடுத்தால் போதும். இவ்வளவு காலமாய்த் தாங்கள் குடும்பம் பார்த்தீர்களே இனி அவள்தான் பார்க்கட்டுமே; கானவதிக்குப் புருஷன் இல்லாமையால் முழுச்செலவும் நாமே பார்க்கவேண்டியிருந்தது. அந்தப் பளுவும் நீங்கிவிடும்; தங்களுக்கு இஷ்டமிருந்தால் சொல்லுங்க, இல்லாவிட்டால் தங்கள் வீட்டோடு வந்துவிடுகிறேன்? இதைக்கேட்ட பிள்ளைவாள் "இதுதானா பெரிய விஷயமா? கண்ணே கிணற்றுத் தண்ணீரை வெள்ளமா கொண்டுவிடும்? நான் நாளையிலிருந்து வரவில்லை. அவர் எத்தனை நாளைக்கு வரப்போகிறார்? எங்கள் ஜாதியாரைப்போல் மற்ற ஜாதியார் தாசிகள் வீட்டில் நீடித்திருக்கமாட்டார்கள்; தாசியை வைத்துக்கொண்டால் தான் பெருமை என்று நினைக்கும் சாதியில் பிறந்த நான் உன்னால் ஏற்பட்ட பெருமையை விடுவேனா? நான் சொல்வதைக் கேள்; உன் தாயாருக்கும் விரோதம் வேண்டாம்; எனக்கும் ஒரு மாதத்திற்கு சாகுபடி வேலை இருக்கிறது" என்று சொல்லி அன்றிரவைக் கழித்து காலையில் மாயவரம் வந்துவிட்டார். காந்தா பிள்ளை வாளை ஒரு மாதத்திற்கு வராமல் இருக்கும்படி செய்தது தாயாருக்குத் தெரிவித்து மாமா இடத்தில் சென்று இனிமையான வார்த்தைகளால் பேசிக்கொண்டிருக்கும் போது சென்னை சென்ற சோமசேகரன் வந்து விட்டான். மாமாவும் காந்தாளும் சந்தோஷமாய்ப் பேசிக் கொண்டிருந்தைக் கண்ட சோமசேகரன் மாமாவை

நாமழைத்துப் போயிருந்தால் நம் பிரிவால் காந்தா மனக் கவலையடைந்திருப்பாள். அவரை வைத்துப் போன தினால் சந்தோஷத்துடனிருக்கிறாள் என்று நினைத்துச் சந்தோஷமாய் உட்கார்ந்தான். போகசிந்தாமணி "வாருங்கள் வாருங்கள்! காந்தா இப்போதுதான் வந்து தாங்கள் இன்னும் வரவில்லையே என்று கவலைப் பட்டாள்; நல்லவேளையாய்த் தாங்களும் வந்து விட்டீர்கள்" என்றாள். இதைக்கேட்ட சோமசேகரனுக்கு உச்சி குளிர்ந்துவிட்டது. நம் பேரில் என்ன அன்பு! இவ்வளவு அன்புடையவர்களை எந்தச் சாதியிலும் பார்க்கமுடியாது. எவ்வளவு பொருளைக் கொட்டிக் கொடுத்தாலும் தாசிகள் அன்பாய் நடக்கமாட்டார்கள் என்று சொல்லக் கேட்டிருக்கிறேன்; அது வீண் பழியான வார்த்தையே; நாம் வந்த நாள் முதல் இதுவரையில் ஒரு காசுகூட வாய் திறந்து கேட்கவில்லையே; நம் பேரில் வாஞ்சைக்கு ஏதேனும் குறை உண்டா? இதெல்லாம் பார்க்கும்போது இவர்கள் பேரில் பழி சுமத்துபவர்கள் இவர்களோடு பழக்கமில்லாதவர்கள் என்றுதான் நினைக்க வேண்டிருக்கிறது என்று எண்ணி மகிழ்ந்தான்.

சோமசேகரன் மாமாவைத் தனிமையில் அழைத்துத் தான் வாங்கிவந்த நகைகளைக் காட்டினான். மற்றச் சில்லரை நகைகளைப் பற்றி ஒன்றும் கேட்காது குறிப்பிட்ட இரண்டு நகைகளை மாத்திரம் இரண்டு எதற்கு என்றார். காந்தாளுக்கும் கானவதிக்கும் வாங்கிவந்தேன் என்றான்.

மாமா: கானவதிக்கு எதற்காக வாங்கி வந்தீர்கள்?

சோமசேகரன்: காந்தாளுக்கு மாத்திரம் வாங்கி வந்தால் கானவதிக்கும் அவள் தாயாருக்கும் மனவருத்தம் வராதா? நிற்க ஒரு குடும்பத்தில் நாம் வித்தியாசம் பாராட்டிப் பழகலாமா? வித்தியாசம் பாராட்டுவது முறையல்லவென்று வாங்கினேன்.

மாமா: மிகவும் சரி. தங்களுடைய புத்தியை நான் மெச்சினேன். நான் என்ன உத்தேசித்தேனோ அப்படியே செய்துவிட்டீர்கள். நீங்கள் நினைத்தது கிரமமே! பிறகு கானவதியைத் தாங்களே ஏற்பாடு செய்துகொள்ள வேண்டியிருப்பதால் முன் கூறியபடி இப்படிச் செய்து விடுவது நன்மைதான்.

சோமசேகரன் அவர்கள் விரும்பாவிட்டாலும் நாம் நடந்துகொள்ளும் பான்மையில் தவறலாமா? என்றான். பிறகு மாமா ஒரு தங்கத்தட்டில் எல்லா நகைகளையும் வைத்து போகசிந்தாமணியிடத்தில் கொடுக்கச் சொன்னார். அப்படியே மாமியாரிடத்தில் கொடுத்து நல்ல வேளையில் தங்கள் பெண்களுக்குக் கொடுங்கள் என்றான். போகசிந்தாமணி கோபக்குறியாய் நடித்து "இதெல்லாம் எதற்கு வாங்கினீர்கள்? சென்னைக்கு ஏதோ சொந்த வேலையாய்ப் போகிறீர்கள் என்றல்லவோ பிரயாணத்தைத் தடை செய்யாதிருந்தேன்; இவ்விதம் செய்வீர்கள் என்று தெரிந்தால் கண்டிப்பாய்த் தடுத்திருப்பேன்; காந்தா-கானவதி ஏதேனும் தங்களைக் கேட்டார்களா? அல்ப நாய்கள் கேட்டிருப்பார்கள்! அவர்கள் இஷ்டப்படி நடக்கட்டும்; பெரியவள் இருக்கிறாள் என்றுகூட ஒரு வார்த்தை மதித்துக் கேட்கக்கூடாதா? இதுவரையில் நம் குடும்பத்தில் வந்தவர்களைக் கேட்டு வாங்கியதில்லை; வந்தவர்கள் இஷ்டப்பட்டுக் கொடுத்ததை வாங்குவது வழக்கம். இப்போது இவர்கள் நாட்டாண்மையாகி விட்டது" என்று பிரமாதப்படுத்தினாள். பிறகு இந்த நகைகளை வேண்டாமென்றால் தங்களுக்கு வருத்தம் வரும். ஆதலால் தாங்களே நல்ல வேளையில் அவர்கள் கையில் கொடுங்கள்; இனி யேதேனும் வாங்க வேண்டுமானால் என்னைக் கேட்காது வாங்கவேண்டாமென்று வெகு பொறுப்பு வாய்ந்தவள்போல் தெரிவித் தாள். இப்படியே வெகு சந்தோஷத்துடன் ஒரு மாதம் கழிந்தது.

போகசிந்தாமணி வீட்டிற்குத் தினசரி பத்திரிகை ஒன்று வருவதுண்டு; பிரபல தாசியானதால் தாசிகளைப் பற்றி ஏதாவது செய்தி வருகிறதா என்பதைக் கவனிக்கவே வரவழைத்தாள். சில தாசிகள் பத்திரிகை படிக்கும் பழக்கம் உண்டு. தாசிகளைச் சீர்திருத்துவதின் சம்பந்தமான விஷயங்கள் பத்திரிகைகளில் வந்துவிட்டால் அதை வைத்துக்கொண்டு ஏளனம் செய்துகொண்டிருப்பார்கள். "நம் ஜாதி முறையைக் கெடுக்க டாக்டர் முத்துலட்சுமி தோன்றினாள். அவளோடு சில சிறுக்கிகள் சேர்ந்து கொண்டு கூத்தாடுகிறார்கள். இவர்கள் நம் சாதியை இழிவாய்ப் பேசுகிறதினால்தானே சில காலிகள் இழிவாய் எழுதுகிறார்கள். இவர்கள் செய்யும் வீண் ஆர்ப் பாட்டத்தினால் நம் வீட்டிற்கு வரும் பிரபுக்கள் நின்று விட்டார்களா? ஜமீன்தார்களை நிறுத்திவிட்டார்களா? சட்டம் செய்யும் மெம்பர்கள் தான் நின்றார்களா? எல்லாரும் நம் வாசலில் காத்திருப்பதில் குறைவு உண்டா?" என்பது போன்ற வார்த்தைகளைத் தாசிகள் கூடிப் பேசிக் கொண்டிருப்பார்கள். இப்படியிருக்கும்போது ஒரு நாள் பத்திரிகையில் கீழ்க்கண்ட விளம்பரம் காணப் பட்டது.

நோட்டீஸ்

தர்மபுரி ஜமீன்தார் சகல ஜனங்களுக்கும் இதனால் தெரிவித்துக் கொள்கிறதாவது: என் புதல்வன் சோமசேகரன் என்பவன் தாசி வேசிகளின் வீடுகளில் இருந்து கொண்டு பொருளைத் துர்விநியோகம் செய்வதாய்த் தெரிகிறது. என் வீட்டை விட்டுப்போய் ஒரு மாதத்திற்கு மேல் ஆகிறது. அவன் தாசி வீட்டில் செய்யும் துர்விநியோகங்களுக்குத் தருமபுரி ஜமீன்தார் குமாரன் என்ற பேரால் கடன் வாங்குவதாகவும் தெரிகிறது; யாதொரு பிரயோஜனமுமில்லாது துர்விநோயகத்திற்கு இதுவரையில் வாங்கப்பட்ட கடன்களும் இனிக் கொடுக்கப்படும் கடன்களும் ஜமீனையோ என்னையோ

கட்டுப்படுத்தாதென்பதை ஜமீன் சட்டப்படி இதன் மூலம் தெரிவித்துக் கொள்கிறேன்.

ஒப்பம்
ஜெயவீர கருணாகர துரைப்பாண்டிய ஐயன்.

இதைப் பார்த்ததும் போகசிந்தாமணி கூட்டத்தார் திடுக்கிட்டு இனி என்ன செய்வதென்று ஏங்கி யாராவது பத்திரிகை கேட்டால் வரவில்லை என்று சொல்லி விடுங்கள் என்று ஏற்பாடு செய்து மௌனமாயிருந்தார்கள்.

10
கழிவிரக்கமும் கண்விழிப்பும்

தருமபுரி ஜமீன்தார் தமது மகன் சென்னை சென்று மந்திரிமார்களைப் பார்த்து மறுதினமே வருவதாகச் சொல்லிப்போனவன் இரண்டு வாரம் வரையில் வராமையைக் கண்டு கவலை கொள்ளலானார். உடனே தமக்கு வேண்டியவர்களுடன் சென்னைக்குப் பயணமானார். மந்திரி முதலானவர்களை விசாரித்ததில் ஒன்றும் தெரியவில்லை. கலாசாலை நண்பன் விசுவநாதனை விசாரிக்கலாமென்று ஹாஸ்டலுக்குச் சென்றார். விசுவநாதனை விசாரித்தார். காந்தா-கானவதி சபா கச்சேரிக்கு வந்தது முதல் கடனாக மூன்று லட்சத்திற்கு நகைகள் வாங்கிப் போனது வரை எல்லா விவரங்களையும் விஸ்தாரமாகத் தெரிவித்தான். நான் எவ்வளவோ புத்தி சொன்னேன்; தாசியின் பைத்தியம் தலைக்கேறியிருப்பதால் என் வார்த்தை காதில் ஏறவில்லை என்று யோக்கியமாய்ச் சொல்லிவிட்டான். ஜமீன்தார் என்ன செய்வார் பாவம்? தினசரி பிராமணர்களின் ஆசீர்வாதம் பெற்று வந்தார். தெய்வ பக்தியில் சிறந்தவர்; தருமமே உருவாய் அமைந்தவர்; தருமப்பிரபு என்ற பட்டம் பெற்றவர்; சாஸ்திர விதி தவறாமல் நல்ல லக்கினத்தில் திருமணம் முடித்த நாளே ஏக புத்திரன் தாசி வீடே கதியென்று சென்று விட்டால் அவர் மனம் என்ன பாடுபடாது; தாசிகள் கச்சேரியும் நாட்டியமும் கூடாதென்று சொல்லிய சம்பந்தி இச்செய்தி அறிந்தால் நமது பின் யோசனையற்ற புத்தியை நினைத்துக் கவலைப் படமாட்டாரா? ஞானசுந்தரி என்ன நினைப்பாள்? யானை

தன் தலையில் தானே மண்ணைவாரிப் போட்டுக் கொண்டதுபோல் நம் புதல்வன் கெடுவதற்கு நாமே தாசிகளை அழைத்தோம்; ஆரம்பகாலத்தில் சென்னைக்கு அனுப்பக்கூடாதென்ற சம்சாரத்தின் வார்த்தையையும் தட்டினோம். சம்பந்தி இவர்களை அழைக்க வேண்டா மென்றதையும் கேட்கவில்லை. இவர்களைத் தெரியாத வர்கள் என்று நாம் நினைத்ததால் நம் புதல்வனை வேசிகளுக்குப் பறிகொடுத்தோம். கெடுமதி கண்ணுக்குத் தெரியாதென்பதுபோல் நேர்ந்துவிட்டது. முன்னோர் களின் பழக்கத்தைக் கடைப்பிடித்ததால் உத்தமனான புதல்வனைப் பலவிதத்திலும் கெடுத்தோம் என்று எண்ணிக் கவலையடைந்தார். ஞானசுந்தரியிடத்திலும் விஜய லட்மிதேவியிடத்திலும் விஸ்தாரமாய் எல்லா விவரங்களையும் சொன்னார். இருவரும் இவைகளைக் கேட்டு ஆச்சரியப்படாமல் இருந்தார்கள். பெண்கள் முன் கூட்டிச் செல்லும் வார்த்தைகளைக் கேளாது தான் தோன்றியாய் அலையும் ஆண்களுக்கு இப்படிப்பட்ட காரியம்தான் சம்பவிக்குமென்று விஜயலட்சுமி தேவி நினைத்தார். சிறிது நேரம் மௌனம் சாதித்தார்கள். "புதல்வனை நல்வழிப்படுத்தும் பொறுப்பு ஞான சுந்தரியிடத்தில்தான் இருக்கிறது. தாங்கள் கவலைப் படுவதில் என்ன பயன்?" என்று அறிவில் சிறந்த தேவியார் தெரிவித்தார். உடனே ஞானசுந்தரி சொல்லுகிறாள் "அதைப்பற்றிய கவலை தங்களிருவருக்கும் வேண்டு வதில்லை. எந்தவிதக் கெடுதலும் ஒரு நன்மைக்குத்தான் வரும். மகத்தான தருமங்களை மாமா செய்ததற்கு இது தான் பலன் ஏற்பட்டது. புராதன சாம்பிரதாயத்தைப் பின்பற்றி தாசி ஆட்டத்திற்கு இடங்கொடுக்கப் போனதால்தான் மணக்கோலத்துடன் தாசி வீட்டிற்குப் போகும் நிலைமை ஏற்பட்டது. இவ்விதக் கெடுதல் களுக்கெல்லாம் என் புருஷன் பேரில் குற்றம் சொல்வதிற்கில்லை. இக்குற்றங்கள் மாமாவைத்தான் சாரும்; இனி என் புருஷனைப் பற்றிய கவலைகள் தங்கள்

இருவருக்கும் வேண்டாம். அவரை இவ்விடத்திற்குக் கொண்டுவந்து உலகத்தார் புகழும் வண்ணம் செய்யும் படியான பொறுப்பு என்னைச் சார்ந்தது" என்று சொல்லிக்கொண்டிருக்கும்போது ஞானசுந்தரியின் தகப்பனார் தம் பெண்ணையும் மருமகனையும் பார்க்க வந்தார். சம்பந்தியைக் கண்ட தருமபுரி ஜமீன்தார் தலையைக் குனிந்த வண்ணமாய்த் தம் புதல்வன் விஷயத்தை ஆதியோடந்தம் வரையில் சொல்லி வருத்தப்பட்டார். இவற்றையெல்லாம் கேட்ட மார்த்தாண்ட தேவபூபதி மனவருத்தமுற்றுத் தமது ஏகபுத்திரியின் நிலை கவலைக்கிடமாகிவிட்டதே என்று ஏங்கினார். உலக ஞானமறிந்த தம் பெண்ணுக்கும் - உலகம் தெரியாத குருட்டுப் பழக்கங்களிடையே தருமபுரியில் வளர்ந்த சோமசேகரனுக்கும் எவ்விதத்திலும் பொருத்தப்படாதென்று ஆதியில் தாம் கருதியதையும் தம் கருத்துக்குப் பெண் மாறுபட்டு அபிப்பிராயம் கொடுத்ததையும் நினைத்துப் புழுங்கினார். சாஸ்திர நீதியுடன் செய்யும் திருமணத்திற்குத் தாசி இல்லாவிட்டால் முறை தவறிய தாகுமென்று நினைத்த சம்பந்தியின் மூடத்தனமே இந்நிலைக்குச் சோமசேகரனைக் கொண்டுவந்துவிட்டது. தாசி கச்சேரியை மாத்திரம் நிறுத்திவிட்டு மற்றவைகளைச் செய்யுங்கள் என்று குறிப்பிட்டுச் சொல்லியும் கேட்காத ஒரு குற்றத்தினால்தானே தெரிந்தவர்கள் தெரியாதவர்கள் ஆகிய எல்லாரும் முட்டாள்களாகுபடி நேர்ந்தது என்று மனக் கிலேசத்துடன் சம்பந்தியிடம் கொஞ்சம் சுட்டிக் காண்பித்ததோடு தம் புதல்வி இடத்திலும் தகப்பன்போல் தான் மகன் இருப்பான் என்று சொல்லியதையும் தற்சமயம் நடந்ததையும் குறிப்பிட்டார். இவற்றையெல்லாம் கேட்டுக் கொண்டிருந்த ஞானசுந்தரி "அப்பா! தாங்கள் சகல முன்னேற்றங்களுக்கும் தங்கள் ராஜ்யத்தில் திட்டம் போட்டு நடத்தி வருகிறீர்களே. தேவதாசிகள் என்ற பெண்களைப் பொறுத்தவரை யாதேனுமொரு சீர்திருத்தம் செய்திருக்கிறீர்களா? பெண்களுக்கும் சிறப்பாக

ஆண்களுக்கும் நன்மை பயக்கக்கூடிய சீர்திருத்தம் வியசாரம் செய்யும் தாசிகளையும் சீர்திருத்த வேண்டிய தல்லவா? நிற்க தங்கள் மருமகன் மணக்கோலத்தோடு தாசி வீட்டிற்குப் போனதுபோல் நம்முடைய ராஜயத்தில் மக்கள் எத்தனை பேர் கெட்டிருப்பார்கள்? அவர்களுக்காகக் கவலைப்படாமல் சொந்த விஷயத்தில் நஷ்டம் ஏற்பட்ட போது கவலைப்படுவது ராஜதர்மமா? நீங்களிருவரும் பொதுவாக இதுவிஷயத்தில் கவலை செலுத்தவேண்டி என் புருஷன் தாசி வீடடைந்தது நன்மை என்றுதான் நினைக்கிறேன். தலைவலியும் காய்ச்சலும் தனக்கு வந்தால்தான் தெரியுமென்றே பழமொழியைப் போல் உங்களுக்கு ஏற்பட்ட இச்சம்பவத்தால் உலகத்திற்கே நன்மை ஏற்பட்டதற்குச் சந்தோசிக்கிறேன்" என்றாள்.

தம் புதல்வி சொல்லியதை மார்த்தாண்டர் ஆழ்ந்த கருத்துடன் கேட்டுக்கொண்டு அதன் நியாயத்தை உணர்ந்தவராய் "நீ சொல்லிய காரியங்களில் கவனத்தைச் செலுத்தினேன்; ஆனால் காமிகளுக்குக் காமக்கிழத்திகள் இருக்கவேண்டுமென்ற நோக்குடன் இது விஷயத்தில் அலட்சியமாயிருந்துவிட்டேன்; இக்கொடுமையை ஒழிப்பதற்குத் திட்டம் ஏற்படுத்துகிறேன்" என்றார்.

ஞானசுந்தரி "சீர்திருத்தத்தில் மிக்க ஆர்வம் உள்ள தாங்களே காமிகளுக்குக் காமக்கிழத்திகள் இருக்க வேண்டுமென்று நினைத்திருக்கும்போது தங்கள் மருமகன் தாசி வீட்டிற்குப் போனவுடன் தம் வசப்படுத்திய தாசிப் பெண்கள் பேரில் குற்றம் சொல்வதில் என்ன அர்த்த மிருக்கிறது என்று தாங்களே யோசித்துப் பாருங்கள். என் புருஷனைப் பற்றிய கவலை தங்களுக்கு வேண்டியதில்லை. தாமாக வந்து சேர்ந்துவிடுவார். பொருள் உள்ளவரையில் தானே அங்கிருப்பார். கடன் கொடுப்பவர்கள் நின்றால் இவருக்கு அவ்விடத்தில் வேலையேது? தாசி வீட்டுக் காதலர்களுக்குக் கடன் கொடுக்கும் தனவந்தர்களுக்கும்

ஜீவகாருணியம் என்று ஏற்படுகிறதோ அன்று புருஷனைக் கண்ணாரக்கண்டு களிக்கிறேன். தாங்கள் இதைப்பற்றிக் கவலைப்படாது தங்கள் ராஜாங்க காரியங்களைத் தவறாது நடத்துங்கள்" என்றாள்.

மார்த்தாண்டர் இது விஷயமாய் ஞானசுந்தரி கவலை இல்லாதிருப்பதற்குக் காரணம் தானே தேடிய புருஷனானதே; நம்மிஷ்டப்படி விவாகம் முடித்து இவ்வாறு நடந்திருந்தால் பாவி என்னைக் கெடுத்தாயே என்று கண்ணீர் சொரிவாள்; இதைத் தெரிந்தவர்கள் பெண் இஷ்டப்படிதான் விவாகம் செய்வார்கள்; இல்லையேல் பெண்ணின் வசைமொழிக்கு ஆளாவார்கள் என்று நினைத்தவராய் சம்பந்திக்குத் தைரியம் சொல்லித் தம் ஊர் சென்று தாசிகளை ஒழிப்பதற்கு வேண்டிய வற்றைக் கவனித்து வந்தார். தர்மபுரி ஜமீன்தார் இவை களை எல்லாம் கேட்டதினால் கொஞ்சம் ஞானக்கண் திறக்கப்பட்டவராய் "மகத்தான தர்மத்தைச் செய்தோம். தர்மம் தலைகாக்கு மென்றது வீணாயிற்று; ஞானசுந்தரி சொல்லியதுபோல் சோம்பேறிகளை வளர்த்த பாவம் கவலைக்கிடமாக்கியது; நாம் உற்று நோக்கினால் கோயில் சத்திரம் பிராமண போஜனம் இவைகளை நம்பித் தர்மம் தர்மம் என்று தினம் தினம் தலையிலடித்துக் கொண் டிருந்த நமக்கு நல்ல அநுபவமாயிற்று; நிற்க பிரபல வைதிகர் ஆசிர்வாதம், சோதிட முதலிய தசவித பொருத்தம், புரோகிதச் சடங்குகள் முதலியன தவறாது நடத்திய நம்மகனின்திருமணம் நம் புத்திரனை இரண்டு தினங்கூட வீட்டிலில்லாது மணக்கோலத்தோடு தாசி வீட்டிற்குப் போகச்செய்தன. தானமாவது தருமமாவது? இவைகளை உதறித் தள்ளினால் ஒழிய எதிர்காலம் புனிதமடையாது. நம் சம்பந்தி உலகத்தார் உற்று நோக்குமாறு ராஜ்யத்தை நடத்தி வந்தும் நம் அஞ்ஞானத்தில் சேர்ந்தமையால் அவரும் கவலைப்பட நேர்ந்தது; நாம் செய்த தர்மம் பலரைத் துன்பத்திற்

குள்ளாக்கியது" என்று பலவாறு எண்ணி எண்ணி ஏக்கமற்று மனதில் ஓர் ஒளி பெற்றவராய் சீ! சீ! இனிமேலும் இப்படியே இருக்கக்கூடாது. நம் நாட்டில் இது வரை கையாண்டுவந்த மூடப்பழக்க வழக்கங்களை அடியோடு மாற்ற வேண்டும் என்று முடிவுசெய்து, அதற்கு வேண்டிய திட்டங்களைப் போட்டு ஒளி மழுங்கிய தம் நாட்டு மக்களைத் தட்டி எழுப்பும் வேலையில் முனைந்தார். மகன் செத்தாலும் சாகட்டும் மருமகள் கொட்டமடங்கட்டு மென்னும் பழமொழிக் கொப்ப ஞானசுந்தரி தம் புருஷன் தாசி வீடு போனாலும் போகட்டும் மாமனார் மூடப் பழக்கங்களிருந்து நீங்கியதே போதும் என்று சந்தோஷமடைந்தவளாய்க் காணப் பட்டாள். தருமபுரி ஜமீன்தார் தம் மருமகள் சொல்லைத் தட்டாது தமது நாட்டை நடத்திவந்தார்.

11
பணம் பறிக்கும் சதியாலோசனை

தருமபுரி ஜமீன்தார் புத்திரன் சோமசேகரனுக்கு யாரும் கடன் கொடுக்கக்கூடாதென்று பிரசுரித்த விளம்பரத்தை வெளிப்படுத்தாமல் போகசிந்தாமணி ரகசியமாய் வைத்திருந்ததை முன் அத்தியாயத்தில் கூறினோம். அதற்குமேல் காந்தா-கானவதி வீட்டில் நடந்தவைகளைக் கவனிப்போம். காந்தா கூட்டத்தார் ஒரு நாள் ஒன்றுகூடி யோசித்தார்கள். பத்திரிகை விளம்பரத்தால் சோமகேசரனுக்கு இனி ஒருவரும் கடன் கொடுக்கமாட்டார்களாதலால் அவனை விலக்கிவிட வேண்டுமென்று முடிவு செய்தார்கள். மேற்படி விளம்பரத்தைக் கண்ட நாள் முதல் சோமசேகரனிடத்தில் அலட்சியமாய் நடக்கவும் ஆரம்பித்துவிட்டார்கள். காந்தா அடிக்கடி தலைவலி உடல்வலியென்று தனிமையில் படுக்கையும் வைத்துக் கொண்டாள். ஆனால் மாமாவுக்கு அதிகமான உபசரிப்புகள் ஏற்பட்டன. இவ்வாறிருக்கும் போது ஒரு நாள் போகசிந்தாமணி "காந்தா நான் ஒன்று யோசிக்கிறேன்; அது சரியா? தப்பா? என்று யோசித்துச் சொல். இந்தச் சமயத்தில் பிள்ளைவாளிடத்தில் கொஞ்சம் பணம் வாங்கிவிடலாமென்று நினைக்கிறேன்; அவன் என்னடி ஆத்தா மகா கருமியாயிருக்கிறான்? என்னமோ நெல் கத்திரிக்காய் வாழைக்காய் கருணைகிழங்கு கொடுத்தே வருகிறான்; நகை என்றால் அவ்வளவு தான். மழுங்கிணி மாங்கொட்டையைப்போல் பதில் சொல்லாமல் ஏமாற்றி வந்திருக்கிறான்; இந்தப் பிரபுதான் உனக்கு விசுவாசமானவன்; நான் சொல்வதில் வருத்தமாய்

இருக்கும். உன் வாலிபம் தவறிவிட்டால் பெண்டாட்டி தெய்வமே பெரிய தெய்வமென்று இருந்துவிடுவான்! காற்று உள்ள போதே தூற்றிக்கொள்; இதுதான் சமயம்; அவரை அழைத்துவரைச் சொல்" என்றாள்.

காந்தா "இதெல்லாம் அவரிடத்தில் முடியாது. அவரை அழைத்தால் நம் முன்றானையில் ஒரு முழம்கிழித்துக் கொண்டு போவார்; இந்தச் சமயத்தில் அவரிடத்தில் எந்த நகை கேட்கப்போகிறாய்?" என்றாள்.

போகசிந்தாமணி "அவரை நகை கேட்பதற்கில்லை. ஜமீன்தாருக்குக் கடன் கொடுக்கக்கூடாதென்ற விளம்பரம் அவருக்குத் தெரியாது; பத்திரிகை படிப்பதே கிடையாது; ஜமீன்தாரை விட்டுப் பத்தாயிரம் ரூபாய்க்கு எழுதிக் கொடுக்கச்சொல்லி ஐயாயிரம் ரூபாய் வாங்கிவிடுவோம். கருமியாய் இருப்பவர்களுக்கு லாபத்தைக் காட்டித்தான் வாங்க வேண்டும்; கருணாகரனை அனுப்பி அவரை அழைத்துவரச்சொல்" என்றாள். உடனே காந்தா "எல்லாம் மாமாவைக் கலந்துதான் கேட்கவேண்டும்; அவர் சொன்னால்தான் ஜமீன்தார் நோட்டில் கையெழுத் திடுவார்" என்றாள். அன்று மாமாவுக்கு நடந்த உபசாரங்களும் காந்தா -கானவதி செய்த சரச சல்லாபங்களும் சொல்லமுடியாது. மாமாவுக்கு ஏக குஷி வந்துவிட்டது. இத்தருணம் பார்த்து போகசிந்தாமணி ஏதோ ஒருவிஷயத்தை நாடிச் செல்வதுபோல் போனாள். தாயாரைக் கண்ட கானவதி மரியாதையாய் நின்றாள். மாமா போக சிந்தாமணியை வரவேற்று இதுவரையில் இங்கே வராது தாங்கள் இன்று வந்த காரணம் என்ன என்று கேட்டார். போகசிந்தாமணி தங்களிடம் ஒன்று யோசிக்க வந்துள்ளேன். ஒரு வாரமாய் நினைத்துக் கொண்டிருக்கிறேன்; சந்தர்ப்பம் சரியில்லாமையால் வரவில்லை. எனக்கு உடம்பு ஒருமாதிரியாயிருக்கிறது. என் உடம்பு இருக்கும் நிலையை யோசித்தால் கண்ணால் பார்க்கப் பிராப்தமிருக்குமோ என்னமோ என்று

அச்சப்படுகிறேன். எல்லாம் கடவுள் செயல். எனக்குப் பிறகு அவன் கதி என்னவாகுமோ? இவர்களா அவனுக்கு ஒரு காரியம் செய்வார்கள்? என்று கண்ணீர் அரும்பச் சொன்னாள். மாமா ஒரு விவரமும் வெளியிடாமல் துக்கப்பட்டால் எனக்கு என்ன தெரியும்? தங்கள் விஷயத்தில் ஏதேனும் வித்தியாசமாய் நடந்திருக்கிறேனா? என்ன ஆகவேண்டிய காரியமோ செய்துவிடுவோம். இவ்வளவு செல்வமுடையவர்கள் கவலைப்பட்டுக் கண்ணீர் சொரியலாமா? விவரமாய்ச் சொல்லுங்கள்! இந்த ஜமீன் கெட்டான்! இன்னும் எத்தனை ஜமீன்தார்கள் வேண்டும்? நான் இவ்விடத்தில் தங்கி விட்டேன். என்னை எத்தனை ஜமீன்தார்கள் தேடுவார்கள் தெரியுமா? ஒன்றுமே கவலை வேண்டாம். வேண்டுவன செய்கிறேன் என்றார். இதைக் கேட்ட போகசிந்தாமணி ஐயோ இந்த ஜமீனுக்கு மோசம் செய்ய வேண்டாம். கடவுள் கொடுத்து விடுவார்; இனி நம் வீட்டிற்கு ஒருவர் வேண்டாம். அதைப் பற்றிய கவலை எனக்கில்லை. என் மகன் கருணாகரனுக்குப் பிழைக்கக்கூட வழியில்லாது செய்துவிட்டேன். இந்தச் சிறுக்கிகளுக்கு ஆயிரக்கணக்கில் செலவு செய்து என்கையில் ஒரு தம்பிடிகூட இல்லாதிருக்கிறேன். தங்களை உண்மையாய் நம்பிவிட்டதால் என் கவலையைத் தங்களிடத்தில் தெரிவிக்கிறேன். கருணாகரனுக்குக் கலியாணம் செய்து என் கண்ணால் பார்க்க வேண்டும். சுமார் 10,000 ரூபாய் வரையில் செல்லும் ஜமீன்தார் அவர்களைக் கேட்பதும் சரியில்லை; இப்போது இரண்டு மூன்று ரூபாய் கொடுத்திருக்கிறார்கள். கரும்பு ருசியாயிருக்கிறதென்று வேருடன் தின்னலாமா? எனக்கு ஒரு சமயம் உயிர்ப் போய்விட்டால் ஒரு பிள்ளைக்குக் கன்னி கழிக்க இவ்விடத்தில் யாருக்குக் கவலை வரப்போகிறது? இரண்டு நாளாய் யோசித்துத் தங்களிடத்தில் சொல்ல வந்தேன் என்றாள்.

மாமா போகசிந்தாமணியை நோக்கி "அதைப்பற்றிய கவலை தங்களுக்கு வேண்டாம். பணமிருக்குமிடத்தை

ஏற்பாடு செய்யுங்கள்; ஜமீன்தாரை எவ்வளவு வேண்டு மானாலும் எழுதிக்கொடுக்க சொல்கிறேன். ஆனால் எதற்காகக் கலியாணத்திற்குப் பதினாயிரம் ரூபாய் செலவு? சுருக்கமாகச் செய்யக்கூடாதா?" என்று கேட்டார்.

போகசிந்தாமணி "ஐயோ இதுவே போதாதே! நீங்களே வைத்துக்கொண்டு செலவு செய்யுங்கள். எங்கள் சாதியில் தாசிகளின் பிள்ளைகளுக்குப் பெண் கிடைப்பதே கஷ்டம். காரணம் பிழைக்க வழியில்லாத தேயாகும். ஏழையாயிருப்பவர்களுக்கு ஆயிரம் இரண்டாயிரம் கொடுக்க வேண்டும். நகைகள் ஏராளமாய் போடவேண்டும். இன்னும் தாசி வீட்டுக் கலியாண மென்றால் எங்கள் சாதியார் தின்று பார்க்காதவைகளை எல்லாம் தின்று பார்ப்பார்கள். இல்லையேல் இழிவாய்ப் பேசுவார்கள். இன்னும் சொந்தக்காரர்கள், வித்துவான்கள், வேண்டியவர்கள் - இவர்களுக்குத் தக்கபடி புடவை வேஷ்டிகள் இஷ்டம்போல் கொடுக்கவேண்டும். இது வெல்லாம் தங்களுக்குத் தெரியாதுபோல் பேசுகிறீர்களே! காலத்தைப் பார்த்துப் பயந்து தங்களிடத்தில் சொன்னேன். கலியாணத்தில் சிந்திக்கிடப்பதைப் பொறுக்கினாலே இன்னொரு கலியாணம் செய்து விடலாம். அவ்வளவு லட்சியமில்லாமல் நடத்தினால்தான் எங்கள் சாதியார் பெருமையாகப் பேசுவார்கள். இல்லாவிட்டால் கண்ட இடத்தில் கேவலமாய்ப் பேசுவார்கள்" என்றாள்.

மாமா போகசிந்தாமணியை நோக்கி, "நான் சும்மா கேட்டேன். எனக்குத் தெரியாததொன்று இருக்கிறதா? தஞ்சாவூர் சிவகாமி தம்பி கலியாணத்திற்கு நான்தான் செலவு செய்தேன். நீங்கள் செலவு செய்யும் விதம் இன்னதென்பது எனக்கு நன்கு தெரியும்" என்றார்.

கானவதி "ஏன் மாமா அந்த மைனரைச் சிவகாமி வீட்டிற்கு அழைத்து வந்தது தாங்கள்தானா? அந்த மண்டு கதையைத் தெரிவிக்கிறேன். கேளுங்கள். நாங்கள் இருவரும்

சென்னை கச்சேரிக்குப் போகும்போது முதல் வகுப்பு கம்பார்ட்மெண்டில் பேசிக்கொண்டிருந்தோம். அந்த மண்டு கொடுத்த கடிகாரம்தான் இதோ இருக்கிறது. பார்த்தீர்களா? நாங்கள் பேசிய கேலி வார்த்தைகளில் ஒன்றுகூட அந்தச் சோணகிரிக்குத் தெரியவில்லை. எங்கள் விலாசம் தெரிந்துகொள்ள என்னபாடு படுத்தினார் தெரியுமா? நாங்கள் எங்கள் விலாசத்தை மாற்றிக் கொடுத்து விட்டோம். அந்த அசடு எங்கே கெட்டலைந்ததோ தெரியாது. அந்தச் சிறுக்கிகளுக்குத் தக்கவரைப் பார்த்துதான் அமர்த்தினீர்கள்" என்றாள்.

மாமா "அந்த மைனரைப் பார்த்தாயா? அவர் தனவந்தர்; யோக்கியர். அவரை என் வசப்படுத்திச் சிவகாமி வீட்டிற்கு அழைத்து வந்துவிட்டேன். ஆறு மாதத்தில் அவரை சரிப்படுத்திவிட்டேன். நீயும் அவர் கடிகாரத்தைச் சரிப்படுத்திவிட்டாயா? பேஷ்! விலாசத்தை மாற்றிக் கொடுத்ததும் நல்லதுதான்" என்று தெரிவித்தார். போகசிந்தாமணியைப் பார்த்து "நாளையே நாணயம் அமர்த்திவிடுங்கள்" என்றார். போகசிந்தாமணி "கருணா கரனுக்கு மாலை போடும் புண்ணியம் தங்களுக்குத்தான். எனக்குத் தங்களைத் தவிர உண்மையுள்ளவர்கள் ஒருவரும் இல்லை" என்று தன்னிருப்பிடம் சென்றுவிட்டாள். உடனே புன்முறுவலுடன் கானவதி மாமாவை நோக்கி "நான் கொஞ்சம் தெரிவிக்கிறேன். நம் வீட்டிற்கு வேலைக்காரி இல்லாதது எவ்வளவு கஷ்டமாயிருக்கிறது? இந்தக் கஷ்டம் தங்களுக்குத் தெரியவில்லையா? இதெல்லாம் தங்களுக்கு ஞாபகமிருக்க வேண்டாமா? அம்மா வந்து சொல்லுகிறவரையில் இருக்கலாமா? மாமா? சீக்கிரத்தில் கலியாண சம்பந்தமான முயற்சி எடுத்துக் கொள்ளுங்கள். இப்போதாகிலும் அம்மாளுக்கு என்னிடத்தில் நல்லெண்ணம் வராதா? என்றாள்.

மாமாவுக்கு உபசரிப்பு அதிகம் நடக்கிறது. ஆனால் சோமசேகரன் மாடியில் தனியாயிருக்க நேர்ந்துவிட்டது.

மாடியில் ஒரு ஜமீன்தார் இருப்பதே ஞாபகமில்லாது போய் விட்டது. இப்படியிருக்கும்போது போகசிந்தாமணி நாதசுரம் குப்புசாமியை அழைத்துத் தெரிவிக்கிறாள்: "கருகாணரனுக்குக் கலியாணமாக வேண்டாமா? நீ அலட்சியமாய் இருந்தால் என்ன காரியம் நடக்கும்? பெண்ணிருக்குமிடம் எங்களுக்குத் தெரியுமா? ஜமீன் தாரிடம் இதைக் காட்டி ஏதேனும் வாங்க வேண்டாமா? பெண் வீட்டார் ஏதாவது ரூபாய் கேட்டால் கொடுத்து விடுவோம். சீக்கிரம் போங்கள்" என்று 100 ரூபாய் நோட்டைக் கொடுத்து அனுப்பிவிட்டாள். உடனே குப்புசாமி நோட்டை வாங்கிக்கொண்டு இனி கலியாணமாகும் வரையில் நம் வார்த்தைக்கு இந்தச் சிறுக்கிகள் சரி சொல்லிக்கொண்டிருப்பார்கள்; நமக்கும் நல்ல வேட்டைதான் என்று நினைத்துக்கொண்டு சென்று விட்டான். குப்புசாமி சத்திய மூர்த்திபுரம் என்னும் ஊரில் பரம ஏழையாகிய ஒரு தாசியின் பெண்ணைப் பார்த்து அந்தப் பெண்ணின் தாய்க்கு ரூ 500 கொடுப்பதாய் முடிவு செய்து கமலாபுரம் வந்தான். போகசிந்தாமணியை நோக்கி வெகு சந்தோஷமாய் "மாமியாரே! நீ அதிர்ஷ்டசாலிதான். நல்ல அழகுடைய பெண்ணை முடித்துக்கொண்டு வந்துவிட்டேன்" என்றான். போகசிந்தாமணி "மருமகன் போன காரியம் முடியாமலா இருக்கும்? இருக்கட்டும் - பெண் லட்சணம் தானே?" என்று கேட்டாள். குப்புசாமி "பெண்ணா? உன்மகனைவிட லட்சணமாயிருக்கிறாள். உன் மகன் நல்ல அதிர்ஷ்டவான். இந்தப் பெண்ண மைந்தது பெரும் பாக்கியம்; பெண்ணின் தாய் ஏழையாய் இருந்ததால் பணம் என்றவுடன் சம்மதித்துவிட்டாள். உன்னிடத்தில் அந்தப் பெண்ணிருந்தால் இன்னும் எத்தனை ஜமீன்தார்களை மாடியில் தூங்கவைப்பாய் தெரியுமா? பயல் போகாவிட்டால் கொடுப்பாளா? என்ன பேச்சுப் பேசியிருக்கிறேன் தெரியுமா? உன் மகன் செய்யும் தொழிலுக்கு வேறு யார் பெண் கொடுப்பார்கள்? எனக்குக் கைப்பொறுப்பு 10 ரூபா மேலே செலவழிந்துவிட்டது.

கொடுத்தாலும் சரி. கொடுக்காவிட்டாலும் சரி. போனால் போகிறது; நீங்கள் சொல்லிய வார்த்தை தட்டாது செய்துவிட்டேன்" என்றான். இதைக் கேட்ட காந்தா - கானவதி இருவரும் குறுஞ்சிரிப்புடன் 'என்ன அத்தான் சொன்னீர்கள்? அதிகச் செலவு செய்துவிட்டீர்களா? உங்கள் அத்தான் கலியாணத்திற்கு 10 ரூபாய் தாங்கள் செலவு செய்யக்கூடாதா? இதைப் பிரமாதமாய் அம்மா இடத்தில் சொல்ல வந்துவிட்டீர்களே! கிடைத்த வரையில் பார்க்கும் சாதியில் பிறந்தவர் அல்லவா?" என்றார்கள். குப்புசாமி "ஆமாண்டி ஆத்தா - நான்தான் வந்தவரையில் வாங்கப்பட்டவன். நீ மகா தர்ம சிந்தனையுடையவள்; காரியமாகும் வரை அத்தான் போடுவீர்கள். காரியம் முடிந்தால் அத்தான் இருக்குமிடம் குட்டிகளுக்குத் தெரியாது; போங்கடி போங்கோ. உங்கள் தளுக்கு என்னிடத்தில் காட்டாதீர்கள். எவனாகிலும் இளிச்ச வாயன் வருவான்; அவனிடத்தில் காட்டுங்கள் நான் போய் வருகிறேன்" என்று தன் வீடு சென்றுவிட்டான்.

போகசிந்தாமணி கலியாணத்திற்குப் பணம் தயாரிக்க ஏற்பாடு செய்திருப்பதைப் பூர்த்தி செய்து கொள்வதற்குக் கார்காத்த பிள்ளைவாளுக்கு ஆள் அனுப்பும் பொருட்டுக் காந்தாவைக் கடிதம் எழுதிக் கொடுக்கச் சொன்னாள். காந்தா பிள்ளைவாளுக்கு பின்வரும் கடிதத்தை எழுதினாள்.

கமலாபுரம்
10.6.29

அறிவே உருவாய் அமைந்த ஐயனே! என்மனதில் சதா குடிகொண்ட தங்களுடைய முகார விந்தத்தைப் பார்க்காத பாவியாகிய கந்தா கவலையுடன் எழுதிக் கொண்டது. நம் இருவரையும் பிரித்து வைத்திருப்பது காலவேற்றுமைதான். எத்தனை நாளைக்குத்தான் என் தாய் வார்த்தைக்குக் கட்டுப்படமுடியும்? இனிப் பொறுக்க

முடியாது. எனக்கு எந்தப் பிள்ளைகள் இருக்கிறார்கள்? என் ஒரு கட்டைக்குச் சாப்பாடு போடத் தங்களால் முடியாதா? இனி அரை நிமிஷங்கூட நம்மைப் பிரித்த பாவியிடத்தில் இருக்க முடியாது. தங்கள் வயலில் சிந்தும் நெல்லைப் பொறுக்கி வந்தாலும் என் வயிற்றுக்குப் போதும். நீங்கள் எனக்கு ஒன்றும் கொடுக்க வேண்டாம். எத்தனை நாளைக்குத் தாய் வார்த்தை கேட்கிறது? என் குறிப்பைத் தெரிந்துகொண்டு தங்களிடத்தில் என்னமோ சொல்லவேண்டுமென்று கரிசனமாய்த் தங்களை வரவழைக்கச் சொன்னாள். இது மூலமாகவாகிலும் தங்களைப் பார்க்கலாமென்று நினைத்து லெட்டர் எழுதினேன். என்ன வேலையிருந்தாலும் கட்டாயம் வந்து முகத்தைக்காட்டிப் போக வேண்டும். வராவிட்டால் தாங்கள் வரும்வரையில் சாப்பிட மாட்டேன். இது சத்தியம். இன்னுமொன்று தெரிவிக்கிறேன். என்னைத் தனிமையில் வைத்துக் காப்பாற்ற எண்ணமிருந்தால் தாராளமாய் வாருங்கள். இல்லாவிட்டால் கொல்லைப் பக்கமாய் இரண்டாம் கட்டிற்கு வந்து அம்மாளைப் பார்த்துப் பேசிக் கொண்டிருக்கும்போது தங்கள் முகத்தைப் பார்த்து என் கவலையை மாற்றிக் கொள்கிறேன். தாங்கள் வரும் நேரத்தைக் கருணாகரனிடத்தில் சொல்லியனுப்பும்படி கேட்டுக்கொள்ளும் தங்கள் ஞாபகம் மறவாத- காந்தா.

இக்கடிதத்தைக் கருணாகரனிடத்தில் கொடுத்து "சீக்கிரம் பிள்ளையிடத்தில் கொடுத்துப் பதில் தெரிந்துவா" என்றாள் போகசிந்தாமணி. கருணாகரன் கடிதத்தைப் பெற்றுச் சீக்கிரம் சென்று பிள்ளைவாள் நெல்லடிக்கும் களத்தடியில் கொடுத்தான். கடிதத்தைப் பிள்ளைவாள் படித்துப் பார்த்தார். "ஐயோ! இது என்ன இவ்வளவு மோசமாய் நம் பேரில் காதலாயிருக்கிறாளே! நான் தாயிடத்தில் அடங்கி நடப்பவள் என்று தெரிந் திருந்தும் என்னிடத்தில் வந்து விடுவேன் என்கிறாளே!

இதற்கென்ன செய்வது? தாசிகளில் இவ்வளவு பாச முடையவர்கள் உலகத்தில் உண்டா? இவளை இவ்விடத்தில் அழைத்து வந்துவிடலாமென்றால் நமக்கிருக்கும் பீடைகள் ஒத்துக்கொள்ளமாட்டார்களே? இதற்கென்ன செய்வது? நேரில் போய் சமாதானம் சொல்லாவிட்டால் உயிர் நீத்தால் என்ன செய்வது?" என்று நினைத்துக் கொண்டு பண்ணை ஆள்களுக்கு நாளைகூலி வாங்கிக் கொள்ளலாம்; நான் அவசர காரியமாய்ப் போக வேண்டியிருக்கிறது என்று தெரிவித்தார். பகல் பூராவும் பட்டினி கிடந்து வேலை செய்த ஆள்கள் என்ன செய்வார்கள்?" எஜமானே இன்று கூலி வாங்காது போய் இரவு சாப்பாட்டிற்கு என்ன செய்வோம்? பிள்ளை குட்டிகள் பட்டினி கிடக்குமே சாமி! தயவுசெய்து ஏதேனும் கூலி கொடுங்கள் ஆண்டே" என்றார்கள். பிள்ளைவாள் காதில் பட்டினி கிடக்கும் ஏழை மக்கள் சொல் ஏறுமா? "தடிப்பயல்களே! பறையருக்கெல்லாம் வர வரக் கொழுத்துவிட்டது. ஒரு நாள் பட்டினி கிடந்தால் உயிர் போய்விடுமா? நல்ல உயிர் 48 நாள் இருக்குமென்பார்கள். கழுதைகளே போங்கள்" என்று சொல்லிவிட்டு, "ஐயோ நம் காதல் நாயகி நாம் வராவிட்டால் பட்டினி கிடப்பதாய்ச் சத்தியம் செய்து எழுதியிருக்கிறாளே! சீக்கிரம் போகவேண்டும்" என்று எண்ணினார். கறிகாய்களைக் கட்டிக் கருணாகரன் தலையில் வைத்து "நீ முந்திப்போய் நான் பிந்தி வருவதாய் சொல்" என்றார். கருணாகரன் தூக்கமுடியாத காய் கறிகளைச் சுமந்து ஓடோடி வந்து "அப்பாடா! கழுத்தை வலிக்கிறதே! இந்த மகாப் பிரபுவுக்கு ஒரு ஆள் அகப்படவில்லையா? அல்லது தாம் வரும் வண்டி யிலாவது வைத்துக்கொண்டு வரக்கூடாதா? இவர் வருவது தேவடியாள் வீடு; கொடுப்பதோ காய்கறி! இந்தப் பிரபுவுக்கு வண்டி வைத்தால் பெருமை போய்விடுமாம்! இவர்களுக்கு மூட்டை தூக்க நம் தலையில் எழுதி

யிருக்கிறது" என்று சொல்லி அலுத்தாற்போல் உட்கார்ந்தான்.

போகசிந்தாமணி "என்னடா தடியா! ரொம்ப பிரமாதமாய்ப் பேசுகிறாய்! உன் கலியாண எழவுக்குத்தான் போகச்சொன்னேன்; கொடுத்த சாமானைத் தூக்கி வந்தால் தானே நகத்தில் அழுக்குப்படாமல் சாப்பிடலாம். சோம்பேறிப் பயலே! அவள் தேடிப்போடாவிட்டால் பயல் பிழைக்கிறது தெரியும்! பிச்சை எடுக்கக்கூட வழி தெரியாதவனுக்கு எவ்வளவு திமிர் இருக்கிறது. இப்போதே இப்படி இருந்தால் பெண்டாட்டி வந்துவிட்டால் ஒரு வேலையும் செய்யாமல் தண்டச்சோறு போட வேண்டியதுதான். பிள்ளை என்னடா சொன்னார்? அதைச் சொல்லாது என்னமோ பேசுகிறாய்" முட்டாளே! காலை வலிக்கிறதாம் கழுத்தை வலிக்கிறதாம் என்றாள். "பின்னால் வண்டியில் வருகிறார்" என்றவுடன் வண்டியும் வந்து விட்டது. கருணாகரன் எதிர்சென்று பிள்ளைவாளைக் கொல்லை வழியாய் இரண்டாம் கட்டுக்கு அழைத்துச் சென்றான். பிள்ளைவாளைக் கண்டவுடன் போக சிந்தாமணி "வாருங்கள்! வாருங்கள்!! என்ன இப்படி மறந்துவிட்டீர்கள்! என்ன செய்வது! எல்லாம் தங்கள் பாக்கியமே! தாங்கள் வந்து எங்கள் வீட்டில் அடிவைத்த நாளாய் எங்களுக்கு என்ன குறைவு? தாங்கள் வராத ஒருகுறைவுதான்! என்ன செய்கிறது! பிறரைக் கண்டால் வெட்கப்படுகிறான்; கொஞ்சம் தயவு செய்யுங்கள்! அந்த ஜமீன் நீடித்திருக்கவாபோகிறான்? மாமா இடத்தில் அகப்பட்டவர்கள் ஒரே இடத்தில் இருப்பார்களா? பல இடத்தில் மாற்றிக்கொண்டுதானே இருப்பார்கள். பிறகு எங்கள் வீட்டிற்குத் தாங்கள் தானே எஜமான்; எங்களுக்கு யார் துரை?" என்று பேசிக்கொண்டிருக்கும்போது காந்தா துக்கப்படுவதுபோல் முகத்தை வைத்துக்கொண்டு உட்கார்ந்தாள். பிள்ளைவாள் காந்தாளுக்கு வேண்டிய தேறுதலைச் சொல்லித் தம்மை அழைத்த காரணத்தைக்

கேட்டார். போகசிந்தாமணி "தங்களை அழைத்தது ஒன்றுமில்லை. ஜமீன்தாரோடு வந்திருக்கும் மாமா அவரைக் கலைத்து விடுவான் போல் இருக்கிறது; ஆகையால் கருணாகரனுக்குக் கலியாணம் செய்துவிடலாமென்றிருக்கிறேன்; கானவதிக்கு இரண்டு லட்சம் ரூபாய்க்கு ரத்தின கண்டிகை வாங்கிப் போட்டான் பெரிய ஜமீன்தார் அவனைத்தான் உங்களுக்குத் தெரியுமே! ரூபா 20000 எழுதிக்கொடுக்கச் சொல்லுகிறேன். 10000 ரூபா கொடுத்தால் போதும். வேறிடத்தில் கடன் வாங்கினால் இந்த லாபத்தை அவன் அடைவான். தங்களிடத்தி லிருந்தாலும் பிறகு நாங்கள் நன்மை யடையலாமென்று நினைத்துத் தங்களை அழைத்தேன்; ஜமீன்தாரை ஊருக்குப் போய் வரச்சொல்வோ மென்றால் மாமா வேறிடத்திற்கு அழைத்துப்போய் விடுவான்போலிருக் கிறது. தங்களிடத்தில் பணம் வாங்கியது அவர் தகப்பனாருக்குத் தெரிந்தால் உடனே பூராத்தொகையும் அனுப்பி விடுவார்; தங்களுக்கு இஷ்டமில்லாவிட்டால் வேறு இடத்திலாகிலும் ஏற்பாடு செய்துகொடுங்கள். ஐயோ! அந்த மாமா செய்யும் அட்டகாசமோ எனக்குப் பிடிக்கவில்லை. மாமா இஷ்டத்திற்கு நடக்க நம்மால் முடியுமா? இந்தக் காரியம் முடிந்தவுடன் மாமா இஷ்டமிருந்தால் இருக்கட்டும்; இல்லாவிடில் போகச் சொல்லிவிடுகிறேன்; மானமாய்த் தாங்கள் ஊற்றும் கஞ்சி எங்களுக்குப் போதும். துரையே! தாங்கள் எங்கள் வீட்டிற்கு வருவது தெரியுமா? போவது தெரியுமா? நீங்கள் கொடுத்தாலென்ன கொடுக்காவிட்டால் என்ன?" என்று பேசப் பேசப் பிள்ளைவாளுக்கு நம்பிக்கை உண்டாகி விட்டது.

பிள்ளைவாள் "தருமபுரி ஜமீன்தார் எனக்கும் தெரியும். 10000 ரூபாயைப் பிறர் அடைவானேன்? நானே தருகிறேன். எனக்கு நேரில் கையெழுத்துப் போட வேண்டும். அதற்கு ஏற்பாடு செய்யுங்கள். என்னிடத்தில்

7000 ரூபாய் இருக்கிறது. பாக்கி கடன் வாங்கிக்கொண்டு இரண்டு தினத்தில் வருகிறேன்" என்று காந்தாளுக்கு நயமான வார்த்தைகளைச் சொல்லி காந்தாளிடத்தில் அனுமதிபெற்றுத் தம் ஊர்வந்து பாக்கி ரூ 3000 கடன் வாங்கினார். பணம் தயாராக இருக்கிறது; சீக்கிரத்தில் முடிவுசெய்து சொல்லியனுப்பும்படி போகசிந்தாமணிக்கு ஆள் அனுப்பினார். இவைகளை அறிந்த போகசிந்தாமணி மாமாவிடத்தில் சென்று "தங்களிடத்தில் சொல்லிய கலியாண விஷயத்திற்குப் பெண்ணும் முடிந்தது; பண ஏற்பாடும் முடிந்தது; இனி அவனுக்கு விளக்கேற்றி கைக்கவேண்டியது தங்கள் பொறுப்புதான்" என்றவுடன் மாமா "அதைப் பற்றிய கவலை வேண்டாம் பணத்துடன் அழைத்துவாருங்கள். ஜமீன்தாரிடத்தில் சொல்லி எழுதிக்கொடுக்கச்சொல்கிறேன் என்றார். போகசிந்தாமணி பிள்ளைவாளைப் பணத்துடன் அழைத்து மாமாவிடத்தில் இந்த விவரத்தைத் தெரிவித்தாள். உடனே மாமா மாடியிலிருக்கும் சோமசேகரனிடத்தில் சென்று சொல்லத் தொடங்கினார். "காந்தா தம்பி கருணாகரனுக்கு கலியாணத்திற்கு முகூர்த்தம் வைத்தாகிவிட்டது. கலியாணச் செலவுக்கு இன்று கடன் வாங்கப்போவதாய்த் தெரிகிறது. பத்திரம் எழுதும் தோதுடன் ஆள்களும் வந்துவிட்டார்கள். தாங்கள் இவ்விடத்திலிருக்கும்போது கடன் வாங்கினால் தங்களுக்கு அவமானமென்று நினைத்து தங்களிடத்தில் தெரிவிக்க வந்தேன்; எனக்கு அவர்களுடைய தயவு வேண்டியதில்லை. தங்களுடைய தயவுதான் வேண்டும். தங்களுக்கு இஷ்டமிருந்தால் தாங்கள் எழுதிக்கொடுங்கள்; இல்லையேல் அவர்கள் எப்படியாகிலும் போகட்டு" மென்றார்கள்.

சோமசேகரன் "எத்தனை ரூபாய்க்கு எழுதிக் கொடுக்க வேண்டும்? எழுதித்தருகிறேன். நான் இருக்கும்போது அவர்கள் கடன் வாங்கலாமா? நான் எத்தனைக்காகிலும் எழுதித்தருகிறேன்" என்றான்.

மாமா உடனே கார்காத்த பிள்ளைவாள் பேருக்கு 20000க்கு நோட்டெழுதிப் பிள்ளைவாளை நேரில் அழைத்துச் சோமசேகரனிடத்தில் கையெழுத்து வாங்கிக் கொடுத்தார். உடன் பிள்ளைவாள் நோட்டைப் பெற்றுக் கொண்டு ரூபா 10000 போகசிந்தாமணியிடத்தில் கொடுத்தார். பிள்ளைவாள் மனதில் சந்தோஷத்துடன் "எல்லோரும் தாசி வீட்டிற்குப் போய் பொருளைக் கொடுத்து ஏமாந்து விடுவார்கள். நம் சமர்த்தியமே சாமர்த்தியம்! தாசியை வைத்துக் கொண்டதில் நமக்கு லாபமே தவிர நஷ்டமில்லை. நம் சமாமர்த்தியத்தை நம் சம்சாரத்தினிடத்தில் சொல்ல வேண்டு"மென்று சீக்கிரம் தம் ஊர்வந்து சேர்ந்து வெகு ஆனந்தமாய் மனைவியிடம் தம் சாமர்த்தியங்களைத் தெரிவித்தார்.

போகசிந்தாமணி ரூபாய் 10000 பெற்றதும் "பேஷ்! நம்மை ஏய்த்துக்கொண்டிருந்த ஆள் விஷயமும் இன்றோடு முடிந்தது" என்று சந்தோஷமாய்ப் பெட்டியில் வைத்துப் பூட்டினாள். உடனே நாதசுரம் குப்புசாமியை அழைத்துப் பெண் வீட்டிற்கு அனுப்பினாள்; குப்புசாமி சத்திய மூர்த்திபுரம் சென்று பெண்ணின் தாயாரான குமுதவல்லியிடத்தில் அளக்க ஆரம்பித்துவிட்டான். "உன் பெண்ணின் அதிர்ஷ்டமே அதிர்ஷ்டம்! போகசிந்தாமணி வீட்டில் உன் பெண் போகும் பாக்கியம் பெற்றதற்கு நீ செய்த புண்ணியமே புண்ணியம்! அவள் வீட்டில் ஒரு ஜமீன்தார் வந்திருக்கிறான். என்ன பணம் கொட்டிக் கொடுத்திருக்கிறான் தெரியுமா! எல்லா அதிகாரமும் கருணாகரனுக்குத்தான்; கடைக்குப்போய்க் காலணா கத்தரிக்காய் வாங்கிக் கொடுத்தால்தான் அவர்கள் சமையல் வெளியில் வாங்க வேண்டியதெல்லாம் உன் மருமகன் தான் வாங்கிவர வேண்டியது. என்ன புத்திசாலி! எவ்வளவு கெட்டிக்காரன்! இவன் ஏதேனும் வாங்கிக் கொடுக்காவிட்டால் மிளகாய்பொடி போட்டுதான் சாப்பிட வேண்டும். உன் பெண்ணுக்கு என்ன குறைவு? கீழே உட்காரமாட்டாள்; இது சத்தியம்" என்றான்.

குமுதவல்லி "நீங்கள் பொய்யா சொல்லப் போகிறீர்கள்? அவர்கள் நல்லவர்களோ கெட்டவர்களோ எனக்குத் தெரியாது; தங்களை நம்பிப் பெண் கொடுக்கிறேன்; இந்தப்பெண்ணைக் கட்டிக்கொடுக்க எனக்கு இஷ்டமில்லை. தாசித் தொழிலுக்கு சாமர்த்திய மில்லை; சாதுவாயிருக்கிறது; வெட்கமுடைய தாசியும், வெட்கமில்லாக் குடும்பப் பெண்ணும் பிரயோஜன மில்லை என்பதுபோல் இவளுக்கு வெட்கம் அதிகமாய் இருப்பதால் விவாகம் செய்துவிடலாமென்று நினைத்து விட்டேன். அவளும் தாசித் தொழில் செய்ய இஷ்ட மில்லை என்கிறாள்; என்ன செய்வது? அழகைக் கொடுத்த தெய்வம் அறிவைக் கொடுக்கவில்லை. இவள் அழகுக்கு ஒரே நாளில் எவ்வளவு ரூபா கொட்டுவேன் தெரியுமா? இவளைக் கலியாணம் செய்துவிட்டால் நான் எப்படிப் பிழைப்பது என்று கவலைப்படுகிறேன். ஆயிரம் ரூபாய் வாங்கிக் கொடுத்துவிடுங்கள். அதை வைத்துக்கொண்டு என் காலத்தைத் தள்ளுகிறேன்" என்றாள்.

குப்புசாமி "இந்த சாதியைப் போல் வெட்கம் கெட்ட சாதி ஒன்றும் இல்லை. நீ பிழைப்பதற்கு உன் பெண்ணையா விற்க வேண்டும்? பிழைக்க வழியில்லாவிட்டால் உன் பெண்ணுக்குத் துணையாய் இருக்கக்கூடாதா? நீங்கள் இவ்வளவு கேவல புத்தியோடு இருப்பதால்தான் உலகம் உங்களைஇழிவாய் நினைக்கிறது. உங்களால் எங்களைக் கூடக் கேவலமாய் நினைக்கிறார்கள். நீங்கள் ஒழிந்தால் எங்களுக்காகிலும் பெருமையுண்டாகும். நான் பிரபுவாகவா வந்திருக்கிறேன்? முன் சொல்லிய ரூபா 500 தருகிறேன். நீ பெண்ணுக்கு ஒன்றும் செய்ய வேண்டாம்" என்றான். பிறகு மேற்கண்ட விதமாய் முடிவுசெய்து பெண் ஜாதகத்தை வாங்கிக்கொண்டு வந்துவிட்டான். குப்புசாமியைக் கண்டவுடன் போகசிந்தாமணி "மருமகனே போன காரியம் பழமா காயா?" என்றாள்.

குப்புசாமி "அத்தே பயல் போன காரியம் முடிக்காமல் வருவேனோ? நெருங்கிப் போனவுடன் பிகுவாய்ப் பேசினாள்; ரூபாய் 500 கொடுத்ததும் ஜாதகத்தைக் கொடுத்தாள்" என்றான்.

போகசிந்தாமணி "இது என்ன? சொன்ன வாக்குத் தவறலாமா அவளுக்கு நாக்கு ஒன்றா இரண்டா? சரி எப்படியோ காரியம் முடிந்தது அல்லவா?" என்றாள்.

குப்புசாமி "நீங்கள் மகா உத்தமிகள்! சொன்ன சொல் தவறாத சத்தியவதிகள்; என்னமோ அத்தே தாசி என்ற பட்டம் வந்தவுடன் வாக்குறுதியுமில்லாது போய் விடுகிறது" என்றான். உடனே குப்புசாமி பொருத்தம் பார்த்து முகூர்த்தம் நிச்சயம் செய்யவேண்டிப் பஞ்சாங்க ஐயரை அழைத்துவரச் சொன்னான்.

கருணாகரன் பஞ்சாங்கக்காரனை அழைக்கப் போனான். போகும்போது கருணாகரன் "ஐயோ நான் இவள்களிடத்தில் படும் கஷ்டம் போதாதா? வருகிற பெண்ணுமா கஷ்டப்பட வேண்டும்? எனக்குக் கலியாணம் வேண்டாமென்று சொல்லிவிடலாமா? ஆனால் ஜமீன்தாரிடத்தில் வாங்கிய பணத்திற்கு என்ன செலவு காட்டுகிறது என்பாள்களே! இதை நிராகரித்தால் வெளியில் போய்விடு என்பார்கள்; பிறகு நமக்குப் பிழைக்க வழிதெரியாதே; அவர்கள் போடு தோப்புக்கரணம் என்றால் எண்ணிக் கொள் என்ற முறையில்தானே இருக்கிறோம்; என்ன பாவம் செய்தோம் இவள்களிடத்தில் கஷ்டப்படுகிறோம்; அந்தப் பெண் என்ன பாவம் செய்தாளோ இவள்களிடத்தில் வரப் போகிறாள்; அந்தப் பெண்ணுக்கு நல்லகாலமிருந்தால் ஜாதகப் பொருத்த மில்லாது போகவேண்டும்' என்று நினைத்தான். பஞ்சாங்கக் காரனையும் அழைத்து வந்தான். ஐயரைக் கண்ட உடனே போகசிந்தாமணி "வாருங்கள்! வாருங்கள்!! பையனுக்குக் கலியாணம்; ஜாதகம் பார்த்துச் சீக்கிரம்

முகூர்த்தம் வையுங்கள்" என்றாள். பஞ்சாங்கமையர் "பேஷ்! பேஷ்!! பெண்பேரன்ன? எந்த ஊரில் பார்த்திருக்கிறீர்கள்?" என்று கேட்டார். "பெண் பேர் சேனாவதி" என்றாள் போகசிந்தாமணி. "அடடா! பேரைக் கேட்டதுமே தாலிப் பொருத்தம் பேஷாய் இருக்கிறதே" என்று ஜாதகத்தை வாங்கிக் கோடு கிழித்துச் சொல்ல ஆரம்பித்துவிட்டார். "இந்தப் பெண் ஜாதக பலன் முந்தி அஷ்டமத்தில் சனி உன் வீட்டிற்கு வந்தவுடன் கண்டெடுத்தாற்போல் ஒரு லட்ச ரூபாய் கிடைக்கும்; நல்லதிர்ஷ்டசாலி; கலியாணச் செலவு கூடக் கைப்பொறுப்பில்லாது கிடைத்திருக்க வேண்டும். இந்த ஜாதகனுக்கு ஒரு வருஷத்திற்குள் பெண்ணோ ஆணோ பிறக்கும்; அந்தப் பிள்ளை உத்திராட நக்ஷத்திரத்தில் பிறக்கும்; அது பிறந்தவுடன் உன் மகனுக்கு ஒரு ஜமீன் பட்டம் வந்தாலும் வரும்" என்று ஐயர் சொல்லிக் கொண்டிருந்தபோதே போகசிந்தாமணி காந்தாளை நோக்கி "ஒருகால் தர்மபுரி ஜமீன் இறந்துவிடுவாரோ என்னமோ? அவர் செத்துவிட்டால் எல்லாப் பாத்தியமும் இவருக்குத்தானே; அப்படியானால் உன்னை ஊருடன் அழைத்துப்போய் எல்லாவற்றையும் நமக்குக் கொடுத்து விட்டால் பிறகு நம்முடைய அரசாங்கம்தானே; இருக்கட்டும், இன்னும் விவரமாய்க் கேட்போம்" என்று மெதுவாய்ச் சொல்லி விட்டு "பஞ்சாங்கக்கார சுவாமிகளே! கொஞ்சம் நல்ல விதமாய்ப் பார்த்துச் சொல்லுங்கள்! இப்போதிருக்கும் ஜமீன்தாரால் கிடைக்குமா? வேறு ஜமீன்தாரால் கிடைக்குமா?" என்றார். பஞ்சாங்கக்காரர் சரிதான். சரியான பேர்வழி இருக்கிறான் போலிருக்கிறது என்று நினைத்தவராய்ச் சொல்லுகிறார்: "போகசிந்தாமணி என்ன சாமானிய புத்திசாலியா? உன்னுடைய சாமர்த்தியத்தை எத்தனை பேர்களிடத்தில் பேசி இருக்கிறேன் தெரியுமா? என்னைச் சும்மா விடுவாயா? உன்னை ஏய்க்க முடியுமா, கிரகங்களைச் சோதித்துப்

பார்த்துச் சொல்ல வேண்டும்; கொஞ்சம் நாழியாகும்; அப்படிக் கணக்குப்போட்டு விவரமாய்ச் சொன்னால் எனக்கு என்ன தருகிறாய்?" என்று கேட்டார்.

போகசிந்தாமணி "தாங்கள் சொல்வது சரியாய் இருந்தால் தாங்கள் கேட்பது தருகிறேன்" என்றாள். உடனே குப்புசாமி "சுவாமிகளே! இப்போது கலியாணத் திற்குப் பொருத்தம் பார்க்கிறீர்களா? காந்தாளுக்குப் பொருத்தம் பார்க்கிறீர்களா? நன்றாய்ப் பார்த்துச் சொல்லுங்கள்" என்றான்.

போகசிந்தாமணி "எல்லாம் பார்க்க வேண்டியது தானே" என்றாள்.

பஞ்சாங்கக்காரர் "எனக்கு ஒன்றும் வேண்டாம்; பூஜை செய்வதற்கு ஒரு வெள்ளிச்செம்பு, பஞ்சபாத்திரம்; பத்தாறில் ஒரு ஜோடி வேஷ்டி கொடுத்தால் போதும். கலியாண ஜாதகம் பார்ப்பதற்கு உன் இஷ்டப்பட்டு எதைக் கொடுத்தாலும் சந்தோஷமாய் வாங்கிக் கொள்கிறேன். உன் பேரைச்சொல்லி சுவாமிக்குப் பூஜை செய்கிறேன்; உன் குடும்பம் சேமமாயிருக்க வேண்டாமா? உன் தாயார் பிராமண விசுவாசியாயிருந்தாள்; அவள் செய்த தர்மத்தால் சேமமாய் இருக்கிறாய்? நீ செய்த பிராமண போஜனத்தால் நல்ல புத்திரிகளைப் பெற்றாய்; என்னைப் போல் ஏழைப் பிராமணனுக்குக் கொடுத்தால் ஜமீன் பட்டம் கிடைக்காமல் போகுமா? இதற்கு ஜாதகம் பார்க்கவா வேண்டும்? பிராமண வாக்கே பலிக்குமே! என் மனம் நிம்மதியாகும்படி கொடுத்தால் நிம்மதியாய் இருப்பாய்" என்று துதி பாடினார்.

இதைக் கேட்டதும் போகசிந்தாமணிக்கு வெகு சந்தோஷம்! பஞ்சாங்கக்காரர் இவ்விதம் பேசிக்கொண்டே கோடுகிழித்து பிராமாதமாய்க் கணக்கு போட்டுச் சொல்கிறார்; "சுக்கிரன் சனியைப் பார்க்கிறது; சனி ஞாயிறைப் பார்க்கிறது; செவ்வாய் புதனைப் பார்க்கிறது;

புதன் வியாழனைப் பார்க்கிறது; வியாழன் வெள்ளியைப் பார்க்கிறது; சந்திரன் இருளைப் பார்க்கிறான்; சூரியன் வெயிலைப் பார்க்கிறான்; ஆதலால் இப்போதிருக்கும் ஜமீன்தாரால்தான் கிடைக்கும். ஆனால் சனி பார்வை இருப்பதால் கொஞ்சம் தாமதமாகக் கிடைக்கும்; கலகமும் கொஞ்சம் ஏற்படும்; விவாகம் முடிந்தவுடன் கிரகசாந்தி செய்தால் சீக்கிரத்தில் கைகூடும். மேலும், குறிப்பிட்ட பெண் உன் பிள்ளைக்கு எல்லாவிதப் பொருத்தமும் உடையவள்; நிற்க குடும்பத்தில் சேனாபதிபதி இருப்பதால் குடும்ப வேலைகளை நன்றாய்ப் பார்ப்பாள்; என்ன செலவானாலும் இந்தப் பெண்ணையே முடித்துவிடு. பங்குனி 15ஆம் தேதி முகூர்த்தம் வைத்தாகிவிட்டது" - போகசிந்தாமணி இவைகளை எல்லாம் ஆவலுடன் கேட்டுக்கொண்டு, பஞ்சாங்க ஐயருக்குச் சந்தோஷமாய்ச் சன்மானம் செய்து அனுப்பினாள். உடனே குப்புசாமியை நோக்கி "மருமகனே கலியாணத்தைச் சிக்கன முறையில் ரூ 2000க்குள் முடித்துவிடு" என்று தெரிவித்தாள்.

பஞ்சாங்க ஐயர் ஜாதகம் பார்த்துப்போனவுடன் போகசிந்தாமணி, காந்தா, கானவதி ஆகிய மூவரும் கூடி யோசிக்கத் தொடங்கினார்கள். "இந்த ஜமீன்தாரால்தான் எல்லாம் கிடைக்குமென்று பஞ்சாங்க ஐயர் சொல்லுகிறார்; நாம் கலியாணத்திற்குப் பிறகு போகச்சொல்ல வேண்டுமென்று நினைத்திருக்கிறோம்; அவருடைய தகப்பனார் சாகும்வரையில் வைத்துப் பார்ப்போமென்றால், மாமா உள்பட இரண்டு பேருக்குச் செலவு என்னஆகும்? எப்போது அவர் தகப்பனார் சாவார் என்று ஐயரைக் கேட்காது விட்டோமே! சீக்கிரம் செத்தாலும் பாதகமில்லை; நாள் சென்றால் நமக்குச் செலவு அதிகமாகிவிடும்; ஆகையால் விரோதமில்லாமல் அனுப்பிவிடுவதுதான் மேல்" என்று கடைசியாக முடிவு செய்தார்கள். கானவதி "நான் மாமாவிடத்தில் சொல்லி விரோத மில்லாது அனுப்பிவிடுகிறேன். பிறகு வேணு

மானால் அழைப்பதற்கு நம்மால் முடியாதா? பார்த்துக் கொள்வோம்" என்றாள். இச்சமயத்தில் தபாற்சேவகன் ஒரு கடிதம் கொண்டுவந்து கொடுத்தான். அதைப் பிரித்துப் பார்க்கும்போது அடியில் வருமாறு எழுதப் பட்டிருந்தது.

தருமபுரி
15.6.29

கண்டவர் மயங்கும் காந்தாளுக்கு எழுதியது. என் கலியாணத்திற்கு நீயும் உன் தங்கையும் சங்கீதக் கச்சேரிக்கு வந்தீர்கள்; உங்களுடைய இனிய குரலைக் கேட்ட என் மனமே உங்களைக் கட்டி ஆலிங்கனம் செய்யலாமென்று நினைக்கும்படி இருந்தது. பெண்ணாகிய என் மனமே இப்படி நினைத்ததென்றால் ஆண்களைப்பற்றி எழுதவா வேண்டும்? ஆகவே என் கணவர் உன்னிடத்தில் காதல் கொண்டது ஆச்சரியமில்லை; அவர் செய்தது நியாயமே; அதைப்பற்றி வருத்தமோ கவலையோ எனக்கில்லை; எனினும் புருஷன் பேரில் அன்புகொண்ட பெண்ணுக்குப் புருஷனை விட்டுப் பிரிந்திருக்க மனம் வராது. நானும் அப்படியுள்ளவளாதலால் என் புருஷன் இருக்குமிடத்தில் நானுமிருந்து வருவதுடன் உன் வீட்டில் உள்ள பணிகளையும் வித்தியாசம் பாராட்டாது கவனித்து வரலாம் என்று கருதுகிறேன்; உங்கள் இருவர் காதல் வாழ்க்கையையும் கண்டு களிப்பேன். சந்தேகம் வேண்டாம்! இப்படி எழுதினேன் என்ற வருத்தப்படாதே; இந்தக் கடிதத்தை என் புருஷரிடத்தில் காட்டாதே; அவர் கவலையடைவார்; உடனே பதில் எழுத வேண்டுகிறேன். இல்லையோ நான் கட்டாயம் வந்துவிடுவேன்.

அன்புள்ள
ஞானசுந்தரி

இக்கடிதத்தைப் படித்துப் பார்த்தாள் காந்தா! "கானவதி, இக்கடிதத்தைப் பார்த்தாயா? பலே

கெட்டிக்காரிபோல் தோன்றுகிறது - பெண்ணாய் பிறந்த வளுக்கு என்ன துணிச்சல்! வந்தாலும் வந்துவிடுவாள் போல தெரிகிறது. வந்துவிட்டால் ஊரார் என்ன சொல்லுவார்கள்? ஒரு ஜமீன்தார் வீட்டுப் பெண் இப்படியா எழுதத் துணிவாள்? இந்த லெட்டரை மாமாவிடத்தில் காட்டி நம்பேரில் குற்றமில்லாது ஊருக்கு அனுப்பிவிடுவதே மேல்" என்றாள். எல்லாரும் சரி என்று இதே முடிவுக்கு வந்தார்கள். இவைகளையெல்லாம், மாமா, மறைவாய் இருந்து கவனித்து வந்தார் என்பது இங்கே குறிப்பிடத்தக்கது. மேற்படி கடிதத்தை உடனே மாமா விடத்தில் காட்டினார்கள். இதை மாமா பார்த்தவுடன் ஏதோ யோசனை செய்தார். பெருமூச்செறிந்தார். முகத்தில் மாறுதல் ஏற்பட்டது. எல்லாரும் என்ன மாமா என்ன மாமா என்று ஆத்திரமாய்க் கேட்டார்கள். ஒன்றுமில்லை என்றார் மாமா. காந்தா விடாப்பிடியாய் வற்புறுத்திக் கேட்டாள். மாமா 'ஒன்றுமில்லை. ஜமீன்தார் மனைவி பலே கெட்டிக்காரியாய் இருக்கிறாளே - நமது காரியங்களுக்கு ஏதேனும் இடையூறு வருமோ என்றுதான் யோசித்தேன். இருந்தாலும் பரவாயில்லை. உங்களுக்கு என்ன செய்ய வேண்டும்" என்று கேட்டார். காந்தா "தாலி கட்டினதும் அந்தப் பெண்ணைவிட்டுப் பிரிந்து விட்டார். எனக்கு அப்போதே இந்த யோசனை உண்டு; பாவம் நாமும் பெண் - அதுவும் பெண். ஐயோ பாவி என்றால் நமக்குப் பாவமாச்சே என்று நினைத்தேன்; நான் நினைத்தபடி லெட்டரும் எழுதிவிட்டது - இந்த விஷயம் வெளிப்பட்டால் எங்களுக்கு இதுவரையில் இல்லாத கெட்டபேர் வரும் மாமா! இதற்கு நீங்கள்தான் ஒரு யோசனை செய்யவேண்டும் கடிதம் பார்த்தவுடனே எனக்கு மிக்க கவலையாயிருக்கிறது மாமா" என்றாள்.

மாமா "அதைப்பற்றி கவலை வேண்டாம். ஜமீனை ஊருக்கு அனுப்பிவிடுகிறேன்; கொஞ்ச நாளைக்கு அவன் சம்சாரத்துடனிருக்கட்டும்; பிறகு பயல் போனால்

இவ்விடத்திற்கு இழுத்துக்கொண்டு வந்துவிடுவேன்" என்றார். இத்தருணத்தில் பத்திரிகையில் வந்த விளம்பரத்தையும் மாமாவிடத்தில் காட்டினார்கள். இதைக் கண்டதும் மாமா கொஞ்சம் திடுக்கிட்டார். ஓஹோ என்று தமக்குள் சொல்லிக்கொண்டார். உடனே "விவாகம் முடிந்த பிறகு, ஜமீன்தாரை அனுப்பிவிடுவோமா? இப்போதே அனுப்பி விடட்டுமா" என்று கேட்டார்.

போகசிந்தாமணி நன்றாய் இருக்கிறது. இவ்வளவு நாள் இருந்துவிட்டு கலியாணத்திற்கு இல்லாது போகச் சொல்லுகிறது! விவாகம் முடிந்த பிறகு போகச் சொல்லலாம்" என்றாள். ஆனால் காந்தாளுக்கு மாத்திரம் சம்மதமில்லை. ஏன்? கலியாணத்திற்கு முன் போய் விட்டால் தனக்கு சிநேகமுடையவர்களிடத்தில் விவாகத்தை முன்னிட்டு ஏதேனும் பணம் வாங்கலாமென்று எண்ணி னாள்.

ஜமீன்தார் ரத்தின கண்டிகை வாங்கும் பொருட்டு சென்னைக்குப் போகும்போது பிரிந்திருக்கமாட்டேன் என்ற காந்தாவின் மனப்பான்மையை பாருங்கள்! உடனே குப்புசாமியும் வந்துவிட்டான். மாமா உள்பட எல்லோரும் சேர்ந்து கலியாண ஜாப்தா போட்டார்கள். மாமா ஜாப்தாவைப் பார்த்து ரூ. 10000 ஆகும் போலிருக்கிறதே என்றார். இன்னும் பாருங்கள்; கடைசியில் பார்த்தால் தெரியுமென்றார்கள். மாமா சரி நான் ஒரு காரியமாய் மாயவரம் போகவேண்டியிருக்கிறது. நாளை வந்து விடுகிறேன்" என்றார்.

போகசிந்தாமணி 'மாயவரம் போனால் கலியாண காரியமும் கொஞ்சம் பார்த்துக்கொண்டு வந்துவிடுங்கள். மாயவரத்தில் இம்பீரியல் பிரசில் கலியாணப் பத்திரிகை அடித்துக்கொண்டு வந்துவிடுங்கள். நிற்க, கிராஸ் ரோட் சின்னையாவிடம் சிவபுரிப் புகையிலைப் பொட்டலம் ஆர்டர் கொடுத்துவிடுங்கள். மேற்படி கிராஸ் ரோட்

செல்லப்பா ஷாப்பில் குட்டிக்கோரா சுந்தரி லயன் பம்பையா சோப்புகளுக்கும் செண்டுகளுக்கும் ஆடர் கொடுத்துவிடுங்கள்" என்று ரூ 100 நோட்டைக் கொடுத்தாள். "மாமா தொழில் நல்ல தொழில்தான் போலிருக்கிறதே! ஐயோ! இவர்கள் வாழ்க்கை என்ன வாழ்க்கை! இவர்களைப் பார்த்தால் ஒருவகையில் அனுதாபம் வருகிறது. ஒருவகையில் ஆத்திரம் வருகிறது! இவ்வளவு பித்தலாட்டமும் மோசடியும் செய்து தேடிய பொருள் எவ்விதமாகவோ போகிறதே" என்று நினைத்தவராய் மாயவரம் வந்தார். போகசிந்தாமணி விருப்பப்படியே எல்லாக் காரியங்களையும் கவனித்துக் கொண்டு சொந்த அலுவலின்மீது திருச்சிக்குப் போனார். மறுநாளே கலியாணம் பத்திரிகைகளோடு மற்ற வஸ்துகளையும் எடுத்துக்கொண்டு கமலாபுரம் வந்தார். பத்திரிகைகளையும், சோப்பு, செண்ட் வகையராக்களையும் கண்ட காந்தா - கானவதிகள் மாமாவைப் போற்றிப் பாராட்டிப் புகழ்ந்தார்கள். உற்றார் உறவினர்களுக்குக் கலியாண அழைப்புக்கள் அனுப்பப் பட்டன. காந்தா தனக்கு வேண்டியவர்களுக்கு உத்தரவு செய்தாள். கவர்மெண்ட் உத்தரவுக்குக்கூட அவ்வளவு பயப்படமாட்டார்கள். காந்தாவின் உத்தரவு கிடைத்தவுடன் தனவணிகப் பிரபுக்கள் ஜமீன்தார்கள் பண்டார சந்நிதிகள் வைதிக பிராமணர்கள் வியாபாரிகள் மிராஸ்தார்கள் முதலியவர்கள் அவரவர்களுக்குத் தக்கவாறு கலியாணத்திற்கு வேண்டிய பொருள்களையும் ஜவுளி முதலியவைகளையும் அனுப்பினார்கள். பண்டார சந்நிதிகள் கலியாணத்திற்கு வேண்டிய பணியாளர்களை ஏராளமாய் அனுப்பினார்கள். வக்கீல்மார் தாங்கள் கட்சிக்காரர்களிடம் காந்தாளுக்கு வேண்டியவைகளை அனுப்பும்படி உத்தரவிட்டார்கள். இப்படிப் பலபேர் களிடத்திலிருந்து வருவதால் சாமான்கள் வண்டிக் கணக்கில் குவிந்து கொண்டிருந்தன. கடுகு ஒரு வண்டி! முருங்கைக்காய், கத்தரிக்காய் ஐந்தாறு வண்டிகள் என்றால்

மற்றவைகளை விவரிக்கவும் வேண்டுமா? பிள்ளைவாளை ஏமாற்றி வாங்கிய பத்தாயிரத்தில் தம்படிகூட எடுக்க வேண்டிய அவசியமில்லாது போய் வைத்தவிடத்தில் இருந்துவிட்டது. பெண்ணுக்குக் கொடுத்த ரூபாய் குறைந்தது பற்றிக் கொஞ்சம் கவலைப்பட்டாலும் கலியாணத்தில் ரொக்க வருவாயைக்கொண்டு பூர்த்தி செய்து கொள்ளலாமென்று துணிவுற்றார்கள். கலியாணத்திற்கு முக்கியஸ்தர்கள் மாமாவும் குப்புசாமியும் தான். பெண் அழைக்கக் குறிப்பிட்டிருந்த தினத்தில் பிரபல ஊர்வலத்துடன் பெண்ணை அழைத்து வந்தார்கள். பெண்ணழகைக் கண்டவர்கள் "கருணாகரன் அதிர்ஷ்டமே அதிர்ஷ்டம்! இவ்வளவு அழகுடைய பெண்ணை இந்தச் சாதியில் விவாகம் செய்வதுண்டோ?" என்று பேசிக்கொண்டிருந்தார்கள். குறிப்பிட்ட தேதியில் விவாகம் நடந்தது. 4, 5 நாள் ஏக தடபுடல். நல்ல சாப்பாடு. கச்சேரிகள் - மொய் வரிசைகளின் வைபவம் சொல்ல முடியாது. ஆனால் மாடியிலிருக்கும் ஜமீன் சோமசேகர துரைப்பாண்டிய ஐயனோ உபவாச விரதம்தான். இருக்கிறானா இல்லையாவென்று பார்ப்பவர் கிடையாது. இப்படியிருந்தாலும் கலியாண சந்தடியில் நம்மை எப்படிக் கவனிக்க முடியுமென்ற எண்ணத்துடன் சோமசேகரன் சத்தியாக்கிரக விரதமிருந்தான். கலியாணம் முடிந்தது. முடிந்த பிறகு சாமான்களைப் பார்த்தால் இன்னுமிரண்டு கலியாணம் செய்யலாம் போலிருக்கிறது. மாமா மிகுந்த சாமான்களை விற்று விடலாமென்றார். போகசிந்தாமணி "ஐயோ! சாமான்களை விற்றால் எங்கள் சாதியார் கேவலமாய்ப் பேசுவார்கள். எல்லாவற்றையும் வேண்டிய வர்களுக்குக் கொடுத்து விடுங்கள்" என்றாள். காந்தா மாமாவுக்கு சன்மானம் செய்யும் பொருட்டு சந்நிதானத்தி லிருந்து வந்த சாதறாவை எடுத்து மாமாவிடம் சென்று "மாமா எல்லாம் தங்கள் பாக்கியம். தாங்கள் செய்த நன்றிக்கு இதைக் கொடுக்கிறேன். வாங்கிக்கொள்ளுங்கள். இதுவரையில் தங்களுக்கு நாங்கள் ஒன்றும் செய்யவில்லை

மன்னிக்கவும்" என்றாள். மாமா "இவைகளெல்லாம் எனக்கு வேண்டாம்; தங்களிடத்தில் எனக்குள்ள விசுவாசம் இனிமேல் தெரியும்; தாங்கள் என்னை மறக்காதிருந்தால் அதுவே எனக்குப் பெரிய சன்மானம்" என்றார். மூவருக்கும் சந்தோஷம் வந்துவிட்டது. உடனே காந்தா "மாமா! தங்களைப் போல் மாமாக்களை நாங்கள் பார்த்ததே இல்லை. கச்சேரிக்குப் பேசினாலும் பீஸ் வாங்கிவிடுவார்கள்! எங்கள் நல்லதிர்ஷ்டம் தாங்கள் மாமாவாக வந்தீர்கள். எங்கள் ஆயுள்காலம் வரையில் தங்களை மறக்கமாட்டோம். இது சத்தியம்" என்று புகழ்ந்துவிட்டு ஜமீன்தாரை என்ன செய்வதாய் உத்தேசம் என்றாள்.

மாமா "ஜமீன்தார் விஷயத்தில் யோசனை என்ன இருக்கிறது? போகச் சொன்னால் போகிறான்! இருந்தாலும் இன்னும் கொஞ்ச நாளைக்கு இருக்கட்டும்; வேறு ஜமீன்தாரை அழைத்து வருகிறேன்; பயலால் முடியாத காரியமுண்டோ?" என்றவுடன் காந்தா சென்று விட்டாள்.

இப்போது மாடியிலிருந்த குமார ஜமீன் சோமசேகரன் பசிவந்த வேளையில் கீழிறங்கிச் சாப்பிடும் நிலைக்காகிவிட்டான். காந்தாளுக்கு ஜமீன்தார் அருகில் போனால் தலைவலி வந்துவிடுகிறது. ஜமீன்தாருக்கோ காந்தா தலைவலியைப் பற்றிய கவலையதிகம். இப்படியிருக்கும்போது ஒரு நாள் மாமா மாடிக்குச் சென்று சோமசேகரனை நோக்கி "ஊருக்குப் போகலாமா?" என்று கேட்டார்.

சோமசேகரன் "ஊருக்கா? என்ன மாமா இப்படிக்கேட்டுவிட்டீர்களே! நான் ஊருக்குப் போனால் காந்தா உயிரை மாய்த்துக்கொள்வாளே! நான் வர மாட்டேன்; அவளுக்கு உடம்பு சரியாயில்லை; அதனால் தான் நான் கீழிறங்கிச் சாப்பிடுகிறேன். காந்தாவின்

உடம்பைக் கவனித்துப் பார்த்துக்கொள்ளுங்கள்; எனக்கு அவள் படும் கஷ்டத்தைப் பார்க்க முடியவில்லை" என்றான். மாமாவுக்கு உள்ளூரச் சிரிப்பு வந்துவிட்டது! என்ன சொல்லுவார்? பிறகு மாமா காந்தாளை அழைத்து "ஒரு பிரபல ஜமீன்தாரிடத்திலிருந்து தகவல் கிடைத் திருக்கிறது; நான் போய் வருகிறேன்; நான் வரும் வரையில் சோமசேகரனுக்கு உபசரிப்புக் குறையாதிருக்க வேண்டும். அப்படி அலட்சியமாயிருந்தால் பிறகு என்பேரில் வருத்தப்படக் கூடாது. எல்லா விஷயமும் பிறகு தெரியும்" என்று கடுமையாய்த் தெரிவித்துப் புறப்பட்டுவிட்டார். மாமாவின் கடுமையான வார்த்தையால் சோமசேரனுக்குக் கொஞ்சம் உபசரிப்புகள் உதட்டளவில் நடந்துவந்தாலும் காந்தாவின் தலைவலி மாத்திரம் குறைவதில்லை. ஏதோ சாப்பாடு மட்டும் காலா காலத்தில் நடந்து வந்தது.

12
பழைய ஜமீன் கழிதலும் புதிய ஜமீன் புகுதலும்

மணக்கோலத்துடன் மணவாளனைப் பறிகொடுத்த ஞானசுந்தரி கவலைக் கடலில் மூழ்கியிருந்தாலும் அறிவில் சிறந்தவளாதலால் கவலையை வெளிப்படுத்திக் கொள்ளாமல் மாமனார் புதிய சீர்திருத்த முறையில் சமஸ்தானத்தை நிர்வகித்து வருவதை நினைத்து ஒருவாறு சாந்தியடைந்து வந்தாள். எனினும் கணவனைச் சீர்திருத்தம் செய்யும் வழிகளைப் பற்றி அல்லும் பகலும் ஆலோசித்துக்கொண்டிருந்தாள். "வைர நெஞ்சம் படைத்த நமது கதியே இவ்வாறென்றால் மற்றப் பெண் மணிகளின் கதி எவ்வாறிருக்கும்! அழகிலும் அறிவிலும் செல்வத்திலும் சிறந்த நாம் நம் கணவனை எப்படி மீட்பதென்று கவலையடைவதென்றால் மற்றவர்களைப் பற்றி நினைப்பதற்கில்லை. தாசிகளாசையினின்றும் அவரை எவ்விதம் விலக்கி மீட்பதென்று ஒரு யோசனையும் புலப்படவில்லையே! நேரில் அவள் வீட்டிற்கே போகலாமென்றால் நம் பேரில் இருக்கும் சிறிதளவு அன்பும் போய்விட்டால் என்ன செய்வது? இருக்கட்டும்; இன்னும் யோசிப்போ" மென்று ஒரு நாள் இரவு முழுவதையும் தூங்காமலே கழித்தாள். மாமனார் காலையில் மருமகளைப் பார்க்க வந்தார். ஞானசுந்தரியைப் பார்த்து "என்ன அம்மா? ஏன் உன் முகம் வாட்டமா யிருக்கிறது? காரணமென்ன? சோமசேரகனைத் தாசிக்குப் பறிகொடுத்த கவலையை உன்னுடைய அன்பு மொழிகள்

மாற்றிக்கொண்டிருக்கின்றன. உன் முகவாட்டத்தைப் பார்த்து என் மனம் கவலைப்படுகிறதே! நீயே மன வாட்டமடைந்தால் நான் என்ன செய்வேன்" என்று வருத்தத்துடன் கேட்டார். ஞானசுந்தரி "தாங்கள் எதற்கும் வருத்தப்படாதீர்கள். தங்களை உத்தேசித்தே என் தகப்பனார் வற்புறுத்தி அழைத்தும் நான் போகவில்லை. இரவு பூராவும் ஒன்றை நினைத்து ஆராய்ச்சி செய்து கொண்டிருந்ததால் நித்திரையின்றி முகம் வாட்டமா யிருக்கிறதேயொழிய எனக்கு வருத்தம் ஒன்றுமில்லை" என்றாள். தருமபுரி ஜமீன்தார் "என்ன ஆராய்ச்சி செய்தாய்?" என்றார். ஞானசுந்தரி "நம் ராஜ்யத்தின் சீர்திருத்த முறையைப் பற்றியே தான் யோசித்தேன். அதை ஒருவாறாக முடிவு செய்து தங்களுக்குத் தெரிவிக்கிறேன்" என்றதும் மாமனார் திருப்தியடைது தம்மிருப்பிடம் சென்றுவிட்டார். பிறகு ஞானசுந்தரி "ஒரு புருஷனை நல்வழிப்படுத்த நம்மால் முடியவில்லை யென்றால் உலகத்தை எப்படி நம்மால் சீர்திருத்த முடியும்? நாம் எதற்கும் அஞ்சக்கூடாது; எவ்விதமாகிலும் நம் புருஷனைச் சந்திக்க வேண்டும்" என்று உறுதி செய்து கொண்டிருந்தாள். இந்நிலையில் ஒரு தபாற் கடிதம் கொண்டுவந்து கொடுக்கப்பட்டது. ஞானசுந்தரி அதைப் பிரித்துப் பார்த்தாள். கீழக்கண்டவாறு எழுதப்ட்டிருந்தது.

என் அருமை சகோதரி ஞானசுந்தரி!

நமஸ்காரம். நலம். தாங்கள் எழுதிய கடிதம் பார்த்தேன். நான் அடைந்த துக்கம் அளவிடற்பாலதன்று. தங்கள் கணவர் சோமசேகரர் சம்பந்தமாக சில விஷயங்களை ரகசியமாய்த் தங்களிடம் பேச வேண்டி யிருக்கிறது. என்னை வித்தியாசமாக நினைக்காதீர்கள். நாமிருவரும் பேசி முடித்த பிறகுதான் தங்கள் நாயகரை மீட்க முடியும். இல்லையேல் முடியவே முடியாது. அவர் நிலைமை மிக மோசமாயிருக்கிறது; தங்களைச் சந்திக்க நாளை வருகிறேன். சாயங்காலம் 4 மணிக்குத்

தோட்டத்திற்கு வாருங்கள். மற்றவை நேரில் தெரிவிக் கிறேன்.

நலம் விரும்பி.

இக்கடிதத்தைப் படித்த ஞானசுந்தரி இக்கடிதம் எழுதியது ஆணா? பெண்ணா? என்று நிச்சயிக்க முடியவில்லையே; நம்மைத் தனிமையில் சந்திக்கும்படி எழுதியிருக்கிறது; நாம் தனிமையில் சந்தித்தால் நம்மை ஏதேனும் மோசம் செய்யக் கூடுமோ? இருக்கட்டும்; பார்ப்போம். மனோ திடமென்பது யாவருக்கும் ஒன்றுதானே! எத்தனை வீரத்தாய்மார்கள் வீரத்தனமாய் நடந்திருக்கிறார்கள்; இத்தகைய நாட்டில் பிறந்த நாம் இதற்கெல்லாம் யோசிப்பது கோழைத்தனமல்லவா? வந்தது வரட்டும்" என்று கடிதத்தின் முத்திரையைப் பார்த்தாள். கமலாபுரம் என்றிருந்தது. சரி ஏதோ பலன் தரக்கூடியதாய் இருக்கிறது என்று எண்ணினார். மறுநாள் 3 மணிக்கே சிங்காரத் தோட்டத்திற்குச் சென்று காவல்காரனிடத்தில் "இவ்விடத்திற்கு யார் வந்தாலும் தடை செய்யாமல் விட்டுவிடு" என்று சொல்லி உள்ளே சென்று விட்டாள்.

சற்று நேரத்தில் யாரோ ஒரு பெண்மணி வந்தாள். காவல்காரன் எஜமானியின் கட்டளைப்படி உள்ளே விட்டு விட்டான்! அந்தப் பெண் ஞானசுந்தரி வீற்றிருந்த நீர் நிலைப்பாகம் சென்றாள். ஞானசுந்தரி அப்பெண்ணைக் கண்டதும் வெகு சந்தோஷத்துடன் "வாருங்கள் அம்மா! தங்கள் வரவை எதிர்நோக்கியவளா யிருக்கிறேன். இங்கே உட்காருங்கள்' என்றாள். வந்த பெண்ணும் மரியாதை யாய்ச் சற்றே தூரத்தில் ஒதுங்கி உட்கார்ந்தாள்.

ஞானசுந்தரி "அம்மா! தங்களை யார் என்று தெரிந்து கொள்ள முடியவில்லையே! தங்களுக்கு எந்த ஊர்? என்னை ஒரு பொருட்டாக எண்ணி இவ்விடம்

தேடிவந்த காரணம் என்ன?" என்று அன்பாகவும் மரியாதையாகவும் கேட்டாள்.

"அம்மணி! நான் இருப்பது கமலாபுரம்; காந்தா - கானவதி சகோதரிகளுக்கு அத்தியந்த விசுவாசமும் அந்தரங்கமுடையவள்; அதனால்தான் தாங்கள் எழுதிய கடிதத்தைப் பார்க்கவும், படிக்கவும் சந்தர்ப்பம் கிடைத்தது; அக்கடிதத்தைப் படித்ததும் என் மனம் அடங்காத் துயருற்றது; அதிலிருந்து தங்கள் கணவரைத் தங்களிடத்தில் ஒப்படைக்க வேண்டிய உதவி செய்யலாம் என்ற முடிவுக்கு வந்தேன். ஆனால் அவர் வேறு புருஷர்களை அந்த வீட்டில் கண்டால் பயப்படுகிறார் என்னும் உண்மையை நான் நன்றாய்த் தெரிந்திருக்கிறேன்; நான் சொல்லுவதைத் தயவு செய்து கேளுங்கள்; என்வார்த்தையைத் தாங்கள் தட்டினால் தங்கள் கணவரை மீட்க முடியாது. என்னைப்பற்றி எவ்வித சந்தேகமும் வேண்டாம்; கால தாமதமில்லாது தாங்கள் ஆண் வேடம் பூண்டு கொஞ்சம் பொருளை எடுத்துக்கொண்டு என்னுடன் வாருங்கள்; பிறகு நான் அவரை மீட்கும் உபாயங்களைச் சொல்லுகிறேன்" என்றாள்.

எவ்வளவு துணிச்சல் இருந்தாலும் ஞானசுந்தரிக்குக் கொஞ்சம் யோசனைதான். "இவளை நமக்கு முன் பின் தெரியாது; இவளை நம்பி இவளுடன் எப்படிப் போகிறது? நம் புருஷனை மீட்கும் வழிகளையும் முடிவுசெய்து வந்திருக்கிறாளாம்! சரி, எந்த காரியமும் நம்பி நடந்தால் தானே முடியும்? நாம் புருஷனை இழந்துவிட்டு இவ்விடத்திலிருப்பதைவிட இந்தப் பெண்ணால் உயிர் போனால்தான் போகட்டுமே" என்று தனக்குள் உறுதி செய்து "அம்மா! நீங்கள் ரக்ஷித்தாலும் சரி - பக்ஷித்தாலும் சரி; உங்கள் வார்த்தையை நம்பி வருகிறேன்; அதோடு தாசிப் பெண்களையும் நன்னிலைக்குக் கொண்டுவரத்தக்க சீர்திருத்தங்கள் செய்ய உத்தேசித்திருக்கிறேன்; தாசிகள் வீட்டில் நடக்கும் விஷயங்களை நேரில் பார்க்கவும்

வேண்டியிருக்கிறது; ஆதலால் தாங்கள் எவ்விதம் சொன்னாலும் கேட்கத்தயார்" என்றாள்.

உடனே அப்பெண் "சரி, நான் போய்வருகிறேன்; நான் வரும்போது நான் சொல்லியபடி தயாராக இருங்கள். இதற்கெல்லாம் ஆதரவாய் ஒரு பிராமணர் நமக்கு வழி சொல்லுவார். தாங்கள் அவர் சொன்னபடி நடந்து கொள்ளுங்கள்" என்று விடை பெற்றுக்கொண்டு போய் விட்டாள்.

புதிய ஜமீன்தாரைப் பிடித்துச் சம்பந்தம் செய்து வைப்பதாகச் சென்ற மாமா திரும்பி வந்தார். மாமாவைக் கண்ட காந்தா "வாருங்கள்! வாருங்கள்! எங்கே இவ்வளவு நாளாய்த் தாமதித்து விட்டீர்கள். தாங்கள் இல்லாத வீடு இருளடைந்து விட்டதே" என்றாள். இதற்குள் கானவதி "என்ன அக்கா! நம்மைப்போல் மாமாவுக்கு எத்தனை மருமகள்கள் இருக்கிறார்கள்! அவர்களைப் பார்த்துவர வேண்டாமா? நீ சொல்லுவது சரியா?" என்று மாமா முதுகில் தட்டிப்பேச ஆரம்பித்துவிட்டாள்.

மாமா "என்னடி குட்டி தமாஷ் செய்கிறாய்? உங்களை உயிருடன் விட்டுப் பிரிவேனா? வேறு இடத்திற்குப் போக என் மனம் இடம் கொடுக்குமா? ஒரு பெரிய ஜமீனைப் பிடித்திருக்கிறேன்; அவரைக் கண்டு பேசி முடிக்க இத்தனை நாள்பிடித்தது" என்றார்.

காந்தா "மாமா என்ன சாமானியப்பட்டவரா? எங்கேயோ போனதுபோலிருந்ததே! ஜமீனை முடித்து விட்டேன் என்கிறார். என்ன மாமா! வேறு ஜமீன்தாரை முடித்துக்கொண்டு வந்துவிட்டீர்களே; மாடியிலிருக்கும் வெட்டி ஜமீனை என்ன செய்வதாய் முடிவுசெய்திருக் கிறீர்கள்?" என்றாள்.

மாமா "அதைப்பற்றி கவலை உனக்கெதற்கு? வரும் ஜமீன் வந்தவுடன் மாடி ஜமீன் தானே போகிறது. ஒருவருமில்லாமல் காலியாய் இருக்கலாமா? நாளை

நான்போய் அழைத்து வருகிறேன்; நான் வரும்வரையில் நீங்களிருவரும் மாடிக்குப் போகவேண்டாம்; இவ் விடத்தில் யார் வந்தாலும் பேசவேண்டாம்" என்று திட்டம் செய்துவிட்டு எங்கோயோ புறப்பட்டுப் போனார்.

மறுநாள் காந்தா-கானவதிகள் மாமாவோடு புது ஜமீன் வருவதைக் கண்டார்கள். கண்டவுடன் ஆண் முகத்தையே பார்க்காதவர்களைப்போல் இருவரும் உள்ளே ஓடி விட்டார்கள். மாமா புது ஜமீன்தாரை நேரே மாடிக்கு அழைத்துப் போய்விட்டார். இருவருக்கும் ராஜோபசாரம் நடக்கிறது. சோமசேகரனைத் திரும்பி பார்ப்பவர் கிடையாது. ஜமீனாக மாறுவேடம் பூண்ட ஞானசுந்தரியை ஒரு பக்கத்தில் வைத்துவிட்டுச் சோமசேகரனிடத்தில் மாமா சென்று "காந்தாளை ஏற்கனவே சாந்தி செய்த புருஷர் வந்திருக்கிறார்; தாங்கள் இருப்பது அவருக்குத் தெரிந்தால் மானபங்கம் நேர்ந்தாலும் நேரும்; ஆதலால் நீர் ஊருக்கு ஓடிவிடும்; அவர் பொல்லாதவர்" என்றார். சோமசேகரனுக்குப் பழைய பயம் ஒருபுறமிருந்தாலும் மாமாவை நோக்கி 'காந்தாளுக்குக் கலியாண மாகவில்லை என்று என்னிடத்தில் சொன்னீர்களே! இப்போது அவள் புருஷன் வந்திருப்பதாய்த் தெரிவிக்கிறீர்கள்; இது ஏது பெரும் மோசமாயிருக்கிறதே" என்றான். மாமா 'உம்மைப்போல் இளிச்சவாயனாயிருந்தால் சாந்திக் கலியாணம் ஆகவில்லை என்று தான் தாசிகள் சொல்லு வார்கள். சத்தம் போட்டுப் பேசாதீர்! அவர் காதில் விழப் போகிறது; சீக்கிரத்தில் வெளிச்சென்று விடும்" என்று பயமுறுத்தினார். "சரி, தாங்கள் எப்படியாகிலும் மானமாய் வெளியேற்றிவிடுங்கள் மாமா" என்று கெஞ்சிக் கேட்டுக் கொண்டான். "சரி நான் வந்து அழைத்துப்போகிறேன். இங்கேயே இரும்" என்று சொல்லிச் சென்றார்.

சோமசேகரன் "தாசிகள் உறவு ஒரு உறவா? இவர்களைப் பெரிதாய் நினைத்துப் புதிய மனைவியை

வெறுத்தோமே! நம் முட்டாள்தனத்தை என்னென்பது? முந்திப் போனவர்களுக்கு வாசல் படி யிடித்தால் பிந்திய வர்கள் குனிந்து போவார்கள்" என்ற பழமொழிகூடத் தாசிகள் விஷயத்தில் யாருக்கும் தோன்றுவதில்லையே! நம் சம்சாரத்தைத் தொட்டு தாலிகட்டியதைத் தவிர வேறு ஒன்றுமறியாளே! அவள் கதி என்னவாயிற்றோ? அவள் முகத்தை எப்படிப் பார்ப்பது? நம் தாய் தகப்பன் மாமனாரை எப்படிப் பார்ப்பது? அவர்கள் நாம் போகும் நிலையைப் பார்த்தால் என்ன நினைப்பார்கள்? இந்த அறிவு முன்பு தோன்றாது போய்விட்டதே! சீ! இவர்கள் முகத்தில் இனி விழிக்கக்கூடாது. நாம் எவ்வளவு தான் கெட்டாலும் நம் சம்சாரம் நம்மை இவர்களைப்போல் வெறுப்பாளா? இனி என்ன செய்வது? நாம் நேரில் ஊருக்குப் போகிறதா அல்லது மறைமுகமாயிருந்து அவர்கள் அழைத்துப் போகிறதா? சீ! இப்படி நினைப்பது பிசகு. நம்மை யார் வெறுத்தாலும் ஞானசுந்தரி மகா புத்திசாலி. நம்மை வெறுக்கமாட்டாள். நேரில் ஊருக்குப் போய்விட வேண்டியதுதான்" என்று நினைத்தான், வருந்தினான். பெருமூச்செறிந்தான். இதற்குள் மாமா புதிய ஜமீன்தாரிடம் போய் "நான் ஆசாமியை வெளிப்படுத்தப் போகிறேன். எங்கே இருக்கச் செய்வது?" என்று கேட்டார். "அவரை வேறிடத்தில் வைக்க வேண்டாம். நேரே ஊருக்குப் போகச் சொல்வதுதான் உசிதம். நான் வந்துவிட்டவுடன் மாமா மாமியார் கதி என்னவாயிற்றோ தெரியவில்லை. இவரைக் கண்டால் சாந்தியடைவார்கள். ஆதலால் நேரே ஊருக்கே அழைத்துச் செல்லுங்கள்; நிற்க, அவர் கையில் இருக்கும் கணையாழியை வாங்கிடவேண்டும். நேரில் என்னிடத்தில் அழைத்து வாருங்கள்" என்றார். உடனே சோமசேகரனிடம் வந்து "காந்தா புருஷர் உம்மைப் பார்க்க வேண்டுமென்றார். ஒன்றும் பயப்பட வேண்டாம். நானிருக்கிறேன். அவர் சொல்லியபடி கேட்டால்தான் மரியாதையாய் வெளிச்செல்ல முடியும். இல்லாவிடில் பழைய நிலைதான். தாசி வீட்டிற்கு வந்தவர்கள்

சிலரால்தான் மரியாதையாய்ப் போகமுடியும்" என்றதும் சோமசேகரனுக்குப் பழைய ஞாபகம் வந்துவிட்டது. சீ! மானமுடையவன் இவர்களை இச்சிப்பானா? இவர் சொல்லியபடி கேட்காவிட்டால் என்ன நடக்குமோ என்று அச்சப்பட்டவனாய் மாமாவுடன் சென்றான். சோமசேகரனைக் கண்ட புதிய ஜமீன்தார் முடுக்காய்ச் சில கேள்விகளைக் கேட்கத் தொடங்கினார்.

புதிய ஜமீன்: நீர் கலியாணம் செய்தவுடனே அப்பெண்ணை விட்டுவிட்டுத் தாசி வீட்டிற்கு வந்து விட்டீரா?

சோமசேகரன்: "ஆம்! அறிவில்லாது வந்து விட்டேன்."

"இப்போது என்ன செய்யப் போகிறீர்?"

"நேரே ஊருக்குப் போகிறேன்"

"இவர்கள் உம்மைப் போகச்சொல்லிவிட்டார்களா?"

"ஆம்"!

"மனைவியை வெறுத்து இவர்களைக் கதி என்று வந்தீர். என்னைக் கண்டதும் உம்மை வெளியில் போகச் சொல்லிவிட்டார்கள். நீர் எவ்வளவு கெட்டவரா யிருந்தாலும் நியாயப்படி உம்மை வெளியில் போகச் சொல்லலாமா? இனியாகிலும் இவர்களது ஆசை உம்மைவிட்டு நீங்குமா?"

"எனக்குப் புத்தி வந்துவிட்டது. இனி இவர்களை மறந்துவிடுகிறேன்."

"சரி! உமது கையில் இருக்கும் மோதிரத்தை இவ்விடத்திலேயே கொடுத்துவிடும். திருப்பதிக்கு மொட்டையடிக்கப் போகிறவர்களும் தாசி வீட்டிற்குப் போகிறவர்களும் கையில் மிச்சம் எடுத்துப் போகக் கூடாது. ஆகையால் மோதிரத்தைக் கொடுத்துவிட்டுப் போய்விடும்"

இதைக் கேட்ட சோமசேகரன் மூச்சுவிடாமல் மோதிரத்தைக் கழற்றிக் கொடுத்துவிட்டான். உடனே சோமசேகரனை அழைத்துக் கொண்டுபோய் ஓரிடத்தில் மறைவாய் வைத்துவிட்டுப் புதிய ஜமீன்தாரிடம் வந்தார். முன்னேற்பாட்டின்படி ஐயாயிரம் ரூபாய் வாங்கிக் கொண்டு கீழே வந்தார். அத்தொகையைப் போகசிந்தா மணியிடம் கொடுத்துவிட்டுக் காந்தாவை அழைத்து "இப்போது வந்திருப்பவர் புதுப் பேர்வழி. சங்கோஜப் படுவார். அவருக்கே உன்பேரில் காதல் உண்டாகும் வரை அவரிடத்தில் நெருங்காதே. அவருக்கு வேண்டிய உபசரிப்பு இனிய வார்த்தைகளோடு வைத்துக்கொள். அவருக்குப் படுக்கை முதல் தனிமையில் இருக்க வேண்டும். அவர் மனம் வேறுபட்டுவிட்டால் பிறகு அவரைத் திருப்ப முடியாது. அவரை எனக்கு நன்றாய்த் தெரியும். நான் சோமசேகரனை அழைத்துக்கொண்டு போய் அவனது ஊரில் விட்டு வருகிறேன்" என்று தெரிவித்துச் சோமசேகரனை அழைத்துக்கொண்டு போய்விட்டார்.

தருமபுரி ஜமீன்தார் கருணாகர துரைப்பாண்டிய ஐயன் அவர்கள் காலையில் எழுந்து மருமகளைப் பார்க்க அவள் இருக்குமிடத்திற்குப் போனார். ஞானசுந்தரியைக் காணவில்லை. எங்கும் சுற்றிப் பார்த்தார். காணவில்லை. அரண்மனையில் உள்ளவர்களை விசாரித்தார். ஒன்றும் விளங்கவில்லை. சிங்காரத் தோட்டக் காவல்காரனை விசாரித்தார். தோட்டக்காரன் 'அம்மாள் நேற்றுத் தோட்டத்திற்கு வந்தார்கள். யார் வந்தாலும் அனுமதிக்கும்படி உத்திரவிட்டார்கள். பிறகு யாரோ ஒரு அம்மாள் வந்தார்கள். நம் அம்மாவுடன் வெகு நேரம் பேசிக்கொண்டிருந்தார்கள். பிறகு போய்விட்டார்கள்' என்றான். ஜமீன்தார் "இது என்ன ஆச்சரியம்! வந்த பெண் இன்னார் என்று தெரியவில்லையே. ஒரு கால் சோமசேகரன் ஆள் அனுப்பி அழைத்தவரச் சொல்லியிருப்பானோ? ஐயா! நாம் செய்த தருமத்திற்கு

இதுதான் பலனா? அப்படி அழைத்து வரச்சொல்லியிருந்தாலும் நம்மிடத்தில் சொல்லாது போகமாட்டாளே! ஒருகால் நாம் சம்பந்தப்படமாட்டோமென்று போய்விட்டாளோ?" ஏன் இருவரையும் பிரிந்த மனக் கவலையால் உணவு உண்ண மனமின்றி இருந்துவிட்டார். இவையெல்லாமறிந்த விஜயலட்சுமி தேவியார் கணவரிடம் வந்து "ஒன்றுக்கும் கவலைப்படாதீர்கள்! ஞானசுந்தரி மகாபுத்திசாலி. ஏதோ விஷயத்தோடுதான் போயிருக்க வேண்டும். எத்தனை நாளைக்குத்தான் சும்மா இருப்பாள்? அசடாயிருந்தால் நம் தலையெழுத்து என்று நாம் சொல்வதைக் கேட்டுக்கொண்டிருப்பாள். அறிவில் சிறந்த ஞானசுந்தரி தலையெழுத்தை மதிப்பாளா? அப்படி ஒரு விதியிருந்தாலும் விதியை மதியால் வெல்லலாமென்று நினைக்கமாட்டாளா? மேலே என்ன நடக்கிறதென்று பார்ப்போம். கவலைப்டாதீர்கள்" என்று தேற்றி ஆகாராதிகளைக் கொடுத்து இருப்பிடம் போய்விட்டார்.

இங்கே இப்படி இருக்கும்போது மாமா சோமசேகரனை அழைத்து வந்து "இதோ தங்கள் புதல்வரைப் பாருங்கள்! இவரை அழைத்து வர எவ்வளவோ பாடுபட்டேன்" என்றார். தருமபுரி ஜமீன்தார் தம் புதல்வனைப் பார்த்ததும் ஏகபுத்திர வாஞ்சையால் கட்டித் தழுவி முத்தமிட்டார். "அப்பா! தம்பி! என்ன காரியம் செய்து விட்டாய்! எதைச் செய்தாலும் இருக்குமிடத்திலிருந்து செய்துகொள்ளக்கூடாதா? நீ ஒரு ஜமீன்தாராயிருந்தும் உனக்கு இது விளங்கவில்லையே? எங்களுக்கு உன்னைத் தவிர வேறு கதி என்ன இருக்கிறது? உன் மனைவி ஞானசுந்தரி இதுவரையில் ஆறுதல் சொல்லாவிட்டால் எங்கள் உயிரே போயிருக்கும். உனக்குக் கிடைத்த பெண்மணி நல்ல புத்திசாலி. நீ சின்னப் புத்தி படைக்கலாமா?" என்று கூறிச் சந்தோஷ சாகரத்தில் ஆழ்ந்தார். மாமாவுக்கு வந்தனம் சொல்லி வேண்டிய

உபகாரங்களைச் செய்து அனுப்பிவிட்டார். ஞானசுந்தரியின் பிரிவைச் சொல்லாது சொன்னார். சோமசேகரன் மனைவியின் பிரிவைக் கேட்டதும் ஸ்தம்பித்துப் போனான். சற்று நேரத்தக்குப் பிறகு ஐயோ! புத்தியுள்ள ஞானசுந்தரி! இளம்பிராயமுடையவள் என்று கூட நினையாமல் அந்தப் பாவிகளே கதியென்று அவளை விட்டுப்பிரிந்தேனே. என்னைப் பற்றி என்ன நினைத் தாளோ? எங்கே சென்றாளோ? அல்லது உயிரைத்தான் நீத்துக்கொண்டாளோ? இனி என்ன செய்வேன்? எப்போது பார்ப்பேன்? என்னையே மணம்புரிய வேண்டுமென்று தகப்பனாரிடத்தில் வாதுக்கு நின்று மணம் புரிந்தவளுக்கு நான் செய்த கைம்மாறு இதுதானா? அவள் இல்லாத இருளடைந்த வீட்டில் எனக்கு என்ன வேலை? நான் வெளியே சென்றுவிடவேண்டும். ஞானசுந்தரியைக் கண்டால் இவ்விடம் வருகிறது. இல்லையேல் நம் உயிரை மாய்த்துக்கொள்கிறது" என்று தீர்மானித்தான். பிறகு தகப்பனாரிடத்தில் "அப்பா! என்னைப் பற்றிய கவலை வேண்டாம். ஞானசுந்தரியைத் தேடிச் செல்லப் போகிறேன். அவள் இல்லாத இடத்தில் எனக்கு என்னவேலை? உலக நிந்தனைக்கு உடல் எடுத்த பாவியாகிய நான் இருந்தென்ன? இறந்ததென்ன? இது வரையில் அறிவில்லாது செய்த குற்றத்திற்கு மன்னித்துக் கொள்ளுங்கள். எங்கிருந்தாலும் தேடி வருகிறேன்" என்றான். தகப்பனார் "அப்பா! சோமசேகரா! உங்கள் இருவரையும் பிரிந்து நான் எப்படி இங்கிருப்பேன்? நான் தேடி வருகிறேன். நீ இவ்விடத்திலிருந்து சமஸ்தான காரியங்களைக் கவனி" என்றார். சோமசேகரன் "சரி அப்படியே ஆகட்டும்" என்று அவரிடம் கூறிவிட்டு யாரிடமும் சொல்லிக்கொள்ளாமல் அன்று இரவில் வெளியேறிவிட்டார்.

13
நேரில் கண்டு நிலைமை அறிதல்

காந்தா: (புதிய ஜமீனைப்பார்த்து) எங்கள் வீட்டிற்கு எத்தனையோ ஜமீன்தார்கள் என் தாயார் காலம் முதல் வந்திருக்கிறார்கள். தங்களைப்போல் உத்தம புருஷரைக் கண்டதே இல்லை. தாசி வீட்டிற்கு வருபவர்களெல்லாம் "காய்ந்த மாடு கம்பில் விழுவது" போல் வருவார்கள். தாங்கள் வந்த நாள்முதல் என்னை விரும்பாத காரணம் எனக்குத் தெரியவில்லை. மேலும் தங்கள் ஊரும் பேரும் கூடத் தெரிந்துகொள்ள முடியவில்லை. தயவுசெய்து தெரிவிக்கும்படி கேட்டுக்கொள்கிறேன்.

புதிய ஜமீன்: அம்மா, காந்தா! என்னிஷ்டத்திற்குத் தக்கவாறு நடப்பதாய்த் தெரிந்து என் மனம் சமாதான மடையும் வரையில் நான் உன்னை விரும்பமாட்டேன். என் பேர் ஞானசேகரன்; ஊர் தங்கபுரி; நான் ஒரு ஜமீன்தார் புதல்வன்; எனக்கு எவ்வளவு சொத்து இருக்கிறதென்று எனக்கே தெரியாது. ஏதோ நமக்கெல்லாம் நல்ல கால மிருந்ததால்தான் நான் இங்கே வந்து சேர்ந்தேன் என்று எண்ணுகிறேன். நான் இங்கே சில விஷயங்கள் கேட்கிறேன். அதற்குத் தக்க பதில் சொல். நான் உன்னை இச்சிக்கவில்லை என்று வருத்தப்படாதே. நீ எவ்வளவு பொருள் கேட்டாலும் கொடுக்கிறேன்.

காந்தா: என்ன கேட்கப்போகிறீர்கள்? எதைக் கேட்டாலும் சொல்கிறேன்.

புதிய ஜமீன்: வேறு ஒன்றுமில்லை. நான் வருவதற்கு முந்தியிருந்த ஜமீன்தாரை நான் வந்ததும் ஏன்

அனுப்பிவிட்டீர்கள்? அவரும் ஜமீன்தார்தானே! அவரை அனுப்பியதுபோல் வேறு ஒரு ஜமீன்வந்தால் என்னையும் அனுப்பிவிடுவீர்கள் அல்லவா? இப்போது இதை நேரில் பார்த்த நான் உன்னை நம்பி எப்படிக் காதல் கொள்வது? இதற்குத் தக்க பதில் சொல்லாவிட்டால் நீ என்னைப் போகச் சொல்கிறவரையில் உனக்கு வேண்டிய பொருளைக் கொடுக்கிறேன்; உன்னை இச்சிக்க மாட்டேன்.

காந்தா: என்னைப் பார்த்து என்ன சொன்னீர்கள்? மற்ற தாசிகளைப்போல் எங்களை நினைக்காதீர்கள்! சில தாசிகள் தாங்கள் சொல்லிதுபோல் மோசம் செய்வதால் தான் பொதுவாய்க் கெட்டபேர் வருகிறது. அவரை நாங்கள் போகச்சொன்ன விவரத்தைக் கேட்டால் போகச் சொன்னது நியாயந்தான் என்று நீங்களே சொல்வீர்கள். நாங்கள் அவர் கலியாணத்துக்குக் கச்சேரிக்குப் போனோம். எங்கள் பேரில் காதல்கொண்டு புதிய மணப் பெண்ணை விட்டு இங்கு வந்துவிட்டார். எவ்வளவோ நியாயத்தை எடுத்துச் சொன்னோம். அவர் கேட்காது பிடிவாதமாய் எங்கள் வீட்டில் இருந்து விட்டார். நாங்கள் சம்மத மளிக்காவிடில் பிராணத்தியாகம் செய்து கொள்வேன் என்றார். சத்தியமாய் உன்னிடம் சொல்கிறேன்; இரண்டு தினம் வைத்து அனுப்பிவிடலாமென்றிருந்தேன். சென்னைக்குப் போய்வருகிறேன் என்று சொல்லிப்போய் எங்கள் அனுமதியில்லாமல் இரண்டு லட்சத்திற்கு நகைகள் வாங்கிவந்து விட்டார்; நான் நகைகள் வேண்டியதில்லை திருப்பி அனுப்பிவிடுங்கள் என்று எவ்வளவோ வற்புறுத்தினேன். இவ்வாறு சொன்னதற்குத் தம்மை அலட்சியப்படுத்தியதாய்த் தாம் வருத்தப்பட்டார். என்ன செய்வது? நகையை அணிந்தேன். பிறகு பத்திரிகையில் யாரும் கடன் கொடுக்கக் கூடாதென்று அவர் தகப்பனார் கொடுத்த விளம்பரத்தைப் பார்த்தேன். எனக்கு வெகு சந்தோஷமாயிருந்தது; பிறகு அவர் சம்சாரம் எனக்குக் கடிதம் எழுதினாள். அக்கடிதத்தைப் பார்த்ததும்

எனக்கும் என் தாய் தங்கைகளுக்கும் ஏற்பட்ட மனவருத்தம் சொல்லமுடியாது; இந்தப் பாவத்திற்கு நாமல்லவா ஆளாகவேண்டியிருக்கிறது என்று கவலையுடனிருந்தேன்; அக்கடிதத்தைத் தாங்கள் பார்த்தாலே மனம் கலங்கு வீர்கள். இவ்வுண்மை யெல்லாம் தங்களை அழைத்துவந்த மாமாவுக்குத் தெரியும்; இதோ இக்கடிதத்தைப் படித்துப் பாருங்கள்! பெண் பாவம் பொல்லாததல்லவா? அவளும் நம்மைபோல் பெண்தானே! ஆதலால் இந்தக் கடிதத்தை அவரிடத்தில் காட்டி எவ்வளோ புத்தி சொல்லியும் கேட்கமாட்டேன் என்று மறுத்து விட்டார். பிறகு மாமாவினுடைய யோசனையின் பேரில் அவரை அனுப்ப முடிந்தது; இதற்கெல்லாம் நாங்கள் பொறுப்பாளிகள் இல்லை. நாங்கள் போகச்சொன்னது நல்லதா? கெட்டதா? நீங்கள் ஜீவகாருண்யத்தோடு ராஜியம் நடத்த கூடியவர்கள் தானே! அந்தப் பெண் சந்தோசமாய் இருக்க வேண்டிய தில்லையா? இவைகளையெல்லாம் விசாரிக்காமல் மோசடியாய்ப் போகச்சொன்னதாக என்பேரில் பழி சுமத்தி விட்டீர்களே! பேஷ்! நன்றாய் இருக்கிறது என்றாள்.

புதிய ஜமீன்: சரி அம்மா! நீ சொல்லியது ரொம்ப சரிதான்; ஆனால் நீங்கள் விவாகமாகாதவர்களைத்தான் புருஷராய் அழைக்கிறதா? விவாகமானவர்களை வரிக்கிற தில்லையா?

காந்தா: ஆம்! என்ன செய்வது? பிரமச்சாரிகளை அழைப்பதென்ற முறை வைத்தால் பிறகு விவாகம் செய்துகொண்டு எங்களை மறந்துவிடுகிறார்கள். அவ்வளவு கண்டிப்புடனிருந்தால் என்ன காலக்ஷேமம் எப்படி நடக்கும்? பலவிதமாய்ப் பார்த்துக் கொள்கிறது தான்.

புதிய ஜமீன்: நீ சொல்வது சரியில்லை. உலகத்தி லுள்ள பெண்களைப்போல் நீங்களும் பெண்கள்தானே? அவர்களுடைய காலக்ஷேபம் நடக்கவில்லையா? உங்களை

விட உலகத்திலுள்ள மற்றப் பெண்களை இழிவில்லாது சுக ஜீவிகளாய் இருக்கக்கூடாதா? பலவிதப் பழிகளுக்கு ஏன் ஆளாக வேண்டும்? நான் இவ்விதம் கேட்டதற்கு வருத்தப்படாதே! எனக்குள்ள சந்தேகங்களைப் பூர்த்தி செய்து கொள்வதற்கும், நான் பூராவும் தெரிந்து கொண்டு உன்பேரில் பூரணமாய்க் காதல் கொண்டு உன்னைப் பிரியாதிருப்பதாகுமேயாகும். எனக்கும் விவாகமாயிருக்கிறது. கொஞ்சநாள் சென்றதும் பெண்பாவம் பொல்லாது என்று அந்த ஜமீன்தாரை அனுப்பியதுபோல் என்னையும் அனுப்பிவிட்டால் என்ன செய்வதென்றுதான் இதையெல்லாம் கேட்கிறேன்.

காந்தா இதற்குத் தக்க பதில் அளிக்க முடியாதவளாய் "இது எது பெரிய அரட்டையாயிருக்கிறதே!" என்று தனக்குள் எண்ணிக்கொண்டு "என்ன, தங்களைப் பார்த்தால் இளம் பிராயமுடையவர்போல் தெரிகிறது; கேள்விகளோ பிரமாதமாய் இருக்கிறதே! எங்களுக்குப் பொருள் தேட வேண்டியது இல்லை. தங்களுடைய அன்புதான் வேண்டும்" என்று கடுமையாய்க் கோபக் குறிப்புடன் தெரிவித்தாள்.

புதிய ஜமீன்: காந்தா! கோபித்துக் கொள்ளாதே. எப்போதும் உன்னை விட்டுப் பிரியாதிருப்பதற்கே சோதனை செய்தேன்; இளம் பிராயமாயிருந்தால் புத்தி விசாலமாய் இருக்கக்கூடாதா? வயதில் பெரியவர்கள் புத்தியில்லாக் காரியத்தில் பிரவேசிக்கவில்லையா? நீங்கள் இருவரும் என்னிடத்தில் பேசிக்கொண்டிருங்கள். வேண்டிய பொருள் கொடுக்கிறேன். நீ பேசுவதே எனக்கு இன்பத்தைக் கொடுக்கிறது; என்னை நீங்கள் வித்தியாசமாய் நினைக்காதீர்கள். நீங்கள் வேறு புருஷரை அழைத்துப் பொருள் தேடினாலும் அதைப்பற்றி எனக்கு வருத்தமில்லை.

உடனே காந்தா ஏதோ அலுவலின்மீது போவது போல் பக்கத்து அறையிலிருந்த மாமாவிடம் சென்றாள்.

அவரிடத்தில் "என் ஜம்பம் பலிக்கவில்லை. ஆனால் தனவந்தராய் இருக்கிறார்; என்ன செய்வது மாமா? எனக்குத் தெரிந்ததையெல்லாம் செய்துவிட்டேன். கடன் வாங்கியும் செய்துவிட்டேன். அப்பா! இவரை மயக்க என்னால் முடியாது. தாங்கள் சரிப்படுத்தினால்தான் உண்டு; தன்னால் முடியாவிட்டால் நமக்கென்ன பொருள் தானே - அவரை வெளியில் மட்டும் விட்டுவிடாதீர்கள் மாமா" என்றாள்.

மாமா "சரி. நீ ஒன்றுக்கும் கவலைப்பட வேண்டாம். கேட்டதைக் கொடுக்கும்படி செய்கிறேன்; நான் தனியே அவரிடத்தில் போகிறேன்; நீ கொஞ்ச நேரம் இவ் விடத்திற்கு வராதே" என்று சொல்லிப் புதிய ஜமீன்தாரிடத்தில் சென்றார். ஏதேதோ வெகுநேரம் பேசிக் கொண்டிருந்தார். உடனே காந்தாவிடம் வந்து "அவன் என்ன பேடியாயிருக்கிறான்? உன்னால் எனக்கு எவ்வளவு கஷ்டம்? அவனைச் சரிப்படுத்திவிட்டேன்; நமக்குப் பொருள்தானே பிரதானம்! நீ எதைக் கேட்டாலும் கொடுப்பான். கொடுக்காவிட்டால் பிறகு பார்த்துக் கொள்வோ"மென்றார் மாமா.

இந்த வார்த்தையைக் கேட்டதும் காந்தாளுக்கும் மற்றவர்களுக்கும் ஏற்பட்ட சந்தோஷத்திற்கு அளவே இல்லை. காந்தா "என்ன மாமா! தங்களால் முடியாத காரியம் கூடவா இருக்கிறது? நான் ஒன்று நினைத்தேன் மாமா! மாந்திரிகனை அழைத்து வசியம் செய்து தாயத்துப் போட்டுக்கொள்ளலாமென்று நினைத்தேன்; இப்போது செலவுகூட இல்லாது போய்விட்டது. பாக்கி விஷயங் களை நான் பார்த்துக் கொள்கிறேன்" என்றாள்.

காந்தா புதிய ஜமீன்தாரிடம் சென்று அவருக்கு வேண்டிய உபசரிப்புகள் செய்து புன்முறுவலுடன் அருகில் உட்கார்ந்து சொல்கிறாள் "அப்பாடா! நானும் எவ்வளவோ தனவந்தர்களையும், மற்றவர்களையும்

பார்த்திருக்கிறேன். தங்களைப்போல் கல்நெஞ்சுடையவர்களைக் கண்டதில்லை. இந்தப் பிடிவாதம் தங்களுக்கு எத்தனை நாளைக்கு இருக்கும் என்று பார்ப்போம். தங்களை ஒன்று கேட்கிறேன் - வித்தியாசம் நினையாதீர்கள். என்பேரில் என்று நம்பிக்கை வந்து இச்சிக்கிறீர்களோ அதுவரையில் காத்துக்கொண்டிருக்கிறேன். வேறு யாரையும் என் மனம் நாடாது. என் தாயார் கோபித்துக்கொள்கிறாள்; அவள் கோபத்தை நான் பொருள்படுத்தவில்லை. நாம் இருவரும் எந்த வித்தியாசமுமில்லாது சும்மா பேசி கொண்டிருப்பதை அவள் கண்டாளா? ஏதோ நாமிருவரும் வித்தியாசமாய் நடப்பதுபோல் நினைத்துக் கோபிக்கிறாள். நான் எவ்வளவு சத்தியம் செய்தாலும் கேட்கமாட்டேன் என்கிறாள். என்னைவிட்டுப் பிரிகிறதில்லை என்று சத்தியம் செய்து கொடுங்கள். இல்லையேல் தங்கள் பேரில் உள்ள காதலால் என் பிராணத்தியாகம் செய்து கொள்வேன். இது முக்காலும் சத்தியம். அதோடு என் தாயார் இம்சைக்காகத் தங்களை ஒன்று கேட்கிறேன். என் தம்பி சம்சாரமிருக்குமிடத்தில் பிறர் இருக்கக்கூடாதென்கிறாள். தனி பங்களா கட்டிக்கொள் என்கிறாள். சம்சாரி எத்தனை நாளைக்கு வெளியில் வராது அடுப்பங்கரையில் இருப்பாள் என்று மருமகளின் வாஞ்சையால் கோபித்துக் கொள்கிறாள். ஆதலால் நோட்டு எழுதிக்கொண்டு ரூ 1000 கொடுங்கள். எந்தவித வித்தியாசமும் இல்லாத தங்களை நான் இனாம் கொடுங்கள் என்று கேட்பது நீதியாகாது. இப்போதே பத்திரம் எழுதித்தருகிறேன். ஆனால் பத்திரம் எழுதும் விவரம் அம்மாளுக்குத் தெரியவேண்டாம்" என்றாள். இந்த சாதியில் பெண்களை விவாகம் செய்யும் வழக்கமில்லை என்றல்லவோ நினைத்தோம்? இது என்ன சாதி? ஒரே சாதியில் வியபிசாரி - உத்தமி இரண்டுக்கும் சாஸ்திரமா? விவாகமான பெண்ணுக்கு மாத்திரம் இவ்வளவு மரியதை இருக்கிறதா? இதை நாமறிய வேண்டுமென்று நினைத்த

புதிய ஜமீன்தார் 'காந்தா! உனக்கு என்பேரில் உள்ளபடியே வாஞ்சையிருக்குமானால் உன் தம்பி சம்சாரத்தை எனக்குக் காட்ட வேண்டும். அவளை நான் பார்க்க வேண்டும். எங்கள் சாதி வழக்கம் பொருள் தேட வேண்டியதுதான் என்று சொன்னாயே. அந்தப் பெண் வழக்கத்தை நான் அறிய வேண்டும். அந்தப் பெண்ணுக்குப் பொருள் தேடுவதில் இச்சையில்லையா? ஒரு சாதியில் இரண்டு பழக்கமா? அந்தப் பெண்ணைப் பார்க்க முடியுமா? அந்தப் பெண்ணைக் காட்டினால்தான் நானிங்கிருப்பேன். இல்லையேல் இன்றே ஊருக்குப் போய்விடுவேன்" என்றார். காந்தா "ஐயோ! எங்கள் சாதியில் விவாகமான பெண்ணை உங்களைப்போல் வரும் புருஷர்கள் பார்க்கக் கூடாது. அது இழிவு. இவ்விதம் இன்னுமொரு தரம் கேட்காதீர்கள். அவசியம் பார்க்க வேண்டுமானால் ஒரு யுக்தி சொல்கிறேன். அவளும் நானும் பேசிக் கொண்டிருக்கிறோம். தாங்கள் மறைவாயிருந்து பார்க்க வேண்டுமானால் பாருங்கள். இது விஷயம் என் தம்பிக்குத் தெரியக்கூடாது. தெரிந்தால் கோபிப்பான்" என்றாள்.

புதிய ஜமீன் "சரி! அப்படியே ஆகட்டும்" என்றார்.

காந்தா தம்பி மனைவியை அழைத்துப் பேசிக் கொண்டிருந்தாள். அப்பெண் இனிய குரலில் மிக மரியாதையுடன் பதில் சொல்லிக் கொண்டிருந்தாள். இதையெல்லாம் புதிய ஜமீன்தார் மறைந்து நின்று பார்த்தார். அப்பெண்ணின் குணம் நடை உடை பாவனைகளைக் கண்டு ஆச்சரியப்பட்டார். இந்த சாதியில் குணம் பொருந்திய பெண்ணை விவாகம் செய்துவிட்டுக் குணமில்லாப் பெண்ணை ஊர்க் கொள்ளையடிக்க விட்டுவிடுவது வழக்கம்போலும் என்று எண்ணலானார். பிறகு தம்மிருப்பிடத்திற்கு வந்துவிட்டார். காந்தாளும் வந்தாள்.

புதிய ஜமீன் 'காந்தா உன் தம்பியை இவ்விடத்திற்கு அழைக்கலாமா? அவனை நான் பார்க்க வேண்டும்" என்றார். உடனே காந்தா கருணாகரனை அழைத்தாள்.

கருணாகரன் வரும்போதே முழங்கால் வரையும் தலை குனிந்து கும்மிட்டுக்கொண்டு மேல் வேஷ்டியைக் கையில் எடுத்துக்கொண்டும் ஒரு பக்கத்தில் மரியாதையாய் நின்றான். இவன் நிற்பதை அறிந்த ஜமீன்தார் பக்கத்திலிருக்கும் நாற்காலியில் உட்காரச் சொன்னார். கருணாகரன் "வேண்டாங்கோ! என்னை அழைத்த காரணத்தைச் சொல்லுங்கோ எஜமானே" என்றான். "வேறொன்றுமில்லை. சும்மா உன்னைப் பார்க்க வேண்டுமென்றுதான் அழைத்தேன்; போகலா"மென்றார் புதிய ஜமீன்தார். கருணாகரன் மறுமுறையும் தலை வணங்கிக் கும்பிட்டுப் போய் விட்டான். புதிய ஜமீன்தார் காந்தாளை நோக்கி உங்களுக்கு வேறு வேலைக்காரர்களே தேவை இல்லைபோல் தெரிகிறதே" என்றார்.

காந்தா "எங்கள் சாதியில் அநேகமாய் ஆண் பிள்ளைகளை இப்படித்தான் நடத்துகிறது. வெளி வேலைகளை ஆண்கள் பார்க்கவும் வீட்டில் சமையல் வேலைகளை இவர்களுடைய மனைவிமார்கள் பார்க்கவும் தான் வைப்பது வழக்கம். இந்தச் சாதி ஆண்களுக்கே பிழைக்கவும் வழி தெரியாது. அப்படிப் பிழைக்க வழி தெரிந்தாலும் இப்படித்தான் வைத்திருப்பது வழக்கம். அவர்களுக்கு எந்தவிதப் பெருமையும் கொடுக்க மாட்டோம். எங்கள் சாதியில் தாசித் தொழில் செய்யும் பெண்களுக்குத்தான் பெருமை; மற்ற சாதியில் பெண்கள் அடிமை; எங்கள் சாதியில் ஆண்கள் அடிமை; இது வரையில் இந்த உண்மை தெரியாதா? பொதுவாய் எங்கள் சாதி ஆண்களையே லட்சியம் செய்ய மாட்டோம்" என்றாள்.

அன்றிரவு புதிய ஜமீன்தாருக்குத் தூக்கம் பிடிக்க வில்லை. ஏதோதோ ஆலோசனையில் மூழ்கியிருந்தார்.

இரவு 1 மணிக்குப் புழக்கடைப் பக்கம் போனார்; "ஐயோ! கடவுளே! என் தலையில் இப்படியா எழுதினாய்? இவ்வளவு பொருள் உள்ளவர் வீட்டில் மருமகளாய் வந்தும் ஒருநாள்கூடப் பசிதீர உண்ணவில்லை? தாசித் தொழில் வேண்டாமென்று கலியாணம் செய்து கொண்டதற்கு இந்தக் கஷ்ட நிலைதான் வரவேண்டும்? நாம் வந்தவுடன் இருந்த வேலைக்காரிகளை எல்லாம் போகச்சொல்லிவிட்டார்களே! நம் புருஷனுக்கும் பிழைக்க வேறு வழி தெரியாதே. தாயிடத்தில் தாசித் தொழில் வேண்டாமென்றேனே! ஒருகால் இவர்களிடத்தில் சொல்லி நம்மை இம்சிக்கச் சொல்லியிருப்பாளோ! எப்படி இருந்தாலென்ன? தாசித் தொழிலை உதறித் தள்ளியது நம் புத்திசாலித்தனமே! மானம் பெரிதா? இழிவு பெரிதா? இவர்கள் எவ்வளவு சொத்துடையவர்காளயிருந்தாலும் வேசிகள் என்ற இழிவுதானே! நமக்கு இந்த இழிவு உண்டா?" என்று பலவாறாய்ப் புலம்பிக்கொண்டிருந்த சப்தம் ஜமீன்தார் காதில் விழுந்தது. இதையெல்லாம் கேட்டுக் கொண்டிருந்த அவர் மனம் வருந்தியது. இது கொடுமைக் கூட்டம்; இவர்கள் ஒழிந்தால்தான் பெண்ணுலகம் நிம்மதியாய் வாழ முடியுமென்று நினைத்துக் கொண்டு தம் படுக்கைக்கு வந்துவிட்டார். மறுதினம் காலையில் மாமாவை அழைத்து "நான் வந்து எவ்வளவு நாளாகி விட்டது; இவர்களுடைய யோக்கியாம்சம் பூராவும் தெரிந்து கொண்டேன். எவ்விதமான பிரயோசனமும் இல்லாத என்னைப் பங்களாக் கட்டிக்கச் சொல்கிறாள்; பொருளே பிரதானமாய்க் கொண்ட இவர்களிடத்தில் எவ்வித இன்பம் இருக்கிறது? ஒன்றும் விளங்கவில்லை" என்றார்.

பிறகு காந்தாவிடத்தில் 'நான் வந்து வெகு நாளாகி விட்டது; என்னைத் தேடுவார்கள். ஆகவே நான் போய் வருகிறேன். சந்தேகப்படாதே. உன் குடும்பம் உட்பட உன் சாதியாரிடத்திலும்கூட எனக்கு அளவு கடந்த அன்பு

வந்துவிட்டது; சீக்கிரத்தில் உன்னைப் பார்க்கிறேன். உன்னை இச்சிக்காமல் போகிறேன் என்று ஒன்றும் நினையாதே. சீக்கிரம் வருகிறேன்'' என்றார்.

காந்தா "இது என்ன ஆச்சரியம்? இங்கே வந்தவர்கள் இதுவரையில் இவ்விதம் போனது கிடையாது. நம் பிராப்தம் எவ்வாறிருக்கிறதோ? ஒருகால் சோம சேகரனைப் போகச் சொன்னதால் நம் பேரில் சந்தேகமுண்டாகி விட்டதோ என்னமோ? மாமா இருக்கும் வரையில் இதைப்பற்றி நாம் கவலைப்பட வேண்டியதில்லை'' என்று எண்ணினாள். உடனே மாமாவைத் தனியாக அழைத்து "என்ன மாமா! என் சாமர்த்தியமெல்லாம் இவரிடத்தில் பலிக்கவில்லை. தங்கள் பேரில்தான் குற்றம்! சோமசேகரனை முந்தி அனுப்பிவிட்டுப் பிறகு இவரை அழைத்து வந்திருந்தால் இவ்வித மோசம் வந்திருக்காது. அடுத்த மாதம் சீமந்தம். தம்பிடி கூடக் கையில் இல்லை. வந்த வரையில் ஏதேனும் வாங்கி விடுங்கள்! மாமா வேலை என்றால் சாமானியமா? கொஞ்சம் யோசிக்காமல் செய்த குற்றம் எவ்வளவு நஷ்டத்திற்கு இடமாகிவிட்டது. தங்கள் இஷ்டம் எப்படியோ அப்படிச் செய்யுங்கள்'' என்றாள்.

மாமா "இவன் போனால் போகிறான்! கெட்டிக்காரனை எட்டு நாளையில் ஏமாற்றலாம்! இவனை விட்டு விடுவேனா? இதைப்பற்றிக் கவலைப்படாதே. நான் அவனிடத்தில் இருக்கும்போது சீமந்தக் கலியாண விஷயமாய் வந்து சொல். கிடைத்த வரையில் பார்ப்போம்'' என்று சொல்லி மாடிக்குப் போய்விட்டார். இருவரும் ஏதோ பேசிச்கொண்டிருக்கும்போது காந்தா முக வாட்டத்துடன் வந்து "என்ன மாமா! ஜமீன்தார் ஊருக்குப் போக வேண்டுமென்கிறார்கள்; என்பேரில் சந்தேகம் வந்து போகிறார்களோ என்னமோ? கலியுக தர்மம் நீதியுள்ளவர்களுக்குக் கெடுதலாய் முடியும்போலும்! என் தலையெழுத்துப்படி நடக்கிறது. விவாகமான பெண்

தவிக்குமே என்று அந்த ஜமீன்தாரைப் போகச் சொல்லியதினால் இவர்களையும் அவ்விதம் போகச் சொல்லிவிடுவேனாம்! தங்களுக்கு என யோக்கியப் பொறுப்புத் தெரியாதா? எப்படி வேண்டுமானாலும் நினைத்துக்கொள்ளட்டும்! இவர்கள் வந்த முகூர்தம் நம் வீட்டில் சுபதினம் வந்திருக்கிறது; தம்பி சம்சாரம் கர்ப்பவதியாய் இருக்கிறாள். நாங்கள் இருவரும் பிள்ளை இல்லாப் பாவிகளானோம்! அவளுக்காகிலும் கலியாணம் செய்து பார்க்க வேண்டாமா? இவர்கள் கலியாணத்திற்கு ஒன்றும் கொடுக்க வேண்டாம். கலியாணம் நடக்கும் வரையில் இருந்து முடிந்தவுடன் வேண்டுமானால் பிறகு போகட்டும். என் வார்த்தையில் நம்பிக்கை இல்லா விட்டாலும் நீங்களாகிலும் சொல்லி இருக்கச் சொல்லுங்கள். பொருள் வாங்க உத்தேசித்துச் செல்வதாய் நினைக்கக் கூடாது; சத்தியமாய்க் கடவுள் பேரில் ஆணையிட்டுக் சொல்கிறேன். இருந்தாலும் நான் உண்மையுள்ளவளென்று தெரிந்து கொள்ளட்டும்" என்றாள்.

மாமா "அவர்கள் எங்கே போகப் போகிறார்கள்? நீ வருத்தப்படாதே! வந்தக் காரியத்தையும், பொறுத்துச் செய்பவர்கள்தான் நீடித்திருப்பார்கள்; ஊருக்குச் சென்று கலியாணத்திற்கு வந்துவிடுவார்கள்" என்று சமாதானம் சொல்லி ரூபா 100 வாங்கிக் கருணாகரனை அழைத்து அவரிடத்தில் கொடுத்தார். பிறகு தனிமையில் காந்தாளை நோக்கி "நானும் அவருடன் போகவேண்டும்; அவரைத் தனிமையில் விட்டுப் பிரிந்திருக்கக்கூடாது. எப்படி யாகிலும் சரிப்படுத்தி அழைத்து வருகிறேன். நான் வருகிறதற்குக் கொஞ்சம் நாளாகும்; சந்தேகப்படாதே" என்று சொல்லி இருவரும் புறப்பட்டுவிட்டார்கள்.

14
திருச்சியில் திருத்த ஏற்பாடுகள்

கமலாபுரத்தைவிட்டு இருவரும் திருச்சி வந்து சேர்ந்தார்கள். புதிய ஜமீன்தாராக நடித்த ஞானசுந்தரி இப்பொழுது சுயரூபத்தோடு விளங்குகின்றாள். மாமா ஒரு தனி மாடி வீடு வாடகைக்குப் பேசி முன்னதே ஏற்பாடு செய்திருந்தார். அதில் ஞான சுந்தரி தங்கினாள். துணைக்கு ஒரு பெண்மணியும் இருந்தாள். ஞானசுந்தரி "என்னருமை அண்ணா! தங்களை நம்பி வந்துவிட்டேன். எவ்வித மாகிலும் என் கணவரை இவ்விடத்திற்கு அழைத்து வருவது தங்கள் கடமை என்பதை மறந்துவிடாதீர்கள்! அவருடைய ஞாபகத்தை வைத்துக்கொண்டுள்ள நிலையில் நான் ராஜ்யம் செல்வதில் பிரயோஜனமில்லை. ஆதலால் அவரைக் கண்டால் காந்தா தனிமையில் அவரைத் தேடி வந்துவிட்டதாய்ச் சொல்லுங்கள்! ஒருகால் அவளை வெறுத்துப் பேசினால் நான் இருப்பதாய்ச் சொல்லுங்கள்! அவள் ஞாபகத்தை அறவே மாற்றிவிட வேண்டும். அவர் இருக்கும் நிலைமைக்குத் தக்கவாறு தங்கள் புத்தியைக் கொண்டு நடந்து கொள்ளுங்கள். எவ்விதமாகிலும் அவரை அழைத்து வரவேண்டியது" என்றவுடன் மாமா சரி எனப் புறப்பட்டுப் போய்விட்டார். அவர் சென்ற பிறகு ஞானசுந்தரி தன் வரலாற்றைக் கூடயிருந்த கோமளா இடத்தில் சொன்னாள். கோமளா பிறந்த கதை வாழ்ந்த கதைகளை ஞானசுந்தரியிடத்தில் சொன்னாள். இருவரும் பரஸ்பரம் தெரிந்து நட்புப் பூண்டார்கள்.

சோமசேகரன் காந்தாவைவிட்டுப் பிரிந்து என் ராஜ்யம் சென்று தன் மனைவி காணாத விஷயத்தையறிந்து வருத்தமுற்று வெளிச்சென்றதை முன் சொன்னோம். சோமசேகரன் ஞனசுந்தரியை எங்கும் தேடிக் காணாது "ஐயோ! என் அருமை ஞானசுந்தரியை எப்போது பார்ப்பேன்? அறிவில் சிறந்தவளை விட்டுத் தாசி வீட்டிற்குப் போனவன் பிச்சையெடுக்கக்கூட வழி யில்லாது போய்விட்டதே! நம் ராஜ்யத்திருந்தால் நமக்கு எவ்வளவு பெருமை உண்டு! இப்போது நாயினும் கேடாய் அலைகிறேனே! சிற்றின்பத்திற்கு ஆசைப்பட்டு பேரின் பத்தை இழந்தேனே" எனப் பலவாறாகப் புலம்பிக்கொண்டு அன்ன ஆகாரமில்லாது பல இடங்களையும் சுற்றியதால் களைப்படைந்து ஒரு மரத்தடியில் படுத்துறங்கினான். மாமா எங்கும் தேடிக் காணாது கடைசியாக மரத்தடியில் இருக்கும் சோமசேகரனைக் கண்டார். சோமசேகரன் உயிருக்கே ஆபத்தாய்க் கிடப்பதை கண்ட மாமா வருந்தி, நாசக்காரத் தாசிகளை நம்பினோர் பரதேசிகள்" என்ற பாட்டு இவர் விஷயத்தில் பலித்துவிட்டது. பரதேசி களுக்காகிலும் சத்திரம் சாவடி உண்டு. இவர்களுக்கு அவைகூட கிடைக்கவிலலையே என்று எண்ணிச் சோமசேகரனை எழுப்பி உட்கார வைத்தார். கொஞ்சம் களைப்புத் தெளிந்ததும் "மாமா வாருங்கள்! சௌக்கியமா? காந்தா முதலியவர்கள் சௌக்கியமா? ஏதேனும் என்னைப்பற்றிப் பேச்சுகள் உண்டா?" என்றான்.

மாமா "அட பாவி! இக்கதியாகியும் அவள் பேரில் உள்ள வாஞ்சை மாறவில்லையே! காந்தா முதலிய யாவரும் சௌக்கியம்தான். தாங்கள் இவ்விடத்திற்கு வந்த காரணம் யாது" என்றார்.

சோமசேகரன் தன் சம்சாரத்தைத் தேடி வந்ததாய் மாமாவிடத்தில் சொன்னான். காந்தாவிடத்தில் சொல்லி விடுவார் அவள் கோபித்துக் கொள்வாள் என்று அந்த விஷயத்தை மறைத்து "தாங்கள் என்னைவிட்டுப்

போனதும் அப்பா கோபித்துக் கொண்டார்கள். உடனே வெளியேறி விட்டேன். கொஞ்சம் களைப்பாயிருந்த படியால் இவ்விடத்தில் படுத்தேன்" என்றான்.

மாம "தங்களைத் தேடிக்கொண்டு, பல இடங்கள் சுற்றி இங்கே கண்டேன்" என்றார். சோமசேகரன் "என் பேரில் இவ்வளவு தயவாய் ஏது தேடி வந்தீர்கள்?"

மாமா "தாங்கள் காந்தாளைவிட்டு வந்ததிலிருந்து வீட்டில் மனஸ்தாபம் உண்டாகி என்னுடன் வாது விட்டாள். அவளை என் வசம் வைத்திருக்கிறேன்; தங்களை எங்கிருந்தாலும் அழைத்துவரும்படி தெரிவித்தாள்; அதனால்தான் தங்களைத் தேடி வந்தேன்' என்றார்.

சோமசேகரன் இந்த வார்த்தையைக் கேட்டவுடன் பழைய அவமானமெல்லாம் மறந்துவிட்டான். காந்தாவின் பேர் காதில் விழுந்தும் ஞானசுந்தரியின் கவலையும் மாறிவிட்டது. "சரிதங்களுடன் வருகிறேன்! காந்தாளுக்கு என்பேரில் அளவுகடந்த அன்பு உண்டு என்பது எனக்குத் தெரியும். அவளுக்குப் பொருள் இச்சை கிடையாது; மகா உத்தமி; மாமா நான்அவளைப்பற்றி உத்தமி என்று நினைத்ததற்கேற்ப இப்போது என்னையே சதமென்று வந்துவிட்டதால் அவளுடைய உத்தம குணம் விளங்க வில்லையா? அப்போதே என்னுடன் வந்திருப்பாள்; அவள் தாயாருக்கு அஞ்சிப் பேசாது நின்றுவிட்டாள்; மாமா! இத்தகைய உத்தமிகள் அந்தச் சாதியில் உண்டா? அவளைவிட்டு நான் பிரியும்போது மனக்கவலைக்குக் காரணம் தாங்கள்தான்; அவள் என்னை வெறுத்து ஒருநாள்கூடப் பேசவில்லை. அவள் வாயால் வெளியில் போங்கள் என்று சொல்லவில்லை. எங்களிருவரின் கவலைக்குக் காரணம் தாங்கள்தான்; என்பேரில் கோபித்துக்கொள்ளாதீர்கள்! எங்கள் இருவர்களுடைய அன்பையும் பிரித்தது தாங்கள்தான் என்று சொல்கிறேன்; வாருங்கள் சீக்கிரம் போகவேண்டும்" என்றான்.

மாமா ஐயோ! தாசிகளிடத்தில் நரிக்கொம்பு இருக்குமோ என்னமோ தெரியவில்லை என்று நினைத்தவராய்ச் சோமசேகரனைத் திருச்சிக்கு அழைத்து வந்து ஒரு வீட்டிலிருக்கும் படிச் செய்து ஞானசுந்தரியிடத்தில் சென்று நடந்த விவரங்களை ஆதியோடந்தமாய்த் தெரிவித்தார்.

ஞானசுந்தரி நான் சொல்லிய எல்லாவற்றையும் கேட்டுக்கொண்டு ‘சரி, நான் தாசி காந்தாவைப்போல் உடைகளையும் நடைகளையும் மாற்றிக்கொள்கிறேன்; அழைத்து வாருங்கள்” என்று சொல்லித் தாசி உருவத்திலேயே ஞானசுந்தரி நடிக்க ஆரம்பித்து விட்டாள்.

மாமா சோமசேகரனை அழைத்துப் போகும்போதே தங்களுடைய பிரிவால் காந்தா உருவமே மாறிவிட்டாள் என்று ஒரு பீடிகை போட்டார்; சோமசேகரனைக் கண்டதும் தாசி காந்தாபோல் நடிக்கும் ஞானசுந்தரி மிக்க கவலையுள்ளவள் போலப் பாவனை செய்து காட்டினாள். சோமசேகரன் மனம் காந்தாவிடம் மாறிவிட்டதால் ஞானசுந்தரியைக் காந்தா என்றே நினைத்தவராய் அநேக உபசார வார்த்தைகள் சொல்லிச் சமாதானப்படுத்தினான். “உன்னுடைய பிரிவால் நானும் வெளிக்கிளம்பிவிட்டேன்; உன்னைவிட எனக்கு எதுவானாலும் பெரிதல்ல; எல்லாச் சுகங்களுக்கும் நீதான் என்று நினைத்திருக்கிறேன்; என் தகப்பனாருக்குப் பிறகு என் ராஜ்யத்திற்கு நீதான் எஜமானி இது சத்தியம்” என்றான்.

ஞானசுந்தரி “இது என்ன அநியாயம்! இவர் மனதைத் திருத்த முடியாதுபோலிருக்கிறதே! உலகத்திலுள்ள பெண்களைவிடத் தாசி என்ற பேரைத் தரித்துக் கொண்டால் அறிவில்லாத ஆண்கள் அதில் தனி விசேஷமிருப்பதாய் நினைத்துக்கொள்கிறார்களே” என்று நினைத்தவளாய்ச் சொல்கிறாள். “நீங்கள் சொல்வதெல்லாம் வாஸ்தவந்தான்; என் தாயார் முதல்

எல்லாவற்றையும் வெறுத்துத் தாங்களே கதி என்று வந்துவிட்டேன்; நான் ஒன்று கேட்கிறேன், அதற்குச் சரி சொல்லாவிடில் தாங்கள் சொல்லியதை நம்பமாட்டேன்."

சோமசேகரன் "என் கண்மணி காந்தா! என்னை இனியும் வித்தியாசமாய் நினைக்காதே! நீ என் உயிரைக் கேட்டாலும் தருவேன்; உன் வார்த்தையைத் தட்ட மாட்டேன். உன் மனோயிஷ்டத்தைத் தெரிவிப்பாயானால் அதன் படியே செய்கிறேன்" என்றான்.

ஞானசுந்தரி "நான் எல்லாவற்றையும் வெறுத்து வந்து விட்டேன்; தங்கள் தகப்பனாருக்குப்பிறகு என்னையே ஐமீனாக்குவதாய்ச் சொன்னீர்கள்; அந்த வார்த்தை உண்மையானால் தங்கள் கைப்பட ஒரு வர்த்தமானம் செய்து கொடுங்கள்; வாயாற்சொல்வதில் என்ன இருக்கிறது? சர்க்கரை என்றால் தித்திக்குமா?" என்றாள்.

உடனே சோமசேகரன் மாமாவை அழைத்து "காந்தா இஷ்டப்படி வர்த்தமானம் செய்துவிடுங்கள்" என்றார். வர்த்தமானம் எழுதிப் பூர்த்திசெய்து ஞானசுந்தரி இடத்தில் கொடுத்தார். வர்த்தமானத்தைக் காந்தாவாக நடிக்கும் ஞானசுந்தரி வாங்கினாள். முந்தி கணையாழியை வாங்கிய விவரத்தைத் தெரிவித்துள்ளோம்; அக்கணை யாழியுடன் இதையும் வைத்துக்கொண்டாள்.

சோமசேகரன் தாசி காந்தாவிடத்தில் எவ்வளவு அன்பு கொண்டிருந்தானோ அவ்வாறே காந்தாவாக நடிக்கும் ஞானசுந்தரியிடத்திலும் நடந்துவந்தான். தாசி காந்தாவையே குறியாய்க் கொண்ட சோமசேகரன் மனம் ஞானசுந்தரியைத் தாசி காந்தா என்று முடிவு கட்டும் நிலைக்கு வந்துவிட்டது. சோமசேகரனுக்கு மாத்திரம் இந்நிலை ஏற்படுவதன்று; தாசி வீடே கதியாகவும் தாசிப் பெண்களையே குறியாகவும் கொண்டிருக்கும் எல்லாப் பிரபுக்களும் இந்த மாறுபாட்டை உணரமாட்டார்கள்.

அதிலும் ஞானசுந்தரியை கலியாண மணையில் பார்த்த சோமசேகரன் பிறகு பார்க்காமல் கமலாபுரம் காந்தா வீடே கதியாய்ப் பைத்தியம் பிடித்துவிட்டதால் தாசி காந்தாளாய் நடிக்கும் ஞானசுந்தரியைக் காந்தாள் தான் என்று மயக்கமான முடிவு கட்டுவதில் ஆச்சரியமொன்றுமில்லை. உதாரணமாக ஒரு நோயாளி இடத்தில் வைத்தியன் ஒரு கற்கண்டு துண்டைக் கொடுத்து இது கற்கண்டு; இதைச் சாப்பிடு என்றால் அந்த நோயாளி அதை மருந்து என்றுதான் முடிவு கட்டுவான்; அது நோயாளியின் மனோநிலை. அதைப்போல்தான் இதுவும். நிற்க, கமலாபுரம் தாசி காந்தா வீட்டில் மாறுவேடம் பூண்டு ஜமீன்தாராய்க் கொஞ்சநாள் இருந்தாலும் மாமாவைக் கொண்டு காந்தா நடைகளை அறிந்து கொண்ட யுக்தியாலும் வித்தியாசமறியாவண்ணம் நடந்து வந்தாள் ஞானசுந்தரி. ஒருநாள் சோமசேகரனிடத்தில் உல்லாசமாய்ப் பேசிக்கொண்டிருக்கும்போது "தங்கள் சம்சாரமாகிய ஞானசுந்தரியை என்ன செய்யப் போகிறீர்கள்? அந்தம்மாள் ஒருகால் தங்களிடத்தில் வந்துவிட்டால் அப்போது என்னை வெறுத்து விடுவீர்களல்லவா" என்று வேடிக்கையாய்க் கேட்டாள்.

சோமசேகரன் "என்னை வித்தியாசமாய் நினைக்காதே! நான் முட்டாளா? என்பேரில் அன்புள்ள உன்னை வெறுத்து அன்பில்லா என் சம்சாரத்தை நான் விரும்புவேனா? ஒருகாலும் விரும்பமாட்டேன். ராஜநீதி தவறி அவளும் வெளிவர மாட்டாள்; அந்தப்புரத்தில் இருப்பவளால் எப்படி வர முடியும்? ஒருகால் அவள் இங்கு வந்தாலும் உனக்கு வேலைக்காரியாய் வைத்துவிடுவேன்" என்றான்.

ஞானசுந்தரி: தங்கள் சம்சாரம் தங்கள் பேரில் அன்பில்லாதவள் என்று எப்படித் தெரிந்து கொண்டீர்கள்? விவாகமானவுடனே என்னிடத்தில் வந்து விட்டீர்களே?

சோமசேகரன்: நான் இந்த இடத்திலிருந்தால் என்ன? என்பேரில் அவளுக்கு அன்பிருந்தால் உன் வீடு தேடி வந்திருக்கமாட்டாளா? என்பேரில் உள்ள அன்பால் தானே உன் குடும்பத்தை வெறுத்து என்னைத் தேடி வந்தாய்!

ஞானசுந்தரி: அவ்விதம் தங்களைத் தேடி வந்தவள் தங்கள் பேரில் அன்புடையவள் தானே?

சோமசேகரன்: ஆம்.

ஞானசுந்தரி: ஒருகால் அவ்விதம் வந்துவிட்டால் என்ன செய்வீர்கள்?

சோமசேகரன்: அப்படி ஒருகால் வந்தாலும் உன்னை மறப்பேனா? நீதான் எஜமானி! உனக்கு அடங்கி நடந்தால் இவ்விடத்திலிருக்கிறாள். இல்லையேல் அவள் தகப்பன் வீட்டோடு போகிறாள். அவள் பேச்சு இவ்விடத்தில் பேச வேண்டாம்.

ஞானசுந்தரி: நீங்கள் சொல்வது சரியன்று; அந்தப் பெண்ணால் எனக்கு எப்படி அடங்கி நடக்க முடியும்? தங்கள் அன்பினால் ஒருகால் எனக்கு அடங்கி நடந்தாலும் உலகம் தங்களை நிந்திக்காதா? ஜமீன் புதல்வியைத் தாசிக்கு வேலைக்காரியாய் வைத்திருக்கிறார் என்று சொல்லமாட்டார்களா? தாங்கள் அனேக பிரஜைகளை வைத்துப் பரிபாலிக்கும் ஜமீன்தாராயிருந்தாலும் இவ்வித சொல்லைக் கேட்டால் தங்களை மதிப்பார்களா? அல்லது அந்தப் பெண்ணை விட்டாலும் தங்களுக்குக் கெட்டபேரல்லவா? இதை எல்லாம் யோசிக்காது எனக்கு ஆசை வார்த்தை சொல்லிவிட்டீர்களே!

சோமசேகரன்: என்ன கெட்டபேர் வந்தாலும் வரட்டும், அதைப்பற்றிய கவலை வேண்டாம். யாரை மறந்தாலும் விலக்கவேமாட்டேன். உன்னை மறக்கவும் மாட்டேன்.

இவ்விதமாக ஏதேதோ சீர்திருத்த முறையில் பேசிக் கொண்டிருந்தார்கள்.

15
மலையாள மாந்திரிகர் மயான பூஜை

கமலாபுரத்தில் காந்தா-கானவதி - போகசிந்தாமணி மூவரும் ஒன்று கூடிப் புதிய ஜமீனைப்பற்றிப் பேசிக் கொண்டார்கள். நம் வீட்டில் வந்த தனவந்தர்களில் இவரைப்போல் வெளிச்சென்றவர் கிடையாது. இதற்காக என்ன செய்கிறது? இனி இந்தவித தனவந்தர்களை எப்போது பார்க்கப்போகிறோம்? ஒருகால் மாமா ஏதேனும் பித்தலாட்டம் செய்திருப்பாரோ? இல்லை. இல்லை. கருணாகரன் கலியாணம் செய்த பிறகு தான் கைக்கு எட்டிய காரியமெல்லாம் வாய்க்கு எட்டாமல் போகிறது. அந்தத் தரித்திரம் பிடித்த பீடை நம் வீட்டில் வந்து அடிவைத்த நாள்முதல் நமக்குச் சந்தோஷமே கிடையாது. இந்தப் பீடைக்குச் சீமந்தக் கலியாணம் செய்ய வேண்டாம். அவர் இருந்து கலியாணம் செய்தாலும் 1000-2000 ரூபாய் மிச்சமாயிருக்கும். இப்போதும் நம் கையிலிருக்கும் காசைச் செலவு செய்வதா? என்று முடிவு கட்டினார்கள். என்ன காரணம்? மற்ற சாதியார் கலியாணம் செய்தால் 1000-2000 ரூபாய் கடன் வரும். தாசி வீட்டில் கலியாணம் நடந்தால் 1000-2000 ரூபாய் லாபம் கிடைக்கும். தாசி வீட்டிற்கு வரும் பேர்வழி சரியானவனாய்ச் சிக்கிக்கொண்டால் அடிக்கடி விசேஷங்கள் நூதன முறையில் நடந்துகொண்டேயிருக்கும். அதிலும் கலியாண வைபவங்களைப் பார்க்கும் பொருட்டு வரும் தனவந்தர்கள் உறவுகளும் ஏற்படும். இப்படியாகப் பலவித நன்மைக்கு நடத்துவது வழக்கம். லாபத்தை ஒட்டி விசேஷம் செய்யும் கூட்டமானதால் கருணாகரன் சீமந்தத்தை ஒட்டி

லாபமடையத்தக்க பேர்வழி கையில் இல்லாமையால், அந்தப் பெண்ணின் பேரில் பழி சுமத்திச் சீமந்தத்தை நிறுத்திவிட்டார்கள். இவர்கள் சீமந்தம் செய்யாவிட்டால் குழந்தை பிறக்காது நின்றுவிடுமா? பூரண கர்ப்பம் முடிந்தவுடன் கருணாகரன் சம்சாரமாகிய சேனாவதி கோடிசூரியப் பிரகாசம்போல் பெண் குழந்தையை ஈன்றாள்! அழகுடைய பெண் குழந்தை பிறந்தவுடன் அவா மேலீட்டினால் கற்கண்டு சீனி வழங்க ஆரம்பித்து விட்டாள். குழந்தை சேனாவதிக்குப் பிறந்தாலும் காந்தா-கானவதி இருவரும் ஸ்வீகாரம் எடுத்துக் கொள்வதில் போட்டி போட ஆரம்பித்துவிட்டார்கள். பிறகு இவ்வளவு லட்சணமுடைய பெண் நம் வயிற்றில் பிறக்கக்கூடாதா? இந்தச் சிறுக்கி வயிற்றில் பிறந்ததே! தாசித் தொழிலுக்கு விட அந்தச் சிறுக்கியும் அந்தப் பயலும் சம்மதிக்க மாட்டார்களே! ஒருகால் இருவரும் ஒத்து விட்டுவிட்டால் நம் வீட்டிற்கு யார் வருவார்கள்? அந்தச் சிறுக்கி நம்மைவிடப் பணக்காரியாகிவிடுவாள். நம்மை மதிக்க மாட்டாள்! எல்லாம் பார்த்துக் கொள்வோம். ஐயரை அழைத்து ஜாதகம் பார்ப்போம். நல்லதிர்ஷ்ட ஜாதகமாயிருந்தால் யாராவது எடுத்துக்கொள்வோம். கொடுக்காவிட்டால் வெளியில் போகச் சொல்லிவிடுவோ மென்று ஐயரை அழைத்தார்கள். ஐயர் வந்து குழந்தை ஜாதகம் குறித்துச் சரமாரியாய்ச் சொல்லத் தொடங்கி விட்டார். உத்திராட நட்சத்திரத்தில் பிறந்திருப்பால் உலகத்தையாளும்; வாக்கில் புதன் உச்சமாயிருப்பதால் சங்கீதம், ஆடல், பாடல் சொல்லிக்கொடுக்காமலே வந்துவிடும். காந்தா அதிர்ஷ்டத்தைவிட இந்தக் குழந்தைக்கு அதிகமாய் இருக்கிறது. இந்தக் குழந்தை தேடும் பொருள்களை யெல்லாம் குதிரில்தான் போகசிந்தாமணி கொட்டுவாள் என்றார்.

காந்தா "சுவாமிகளே! அம்மா அதுவரையில் உயிருடன் இருக்குமா" என்று கேட்டாள். ஐயர்

"அம்மாளுக்கு அவள் ஜாதகப்படி வயது குறைவா யிருந்தாலும் இந்தக் குழந்தை ஜாதகப் பலன் அவள் கண்டத்தை மாற்றிவிடும். நல்ல பலனை அடையப் போகிறீர்கள்! எனக்குக் கொடுப்பதில்தான் கணக்குப் பார்க்கிறீர்கள்! எவ்வளவு பார்த்துச் சொல்லுகிறேன்" என்று அளந்துவிட்டார். குறிப்பிட்ட சந்தோஷத்தைவிட அதிக ஆவல் உண்டாகித் தாயைக் கவனிக்காவிட்டாலும் குழந்தையைப் பாதுகாக்கும் விஷயத்தில் வெகு மும்மரமாகயிருந்தார்கள். இப்படியிருக்கும்போது "பகவதி" என்று ஒருவர் தெருத்திண்ணையில் உட்கார்ந்தார்; கையில் தாயத்து - நெற்றியில் விபூதி - அதன்மேல் குங்குமப் பொட்டு - அதன்மேல் கருப்பு மைப்பொட்டு முதலிய சின்னங்களுடன் காணப்பட்டார். திண்ணையில் உட்கார்ந்திருந்த கருணாகரன் வந்தவரை எந்த ஊர் என்று விசாரித்தான். அவர் மலையாள மென்றும், தஞ்சாவூருக்கு மாந்திரிக விஷயமாய் வந்ததாகவும் இன்று இங்குத் தங்கி நாளைச் சென்னைக்குப் போவதாகவும் இவ்விடத்தில் கொஞ்சம் தாமதிக்க விரும்பதாகவும் தெரிவித்தார்.

கருணாகரன் உள்ளே சென்று அவரது வரலாற்றைச் சொன்னதுதான் தாமதம். உடனே "உள்ளே வரச்சொல் என்றார்கள். உடனே கருணாகரன் மாந்திரிகரை அழைத்து வந்து உட்காரச் சொன்னான்; காந்தா காணவதி இருவரும் வந்து "தங்களுக்கு எந்த ஊர்?" என்று விசாரித்தார்கள்.

மாந்திரிகர்: எனக்கு மலையாளம்; தஞ்சாவூர் சிவகாமியம்மாள் வீட்டில் அழைத்தார்கள்; அதற்காக வந்தேன்; வந்த காரியம் முடிந்தது; சென்னைக்குப் போக வேண்டியிருக்கிறது; இரவு இவ்விடத்தில் தங்கிப் போகலாமென்று வந்தேன்.

காந்தா: தஞ்சாவூர் சிவகாமி வீட்டிற்கு என்ன காரியமாய் வந்தீர்கள்?

மாந்திரிகர்: வசிய விஷயம். ஒரு மண்டலம் பூஜை செய்து முடித்து வந்தேன். என்னை அவர்களுக்கு வெகுநாளாய்த் தெரியும்.

காந்தா: என்ன காரியத்திற்கு வசியம்?

மாந்திரிகர்: அவர்கள் வீட்டிற்கு ஒரு தனவந்தன் வந்திருக்கிறான். அவன் மகா கருமி; அவனை வசியம் செய்ய அழைத்தார்கள். அரை மண்டலம் பூஜை செய்வதற்குள் அவர்கள் சொன்னபடி ஆடத் தலைப்பட்டு விட்டான். எனக்குத் தட்சிணை ரூபா 500 கொடுத்தார்கள். சென்னை மீனாட்சி வீட்டில் இவ்விதம் செய்யவேண்டியிருக்கிறது. அதற்காகத்தான் போகிறேன்; எத்தனையோ தாசிகளுக்குச் செய்து கொடுத்திருக்கிறேன்; என்னைத் தெரியாத தாசிகள் அதிகமாயிருக்கமாட்டார்கள்.

இவையெல்லாம் கேட்டுக்கொண்டிருந்த காந்தா - கானவதி போகசிந்தாமணி மூவருக்கும் இவர் பேரில் நம்பிக்கை வந்தது. இந்த மாந்திரிகனைக்கொண்டு அநேக ஜமீன்களை நாம் வசியம் செய்யலாமென்று நினைத்த காந்தா "தங்களுக்கு ஜாதகம் பார்க்கத் தெரியுமா?" என்று கேட்டாள்.

மாந்திரிகர் "ஆஹா! தெரியும்" என்றார்.

காந்தா - ஜாதகத்தை எடுத்து மாந்திரிகரிடம் கொடுத்தாள். மாந்திரிகர் ஜாகத்தைக் கையில் எடுத்து "பகவதி! தாயே! நேரில் வந்து ஒன்றும் தவறாமல் சொல்லடியம்மா! உன் மனம் குளிரச் செய்கிறேன் தாயே! வாடி! வாடி!! சீக்கிரம் வாடி! ஹூ ஹா யே பகவதி!" என்று மைப்பெட்டியிலிருக்கும் மையை எடுத்துப் பொட்டு வைத்துக்கொண்டு மேலும் பகவதியைத் தோத்திரம் செய்து சொல்கிறார்: "தாயே! பகவதி! உன் திருவாக்கால் சொல்லடி! ஹா ஹூ பகவதி வந்துவிட்டாள்! வந்து விட்டாள்! சூடத்தைக் கொளுத்து! மகளே! சொல்கிறேன் கேள்; தவறாமல் சொல்கிறேன்; உனக்குள்ள புருஷர்கள்

நீங்கலாகச் சமீபத்தில் ஒரு ஜமீன் வந்து ஏராளமான திரவியம் கொடுத்தானா?"

காந்தா: ஆம்!

மாந்திரிகர் "அதற்குப் பிறகு ஒரு வாலிப ஜமீன் வந்தானா? வந்தவர் ஒரு அந்நிய மனிதனால் கலைக்கப் பட்டு இப்போது பிரிந்திருக்கிறாரா? எனக்கேட்டார். உடனே காந்தா "மாமா ஏதேனும் கலைத்திருப்பானோ? அப்போதே சந்தேகப்பட்டோம்" என்று பேசிக்கொண்டு "நீங்கள் சொல்லியது சரிதான்! அந்த ஜமீனால் நமக்கு ஏதேனும் கிடைக்குமா? என்றாள். "கிடைக்கும்! கிடைக்கும்! பகவதியை அவனிடத்தில் அனுப்பினால் அவள் இழுத்துக்கொண்டு வந்துவிடுவாள். பகவதி சொல்லி வருவதெல்லாம் சரியாயிருக்கிறதா? இல்லையா? என்பதைக் கவனித்துவாருங்கள்; இப்போது உங்கள் வீட்டில் சந்தான விருத்தி உண்டாகி இருக்கிறதா? சந்ததி கொடுத்த பகவதி சம்பத்தையும் கொடுக்க வேண்டும்" என்றார்.

இவைகளையெல்லாம் கேட்ட போகசிந்தாமணி பிரமித்தவளாய் 'இந்தவிதம் ஜோசியம் சொன்னவர் களைப் பார்த்ததே இல்லை. நேரில் பகவதியம்மாளிடம் எனக்கு சாக்காடு எப்போது வருமென்று கேட்டுச் சொல்லுங்கோ ஐயா!" என்றாள். மாந்திரிகர் "உனக்கு வயது 95; உன் பேத்திக்குத் தாய்க் கிழவியாய் இருந்துதான் சாவாய். அதுவரையில் உயிரைப்பற்றிய கவலை வேண்டுவ தில்லை. பகவதியின் கிருபையால் நான் சொல்வதெல்லாம் நடந்துதான் தீரும். பகவதிக்குத் திருப்தியாகும்படி பிரார்த்தனை செய்துகொள். இன்னும் ஏதாவது கேட்கவேண்டியிருந்தால் கேட்டுக்கொள்ளுங்கள். பகவதியைத் தாமதித்து நிறுத்த முடியாது" என்றார்.

போகசிந்தாமணி "நாங்கள் கேட்காமலே எல்லா விஷயங்களையும் சொல்லிவிட்டீர்கள். வேறு ஒன்று

மில்லை. ஏராளமான சொத்து கிடைக்குமென்றீர்களே - பழைய ஜமீன்தாரால் கிடைக்குமா? புது ஜமீன்தாரால் கிடைக்குமா?" என்று கேட்டாள். மாந்திரிகர் இரு ஜமீன்தாராலும் கிடைக்கும். இருவரும் உங்களைத் தேடி வருவார்கள். அது பகவதிபேரில் சத்தியமாய்ச் சொல்கிறேன்." என்றவுடன் அவர் பேரில் முழு நம்பிக்கை ஏற்பட்டு விட்டது. "சரி பகவதியை அனுப்பிவிடுங்கள்" என்றார்கள். 'சரி, இதோ அனுப்பிவிட்டேன்' என்றார் மாந்திரிகர். இவருக்கு உபசரிப்புகள் சொல்லமுடியாதபடி நடக்க ஆரம்பித்துவிட்டன. மாந்திரிகர் இவர்களை நோக்கி "நான் அவசரமாய்ப் போக வேண்டும். அனுமதி கொடுங்கள்" என்றார்.

"இப்போது எப்படிப் போக முடியும்? புதிதாய் வந்து போன ஜமீன்தாருக்கு வசியம் செய்து எங்களிடம் வருமாறு செய்ய வேண்டும். இந்த உபசாரம் செய்தால் தங்களை மறக்கமாட்டோம். தாங்கள் கேட்டதைக் கொடுக்கிறோம்" என்றாள் காந்தா.

மாந்திரிகர் 'சரி! செய்வோம். 48 நாள் கடம் வைத்துப் பூஜை செய்யவேண்டும். எனக்கு ஒன்றும் வேண்டாம். ஜமீன்தார் வந்தவுடன் வாங்கிக்கொள்கிறேன். ஆனால் பூஜைக்குச் செலவாவதை மாத்திரம் செய்தால் போதும். அதிகச் செலவாகுமென்று நினைக்காதீர்கள்! தேங்காய், பழம், சூடம், சாம்பிராணி, அவல், கடலை, வெற்றிலை பாக்கு இவைகள் போதும். வெள்ளிக்கிழமை மாத்திரம் சர்க்கரைப் பொங்கல் செய்ய வேண்டும். தனி அறையில் ஆசாரமாய்க் கடம் வைக்க வேண்டும்" என்றார்.

காந்தா போகசிந்தாமணியை நோக்கி "என்ன அம்மா தமக்கு ஒன்றும் வேண்டாமென்கிறார்; ஜமீன்தார் வந்தால் இஷ்டம்போல் கொடுங்கள் என்கிறார்; பூஜைக்கு வேண்டிய சில்லரைச் செலவுகளை மாத்திரம் செய்யும்படி சொல்கிறார். இதில் நமக்குச் சந்தேகம் என்ன இருக்கிறது?

முந்தி ஏதேனும் கேட்டால் சந்தேகப்பட வேண்டும்" என்றாள். இவைகளைக் கேட்ட போகசிந்தாமணி "சரி! எல்லாச் செலவும் ரூபா 100க்குள் முடித்துக்கொள்ளச் சொல். முடியாவிட்டால் சுவாமிக்குச் செய்த காரியம் தானே பார்த்துக்கொள்வோம்" என்றாள். காந்தா மாந்திரிகரை யழைத்து "எல்லாச் செலவும் ரூபா 100க்குள் முடித்துவிடுங்கள்; நாளை வெள்ளிக்கிழமையா யிருப்பதால் ஆரம்பித்துவிடுங்கள்" என்றாள். மந்திரவாதி 'எனக்கென்ன ரூப 10க்குள் செய்யச் சொன்னாலும் செய்கிறேன். பகவதிக்கு எவ்வளவு திருப்தியாய்ச் செய்கிறீர்களோ அவ்வளவு பலனை நீங்கள் அடைவீர்கள். எனக்கு ஒரு தம்பிடிகூட வேண்டியதில்லை" என்று சொன்னார். மறுதினமே பூஜை ஆரம்பிக்கப்பட்டது. பகவதி பூஜை மும்மரமாய் நடக்கலாயிற்று. ஒருநாள் மாந்திரிகர் காந்தாவைப் பார்த்து "பகவதி உன் கனவில் வந்து ஏதாகிலும் சொன்னால் மறக்காமல் என்னிடம் தெரிவிக்க வேண்டும்" என்றார். நாளுக்கு நாள் விபூதிப் பூச்சுகள் குங்குமம் சந்தனம் மைப்பொட்டுகள் வலுக்க ஆரம்பித்துவிட்டன. நேம நிஷ்டை ஆசாரங்களைப் பற்றிச் சொல்ல வேண்டியதில்லை. மாந்திரிகர் ஒருவரிடத்திலும் அதிகம் பேசுகிறதில்லை. அம்மன் இருக்குமிடமாகிய அறையில்தான் இருப்பது. அவர்களை வெளிக்கதவைப் பூட்டிக் கொள்ளச் சொல்லுவார். ஸ்நான நேரங்களில் மாத்திரம் வெளியில் வருவார். இப்படியாக ஒரு வாரம் சென்றது. ஒருநாள் காந்தா கனவு கண்டதாகத் தெரிவித்தாள். 'ஒரு அழகிய பிராமணப் பெண் என் அருகில் உட்கார்ந்தாள்; என்னை நம்பு; என்னை அலட்சியப்படுத்தாதே! என் மூக்குத்தியை எனக்குப் போடு, நீ நினைத்த காரியம் கை கூடும்" என்று சொன்ன தாகத் தாயாரிடத்திலும், மாந்திரிகரிடத்திலும் தெரிவித்தாள்.

மந்திரவாதி "நான் பூஜை ஆரம்பிக்கும்போதே சொல்லலாமென்றிருந்தேன். நம் அநுபவம் தெரியாதவர்

களிடத்தில் இதெல்லாம் சொல்லக்கூடாதென்று இருந்து விட்டேன். பகவதியம்மாளை ஒவ்வொரு ஒவ்வொரு நாளும் ரூபமாய் அலங்காரம் செய்ய வேண்டும். எவ்வளவுக் கெவ்வளவு அம்மனை உபசரிக்கிறீர்களோ அவ்வளவும் உங்களுக்கு நன்மைதான். சிதம்பரம் சிவகாமி அம்மன் ஒரு தனவந்தரிடத்தில் வைர ஓலை வாங்கிதாய்ச் சொல்லப்படுவதை நீங்கள் கேட்டதில்லையா? உற்சவங்களில் ஒருகோவில் நகையை இன்னொரு கோவில் இரவல் வாங்கி அலங்கரித்துத் திருவிழா நடத்துவ தெல்லாம் பக்திமான்கள் மோக்ஷமடையவும் மற்றவர்கள் வேண்டுவதையடையவுமே செய்கிறார்கள். என் வார்த்தை தட்டாது அரைமண்டலம் நடந்து கொள்ளுங்கள். இதற்குள் பலாபலன் தெரியும். கடிதமோ அல்லது சமாசாரமே வரும். என் பேரில் சந்தேகப்படக் காரண மில்லை. கதவைப் பூட்டிச் சாவி உங்களிடத்திலிருக்கும் போது என்னால் என்ன செய்ய முடியும்? பெட்டியி லிருக்கும் நகையைப் பகவதிக்குப் போட்டா அதில் உங்களுக்கு என்ன நஷ்டம்? அம்மன் மனம் குளிர்ந்தால் குபேர சம்பத்துடன் நீங்கள் வாழப்போகிறீர்கள்! எனக்கா அளிக்கப்போகிறீர்கள்! எனக்குப் பகவதியிருக்கிறாள்" என்றார்.

இவையெல்லாம் கேட்ட காந்தா, கானவதி, போகசிந்தாமணி ஆகிய மூவர்களும் ஆலோசனை செய்தனர். "நம் வீட்டில் பூட்டி சாவி நம்மிடத்தி லிருக்கும்போது இவனால் என்ன செய்ய முடியும்? நம்மை ஏமாற்றத்தான் முடியுமா?" என்று பேசிக்கொண்டனர். பிறகு சோமசேகரனால் கொடுக்கப்பட்ட ரத்தின கண்டிகை நீங்கலாக மற்ற நகைகளையெல்லாம் அள்ளி வந்து அம்மனுக்கு அலங்காரம் செய்தார்கள். தினந் தோறும் நகைகளை ஜாக்கிரதையாய்ப் பார்த்து வந்தார்கள்.

இந்நிலையில் மாந்திரிகர் மயானத்தில் இரண்டு தினம் பூஜை செய்ய வேண்டுமென்று போனார். மாந்திரிகரின் பூஜை ஏக தடபுடலாய் இருக்கிறது. இதற்குள் காந்தா கோஷ்டியார் "அரை மண்டலமாகிவிட்டதே; இன்னும் ஒன்றும் காணவில்லையே" என்று கேட்டனர். மாந்திரிகர் பகவதியை அழைத்துக் கேட்க ஆரம்பித்தார். "தாயே பகவதி! வாடியம்மா! வாடியம்மா! சந்தோஷ சமாசாரம் சொல்லடி! உன் குஞ்சுகளைச் சோதிக்காதே" என்று சொன்னதும் சாமி வந்துவிட்டது. 'நல்ல சமாசாரம் நாளை வரும்; பயப்படாதே! அவன் மனதில் வேண்டிய வேலைகளைச் செய்து கொண்டிருக்கிறேன்; எனக்குக் குறையில்லாது நடந்துகொள். உனக்கு ஒரு குறையு மில்லை" என்று சொல்லிவிட்டுப் பகவதி மலையேறி விட்டாள். பகவதி சொன்ன மறு தினத்தை ஆவலுடன் கவனித்துக் கொண்டிருந்தார்கள். அன்று காந்தா விலாசத்திற்கு ஒரு கடிதம் வந்தது. உடைத்துப் பார்த்ததில் பின்வருமாறு எழுதியிருந்தது.

மகா உத்தமியான காந்தாளுக்கு, ஞானசேகரன் எழுதிக்கொண்டது. நலம். தாசிகளில் நீ மகா உத்தமி. உன்னைவிட்டுப் பிரிந்தது முதல் உயிர் உன்னிடத்திலும் உடல் என்னிடத்திலும் இருக்கிறது. உன்னைப் பலவிதத்திலும் பரீக்ஷித்ததற்குக் கோபித்துக் கொள்ளாதே! நீயும் நானும் நீடித்து வாழ்க்கை நடத்தவேண்டியே பரீக்ஷித்தேன். என் தகப்பனாருக்கும் எனக்கும் மனஸ்தாபம் வந்துவிட்டது. என் பாகத்தைப் பிரித்துக்கொடுத்துவிடு என்று கேட்டுக்கொண்டிருக்கிறேன். என் பாகத்தைப் பிரித்துக்கொண்டு சீக்கிரத்தில் வருகிறேன். நீ என் கவலையால் வாட்டமுற்றிருப்பாய் என்று எனக்குத் தெரியும். கஷ்டப்பட்டவர்கள் சுகமடைவார்கள். என் சொத்துக்களை எடுத்துக்கொண்டு உன் வீட்டுடன் வந்துவிட்டால் கவலையின்றிச் சந்தோஷமாய் இருவரும் இருப்போம். இதில் சந்தேகமுண்டா? இரவுக் காலங்களில்

உன்னைப் பற்றியே கனவு கண்ட வண்ணமா யிருக்கிறேன். மாமாவிடத்தில் உன்னைப் பற்றிய பேச்சைத் தவிர வேறெதுவும் பேச மனமில்லாதவனா யிருக்கிறேன். மாமாவும் என்னோடுதான் இருக்கிறார். சீக்கிரத்தில் இருவர்களும் வந்துவிடுகிறோம். சதா உன் ஞாபகமா யிருக்கும்.

ஞானசேகரன்

இக்கடிதத்தைக் கண்டவுடன் மாந்திரிகரிடம் அளவு கடந்த நம்பிக்கை ஏற்பட்டுவிட்டது. மாந்திரிகருக்கு உபசரிப்புகள் மேன்மேலும் பெருகலாயின. இப்படி யிருக்கும் போது காந்தா பேருக்கு ரூபா 200 மணியார்டர் வந்தது. இதைக் கண்டதும் காந்தா கோஷ்டிக்குச் சந்தோஷம் வந்துவிட்டது. வசியம் முடிகிறதற்குள் ரூபாய் வந்தால் வசியம் முடிந்த பிறகும் நாம் சொன்னபடி அந்த ஜமீன்தார் கேட்பதில் என்ன தடையிருக்கிறது? என்று பேசிக் கொண்டனர். கடிதமும் மணியார்டரும் வந்த விவரத்தை மாந்திரிகரிடம் தெரிவித்தனர். மாந்திரிகர் "இப்போது ஒன்றும் சொல்லமாட்டேன். அந்த ஜமீனை என் தேவி பகவதி இங்கு இழுத்து வந்த பிறகுதான் மார் தட்டிப் பேசுவேன்; இப்போது நீங்கள் சொல்வதெல்லாம் என் காதில் விழாது" என்றார்.

முக்கால் மண்டலம் பூஜையாகிவிட்டது. மறுமுறை காந்தா கனவில் அம்மன் தனக்கு ரோஜாப்பூ மாலை போட்டதாகச் சொன்னாள். போகசிந்தாமணி அம்மனிடத்தில் வேண்டாத நேரமில்லை. 'பகவதி எப்படியாகிலும் ஜமீன்தாரை அழைத்துவாடி! உன்னை என் வீட்டுத் தெய்வமாய் வைத்துக்கொள்கிறேன்" என்று வேண்டிக்கொண்டிருந்தாள்.

மாந்திரிகள் "ரோஜமாலை அலங்காரத்தோடு பகவதிக்குக் காசுமாலையில்தான் அதிகப்பிரியம். தங்கள் வீட்டில் இல்லாவிட்டாலும் இரவல் வாங்கியாகிலும்

போடுங்கள்! பிறகு கொடுத்துவிடலாம். பவுன் மாலை போட்டால் வைர மாலை கொடுப்பாள்" என்றார்.

போகசிந்தாமணி "நம் வீட்டில் இல்லாத நகை வேறு யார் வீட்டிலிருக்கிறது. ஒரு சிறுக்கியைக் கேட்பானேன்? நம் ரத்தின கண்டிகையைப் போட்டு தீபாராதனை ஆனபிறகு கழற்றிவிடுங்கள்" என்றாள். உடனே காந்தா ரத்தின கண்டிகையைச் சாத்தினாள்; ரத்தின கண்டிகை அம்மாளுக்கு அணிந்ததுதான் தாமதம். மாந்திரீகர் பேரில் பகவதி வந்துவிட்டாள். "அப்படியே என் குஞ்சுகளா! நீங்கள் இனி ஒன்றுக்கும் அஞ்சவேண்டாம்! என் மனம் குளிர்ந்துவிட்டது. உன் குலதெய்வமாய் இந்த அறையில் வாசமாயிருக்கப்போகிறேன். நீங்கள் எதைக் கேட்டாலும் தருகிறேன். அந்த ஜமீனை இன்னும் ஒரு வாரத்தில் இவ் விடத்தில் இழுத்து வருகிறேன். என்னை மறக்காதீர்கள்! உனக்குக் கைபோட்டுக் கொடுக்கிறேன்" என்றுதலையில் ஓங்கி அடித்து விபூதி கொடுத்தார். உடனே இவர்கள் 'பகவதி நம் வீட்டில் இருப்பதாய்க் கைபோட்டுக் கொடுத்துவிட்டாள். இனி மந்திரவாதியின் தயவு கூட வேண்டியதில்லை. நேரில் நமக்கு வேண்டியதைக் கேட்டுக் கொள்ளலாம் என்று நினைத்தார்கள். போகசிந்தாமணி "தாயே! ஈஸ்வரி! உனக்கு வேண்டியதைக்கேள். இன்று முதல் உன்னைக் கொண்டாடுகிறோம். எங்களைக் காப்பாற்று தாயே" என்றாள்.

இவ்விதமாகத் தன் நிலையை மறந்து பேராசை என்னும் போதை மேலிட்டு மாந்திரிகரைப் போக சிந்தாமணி கண்ணடிக்கக்கூட ஆரம்பித்துவிட்டாள். இவ்வாறிருக்க மாந்திரிகரோ எல்லா நகைகளையும் கழற்றிக் காந்தாளிடத்தில் கொடுத்துப் பத்திரமாய் வைக்கும்படி தெரிவித்து தம் இருப்பிடம் சென்றார். இவ்விதம் மிகுந்த அலங்கார வைபவங்களுடன் பகவதி பூஜை நடந்து கொண்டிருக்கிறது. காந்தா பேருக்கு ரூபா 300 மணியார்டர் வந்தது. இவைகளைப் பார்த்த காந்தா

கோஷ்டிக்குப் பகவதிபேரில் அடங்காத பக்தி வந்துவிட்டது. அன்று முதல் ஏராளமான நகைகளாலும் புஷ்ப மாலைகளாலும் அலங்கரிக்கப்பட்டது. பலவித உணவுகளையும் ஆடம்பரமாய்ப் படைக்க ஆரம்பித்து விட்டார்கள். ஒரு நாள் மாந்திரிகர் காந்தாளைப் பூஜை முகத்தில் உட்காரவைத்து ஏதோ வசிய மந்திரம் ஓத ஆரம்பித்தார். தாம் உத்தேசித்த மந்திரத்தைத் தினந் தோறும் 108 தரம் சொன்னால் ராஜாதி ராஜாக்கள் வாசல்படியில் காத்திருப்பார்கள் என்றார். மேலும் "இந்த மந்திரம் ராஜ வசியம். இதை ஒருவருக்கும் சொல்லாதே" என்று விபூதி, குங்குமம், மை முதலியவைகளைக் கொடுத்து காலை மாலை தவறாது அணிந்து கொள்ள வேண்டும் என்றார். மாந்திரிகர் பேரில் பூரண நம்பிக்கை உண்டாகிவிட்டது. அவர் சொல்லும் வார்த்தை எல்லாம் தேவி வாக்காகவே நினைத்தார்கள். ஒரு நாள் மாந்திரிகர் "தேவிக்குத் தங்களிடத்தில் சந்தோஷம் வந்து விட்டது. 5 லட்சம் ரூபாய் வாங்கித் தருகிறேன். தேவி ஜமீனிடத்தில் நல்ல வேலைசெய்கிறாள். 5 லட்சம் வந்தவுடன் எனக்கு ஐம்பதினாயிரம் ரூபாய் கொடுக்க வேண்டும்" என்றார். போகசிந்தாமணி தங்களுக்கு வேண்டியதை தருகிறேன். நீங்கள் வேறு; நாங்கள் வேறு என்று நினைக்காதீர்கள். இவ்வளவு அதிர்ஷ்டம் யாரால் வருகிறது? இந்த நன்றியை நாங்கள் மறப்போமா" என்றாள். "ஒரு மண்டலம் முடிவதற்கு இன்னும் 8 நாள் இருக்கிறது. இன்று முதல் வேறுவித பூஜை நடக்க வேண்டும். நான் தினசரி மயானத்திற்குப் போய் வருவது தங்களுக்குத் தெரியும். மயான புத்திரனுக்குப் பாவை செய்து அதை மந்திரத்தால் நடத்தி அந்த தேவதைக்குக் காவு கொடுக்க வேண்டும். கொடுத்தவுடன் எல்லா விஷயமும் முடிந்துவிடும்" என்றார். அதற்குப் போகசிந்தாமணி "தாங்கள் எது செய்யவேண்டுமானாலும் செய்யுங்கள்; எவ்வளவு செலவானாலும் பாதகமில்லை" என்றாள். உடனே தனியாக இருந்துகொண்டு அரிசிமா, உளுந்துமா,

வெந்தயம் இவைகளைஅரைத்துப் பொம்மை செய்தார். பூ ஆரங்களைச் சாத்தி அதன் முகத்தில் குங்குமத்தைப் பார்ப்பவர் அஞ்சத்தக்க வண்ணம் வைத்தார். பொம்மையை வாசலில் வைத்து மந்திரம் ஜெபிக்க ஆரம்பித்தார். அந்தப் பொம்மை நகர்ந்து கொண்டிருந்தது. இதைக் கண்ட காந்தா கோஷ்டியார் ஆச்சரியம் அடைந்தனர். பகவதி செயலை வியந்தனர். பக்தியுடன் கவனித்துக் கொண்டிருந்தார்கள். நகர்ந்து கொண்டிருக்கும் பொம்மைகளுக்குக் கற்பூரம் காட்டினார் மாந்திரிகர். கற்பூர வெளிச்சத்தைக் கண்ட பொம்மை நின்றுவிட்டது. மாந்திரிகர் சொல்கிறார் "தாயே! உன்னைப் பரீக்ஷை செய்ததாகக் கோபிக்காதே! உன் மகிமையை அறியாத மூடர்களுக்கு உன் மகிமையைக் காட்டவேண்டி இந்த உயிரில்லாத மாவுப் பொம்மையில் உன்னை வரச் சொன்னேன். இவ்விதம் காட்டாவிட்டால் உன்னையும் என்னையும் நம்புவார்களா? தேவி! மூடாத்மாக்கள் நம்பும் பொருட்டு இந்தக் கேவலமான பொம்மையில் உன்னை அழைத்ததற்கு என்னைக் கோபிக்காதே. தாயே பகவதி! இனி உன்னை அழைக்கவில்லை. எல்லாக் காரியமும் முடிந்துவிட்டன. சீக்கிரம் உன் சிம்மாசனத்தை யடையலாம் தாயே" என்று பல விதமாய்ப் பிரார்த்தித்துக் கொண்டார். பொம்மை நகர்ந்ததை பக்கத்திலிருந்து பார்த்த காந்தா கோஷ்டியார் பகவதியின் திரு நடனத்தைப் பற்றிப் பேசிக்கொண்டதோடு மாந்திரிகரிடம் அளவு கடந்த நம்பிக்கை வைத்தனர். இந்நிலையில் கதவைப்பூட்டிக் கொள்ளும்படி அவர்களிடத்தில் சொல்லி அவர் அறையின் உள்ளிலிருந்து மந்திரம் செய்வதுமுண்டு. இப்டியாக 47 நாளாகிவிட்டன. அன்று என்றுமில்லாதபடி விசேஷ மந்திரங்களோடு பூஜை நடத்தினார். கலசங் களிலிருந்து தீர்த்தங்களைக் குடத்தில் ஊற்றினார். "இதை யாராவது மாயனத்திற்கு எடுத்து வரவேண்டும். இதிலிருக்கும் தண்ணீரை அவ்விடத்தில் செலுத்திவிட வேண்டும். நான் வரும் வரையில் இந்த அறையைத்

திறக்காதீர்கள். அப்படித்திறந்தாலும் அம்மன் திரையைத் திறக்காதீர்கள். அறையைப் பூட்டிச் சாவியைப் பத்திரமாய் வைத்துக் கொள்ளுங்கள். இது சமயம் யாரும் உள்ளே போகக்கூடாது" என்று கட்டளையிட்டார். 'சரி, நாம் செய்யும் காரியம் ஒருவருக்கும் தெரியக்கூடாது; தெரிந்தால் நம்மை இகழ்வார்கள்; ஆதலால் கருணாகரனை அழைத்துப்போங்கள்" என்றதும் கலசத்தைப் பயபயக்தியுடன் கருணாகரன் தலையில் வைத்து அறையைப் பூட்டிப் போகசிந்தாணி கையில் சாவியைக் கொடுத்தார். பிறகு கருணாகரனை அழைத்துக்கொண்டு மாயனத்திற்குப் போகும்போது அவனிடத்திலிருந்த குடத்தை வாங்கிக் கொண்டார். "நீ அவ்விடத்திற்கு வரக்கூடாது; இங்கேயே இரு; ஏதேனும் பயந்தால் இந்த விபூதியைப் பூசிக்கொள்; நான் வந்து அழைத்துக்கொண்டு போகிறேன்" என்று சொல்லிக் குடத்தை மயானத்திற்கு கொண்டு போனார் மந்திரவாதி.

கருணாகரன் விடியும் வரையிலிருந்தும் மந்திரவாதி திரும்பி வரவில்லை. மயானத்தில் போய்ப் பார்த்தான். கலசக் குடம் மாத்திரம் கிடக்கக்கண்டான். ஆசாமியைக் காணவில்லை. ஒருகால் நம்மை மறந்து வீட்டிற்குப் போயிருக்கலாமென்று நினைத்தவனாய் வீட்டிற்கு வந்தான். போனவர்கள் இன்னும் வரவில்லையே என்று எதிர்பார்த்துக் கொண்டிருந்த காந்தா கோஷ்டியார் கருணாகரன் வருகையைக் கண்டதும் சந்தோஷப்பட்டுக் கொண்டார்கள்.

கருணாகரன் "மந்திரவாதி ஐயர் வந்தாரா?" என்று கேட்டான்.

போகசிந்தாமணி 'இங்கு வரவில்லையே! எங்கேடா போனார்" என்று கேட்டாள்.

கருணாகரன் "நான் குடத்தைத் தூக்கிக்கொண்டு போனேன்; என்னை சுடுகாட்டுக்கு வரவேண்டாமென்று

ஆலமரத்தடியில் நிறுத்திவிட்டுத் தாம் வந்து அழைத்துப் போவதாகச் சொல்லிக் குடத்தை வாங்கிப் போனார்; விடியும் வரை அங்கேயே இருந்தேன்; அவரைக் காணவில்லை; பிறகு சுடுகாடு போய்ப் பார்த்தேன்; குடம் மாத்திரம் கிடந்தது. ஒருகால் என்னை மறந்து இங்கு வந்திருப்பாரோவென்று வந்தேன்" என்றான்.

போகசிந்தாமணி "ஐயோ இங்கு வரவில்லையே! மயான புத்திரன் தூக்கிப்போய் அடித்துத் தின்றிருப்பானே? என்னமோ? ஒன்றும் தெரியவில்லையே! யாரையாவது பார்க்கச் சொல்லலாமென்றால் நமக்கு ஏதாவது கஷ்டம் வந்தால் என்ன செய்வது? எல்லாவற்றிற்கும் இன்னும் கொஞ்சம் பார்ப்போம்" என்றாள். இவர்களிடையே கொஞ்சம் பரபரப்பு ஏற்பட்டது. 10 மணி வரையில் காணவில்லை. மயான புத்திரன்தான் அடித்துத் தின்றுவிட்டான் என்ற முடிவுக்கு வந்தார்கள். நமக்கு நல்லதிர்ஷ்டமிருந்தால்தானே எல்லாம் கைகூடும்? கைக்கெட்டியது வாய்க்கெட்டவில்லை; இந்தத் தரித்திரம் பிடித்த பீடை வந்தது முதல் நமக்குச் சந்தோஷமே இல்லை என்று கருணாகரன் சம்சாரம் சேனாவதியைப் பல வசைமொழிகளால் திட்டினார்கள். அறைக் கதவைத் திறந்து பார்ப்போமென்றால் யாரும் திறக்கக்கூடாதென்றாரே? மீறிப்போனால் பகவதி ஏதேனும் செய்துவிட்டால் என்ன செய்வது? எல்லா வற்றிற்கும் 'காந்தா! நீ உள்ளே போகாதே; கருணாகரனை ஸ்நானம் செய்துவிட்டுப் போகச்சொல்லி நகைகளை யாவது கழற்றிப் பெட்டியில் வை" என்றாள். உடனே கருணாகரனை ஸ்நானம் செய்யச்சொல்லி அறையைத் திறந்து பகவதிக்குப் பூட்டியிருக்கும் நகைகளைக் கழற்றி வரும்படி சொன்னார்கள். அந்தப்படியே கருணாகரன் உள்ளே சென்று 'பகவதி கெட்டதெய்மாயிற்றே! நாம் தொட்டுக் கழற்றினால் நம்மை என்ன செய்வாளோ? அடித்துவிடுவாளோ? போகமாட்டேன் என்றால் இந்தச்

சிறுக்கிகள் உடனே வெளியில் போடா என்பார்களே; இந்தச் சிறுக்கிகளிடத்தில் கஷ்டப்படுவதைவிடப் பகவதி யடித்துக்கொன்றால் தான் என்ன? அதுவே மேல்" என்று முடிவு செய்தான். பயபக்தியுடன் பகவதியம்மனுக்குப் போட்டிருந்த திரையைத் திறந்து பகவதியைப் பார்த்தான். ஒருநகைகூடக் காணவில்லை! கண்ணைத்தான் பகவதி கெடுத்துவிட்டாளோ என்று கைய வைத்துத் தடவிப் பார்த்தான் ஒரு நகையும் காணவில்லை. "ஐயோ! மந்திரவாதி வாயில் மண்ணைப் போட்டானே!" என்று கோவெனக் கத்த ஆரம்பித்தான்.

போகசிந்தாமணி "என்னடா பைத்தியம் பிடித்த பயலே உளறுகிறாய்! அம்மனைப் பார்த்து பயந்து விட்டாயா? அறைக்கதவு பூட்டிச் சாவி நம்மிடத்தி லிருக்கும் போது நகை எங்கடா போகும்? பகவதி இந்த அநாசாரம் பிடித்த பயல் கண்ணை மறைத்துவிட்டாள் போலிருக்கிறது" என்று குப்புறப்படுத்து அலறும் கருணாகரனை உட்காரவைத்து "என்னடா பயந்து விட்டாயா? இந்த விபூதியை இட்டுக்கொள்" என்றாள்.

கருணாகரன் "விபூதியால் வந்த விபரீதம்தான் இது"

போகசிந்தாமணி "பகவதி! ஒன்றும் தெரியாதவன்; பயமுறுத்தாதே தாயே!" என்று "இந்தடா இந்தக் குங்குமத்தையாகிலும் இட்டுக்கொள்" என்றாள்.

கருணாகரன் "குங்குமமா! குங்குமத்தால்தான் உங்கள் குடி கெட்டுப்போச்சே" என்று சொல்லிக் கோவென்று அலறினான்.

போகசிந்தாமணி "இந்த மையையாகிலும் இட்டுக் கொள்ளடா" என்றாள்.

கருணாகரன் "மைப் பைத்தியம் பிடித்ததால் தாண்டி வாயில் மண் விழுந்தது" என்று அழுதான்.

போகசிந்தாமணி "என்னடி காந்தா தம்பி பயந்து விட்டான் போல் தோன்றுகிறது! கண்டபடி உளறு கிறான்; என்ன செய்வது? நமக்கு ஏதாவது வந்தால் வேறு மாந்திரிகனை யழைத்துவருவான். அவனுக்கே வந்துவிட்டதே! இனி யார் போய் அழைத்து வருவது?" என்று வருந்தினாள். இதைக் கேட்ட சேனாவதி தன் புருஷனுக்கு ஏதோ விபத்து வந்துவிட்டதென்று அழ ஆரம்பித்துவிட்டாள். தன் புருஷனுக்கு வந்ததை நினைத்து அழும் சேனாவதிக்குத் தேறுதல் செய்யாது "ஏன் பீடை அழுகிறாய்? வெறும் நாயே! தாய் வீட்டில் இருந்து வந்த வரிசை நின்றுவிடுமா? உனக்குத் துக்கம் கூடவா வருகிறது? மூதேவி! நீ வந்து அடிவைத்த நாளாய்க் கலகமாயிருக்கிறதே! போட்டது போட்டவாக்கில் கிடக்கிறது. தங்கச்சிகள் பசி பொறுக்கமாட்டார்கள்; சீக்கிரம் சமையல் செய் கழுதே! அவனுக்கு ஏதாவது வந்தால் நீதான் பார்க்கப்போகிறாயா? போ நாயே!" என்று வைது விட்டுப் போகசிந்தாமணி பகவதியம்மனை பிரார்த்தனை செய்ய ஆரம்பித்துவிட்டாள். "தாயே! பகவதி! என் பிள்ளையை ஒன்றும் செய்துவிடாதே; உன் மகிமை தெரியாமல் உன்னைத் தொடச்சொல்லிவிட்டேன். நீ பெற்ற பிள்ளை உன்னைத் தொட்டதற்குக் கோபிக்கலாமா தாயே? உனக்கு வேண்டியதைச் செய்கிறேன்; கபடு சூது தெரியாதவண்டி தாயே, காப்பாற்று! அந்த மாந்திரிகரைக் கொண்டுவந்து சேர்ப்பதும் உன் பொறுப்புத் தாயே. நீ உலக மாதா அல்லவா? நாங்கள் செய்த பிழையைப் பொறுத்துக்கொண்டு அந்த ஜமீனை அழைத்து வாடி தாயே! ஜமீன் வந்ததும் உனக்கு வேண்டியதைச் செய்கிறேன்; உன் பிரசாதத்தைக் கொடுக்கிறேன்; இன்னும் ஒரு நாழிகைக்குள் நல்லவிதம் செய்துவிடு; அவன் பெண்டாட்டி திருமாங்கல்யத்தை உனக்குச் சாத்தி விடுகிறேன்; என்னை வேண்டுமென்றாலும் கொன்றுவிடு; அவனைக் காப்பாற்றிக்கொடு தாயே! வேறு யாரும்

துணையில்லாதவர்களென்று நீ அறியாதவளா தாயே!" என்று ஸ்தோத்திரம் செய்து நமஸ்கரித்தாள்.

கருணாகரன் "ஐயோ! நான் பயப்படவில்லை! நான் எவ்வளவு முட்டாளாயிருந்தாலும் என்னைக் கேட்டு நடத்தியிருந்தால் இந்தக் கேடு வருமா? உங்கள் வீட்டில் பிறந்த பிள்ளைகளை நாயினும் கேடாய் நினைத்ததால் தான் இந்தக் கதி வருகிறது" என்று கோபத்தோடு அறைக்குள் போய் பகவதி அம்மன் உட்பட எல்லா வற்றையும் தூக்கி எறிந்தான். எறிந்ததுதான் தாமதம் - பார்த்தார்கள்! "ஐயோ! வாயில் மண் விழுந்ததா? வெளியில் தெரிந்தால் வெட்கம். நம்மைப்போலுள்ள தாசிகள் கைகொட்டிச் சிரிப்பார்களே! கூச்சல் போடா தீர்கள்" என்று வயிற்றிலும் வாயிலும் அடித்துக் கொண்டனர். "இனி என்ன செய்யப்போகிறோம்? மாமாவைக் கூடக் காணவில்லையே; நமக்குச் சமாதானம் சொல்லக் கூட ஒருவருமில்லையே! தெய்வமே எங்களை இப்படிக் கெடுக்கலாமா?" என்று எல்லாச் சொத்தையும் பறிகொடுத்துக் கவலைக் கடலுள் மூழ்கினார்கள்.

16
சீரழிவிலும் சின்னபுத்தி

மாமா திருச்சியிலிருந்து கமலாபுரம் தாசி காந்தா வீட்டிற்கு வந்தார். மாமாவைக் கண்டவுடன் காந்தா - கானவதி இருவரும் கோவென்று கட்டியழ ஆரம்பித்து விட்டார்கள். மாமா "திடுக்கிட்டு என்ன சமாசாரம்? யாராவது செத்துவிட்டார்களா" என்று கேட்டார்.

காந்தா "மாமா! தாங்கள் தேடிக்கொடுத்த சொத்துப் பூராவும் போய்விட்டது. வீட்டில் ஒருவரும் சாகவில்லை. இனி எல்லாரும் சாகவேண்டியதுதான்!" என்றாள்.

மாமா திடுக்கிட்டு "என்ன அநியாயம் நான்கு ஐந்து லட்சமிருக்குமே! எவ்வாறு போயிற்று! திருட்டுப் போயிற்றா?" என்று கேட்டார்.

காந்தா மாந்திரிகன் வந்ததுமுதல் பகவதியம்மன் காலியாக அறையில் இருந்தது வரையில் எல்லாக் கதையையும் விவரமாய்த் தெரிவித்தாள்.

மாமா "அடி பைத்தியக்காரிகளா! இவ்வளவுதானா உங்கள் புத்தி? உங்களை மகா புத்திசாலிகள் என்று பணம் படைத்தவர்கள் உங்கள் வீடே கதியென்றிருக்கிறார்களே! நான் ஒருவன் வெளியில் போனதும் சீர் பெற்ற குடும்பம் சீர்குலைந்து விட்டதே! முட்டாள்களே! நான் வரும் வரையில் அவனை வைத்திருக்கக்கூடாதா? மந்திரத்தால் மாங்காய் விழுமா? மந்திரத்தால் உனக்கு லட்சக்கணக்காய் தேடிக்கொடுப்பவன் உலகத்திலுள்ள தனவந்தர்களைத் தன்வசப்படுத்தி வேண்டிய பொருளைத் தேடிக்கொள்ளக்

கூடாதா? 'பசிக்காத வரம் கொடுக்கிறேன் கொஞ்சம் பழையது இருந்தால் போடு" என்று ஒரு சாமியார் கேட்டானாம்; அதைப் போலிருக்கிறதே! பேராசை பிடித்தவர்கள் கதி இவ்வாறுதான் முடியும். மந்திரமேது? மாங்காய் ஏது? எல்லாம் தந்திரம்தானே! அப்படியே இருந்தாலும் சுவாமிகள் நகையா கேட்கும்? உனக்கு வேண்டிய பொருளைக் கொடுக்கக்கூடிய தெய்வம் உன்னிடத்தில் பிச்சை கேட்கவா வந்தது? அப்படியானால் அது தெய்வமாகுமா? அந்தத் தெய்வத்திற்கு எவ்வளவோ செய்தாயே, அது உனக்குச் செய்த கைம்மாறு என்ன? உன் நகைகளை மோசடியாக வாங்கியவனுக்கு நன்றிசெய்து, உன்னைச் சோற்றுக்குத் திண்டாடும்படி விட்டுவிடாதே! நான் எவ்வளவு சிரமப்பட்டு வாங்கிக் கொடுத்தேன்? எனக்கு ஒரு மோதிரமாகிலும் கொடுத்துச் சந்தோஷப் படுத்தினாயா?

காந்தா "இப்படியெல்லாம் சொல்லாதீர்கள் மாமா! ஐந்நூறு ரூபாகூட ஞானசேகரனிடத்திலிருந்து வந்தது. அதனால் தான் எல்லாம் நம்பிவிட்டோம். அவன் கெட்டிக்காரன்தான்; நம் கால வித்தியாசம் இவ்வாறு முடிந்தது. அவன் சொன்ன ஜோசியத்தைத் தாங்களி லிருந்து கேட்டிருந்தால் இவ்வாறு பேசமாட்டீர்கள்! நம் கால கிரகத்திற்கு அவன் பேரில் குற்றம் சொல்லலாமா? எத்தனை தாசிகளைச் சொன்னான் தெரியுமா?" என்றாள்.

"உன்னை ஏமாற்ற வருபவன் இதுவெல்லாம் தெரியாமலா வருவான்? நாம் ஒருவரை ஏமாற்ற எத்தனை சூழ்ச்சிகள் செய்கிறோம்? அவனே ரூபாய் அனுப்பி லெட்டரும் போட்டிருக்கக்கூடாதா? உங்கள் சாதிக்குக் காசு வாங்கத்தானே தெரியும்? இதெல்லாம் என்ன தெரியும்? போனது போகட்டும்; இனி என்ன செய்ய வேண்டும்? போலீசில் எழுதி வைக்கலாமா" என்றார் மாமா.

போகசிந்தாமணி "போலீசில் எழுதி வைக்கக் கூடாது. இந்த விஷயம் வெளியில் தெரிந்தால் வெட்கக் கேடு! அதோடு பிழைப்பும் கெட்டுவிடும். வெகு சாமார்த்தியமுடையவர்கள் என்று பேர்வாங்கிய எங்களுக்கு நேர்ந்த இந்த இளிச்சவாய்த்தனம் வெளிப் பட்டால் 100 ரூபா கொடுத்தவர்கள் 10 ரூபா கூடக் கொடுக்கமாட்டார்கள். சோற்றுக்கு வழியில்லை என்று தெரிந்துவிட்டால் வரும்படி குறைந்துவிடும். இந்தத் தொழில் பகட்டுத்தானே! ஒன்றும் தெரியாதவர்போல் போலீசில் எழுதிவைக்கச் சொல்கிறீர்களே! தயவு செய்து இவ்விஷயத்தை எங்கும் வெளியிடாதீர்கள்; ஆனால் ஒரு ஒத்தாசை செய்யுங்கள்; கையில் இருக்கும் ரூபாயைத் தருகிறேன். சென்னைக்குப் போய் எங்கள் வீட்டிலிருந்த நகைகள் மாதிரி ஒரு செட்டு இமிடேஷனில் வாங்கிக் கொடுங்கள்; தங்கள் தயவிருந்தால் எல்லா நகையும் இனிமேலும் கிடைக்காமலா போகும்?" என்று 2000 ரூபாய் மாமாவிடத்தில் கொடுத்தாள்.

போகசிந்தாமணியிடம் இரண்டாயிரம் ரூபாய் வாங்கிக் கொண்ட மாமா நேரே திருச்சிக்கு வந்தார். ஞான சுந்தரியைக் கண்டார். காந்தா வகையறா மாந்திரிகத்தால் பொருளை இழந்து அவர்கள் தற்காலமிருக்கும் நிலையைப் பற்றி ஆதியோடந்தம் வரையில் நடந்தவை களைச் சொன்னார். இந்தச் சாதியை நல்வழிப்படுத்தும் பொறுப்பு உங்களுக்குத்தான்; இதைவிட ஒரு தர்மமோ, சீர்திருத்தமோ வேறு ஒன்றுமிருப்பதாக எனக்குத் தெரியவில்லை. தாங்கள் சமஸ்தானத்திற்குப் போனதும் இந்தச் சீர்திருத்தம் செய்யவேண்டுமென்று பேசிக் கொண்டிருந்தார்.

ஞானசுந்தரி "தாங்கள் இது விஷயத்தைத் தெரிவிக்கும் முன்பே என் தகப்பனார் மாமனார்களிடத்தில் தெரிவித்திருக்கிறேன். எனக்கும் இந்த எண்ணமுண்டு; என் புருஷர் என்னை வெறுத்துப் பேசுவதைக் கேட்டாலே

இவைகளை மறக்கமுடியுமா? நான் இதுவரையில் காந்தாவாக நடிக்காவிட்டால் இவர் கண்டிப்பாக கமலாபுரம் போயிருப்பார். இன்று வரையில் தாசி காந்தாவாகவே என்னை நினைத்திருக்கிறார். இந்த எண்ணத்தை எப்படி மாற்றுவது? இது மாறிய பிறகுதானே நான் ஊருக்குப்போய் தாங்கள் சொல்லிய காரியங்களைச் செய்ய வேண்டும்? இவ்விடத்தில் பேசுவதில் பயன் யாது?" என்றாள்.

மாமா "அவரைப் பற்றிய கவலை தங்களுக்கு வேண்டாம். அதற்கெல்லாம் நான் வேலை செய்கிறேன்" என்றார்.

பிறகு மாமா சோமசேகரனைப் பார்க்கப் போனார். மாமாவின் வருகையைக் கண்ட சோமசேகரன் "வாருங்கள்! வாருங்கள்!! காந்தாவும் நானும் சந்தோஷமாயிருக்கிறோம், தங்களைப் பார்க்க முடியவில்லையே! காந்தா வீட்டில் எல்லாரும் சேமமாயிருக்கிறார்களா? காந்தாவைப் பற்றி ஏதாகிலும் தங்களிடத்தில் தெரிவித்திருக்கிறார்களா?" என்று ஆவலுடன் பேசினான். அதற்கு மாமா "நான் அவ்விடம் போகவில்லை. நான் காந்தாவை அழைத்து வந்துவிட்டேனென்று அவர்களுக்கு என் பேரில் வருத்தம். ஆனால் அவர்கள் க்ஷேமத்தை விசாரித்தேன். கஷ்ட தசையில் இருப்பதாகத் தெரிகிறது' என்றார். சோமசேகரன் "அடடா! அவர்கள் கஷ்டப்படுகிறார்களா? சம்பாதிக்கக்கூடிய காந்தா என்னிடத்தில் வந்து விட்டாள்! அவர்களுக்கு வேறு வழி ஏது? ஊருக்குப் போய் ஆயிரம் ரூபாய் அனுப்பினாலும் உபகாரமாயிருக்கும். எல்லாவற்றிற்கும் காந்தாவைக் கேட்கிறேன்" என்றான். உடனே மாமா "இந்த விஷயத்தைக் காந்தாவிடத்தில் சொன்னால் ஒருகால் தங்களை விடுத்து ஊருக்குப் போனாலும் போய்விடுவாள். அவளிடத்தில் சொல்லாதீர்கள்" என்றார்.

சோமசேரன் "என்ன மாமா! புத்தியில்லாது சொல்லுகிறீர்கள். காந்தா என்னைவிட்டு ஒருகாலும் போகமாட்டாள். இனி இப்படி யெல்லாம் சொல்லாதீர்கள்" என்று கோபத்தோடு சொல்லிக்கொண்டிருக்கும் போது ஞானசுந்தரியான காந்தாளும் வந்தாள். உடனே மிகுந்த கவலையோடு சோமசேகரன் விஷயத்தைச் சொன்னான்.

ஞானசுந்தரி "நமக்கு விரோதமானவர்கள் எப்படிப் போனால்தான் என்ன? கையிலிருக்கும் சொத்தை வைத்துக்கொண்டு சாப்பிடுவார்கள். தாங்கள் ஊருக்குப் போக வேண்டாம். ஊருக்குப் போனால் தங்கள் சம்சாரத்தினிடத்தில் தங்கிவிடுவீர்கள்! என் கதி என்னவகும்?" என்றவுடன் சோமசேகரன் மறுமொழி சொல்லாதிருந்து விட்டான். மாமா இவர்களுடைய நிலைமையை அறிந்து கொண்டு போய்விட்டார்.

கமலாபுரத்தில் காந்தா கோஷ்டியார் மாமா வருவார் - வந்துவிடுவார்; அவர் வந்தால் நம் கஷ்டமெல்லாம் நீங்கிவிடுமென்று ஒரு வாரம் வரையில் எதிர்பார்த்த வண்ணமாய் இருந்து வராமை கண்டு மனம் புழுங்கினார்கள். குத்துக் கூலியும் கொடுத்து எதிர் மூச்சும் போட்டது போலாய்விட்டதே நம் கதி என்று வருந்தினார்கள். கெட்டகுடியே கெடும் - பட்ட காலில்படும் என்பது நமக்கு பலித்து விட்டது. இனி என்ன செய்வது? மாமா வரப்போவதில்லை என்று முடிவு செய்தார்கள். பிறகு கார்காத்த பிள்ளைக்காகிலும் சொல்லியனுப்பலாமென்று கருணாகரனிடத்தில் ஒரு லெட்டர் எழுதியனுப்பினார்கள். கார்காத்த பிள்ளைவாள் ஒரே நாளில் ரூ 10000 லாபம் சம்பாதித்து விட்டதாய் நினைத்து போனவர் நம் நோட்டின்படி தொகை கிடைக்க வேண்டியதற்குத் தர்மபுரி ஜமீன்தாருக்கு நோட்டீஸ் கொடுத்தார். நோட்டீசைக் கண்ட ஜமீன்தார் தம் புதல்வனுக்கு யாரும் கடன் கொடுக்கக்கூடாதென்று பத்திரிக்கையில் விளம்பரம்

கொடுத்த தேதியைக் குறிப்பிட்டு இந்தக் கடன் செல்லத்தக்கதன்று என்று பதில் நோட்டீஸ் கொடுத்துவிட்டார். இந்த நோட்டீசைப் பார்த்த கார் காத்த பிள்ளைவாள் தலையில் கையை வைத்துக்கொண்டு கவலையுடனிருந்தார். இந்நிலையில்தான் காந்தா எழுதிய கடிதத்தைக் கருணாகரன் கொண்டுவந்து கொடுத்தான். கடிதத்தைப் பார்த்த கார்காத்த பிள்ளை கோபத்தோடு கிழித் தெறிந்துவிட்டு "அடே பாவிகளா! தாசி வீட்டிற்கு எவ்வளவு கெட்டிக்காரன் போனாலும் அவனைக் கெடுத்துவிடுவார்கள் என்பது உண்மைதான். இன்னும் நான் வரவேண்டுமா? என் கையிலிருந்த ரூபாயும் போய்க் கடன் வாங்கியும் உங்களால் கெட்ட எனக்குப் புத்தியில்லாமலா போய்விட்டது. இனிமேல் என்னிடம் வராதே" என்று வெறுப்பாய்ச் சொல்லிவிட்டார். கருணாகரன் பிள்ளைவாளைப் பார்த்த விவரத்தையும் அவர் சொல்லியதையும் வீட்டில் தெரிவித்தான். இதைக் கேட்டதும் என்ன செய்வார்கள்? சோற்றுக்கே திண்டாட்டம் வந்துவிட்டது. கடைசியில் வீட்டிலிருக்கும் வெள்ளிப் பாத்திரங்களை ரகசியமாய் அடகு வைக்கும் நிலையும் வந்துவிட்டது. இவ்வளவு தரித்திரம் வந்ததற்குக் காரணம் சேனாவதியே என்று முடிவு செய்து அவளை வெளியில் போகச் சொல்லிவிட வேண்டுமென்று தீர்மானம் செய்தார்கள். உடனே கருணாகரனை அழைத்து உன் "சம்சாரத்தையும் குழந்தையும் உன் மாமியார் வீட்டிற்கு அனுப்பிவிடு! அவளால்தான் தரித்திரம் வந்து விட்டது" என்றார்கள்.

கருணாகரன் "உங்கள் இளிச்சவாய்த்தனத்தால் நீங்கள் கெட்டால் அதற்கு அவள் என்ன செய்வாள்? ஒருவர் அதிர்ஷ்டத்தை மற்றவரால் மாற்ற முடியுமா? அவளை எப்படி போகச் சொல்வது? ஏதாவது குற்றஞ் செய்தாலும் போகச் சொல்லலாம்" என்றான். உடனே "காந்தா எல்லோருக்கும் நாங்கள் எப்படிச் சாப்பாடு

போடுவோம்? குழந்தையை மட்டும் எனக்கு ஸ்வீகாரம் கொடுத்துவிடு! அவளை தாய்வீட்டுக்கு போகச் சொல்'' என்றாள்.

கருணாகரன் "என் பெண்ணை உங்களுக்கு ஸ்வீகாரம் கொடுக்க முடியாது. என் மகள் தாசித் தொழில் செய்ய முடியுமா? பெண்ணை வளர்த்து விவாகம் செய்து கொடுப்பதாய் வாக்குறுதி செய்தால் நீ வைத்துக்கொள். புலி பசித்தாலும் புல்லைப் புசிக்குமா? நான் எவ்வளவு கேவலமாயிருந்தாலும் என் புதல்வியைத் தாசித் தொழிலுக்கு விட என் மனம் சம்மதிக்காது'' என்றான். இதைக் கேட்டதும் காந்தாளுக்குக் கோபம் வந்துவிட்டது. "உன் பெண் மாத்திரம் தாசித் தொழில் செய்யக்கூடாது, நான் மாத்திரம் தாசித் தொழில் செய்து போட்டதைப் பன்றிபோல் வெட்கமில்லாது தின்னலாமா? எல்லாரும் வெளியில் போங்கள்'' என்று சமையல் அறையில் இருந்த மின்னற்கொடிபோன்ற சேனாவதியை இழுத்து வெளியில் விட்டுக் கதவைப் பூட்டிக் கொணடாள். சேனாவதி என்ன செய்வாள்? புருஷனுக்கோ பிழைக்கவழி தெரியாது; நம் குழந்தையை எப்படி வளர்ப்பது? நம் தாய் வீட்டிலோ நம்மை வைத்துப் பாதுகாக்கும் நிலை இல்லை. யாரிடத்திலாவது வேலை செய்து பிழைப்போமென்றால் ஜாதியார் இழிவாய் நினைப்பார்கள். இனி என்ன செய்யப்போகிறோம்'' என்று மதிமயங்கிக் கொண்டிருக்கும்போது காந்தா போகசிந்தாமணியிடத்தில் கருணாகரன் சொல்லிய வார்த்தைகளை ஒன்றுக்குப் பத்தாய்ப் பெருக்கிச் சொன்னாள். வெங்கலப்பாத்திரம் வரையில் அடகுவைத்துச் சோறு தின்னும் கதிக்கு வந்திருக்கும் போகசிந்தாமணி நொண்டிக் கழுதைக்குச் சருக்கியது சாக்கு என்பதுபோல் கர்ணகடூரமாய்க் கோபித்துக் குழந்தை உள்பட தம்பதிகளை வாசலில் தள்ளிவிட்டாள். என்ன செய்வார்கள்? பாவம்! கையில் தம்பிடியில்லை; சுற்றத்தார் வீடுகளுக்குப் போகவும்

வெட்கம். "எப்படியானாலும் இனி இந்தப் பாவிகளிடத்திலிருப்பதில்லை. பிச்சை எடுத்தாகிலும் பிழைப்போ" மென்று வெளிக்கிளம்பி விட்டார்கள்.

மாடியை விட்டிறங்காமல் உல்லாச வாழ்க்கை நடத்தி வந்த காந்தா கானவதிகள் அடுப்பங்கரைச் சமையலுக்கு வந்து விட்டார்கள். நாள் செல்லச் செல்லக் கஞ்சிக்கும் வழியில்லாது இடுப்புத் துணிகளையும் அடகு வைக்கும் நிலை ஏற்பட்டுவிட்டது.

17
கருணாகரன் தம்பதிகள் கதி

போகசிந்தாமணியாலும், காந்தாவாலும் வெளியே துரத்தப்பட்ட கருணாகரன் தன் கதியை நினைத்து இவர்களை என்ன செய்வதென்று புலனாகாமல் நடுத்தெருவில் நின்றுகொண்டு சேனாவதியிடத்தில் "நான் எங்கே யாகிலும் போகிறேன்; நீ உன் தாயார் வீட்டிற்குப் போயிரு; நான் ஏதாகிலும் பிழைப்பை ஏற்படுத்திக் கொண்டு உன்னை யழைத்துப்போகிறேன்; ஒன்றும் கவலைப்படாதே" என்று பலவாறாய்த் தேறுதல் சொன்னான். சேனாவதி "அங்கு எப்படிப் போவது? நாம் இந்த நிலையில் அங்கே போனால் கேவலமாய் நினைப்பாளே! நான் போகமாட்டேன்; தங்களுக்கு ஏற்படும் கஷ்டம் எனக்கும் வரட்டும்; தங்களுடன் வருகிறேன்; என்றாள். இப்படியாகப் பேசிக்கொண்டே பக்கத்து ஊரை யடைந்தார்கள்; இரவாகிவிட்டதால் அவ்வூரில் உள்ள சத்திரத்தில் படுத்திருந்தார்கள். கருணாகரனுக்குத் தூக்கம் வரவில்லை. பெண்டாட்டி பிள்ளையோடு நாம் இக்கதிக்கு ஆளாகிவிட்டோமே! அந்தப் பாவிகள் சுயநலம் கருதி நம்மைப் பிழைக்க வழியில்லாது செய்துவிட்டார்கள்; இவள் தாய் வீட்டிற்குப் போனாலும் நமது சங்கதியை எப்படியாகிலும் பார்த்துக் கொள்ளலாம்; போக மாட்டேன் என்கிறாள்; இவர்களை யழைத்துப்போய் எந்த இடத்தில் வைப்பது? ஒன்றும் தெரியவில்லையே" என்று எண்ணாத எண்ண மெல்லாம் எண்ணி எண்ணி நெஞ்சம் புண்ணானான். "இவள் தூங்கும்போது தெரியாமல் போய்விடுவோம்;

நம்மைக் காணாவிட்டால் தாயார் வீட்டிற்குப் போய் விடுவாள்; பிறகு பார்த்துக் கொள்வோம்" என்று முடிவு செய்தான். நடுஜாமத்தில் இருவரையும் விடுத்துப் போய்விட்டான்.

பொழுது விடிந்ததும் புருஷனைக் காணாத சேனாவதி துக்கம் மேலிட்டவளாய் தவித்தாள். இறுதியாக குழந்தையுடன் தன் தாய்வீடு சென்றாள். தன் நிலையைப் பற்றித் தாயாரிடத்தில் சொல்லிக் கண்ணீர் சொரிந்தாள். தாயார் குமுதவல்லி மகள் நிலையை உணர்ந்தும் உபசார வார்த்தை ஒன்றுகூடச் சொல்லாது பழைய கதையை எடுத்துக்கொண்டாள். 'அப்போதே சொன்னேனே; தாசித் தொழிலை வெறுத்துத் தாலி கட்டிச் சுகத்தையடையப் போனாய்! தாலி கட்டிய பலனை யடைந்தாய்? உனக்குச் சோறுபோட என்னிடத்தில் என்ன வழியிருக்கிறது; உன்னைக் கட்டிய பயலிடத்தில் போய் உனக்கு என்ன வழி எனக்கேள்?" என்று கடுமையாய்ப் பேசினாள். சேனாவதிக்கு எவ்வாறிருக்கும்? மாமியார் வீட்டைவிட்டு வெளியில் இழுத்துவிட்டாள்; தாய்வீடு தேடிவந்தாள்; தாயின் கொடூரச் சொற்களைக் கேட்டாள். "இது ஒரு சாதியா? எந்தச் சாதியில் இந்த அநியாயமுண்டு? எவ்வளவு ஏழையாயிருந்தாலும் பெற்ற பெண்ணைக்கண்டு இவ்விதம் தாய் சொல்லுவாளா? சீ! இனி இவ்விடத்தில் இருக்கக் கூடாது; நம் புருஷனைத் தேடிக்காண வேண்டும்; இல்லையேல் யார் வீட்டிலாகிலும் வேலை செய்து பிழைக்க வேண்டும்; அல்லது உயிரையாவது மாய்த்துக்கொள்ள வேண்டும்" என்று முடிவு செய்தாள். பக்கத்து வீட்டிலிருக்கும் காமவர்த்தனி வீட்டிற்குப் போனாள். சேனாவதியைப் பார்த்த காமவர்த்தினி ஏன்டி இந்தக் கதிக்கு ஆளானாய்? ஒரு பொட்டைக் கோத்துக் கழுத்தில் கட்டி இருந்தால் நீ இருக்கும் அழகுக்கு எத்தனை பிரபுக்கள் வாசற்படியில் காத்திருப்பார்கள்? கலியாண சுகத்தைப் பார்த்தாயா? உன் தாயாரே உனக்குச்

சத்துருவாய் வந்து சேர்ந்தாள். அந்தக் கழுதை தாசியா யிருந்தும் உன்னை எதற்காகக் கட்டிக்கொடுத்தாள்? பொட்டைக் கோத்துப் போட்டியிருந்தால் சோற்றுக் காகிலும் கஷ்டமில்லாதிருக்குமே! சாப்பாட்டிற்குகூட வழியில்லாமல் காளியாயி போன சிறுக்கி கலியாணம் செய்துகொடுத்தாளே; அந்தக் குப்புசாமி அவளை மயக்கிவிட்டான்" என்றாள்.

சேனாவதி "நீங்கள் சொல்வது உண்மைதான்; என் புருஷன் வீட்டுச் சேதியைப் பார்த்தாலே பிரபுக்கள் வாசலில் காத்து நிற்பதில் ஏற்படும் முடிவு என்ன என்பது விளங்கிவிட்டது. நானாவது ஒரு வீட்டில் வேலை செய்து பிழைக்கலாம்; என்னமோ சொல்ல வந்துவிட்டீர்கள்! அவர்கள் கதி என்னவாகுமோ? தள்ளுங்கள்" என்றாள்.

காமவர்த்தனி: சேனாவதி நான் சொல்வதைத் தட்டாமல் கேள்! கவலைப்படாதே! உனக்கு நல்ல அதிர்ஷ்டம் ஏற்படப்போகிறது. உன் வயிற்றில் கோடி சூரியப் பிரகாசம்போல் பெண் குழந்தை பிறந்திருக்கிறதே, இதற்கு ஒரு பொட்டுக் கோத்துவிட்டாயானால் உன் கலியே நீங்கிவிடும்! இப்போது அதற்கிருக்கும் புத்தியைப் பார்த்தாலே உனக்கு என்னடி ஆத்தா குறைச்சல்! வருத்தப்படாதே! என்னால் இயன்ற உதவியைச் செய்கிறேன். உனக்கிஷ்டமிருந்தால் சொல். நட்டுவனாரை அழைத்து வரச்சொல்கிறேன். ஆடல் பாடலுக்கு ஏற்பாடு செய்வோம். நட்டுவனாருக்குக் கொடுக்க வேண்டிய பணம் கூடப் பிறகு கொடுக்கலாம். ரொம்ப நல்லவர். எத்தனையோ ஏழைகளுக்கு ஒத்தாசை செய்திருக்கிறார். பஞ்சாங்கக்காரரை அழைத்து ஜாதகத்தைப் பார்க்கச் சொல்லட்டுமா? ஜாதகமில்லாவிட்டாலும் பேர் நாமத்திற்குப் பார்த்துப் புட்டுப் புட்டுச் சொல்லிவிடுவார்! உன்னிஷ்டத்தைச் சொல்.

சேனாவதி: நான் எப்படி என் பெண்ணைத் தாசித் தொழிலுக்கு விடுவது? என் புருஷருக்குத் தெரிந்தால்

வழக்கமில்லா விஷயத்தைச் செய்தேனென்று என்னைச் சும்மாவிடுவாரா? நம் சாதியில் தாசிப் பெண்களைத்தானே தாசித் தொழிலுக்கு விடுவது வழக்கம் - ஆண்களுடைய பெண்களை இத்தொழிலுக்கு விட்டால் இழிவல்லவா? தங்களுக்குத் தெரியாதா? வழக்கமில்லா காரியத்தை நான் எப்படிச் செய்வது?

காமவர்த்தினி: நீ சொல்வது அந்தக் காலத்தில். இப்போது சம்சாரி பெண்களே பொட்டைக்கோத்துப் போட்டுத் தாசித் தொழில் நடத்துகிறார்கள் - அவர்கள் கூட வெட்கமில்லாமல் தாசிகளைப் போல் வருபவர்களிடத்தில் பேச ஆரம்பித்துவிடுகிறார்களே! இதில் சாதிமுறை வேறா இருக்கிறது?

சேனாவதி: அப்படி எல்லாரையும் சேர்த்துச் சொல்லிவிடாதீர்கள். சில மானங்கெட்ட ஆண்கள் செய்வார்கள். என் புருஷரை அவர்களைப்போல் நினைத்து விடாதீர்கள்! அவருக்குச் சம்மதமிருந்தால் - அவர் - அக்கா தங்கை கேட்டதற்குக் கொடுத்திருக்க மாட்டாரா? சம்மதம் கொடுத்தால் - எங்களுக்கு இவ்வளவு கஷ்டமேது? என்ன கஷ்டம் வந்தாலும் சம்மதிக்க மாட்டேன் என்று மறுத்துவிட்டாள்.

காமவர்த்தினி: அப்படிச் செய்ய உனக்கு இஷ்டமில்லாவிட்டால் எனக்கு ஸ்வீகாரம் கொடுத்துவிடு. என்னிடத்திலிருக்கட்டும். அவள் தேடும் பொருள் பூராவும் உனக்கே அனுப்பிவிடுகிறேன்.

இதைக் கேட்ட சேனாவதி ஒப்புக்கொள்ள மனமில்லாவிட்டாலும் தனது நிலை கவலைக்கிடமாயிருப்பதாலும் மாமியார் - தாயார் - புருஷன் ஆகிய இவர்களும் கைவிட்டு விட்டதாலும் காமவர்த்தினி உபதேசத்திற்கு ஒருவாறு செவி சாய்க்கும்படியான நிலைக்கு வந்து விட்டாள். உடனே 'எனக்கு ஒன்றும் வேண்டுவதில்லை. என் பெண்ணைச் சௌக்கியமாய் வைத்திருந்தால் போதும்" என்றாள்.

இந்த வார்த்தை வந்ததுதான் தாமதம். காமவர்த்தினிக்குச் சந்தோஷம் வந்துவிட்டது. "கொஞ்ச காலம் கடந்தால் மனம் மாறிவிடவுங்கூடும். நட்டுவனாரை அழைத்து அவள் கண் பார்க்கத் தண்டியம் பிடித்து விட்டால், பிறகு தாலிகட்ட முடியாது நம் சாதியாரும் விவாகம் செய்யமாட்டார்கள்" என்று எண்ணி நட்டு வனாருக்கும் பஞ்சாங்கக்காரருக்கும் ஆள் அனுப்பி விட்டாள்.

தண்டிய மென்றால் தாசித் தொழிலுக்குரிய ஆரம்பச் சடங்கு. பெண்ணுக்குப் பொருத்தமான நாள் பார்த்துச் சுற்றத்தார்களுக்குச் சொல்லி நட்டுவனாரை அழைப்பார்கள்.; உலக்கை அல்லது மூங்கிற் கழி கொண்டு வந்து நட்டுவனார் மஞ்சள், குங்குமம், வஸ்திரம் சாத்துவார். பிறகு தரையில் செல்வ நிலைமைக்கு தக்கபடி நெல்லைக் கொட்டி அதன் மேல் இந்த உலக்கையையோ மூங்கிற்கழியையோ வைத்து நட்டுவனார் மந்திரஞ் சொல்லி பூஜை நைவேத்தியம் செய்வார். இந்த உலக்கைப் பூஜைக்குச் சில தாசிகள் வீட்டில் ரூ 200-300 வரையில் கூட செலவாகும். இந்த உலக்கையை அந்தப் பெண்ணைப் பிடித்துக் கொள்ளச் சொல்வார்கள். பிறகு நட்டுவனார் மந்திரத்தைச் சொல்வார். உடனே கடவுள் பெண்டாட்டி ஆகிவிட்டதாய்த் தெரிவித்துவிடுவார். இதை கண்ட சாதியார் சந்தோசம் தெரிவிப்பார்கள். பிறகு இந்தப் பெண்ணை அந்தச் சாதியார் விவாகம் செய்யமாட்டார்கள். காமவர்த்தனி அழைப்புமீது பஞ்சாங்க ஐயரும் நட்டுவனாரும் வந்தார்கள். காமவர்த்தனி பஞ்சாங்கக் காரரிடத்தில் "ஸ்வாமிகளே! இந்தப் பெண்ணுக்கு ஜாதகமில்லை. பேர் நாமத்திற்குப் பார்த்துச் சொல்லுங்கள்! இதின் பேரில் விவேகவதி - இதைத் தாசித் தொழிலுக்கு விட வேண்டும். அதிர்ஷ்டமாயிருக்குமா?" என்று கேட்டாள். தானாகவே புளுகும் ஐயருக்கு காமவர்த்தனி சொன்ன ஜாடையா தெரியாது? அளக்க ஆரம்பித்தார்.

பஞ்சாங்க ஐயர் "பேரைக் கேட்டாலே நன்றாய் இருக்கிறது! பேர் அமைவது விதியின் அமைப்பல்லவா? சரி. வயது என்ன?" என்றார். உடனே காமவர்த்தனி வயது எட்டாகிறது என்றாள். பஞ்சாங்க ஐயர் "இந்தச் சாதிக்கு அஷ்டமத்தில் சனி; ரொம்ப கஷ்டதிசையடைந்திருக்க வேண்டுமே!" எனச் சொன்னார் காமவர்த்தனி "சரி தான்" என்றாள்.

பஞ்சாங்க ஐயர் "சரி இனி நடக்கவேண்டியதைச் சொல்கிறேன். இந்தச் சாதிக்கு அஷ்டமத்தில் சனியிருப்பதால் விவாகம் செய்தால் ஒரு வருஷத்தில் தாலியறுத்துவிடுவாள். நிற்க, நாக்கில் புதனிருப்பதால் சங்கீதம் சொல்லாமலே வரும். 13 வயதில் சுக்கிர தசை வருவதால் உலகம் போற்றும் உயர் நிலை வரும். இதைவிடவா வேறு அதிர்ஷ்டம் வேண்டும்?" என்று வருணிக்கத் தொடங்கினார். விவேகவதிக்கு இதுகாறும் தன்னைத் தாசித் தொழிலுக்கு விடப்போகும் சங்கதி தெரியாது. இப்போதுதான் பஞ்சாங்க ஐயரால் உணர்ந்தாள். துடி துடித்தாள். புழுங்கினாள். ஆவேசங் கொண்டாள். உடனே பஞ்சாங்க ஐயரைப் பார்த்து விவேகவதி சில கேள்விகள் கேட்டாள்.

விவேகவதி: நீர் சொன்னபடி அஷ்டமத்தில் சனியிருந்ததால்தான் இந்த அம்மாளிடத்தில் அகப்படப் போகிறேன் - மனோதிடமிருந்தால் எதைத் தடுக்க முடியாது? விவாகம் செய்து கொடுத்தால் தாலி யறத்துவிடுவேன் என்று சொன்னீர். இந்தச் சாதிக்கு மாத்திரம் நீர் சொல்லும் பலனா? அல்லது வேறு சாதிக்கு அஷ்டமத்துச் சனியின் பலன் வேறா?

பஞ்சாங்க ஐயர்: சனி பலன் எல்லா சாதிக்கும் ஒரே மாதிரிதான்.

விவேகவதி: எல்லாச் சாதிக்கும் ஒரே பலனா யிருந்தால் இன்று கஞ்சிக்கு வழியில்லாத ஏழையா

யிருக்கும் வேறு சாதிப் பெண்ணைத் தாசித் தொழிலுக்கு விட்டு விடு - தாலியறுந்துவிடுமென்று நீர் சொல்வீரே யானால் உமது கதி என்னவாகும்?

பஞ்சாங்க ஐயர் காமவர்த்தனியைப் பார்த்து "வயது எட்டாகிறது. அது கேட்கும் கேள்வியைப் பார்த்தாயா? வயதானவர்களுக்குகூட இவ்வளவு கேட்கத் தெரியாது. நாக்கில் புதன் இருப்பதால் எல்லாம் தானே வருமென்றேன் சரியாகிவிட்டதா? அது பேசுவதற்கு என்ன தடை யிருக்கிறது?" என்று சொல்லிவிட்டு, விவேகவதியைப் பார்த்து, "நீ கேட்ட கேள்வி ரொம்ப சரி; இதர சாதிக்கு மாற்றிச் சொல்லுவேன். ஆனால் ஜாதக பலன்படி தாலியறுந்து விடும். உங்கள் சாதிக்குப் பச்சையாய்ச் சொல்லிவிடுவேன். இவ்வளவுதான் வித்தியாசம்; உள்ள பலன் நடக்காமல் போகாது" என்றார்.

விவேகவதி ஏதோ சொல்ல வாய்திறந்தாள். உடனே காமவர்த்தனி "சீ! சும்மா இரு! பிராமணாள் வாக்குப் பொய்யாகுமா? வயதுக்குத் தக்க வார்த்தை இல்லை! கலிகாலமையா; இந்த அரட்டைபிடித்த நாய் பிறந்த பிறகுதான் குடும்பம் ஒழிந்தது. குடிக்கக் கஞ்சியில்லாது ஆண் ஒரு தேசம் பெண் ஒரு தேசமாய் அலைகிறீர்கள்! இன்னுமா புத்திவரவில்லை" என்றாள். இதைக் கேட்டதும் விவேகவதி சும்மா யிருந்துவிட்டாள். பஞ்சாங்கக்காரர் தண்டியம் பிடிக்க நாள் பார்த்துச் சொல்லிவிட்டுத் தமக்கு வேண்டியவைகளச் சுருட்டிக்கொண்டு போய் விட்டார். உடனே நட்டுவனார் - விவேகவதியை மடியில் வைத்துக் கொண்டு நீ "நல்ல புத்திசாலியம்மா! ஐயரைத் திண்டாடச் செய்துவிட்டாய்! உன் தாயார் தகப்பனாருக்கு உன்னால்தான் நல்ல காலம் ஏற்பட வேண்டும். இந்த மாதிரிப் பெண்களையல்லவோ தாசித் தொழிலுக்கு விட வேண்டும்! மண்டுபிடித்த பீடைகளை விட்டதினால்தான் எங்களுக்கெல்லாம் கெட்ட பேர் வந்துவிட்டது. உன் பேர்

உனக்கே தகும். நான் பாட்டுச் சொல்லிக்கொடுக்கிறேன். கற்றுக்கொள்கிறாயா?" என்று நயமாய்ச் சொன்னார்.

விவேகவதி ஒன்றும் பதில் சொல்லாமல் தாயாரிடம் சென்று "ஏனம்மா! என்னைத் தாசித் தொழிலுக்கு விடப்போகிறாயா?" என்று கேட்டாள்.

சேனாவதி "ஆம்" உன் தகப்பனாருக்குப் பிழைக்கும் வழி ஒன்றும் தெரியாது. நாங்கள் எவ்விதம் பிழைப்பது? உன்னைக் கொண்டாகிலும் பிழைக்கலாமென்று உத்தேசித்தேன். எங்கள் கஷ்டம் நிவர்த்தியாக வேண்டாமா? என்றாள்.

விவேகவதி "நீ சொல்வது சரி! உன் தாயார் ஏழை தானே - உன்னைத் தாசித் தொழிலுக்கு விட வேண்டுமென்றதை நீயேன் தடுத்தாய்? அந்தத் தொழில் இழி வென்றுதானே விவாகம் செய்து கொண்டாய்? நீ மாத்திரம் இழிதொழில் செய்யக்கூடாது. நான் மாத்திரம் இந்தத் தொழில் செய்யலாமா? உன்னுடைய இழிவு உனக்குத் தெரிந்ததே ஒழிய உன் தாயின் கஷ்டம் உனக்குத் தெரியவில்லையே யல்லவா? அப்படியே உன் கஷ்டம் எனக்கு எப்படித் தெரியும்? உனக்குள்ள மானம் எனக்கில்லையா? மற்ற ஏழைகள் தங்கள் பெண்களைத் தாசித் தொழிலுக்கா விடுகிறார்கள்? இந்தத் தொழிலுக்கு விடுவதைவிட என்னால் உனக்குக் கஷ்டமிருந்தால் என்னைக் கொன்றுவிடு. சித்திரவதையாகிய இந்தத் தொழிலுக்கு விடாதே! உனக்கு நல்ல புகழ் உண்டு. மானமிழந்து உயிர் வாழ்வதைவிட மானமாய் உயிர் நீப்பது புகழ் அல்லவா? நாமிருவரும் வீட்டிலாவது வேலைசெய்து பிழைப்போம். அல்லது என் தகப்பனார் இடத்தில் விட்டுவிடு; அவர் இஷ்டப்படி செய்யட்டும். இதை விடுத்து இவளிடத்தில் விட்டுப்போனால் நான் உயிரை மாய்த்துக் கொள்வேன். உன் எண்ணம் பலிக்காது போய்விடும்" என்றாள்.

சேனாவதி என்ன செய்வாள்? மகள் கேட்பதற்குப் பதில் சொல்ல அவளால் முடியவில்லை. "சரி உன்னை இவ்விடத்தில் விடவில்லை. அழைத்துப் போகிறேன்" என்று தெரிவித்துவிட்டுக் காமவர்த்தனியிடம் வந்தாள். "விவேகவதி என்னைவிட்டுப் பிரிந்திருக்க மாட்டேன் என்கிறாள். அவளுக்குத் தெரியாமல் இன்றிரவு போய் விடுகிறேன்; அவளை அருமையாக வைத்துக் கொள்ளுங்கள்; என் புருஷனைத் தேடிச் செல்ல வேண்டியிருப்பதால் பத்து ரூபா கொடுங்கள்; நான் போய்விடுகிறேன்" என்று கேட்டாள். கேட்டவுடன் காமவர்த்தனி பத்து ரூபாய் கொடுத்தாள். அதை வாங்கிக்கொண்டு விவேகவதி தூங்கும்போது அவளுக்குத் தெரியாமல் சேனாவதி போய்விட்டாள். காலையில் தாயாரைக் காணாமையால் விவேகவதி அழுதுகொண்டிருக்கும்போது காமவர்த்தனி "அழாதே அம்மா! உன் தாயார் உன் தகப்பனை யழைத்து வருவதாய்ப் போயிருக்கிறாள். நாளை வந்து விடுவாள்; நான் தாயாரல்லவா? உனக்கு வேண்டியதை நான் செய்கிறேன்; நகை வேண்டுமா? பாவாடை வேண்டுமா? எது வேண்டுமானாலும் கேள் செய்கிறேன். என் சொத்துப் பூராவும் உனக்குத்தான்; எனக்கென்ன பிள்ளையா? குட்டியா?" என்று அருமையான வார்த்தைகளைச் சொல்லி சில நகைகளைப் போட்டாள். நல்ல பவாடை களையும் தைத்துக் கொடுத்தாள். விவேகவதி என்ன செய்வாள்? பாவம் தான் பத்தினியாயிருந்தால் தேவடியால் தெருவில் குடி யிருக்கலாமென்பதுபோல் சும்மா இருந்துவிட்டாள். நாள் பார்த்திருந்தபடியே விவேகவதிக்கு சங்கீதம் சொல்லிக் கொடுக்க ஏற்பாடு செய்யப்பட்டது. சங்கீதத்தில் எவ்வித வித்தியாசமும் இல்லாமையால் அதைத் துவேஷிக்காமல் கற்க ஆரம்பித்தாள். சங்கீதம் சொல்லிக்கொடுக்கும்போதே இடை இடையே தாசித் தொழிலுக்குரிய வித்தைகளை

நட்டுவனார் மூலம் காமவர்த்தனி செய்தும் பிரயோஜன மில்லை. தாசித் தொழிலுக்குள்ளவைகளைக் கேட்கக் கேட்க விவேகவதியின் மனம் தாசித் தொழிலையறவே வெறுத்துவிட்டது. கட்டாயப்படுத்தும் கைம்பெண் வாழ்க்கையைவிடக் கேவலமாய் விவேகவதியின் வாழ்க்கை இருந்து வருகிறது.

18
பிரிந்தவர் கூடல்

மனைவி சேனாவதியைச் சத்திரத்தில் நடுஜாமத்தில் பிரிந்த கருணாகரனை எடுத்துக்கொள்வோம். கருணாகரன் சத்திரத்தைவிட்டுப் போகும்போதே தாசி வீட்டில் ஆண்பிள்ளையாய்ப் பிறக்கும் கொடுமைகளையும் தனக்கு வேறு தொழில் செய்யத் தெரியாத நிர்க்கதியையும், ஆண்களுக்குச் சொத்துரிமை இல்லாக்கொடுமை களையும், ஆண்களை அவர்கள் வைத்து வேலை வாங்கும் கொடுமைகளையும், அவர்கள் இஷ்டப்படி நடக்கா விட்டால் சோறு போடாது வெளியில் விரட்டும் கொடுமைகளையும் நினைத்தான். மற்ற சாதியில் பெண்ணாய்ப் பிறப்பதைவிட மண்ணாய்ப் பிறக்கலா மென்று சொல்வதுபோல் இந்தச் சாதியில் ஆண் மகனாய்ப் பிறப்பதைவிட மண்ணாய் பிறக்கலாமென்பதை உலக மறியாவில்லைபோலும் என்று நினைந்துருகி நிற்பான். இப்படியாக ஒரு வாரம் உபவாசத்தோடு நடக்கிறான். கண்ணோ இருட்டுகிறது - என்ன செய்வான்? ஒன்றும் தோன்றவில்லை. பிச்சை கேட்கவோ வெட்கப்படுகிறான். "ஐயோ! ஒருவாரமாய்ப் பட்டினியாயிருக்கிறேனே! இக்கொடும் காட்சியைக் கவனிக்கக் கடவுளுக்குக் கண்ணில்லையா? ஒரு ஏகாதசியோ, சிவராத்திரியோ பட்டினியிருந்தால் கருடவாகன ரூடராயும், ரிஷபவாகன ரூடராயும் காட்சி கொடுக்கும் கடவுள்களுக்கு ஒரு வாரமாய் நான் உபவாசமிருக்கும் காட்சி கண்ணுக்குத் தெரியவில்லையா? ஏ கடவுளே!

நீ தாசி வீட்டிற்குத் தூது போனதாய்ச் சொல்கிறார்களே! எனக்குத் தூது போகக்கூடாதா? ஒரு பாவமுமறியாத சேனாவதியை நட்டாற்றில் விட்டு வந்தேனே! அவள் எந்தச் சூழலில் அகப்பட்டு தவிக்கிறாளோ?" என்று பசித்தவன் பழம் கணக்குப் பார்ப்பது போல் எல்லாவற்றையும் திருப்பித் திருப்பி எண்ணிக்கொண்டே சென்னைக்குப் போய் சேர்ந்தான். எங்கே போவது என்று தவித்தான். குணபூஷனியின் நினைவு வந்தது. ஆனால் வீட்டை எப்படி விசாரிப்பது என்று தெரியவில்லை. ஒரு கால் வீடு தேடிப் போனதும் தாயார் அவளைச் செய்த கொடுமையை நினைத்து நம்மை வெறுப்பாளே! அவள் பேச்சைக் கேட்டு நாமும் எவ்வளவோ இழிவாய்ப் பேசினோமே! அவைகளை நினைத்தால் நம்மை வாஞ்சையோடு எப்படி உபசரிப்பாள்? நாம் பேசியதை யெல்லாம் நம் தங்கை மறந்தாலும் சிவராமன் மறந்திருக்கமாட்டாரே! அவர் சொற்படிதானே தங்கை நடப்பாள்? இருக்கட்டும்; எல்லாவற்றிற்கும் தேடிப்போய்ப் பார்ப்போம்; எப்படிச் செய்கிறார்களோ அதை யேற்றுக்கொள்வோம். நம்மை பெற்ற தாய் தமக்கை செய்த கொடுமையை விடவா அதிகம் செய்துவிடப் போகிறார்கள்?" என்று நினைத்தவனாய் சைனாபஜார் வழியாகப் போய்க்கொண்டிருந்தான். இச் சமயம் கடைக்குச் சாமான் வாங்க வந்த சிவராமன் கருணாகரன் போவதைக் கண்டார். அவன் நிலையையும் உடையையும் கவனித்தார். அவன் தமக்கைகளோடு சுற்றுப் பிரயாணம் செய்யும்போது இருந்த நிலைக்கு தலைகீழாக இருப்பதைக்கண்டு கருணாகரனை அழைத்து "எங்கே வந்தாய்? எல்லாரும் சௌக்கியமா?" என்று க்ஷேமம் விசாரித்தார். சிவராமனைப் பார்த்த கருணாகரன் தன் ஜாதிப் பழக்கப்படி தலைவணங்கி மரியாதை செய்து கண்ணீர் சொரிந்தான். இதைக் கண்ட சிவராமன் ஒருநாளும் காணாத துக்கம் இவன் முகத்தில் காணப் படுகிறதே, இவர்கள் வீட்டில் யாராவது செத்து

விட்டார்களோ; அதைக் குணபூஷணிக்குத் தெரிவிக்க வந்திருக்கிறானோ? என்னமோ தெரியவில்லை; எதுவாயிருந்தாலும் அக்கூட்டத்தை அறவே வெறுத்துவிட வேண்டியதுதான் என்று தமக்குள் எண்ணிக்கொண்டு "ஏனப்பா கருணாகரா வருத்தப்படுகிறாய்? ஏதாவது விசேஷமுண்டோ?" என்றான்.

கருணாகரன் "வீட்டில் ஒன்றுமில்லை. நான் ஒன்றுக்கும் உதவாப்பிணமாகிவிட்டேன். நான் சாப்பிட்டு ஒரு வாரமாகிறது" என்றான். இந்த வார்த்தையைக் கேட்டதும் சிவராமன் வந்த வேலையைக்கூடக் கவனிக்காமல் கருணாகரனை வீட்டிற்கு அழைத்துச் சென்று குணபூஷணியிடத்தில் "உன் தமையனைப் பார்த்தாயா? முதலில் சாப்பாடு போடு; பிறகு பேசிக் கொள்ளலாம்" மென்றான். இதைக் கேட்ட குணபூஷணி குட்டையில் ஊறின மட்டையானதால் இப்படித்தான் இருக்க வேண்டுமென்று நினைத்தவளாய்ப் பழைய விரோதத்தை நினையாது உபசரித்துப் சாப்பாடு போட்டுவிட்டு விவரங்களை விசாரித்தாள். கருணாகரன் நடந்தவைகளை ஆதியோடந்தமாய்த் தெரிவித்தான். இவை எல்லாம் கேட்டு "அண்ணியையும், குழந்தையையும் அழைத்துவரச் கூடாதா? என்று என்னைப் படுத்திய கொடுமையை விடவா அண்ணியைச் செய்திருக்க முடியும்? ஜமீன்தார் தனவந்தர்கள் வருவதால் தம்முடைய இழிவு தெரியாமலும் பிற உலகத்தை மதிக்காமலும் நடந்து கொள்ளும் இவர்கள் மாத்திர மில்லை - இவர்களைப் போல் உள்ள எல்லாத் தாசிகளுக்கும் இறுதியில் இக்கதிதான் கிடைக்கும். இத்தகையவர்களின் பேச்சைக் கேட்டுக்கொண்டு கூத்தாடும் ஆண்களுக்கும் தங்கள் கதிதான் கிடைக்கும். ஆகவே ஆணும், பெண்ணும் அவரவர் நிலையை உணர்ந்து பிறர் மதிக்கத் தக்கபடி நடந்து கொள்வதுதான் நேர்மை. இதையெல்லாம்

சொன்னால் தங்கள் மனம் புண்ணடையும். இனி நீங்கள் என்ன செய்யப் போகிறீர்கள்?" என்றாள்.

கருணாகரன் "நான் தக்கபாடம் கற்றுக்கொண்டேன். இனி நீ தான் ஒரு வழி காட்ட வேண்டும்" என்றான். உடனே குணபூஷணி "சரி நான் சொல்வதைக் கேளுங்கள். தங்களுக்கு இரண்டு வழிகள் உண்டு. ஒன்று கஷ்டப்பட்டுப் பிழைக்கும்வழி. மற்றொன்று தாசிகள் வீட்டில் மானம் வெட்கமில்லாது வேலை செய்து, சோம்பேறித் தனமாய் வயிறு வளர்க்கும் ஆண்களுக்குத் தாங்கள் இறுதியில் அடைந்த கதியை எடுத்துச்சொல்லி நல்வழிப்படுத்துவது. நீங்கள் கெட்டாலும் உங்கள் மூலமாகிலும் மற்றவர்கள் புனிதமடையட்டும். இதில் இஷ்டமில்லாவிட்டால் பதினைந்து ரூபாயில் ஒரு வேலை அமர்த்திக் கொடுக்கச் சொல்கிறேன்; அதைக்கொண்டு சிக்கனமுறையில் குடும்பத்தை நடத்தி வாருங்கள். பிறர் உழைப்பில் உண்பவன் இகழப்படுவான்; தங்களுக்கு எது இஷ்டமோ அதைத் தெரிவித்தால் அதன்படி நடக்கச் சித்தமாயிருக்கிறேன்" என்றாள்.

கருணாகரன் 'நீ சொல்லிய பொன் மொழிகளெல்லாம் சரிதான்; தாசிகளைக் கொண்டு பிழைக்கும் ஆண்களுக்கு அவர்கள் குற்றத்தை எடுத்துச் சொன்னால் கேட்க மாட்டார்கள். சொல்லக்கூடியவர்களை இழிவாய்ப் பேசுவார்கள். நீ செய்த தொழிலை மறந்துவிட்டாயா என்று ஏளனம் செய்வார்கள். பன்றிக்குச் சர்க்கரைப் பொங்கலை வைத்து இது ருசியாயிருக்கும்; இதைச் சாப்பிடு; மலத்தைத் தின்னாதே என்று உபதேசம் செய்தால் கேட்குமா? அதைப்போல் இவர்களும் கேட்க மாட்டார்கள்! எத்தனை காலமாகவோ தாசிகள் வீட்டு ஆண்கள் கதி என்னைப் போல் தானே நடந்து வருகிறது? யாருக்காவது நல்லறிவு வந்திருக்கிறதா? என்னைப்போல் பட்டறிந்தால்தான் திருந்துவார்கள். ஏதோ ஒரு வேலைசெய்து பிழைப்பதுதான் மேல்" என்றான்.

குணபூஷணி ஆனந்தம் மேலிட்டவளாய்த் தன் சமூகத்தில் ஒருவன் திருந்தியது பற்றி ஆச்சரியமடைந்து இந்தச் சாதியில் ஒரு ஆணோ பெண்ணோ தன் உண்மையைத் தெரிந்து வெளிவந்தால் அவர்களுக்குச் செய்யும் உதவிதான் உலகத்திற்குச் செய்யும் உதவியாகு மென்று சிவராமனிடத்தில் தன் தமையனுக்கு ஒரு வேலை பார்த்துக் கொடுக்கச் சொன்னாள். அவ்விதமே சிவராமன் ஒரு வேலை அமர்த்திக் கொடுத்தான். பிறகு மனைவியையும் குழந்தையையும் அழைத்து வரும்படி சொன்னாள்.

கருணாகரன் தன் சம்சாரம் அவள் தாய் வீட்டிற்குத்தான் போயிருப்பாளென்ற எண்ணத்தோடு இருவரையும் அனுப்பும்படி மாமியாருக்குக் கடிதம் எழுதினான். இக்கடிதத்தைப் பார்த்த கருணாகரனுடைய மாமியார் தன் வீட்டிற்கு இருவரும் வரவில்லை என்றும், சாப்பாடு போட வழியில்லாதவனுக்குப் பெண்டாட்டி கூடவா வேண்டும்? என்றும், மானம் கெட்டவனுக்கு மனைவி எதற்கு? உனக்குப் பிழைக்க வழியேது? இப்போது எந்தக் தாசி வீட்டில் மூட்டை தூக்கப் போகிறாய் என்றும் இவ்விதம் பலவித துஷணைகளோடு பதில் எழுதி விட்டாள்.

இக்கடிதத்தைக் கண்ட கருணாகரனுக்கு எரியும் தீயில் எண்ணெய் ஊற்றியதுபோல் இருந்தது. அதைக் குணபூஷணியிடம் காட்டினான். கடிதத்தின் கருத்தைப் பார்த்த குணபூஷணி அவள் வீட்டில்தான் இருக்கிறாள் என்று ஊகித்து நேரில் போய் அழைத்து வரும்படி தெரிவித்தாள், மறுதினமே கருணாகரன் ஊருக்குப் பயணமாகி எழும்பூர் ரயில் நிலையத்திற்கு வந்தான். அங்கே குனிந்த தலை நிமிராது வந்து கொண்டிருந்த பெண்ணைக் கண்டான். அவளைக் கண்டு தன் சம்சார மென்று நிச்சயித்தான்; உடனே அவள் இல்லை என்றும் நிச்சயித்தான். “அவளாயிருந்தால் நம்முடன் பேசாது

போவாளா? இல்லை இல்லை. அவள் மாதிரியுமிருக்கிறதே! அவள் தனிமையாய் வரமாட்டாளே; குழந்தையைக் காணோமே; இது ஏது தர்ம சங்கடமாயிருக்கிறதே; நாமாகப் பேசுவோமென்றால் வேறு யாராவதாயிருந்தால் பிசகாயிற்றே! எப்படி இருந்தாலும் பேரைச் சொல்லிக் கூப்பிடுவோம்; அவளாயிருந்தால் திரும்பிப் பார்ப்பாள்" என்று முடிவு செய்து சேனாவதி எங்கே போகிறாய் என்றான். நாத்தி குணபூஷணியிடத்தை எப்படிக் காண்பது என்று தத்தளித்துக்கொண்டு சென்ற சேனாவதி இக்குரலைக் கேட்டதும் தன் புருஷன் குரல் போலிருக்கிறதே என்று திரும்பிப் பார்த்தாள். தன் புருஷனாயிருக்கக் கண்டாள். அளவிலா ஆனந்தமடைந்து தங்களைத் தேடிவந்தேன் என்றாள். கருணாகரனுக்கு மகிழ்ச்சிக்கு எல்லை இல்லை. சேனாவதிக்குத் துக்கம் மேலிட்டது. கருணாகரன் அவளுக்கு வேண்டிய சமாதானங்கூறி ஆறுதல் செய்தான். வந்த வரலாற்றைக் கேட்டான்.

சேனாவதி தன்னை விட்டுப்போனது முதல் தாயார் பேசிய தூஷணை வார்த்தைகள் வரை எல்லாவற்றையும் விவரித்தாள். இங்கே குணபூஷணியிடம் போய்ச் சேர்ந்து கொள்ளலாம் என்று வந்ததாகக் கூறினாள். தன் மகளைக் காமவர்த்தனியிடத்தில் தாசித் தொழிலுக்கு விடுத்த விவரத்தைச் சொன்னால் தன்னை வெறுத்துவிட்டால் என்ன செய்வதென்று அச்சமடைந்தவளாய்ப் பெண் இறந்து விட்டதாய்ச் சொன்னாள். இதைக்கேட்ட கருணாகரன் மிகவும் துக்கமடைந்தான். குணபூஷணி வீட்டை அடைந்தார்கள். பிறகு கருணாகரன் தம்பதிகள் கிடைக்கும் ரூபா பதினைந்தைக் கொண்டு குணபூஷணி வீட்டில் தனிமையாய்ச் சிக்கன முறையில் குடும்பம் நடத்தி வந்தார்கள். இப்படியாக நிம்மதியான வாழ்க்கை நடத்திய சேனாவதி "நம் புருஷர் தொழில் செய்து பிழைக்கக் கூடியவர் என்று தெரிந்தால் நம் பெண்ணை அவளிடத்தில்

தாசிகள் மோசவலை அல்லது மதிபெற்ற மைனர் விட வேண்டியதில்லையே; இப்போது அழைப்போமென்றால் செத்து விட்டதாய்ச் சொல்லிவிட்டாமோ; எப்படியாகிலும் அழைத்து வருவோமென்றால் தண்டியம் பிடித்தாகிவிட்டதே! இனி விவாகம் செய்யவும் முடியாதே! நம் தரித்திர புத்தியால் முன்பின் யோசிக்காமல் செய்துவிட்டோமே! இனி என்ன செய்வது? அதன் கதி எவ்வாறு முடிந்தாலும் முடியட்டும்" என்று இருந்து வந்தாள்.

19

விவேகவதி விவேகவதியே

காமவர்த்தினி வீட்டில் விவேகவதி சங்கீதப் பயிற்சியில் தேர்ச்சியடைந்து விட்டாள். விவேகவதியின் நடையுடை பாவனைகளையும் புத்தி சாதுரியங்களையும் சுறு சுறுப்பையும் கண்டு காமவர்த்தனி மகிழ்ச்சிக் கடலில் மூழ்கிவிட்டாள். விவேகவதிக்கு நடக்கும் உபசரிப்பு களுக்கு எல்லை இல்லை.

காமவர்த்தனி நட்டுவனாரைப் பார்த்து, இவள் புத்தியைப் பார்த்தீர்களா மாமா? சேனாவதி வயிற்றில் பிறந்தும் நாம் நல்ல பலனை யடையவேண்டுமென்பது கடவுள் சித்தம்போலும்! இவள் புத்திக்கும். இவள் லட்சணத்திற்கும் எவன்தான் மயங்கி விழமாட்டான்! நம்மிருவருக்கும் நல்லதிர்ஷ்டம் தான் மாமா! சீக்கிரத்தில் அரங்கேற்றும்படி செய்துவிடுங்கள். வெளிக் கச்சேரிகளுக்கு அழைத்துப் போகவேண்டும். இப்போதே தனவந்தர்கள் கண்ணில் பட்டால்தானே பிறகு நம்மிஷ்டம் போல் நடத்திக்கொள்ளலாம்" என்று தினசரி சொல்லிக் கொண்டிருந்தாள். இந்நிலையில் விவேகவதி பருவமடைந்தாள். இதைக் கண்டு மகிழந்த காமவர்த்தனி விவேகவதியைப் பார்த்து "என் கண்மணி! நீ மகா புத்திசாலி. உன்னை நல்வழிப்படுத்த நான் பட்ட கஷ்டமெல்லம் நீயறிவாய். என் வார்த்தையைத் தட்டாமல் நடந்தாயானால் உன் உடல் முழுவதற்கும் வெறும் சீமைக் கமல நகைகளாய்ப் பூட்டிவிடுகிறேன். நீ எல்லா விஷயத்திலும் புத்திசாலியாய் இருக்கிறாய். ஆனால் தாசித்

தொழில் செய்யும் தந்திரத்தைச் சொன்னால் காதில் வாங்கமாட்டேன் என்கிறாய். நீயோ பக்குவமடைந்து விட்டாய் சங்கீதத்தைக் கற்றுவிட்டால் போதுமா? தொழில் முறை தெரிந்தால்தானே பிழைக்கலாம்" என்றாள்.

விவேகவதி புன்முறுவலுடன் "அம்மா நீ சொல்வது சரிதான். தாசித் தொழிலுக்குத் தந்திரம் வேண்டுமென்பது உண்மைதான். நான் தாசியுடைய பெண்ணா யிருந்தால் நீ சொல்லும் வார்த்தைகளைக் கவனிப்பேன். நான் சம்சாரிப் பெண்ணாதலால் உன் வார்த்தை காதில் ஏறவில்லை. கழுதையைக் குதிரையாக்க முடியுமா? இந்தப் பேராசை உனக்கு வேண்டாம். நான் சொல்லுவதைக் கேளுங்கள்! என்னை யாருக்காவது விவாகம் செய்து கொடுத்து விடுங்கள். தங்களுக்கு வேண்டியவைகளைச் செய்து விட்டுப் பிறகு என் புருஷனுக்குச் செய்கிறேன். நான் கமல நகைகள் பூட்டிக்கொண்டால் தாங்கள் அடையும் நன்மை என்ன இருக்கிறது?" என்றாள். இதைக் கேட்ட காமவர்த்தனிக்குத் தூக்கிவாரிப் போட்டது போலாயிற்று. இது ஏது சங்கடமாயிருக்கிறதே! இவளுக்குக்குப் பட்ட பாடெல்லாம் விழலுக்கிறைத்த நீர் ஆகிவிடும் போலிருக்கிறதே! நமக்கு நீதி போதிக்கிறாள். இருக்கட்டும்; இன்றும் பார்ப்போம்; இவள் புத்தியை நம்மால் திருத்த முடியாதாவென்று எண்ணினாள்.

விவேகவதியை நோக்கி "நீ இவ்வளவு நீதி வாக்கியமெல்லாம் போதிக்கிறாயே - உண்மை விஷயம் தெரியவில்லையா? கலியாணம் செய்துகொடுக்கச் சொல்கிறாய்; கடவுளுக்குக் கோபம் வந்துவிடுமே! இனி கலியாணமென்ற வார்த்தையைச் சொல்லாதே. ஒருவரை விவாகம் செய்து கொண்டு இன்னொருவருக்கு வாழ்க்கை நடத்தலாமா? கடவுளுக்குப் பெண்டாட்டியாகிவிட்டுக் கேவலம் மனிதனை விவாகம் செய்ய ஆசைப்படலாமா? ஜன்மாந்திர புண்ணியமிருந்ததாலல்லவா கடவுள்

பெண்டாட்டியானாய்? இப்பெரும் பதவி யாருக்குக் கிடைக்கும்? கண்ணோடு கருத்தோடு இருக்க வேண்டாமா? கலியாணமென்று சொன்ன குற்றத்திற்காகக் கடவுளுக்குப் பிரார்த்தனை செய்துகொள்" என்றாள்.

இதைக் கேட்ட விவேகவதிக்குச் சிரிப்பு வந்து விட்டது. "அம்மா? நல்ல வார்த்தை சொன்னீர்கள்! தாங்கள் சொல்லிய விஷயங்களைக் கேட்டால் பரிதாபப்படுவதைத் தவிர வருத்தப்படுவதற்கில்லை. கடவுளைக் கலியாணம் செய்துகொண்டேனா? எப்போது செய்துகொண்டேன்? கடவுள் என் பக்கத்தில் உட்கார்ந்து தாலி கட்டினாரா?" என்றாள்.

இதைக் கேட்ட காமவர்த்தனிக்குக் கொஞ்சம் மகிழ்ச்சி அரும்பியது. இவள் கேட்டதற்குப் பதில் சொல்லிவிட்டால் நம்வழிக்குத் திரும்புவாள் என்று எண்ணினாள். உடனே சொல்லுகிறாள்; "தண்டியம் பிடித்ததுமே கடவுள் பெண்டாட்டியாகிவிட்டாய்! அதை யாராலும் மாற்ற முடியாது. இனி மற்றவர்கட்குத் தெரியும் பொருட்டுச் சுவாமி சந்நிதியில் சடங்குகள் செய்யப்படும். சுவாமிக்குப் பதிலாகக் கடவுளுக்குப் பூஜை செய்யும் குருக்கள் உன் பக்கத்தில் உட்கார்ந்து பொட்டுக் கட்டுவார். கோவிலில் திருக்கலியாண காலத்தில் அம்மன் கழுத்தில் குருக்கள் தாலிகட்டுவதை நீ பார்க்கவில்லையா?"

இதைக் கேட்ட விவேகவதி "அம்மணி எனக்குச் சில சந்தேகங்கள் உண்டு. அவைகளுக்குத் தக்கபதில் சொன்னால் உன் வார்த்தையைக் கேட்கிறேன். அம்மனுக்கும் எனக்கும் குருக்கள் தாலி கட்டுவார் என்றாயே! குருக்கள் செத்தால் நாங்கள் இருவரும் தாலியறுக்க வேண்டுமல்லவா? நிற்க, கோயிலில் இருக்கும் கடவுள் பெண்டாட்டிக்குக் குருக்கள் குளிப்பாட்டிப் புடவை கட்டிவிடுகிறாரே - அவ்விதம் தாசிகளுக்கு ஏன் செய்ய வில்லை? நிற்க உலகத்தார் அந்த அம்மன் காலில்

விழுந்து கும்பிட்டு வேண்டிய வரங்களைக் கேட்கிறார்களே, தாசிகள் காலில் விழுந்து ஏன் வரம் கேட்கவில்லை? நான் கடவுள் பெண்டாட்டியா யிருந்தால் அந்த அம்மன் பக்கத்திலிருப்பதுபோல் நானுமிருக்க வேண்டியதுதானே! நீ சொல்லும் கமல நகைகள் எனக்கு எப்படி கிடைக்கும்? கடவுள் பெண்டாட்டியாகிய நான் மனிதரிடம் விபசாரம் செய்தால்தானே கிடைக்கும்? இவ்விதம் செய்தால் கடவுளுக்குக் கோபம் வராதா? தெய்வப் பெண்களை உங்கள் வீட்டில் வைத்து விபசாரத்திற்குப் பழக்கினால் கடவுள் உங்களைக் கெடுத்துவிட மாட்டாரா? உண்மையாக நான் கடவுள் பெண்டாட்டியா யிருந்தால் கடவுளிடத்திலேயே இருந்துவிடுகிறேன். வேறு மனிதனை இச்சிக்கமாட்டேன். முன்னுக்குப்பின் முரண்பட்ட வார்த்தைகளை இனி என்னிடத்தில் சொல்லாதீர்கள்! என்னை ஏமாற்ற முடியாது. உண்மையான உங்கள் எண்ணத்தைச் சொன்னால் எனக்கு இஷ்டமிருந்தால் செய்கிறேன். இல்லையேல் என்னிஷ்டப்படி நடந்துகொள்கிறேன்" என்றாள்.

இதைக் கேட்ட காமவர்த்தனி திகைப்படைந்து "நீ கேட்பது சரி இல்லை அம்மா! நம் சாதிக்குக் கடவுளுக்குத் தாலி (பொட்டு) கட்டிக்கொண்டு வேறு சாதியாரிடத்தில் போவதுதான் வழக்கம். நாமெத்தனை புருஷரை அழைத்தாலும் விபசார தோஷம் கிடையாது. நாம் கற்புடைய ஸ்திரீகள் என்றே சாஸ்திரங்கள் கூறுகின்றன. இனிமேல் உன்னை யாரும் கலியாணம் செய்ய மாட்டார்கள். வீண் நினைவை விட்டு. நான் சொல்வதைக் கேட்டு நல்வழியடை" என்றாள்.

விவேகவதி அதைப்பற்றிய கவலை தங்களுக்கு வேண்டாம். என் தலையில் போட்ட எழுத்தைத் தங்களால் மாற்ற முடியுமா? என்னை விவாகம் செய்து விடுங்கள். நான் தாலியறுத்து விட்டால் மறு விவாகம் செய்து

கொள்கிறேன். எத்தனையோ பெண்களுக்கு இப்போது மறு விவாகம் நடக்கிறதைத் தாங்கள் அறியவில்லையா? என்னமோ உலகம் தெரியாத சாதியில் பிறந்துவிட்டீர்கள். இப்போதிருக்கும் உலகத்தை உணர்ந்து நடந்து கொள்ளுங்கள். இனி நீங்கள் கெட்டுப் போகாதீர்கள்! உலகம் கண் விழித்துவிட்டது. உங்கள் சாதித் தந்திரத்திற்கு உங்களைப்போல் உலகமறியாதவர்கள்தான் உங்களை விரும்புவார்கள். இப்போதிருக்கும் சிலரும் உலகத்தைத் தெரிந்துகொண்டால் உங்கள் வாயிலும் எண்ணத்திலும் மண்தான் விழும். எச்சரிக்கை செய்கிறேன். இனி தங்களிடத்தில் பேச நான் தயாராக இல்லை. உங்கள் வேலையைப் பாருங்கள்."

காமவர்த்தனி என்ன செய்வாள்? மிக்க கவலைப் பட்டாள். "தாசி மகள் தாசியாய் இருந்தாலல்லவோ தெரியும். சம்சாரி மகளுக்குத் தொழிலின் பெருமை தெரியுமா? இதைத் தெரியாமல் எங்கேயோ கிடந்த கழுதையைக் கொண்டுவந்து வளர்த்ததால் நமக்கு முட்டாள் பட்டங்கட்டிவிட்டாள். இவளுக்குச் செலவு செய்த பணத்திற்குக்கூட வழியில்லாது போய்விட்டதே! செலவு செய்த பணத்திற்காகிலும் வழி தேடிக்கொண்டு இவளை விரட்டிவிட வேண்டும்" என்று எண்ணிச் சிந்தனையில் ஆழ்ந்தாள். இந்நிலையில் நட்டுவனார் வந்தார். வந்தவர் காமவர்த்தனியை நோக்கி "ஏன் அதிகக் கவலையுடனிருக்கிறாய்" என்று கேட்டார். காமவர்த்தனி "என் கவலை ஒன்றும் சொல்லமுடியவில்லை. மகிழ்ச்சி யடைந்த மனதில் மண் விழுந்தது. அந்தப் பாவிச்சிறுக்கி வயிற்றில் பிறந்து என் வயிற்றில் மண்ணைப்போட வந்திருக்கிறாள் மாமா! இவளை நம்பி கையில் இருந்த பொருளை எல்லாம் தொலைத்துவிட்டேன். அவளுக்குத் தாசித் தொழில் முறையைச் சொல்லிக்கொடுக்கிற எனக்கு நீதி போதிக்கிறாள். அந்தச் சிறுக்கி எங்கேயோ தொலைந்துவிட்டாளே! கண்டாலும் நான் செலவு செய்த

பணத்திற்கு என்ன வழி என்று கேட்கலாம். அவளுக்கு ஒரு புடவையையும் பத்து ரூபாயும் கொடுத்தேன். என் பணம் எப்படி வரப்போகிறது மாமா? எனக்குத் தெரிந்த சாமர்த்தியமெல்லாம் செய்துவிட்டேன். நீங்கள்தான் யோசனை சொல்ல வேண்டும். எனக்கு ஒன்றும் தெரிய வில்லை" என்று ஆதியோடந்தமாய் நடந்தவைகளைச் சொல்லிக் கண்ணீர் சொரிந்தாள்.

நட்டுவனார் "என்ன அக்கா காமவர்த்தனி! முந்திச் சொன்னது ஒருவிதம், இப்போது சொல்வது ஒருவிதமாய் இருக்கிறதே! நம்மிருவருக்கும் அதிர்ஷ்டம் வந்தடிக்கப் போகிறதென்றாய்! இப்போது மண் விழுந்தது என்கிறாய்! சரி போகட்டும்; நான் ஒரு யோசனை சொல்லுகிறேன் கேள். விவேகவதியை என்னிடத்தில் ஒரு மாதத்திற்குத் தனிமையில் நம்பிவிடு; சிங்காரப் பதங்களைச் சொல்லிக் கொடுத்து என் வசப்படுத்திப் பார்க்கிறேன். நூறு ரூபாய் கொடு போதும்; வித்தியாசமாய் நினைக்காதே. விவேகவதி விஷயத்தில் எனக்கு வித்தியாசமான எண்ணம் கிடையாது. கட்டாயம் அவள் மனத்தைத் திருத்திவிடுகிறேன்?" என்றார்.

மாமா நட்டுவனார் சொல்லியதைக் கேட்டுப் பேராசை கொண்ட காமவர்த்தனி விவேகவதியை மாடிக்கு அழைத்துப்போய் "என் பணத்தை ஒழித்து விட்டு ஒரு பயலைக் கலியாணம் செய்துகொள்ளவா நினைக்கிறாய்? உன்னை விடப்போவதில்லை. உனக்குச் செலவு செய்ததைக் கொடுத்து வெளியே ஓடு கழுதே! வெறும் பயலுக்குப் பிறந்தவளுக்கு வீறாப்பும் நீதியுமா வேண்டியிருக்கிறது" என சொல்லி மாடிக் கதவைப் பூட்டிக்கொண்டு வந்து விட்டாள்.

அன்று முதல் நட்டுவனார் விவேகவதிக்குச் சிங்காரப் பதங்களைச் சொல்லிக்கொடுக்க ஆரம்பித்தார். இருவரும் மாடியில் தனிமையிலிருக்க நேர்ந்தது

கவனிக்கத்தக்கது. இந்தச் சம்வங்களை எல்லாம் அறிந்த விவேகவதி "இவள் செய்யும் சூழ்ச்சிகளுக்கு நானா உடன்படப் போகிறேன்? என் மனதில் உள்ளதை இவர்களால் கண்டு பிடிக்க முடியுமா? எவ்வளவு கஷ்டம் வந்தாலும் இவர்கள் போதிக்கும் தொழிலைச் செய்ய என் மனம் துணியுமா? கஷ்டம் வருவதெல்லாம் நன்மைக்கே! சிங்காரப் பதங்களில் இருக்கும் நன்மை தீமைகளை அறியவேண்டியதும் அவசியம்தானே" என்று நினைத்து ஒருவாறு சமாதானம் அடைந்தாலும் "இவளைவிட்டு எப்படிப் பிரிவது? மாமா வரும்போது மாடிக் கதவைத் திறப்பதும் பிறகு பூட்டி விடுவதுமா யிருக்கிறாளே! என்ன செய்வது? மாமாவைக் கொண்டு வெளிச்சென்று விட வேண்டும். இனிக் காலதாமதம் செய்யக்கூடாது" என்று உறுதி செய்தாள். மாமாவை மயக்க வேண்டும் என்று கொஞ்சம் சரசமாய்ப் பழகிவந்தாள். மாமாவுக்கும் இவளிடத்தில் ஒரு கௌரவ புத்தியும் பிரியமும் தோன்றின. ஒருநாள் மாமாவை நோக்கி "தாங்கள் எனக்கு ஒரு உதவி செய்ய வேண்டும். அதை என்றும் மறக்கமாட்டேன். எனக்கு விபசாரம் செய்து பொருள் தேட இஷ்டமில்லை. சங்கீதத்தில் பொருள் தேட விருப்பமதிகம். இவளை விட்டு எவ்வித மாகிலும் வெளிப்படுத்திவிடுங்கள்; தங்கள் வீட்டில் தங்களுடனிருந்துவிடுகிறேன். தங்களுக்கு வேண்டிய பொருள் சங்கீதத்தில் தேடிக்கொடுக்கிறேன். தாங்கள் இதற்குச் சம்மதிக்காவிட்டால் பிராணத்தியாகம் செய்து கொள்ளுவேன்" என்றாள்.

இதைக் கேட்டதும் நட்டுவனாருக்குச் சந்தோஷம் வந்துவிட்டது. "வரும்போது எல்லாம் தானேவரும். இவளால் பொருள்தேட முடியாவிட்டாலும் இன்பத்தை யாகிலும் அடையலாம், நம்மை விட்டுப்பிரியமாட்டாள்" என்று எண்ணினார். சரி என்று அதற்கு வேண்டிய ஏற்பாடுகள் செய்வதாய் வாக்களித்தார். விவேகவதிக்கு மகிழ்ச்சி பொங்கியது.

நட்டுவனார் காமவர்த்தனியிடம் வந்து "விவேகவதியைப் பேர்பாதி திருத்திவிட்டேன். சங்கீதப் பிழைப்புக்கு வெளிவர ஒப்புக்கொண்டாள். வெளி வந்துவிட்டால் பலரையும் பார்த்துத் திருந்திவிடுவாள். இரண்டு நாளைக்கு என் வீட்டிற்கு அழைத்துப் போகிறேன். சந்தேகப்படாமல் வரச்சொல்" என்றார். எப்படியாகிலும் இவளுக்கு நல்லபுத்தி வரட்டுமென்று ஆசைப்பட்டவளாய் நட்டுவனார் வார்த்தைக்குச் சரி சொல்லி அவருடன் அனுப்பினாள்.

விவேகவதி வெகு சந்தோஷத்தோடு நட்டுவனா ருடன் அவரது வீட்டையடைந்தாள். சில நாட்கள் சென்றன. நட்டுவனாருக்கும் விவேகவதிக்குமிடையே காதல் உணர்ச்சி வளர்ந்து வந்தது. இந்த உண்மையைக் காமவர்த்தனி தெரிந்து கொண்டாள். மெதுவாய் விவேகவதியை வீட்டுக்கு அழைத்து வந்துவிடவேண்டும் என்று நட்டுவனாரிடம் சென்றாள். அழைத்தாள். விவேகவதி வர மறுத்தாள். நல்ல வார்த்தைகளைச் சொல்லி நயமாகக் கெஞ்சினாள். நட்டுவனார் சீறினார்; காமவர்த்தனி சித்தசுவாதீனம் இழந்தாள். விவேகவதியைப் பார்த்து "கண்ணே! விவேகவதி! என்னை மோசம் செய்யலாமா? இவன் பேச்சைக் கேட்காதே! உன்னைக் கெடுத்துவிடுவான். வீட்டிற்கு வா. அவ்விடத்தில் வந்து உன் இஷ்டப்படி நடந்துகொள். இனி உன்னிடத்தில் ஒரு வார்த்தையும் சொல்லவில்லை. இதுவரை ஏதாவது சொல்லியிருந்தாலும் மன்னித்துக்கொள். வாடி கண்ணே!" என்றாள். உடனே விவேகவதி "இனி உன்னிடம் வர மாட்டேன். நான் அவருக்கு வாக்களித்துவிட்டேன். அவருடன் இருந்து மானமாய் வாழலாமென்று முடிவு செய்துவிட்டேன். என்னைப்பற்றிய கவலை உனக்கு வேண்டாம்" என்றாள்.

காமவர்த்தனி வாயிலும் வயிற்றிலும் அடித்துக் கொண்டு வீட்டிற்கு வந்துவிட்டாள். பிறகு வீட்டின்

பேரில் கடன் வாங்கி நட்டுவனாருக்கும் விவேகவதிக்கும் மாந்திரிகம் முதலியன செய்யத் தலைப்பட்டாள். ஒன்றும் பலிக்கவில்லை. ஏமாந்த சோணகிரியாய் இருந்து விட்டாள்.

விவேகவதி வாக்குறுதி செய்தபடி சங்கீதத் தொழிலில் பொருள் தேடி நட்டுவனாரைக் காப்பாற்றி வந்தாள். தொழில் சங்கீதமாய் இருந்தாலும் தாசி என்ற பேர் மாறாமல் இருப்பதில் மனக்கவலை யடைந்தவளா யிருந்தாள். தாசி என்ற முறையில் சங்கீதம் நடத்த இஷ்டமில்லாது நட்டுவனார் சந்தோஷமாயிருக்கும் போது ஒரு நாள் "தங்களை அன்புகொண்டு காதலித்தவளாயிருந்தாலும் தாங்கள் என்னைத் தாசியாகத்தானே மதிக்கிறீர்கள். சங்கீதத் தொழில் செய்வது இழிவாயிருக்கிறது. தாங்கள் தாலி கட்டிய சம்சாரமாயிருந்தால் பலர் முன்னிலையில் அழைத்துச் செல்வீர்களா?" என்றாள். இதைக் கேட்டதும் நட்டுவ னாருக்குக் கோபம் வந்துவிட்டது. "என் சம்சாரமும் நீயும் சமமாக முடியுமா? நான் செத்தால் அவள் தாலி யறுப்பாளே - உன்னால் அப்படிச் செய்ய முடியுமா? ஒருகால் தாலி நீ யறுப்பதாயிருந்தாலும் சாதியார் இழிவாய்ச்சொல்லமாட்டார்களா? உன்னைப்போலொத்த தாசிகள் உன்னை இழிவாய் பேசமாட்டார்களா? நீ சொல்வது சரியல்ல. சாணியும் சவ்வாதுவும் சரியாகி விடுவமா? சங்கீதத்தில் பிழைப்பது கூடவா உனக்கு இழிவாயிருக்கிறது? காமவர்த்தனியிடத்தில் நீயிருந்தால் கண்டவனிடத்தில் தள்ளிக் காசு பறித்திருப்பாள். நான் அப்படியெல்லாம் செய்யாது சங்கீதப் பிழைப்பில் வைத்திருப்பதுகூட உனக்குப் பிடிக்கவில்லை. என்ன புத்தி?" என்றார். இவர் சொல்லியதைக் கேட்ட விவேகவதி "ஐயோ கொடுமை! கொடுமை!! தாசி என்ற பட்டம் கிடைத்த பெண்களுக்கு இவ்வளவு பெருமையா யிருக்கிறது? நாம் உத்தமியாயிருந்தும் நம்மைச் சாணிக்கு

ஒப்பாக மதித்துவிட்டாரே! நாம் இஷ்டப்பட்டால் விபசாரத்திற்கு விட்டும் பொருள்தேட விரும்புவார் போலிருக்கிறதே! ஒரே சாதியில் பிறந்த ஒரு பெண்ணிற்குப் புகழும் ஒரு பெண்ணிற்கு இகழ்ச்சியுமா வரவேண்டும்? சீச் சீ! இது என்ன வாழ்க்கை! நம்மைப்போல் எத்தனை பெண்கள் இந்தச் சாதியில் கஷ்டப்படுகிறார்களோ? இந்தச் சாதியை அடியோடு ஒழித்துவிட்டு வேறு வேலை பார்க்க வேண்டும். நம் வார்த்தைக்குக் கட்டுபட்டவர்கள் கட்டுபாடாயிருந்தால் பிறகு பார்த்துக்கொள்வோம். நம்மைக் கொண்டு பொருள் தேடிப் பிழைப்பதில் இழிவில்லையாம்! நம்மைச் சம்சாரமாக நினைத்தால் இழிவாம்! மானத்தை மாடத்தில் வைத்துவிட்டுப் பிழைக்கும் சாதிக்கு நாம் சாணியாம். சம்சாரம் ஐவ்வாதாம்! என்ன கொடுமை! இவர் பேரில் கோபித்துக் கொள்வதில் என்ன பிரயோசனம்? நம் தாயார் செய்தகொடுமைக்கு யாரைக் கோபிக்கிறது?" என்று மனதில் பலவாறு சிந்தித்தாள். அன்று முதல் நட்டுவனாரிடம் நயந்து அனுமதி பெற்றுத் தாசிப் பெண்கள் இருக்குமிடம் சென்று தாசித் தொழிலில் இருக்கும் கெடுதல்களையும் கொடுமைகளையும் இழிவுகளையும் அவர்கள் மனதுக்குப் பதியும் வண்ணம் எடுத்துச் சொல்லிப் பல பெண்களைத் தன்வயப் படுத்தினாள். தாசித் தொழில் செய்வதை அடியோடு ஒழித்துவிடுமாறு சில பெண்களைத் திருத்தினாள். தாசி என்ற பெயருக்குக் காரணபூதமான பொட்டு என்ற சின்னத்தை அறுத்துக் குறிப்பிட்ட புருஷர்களைத் திருமணம் புரியும் ஏற்பாடு செய்துவந்தாள். இவைகளைக் கண்ட தாசிகளும் தாசிகள் அடிபணியும் ஆண்களும் சாதித் தொழிலுக்கு ஆபத்து வந்துவிட்டாய் விவேக வதியை எதிர்த்தார்கள்; ஒன்றும் பலிக்கவில்லை. விவேகவதியின் சீர்திருத்த முறைக்கு இதர சீர்திருத்தக் காரர்களும் உற்சாகத்தை ஊட்டி வந்தார்கள்.

இரண்டொரு தீவிர சமுகச் சீர்திருத்த நோக்கமுடைய தோழர்களின் உதவியால் பொட்டறுப்புச் சங்கம் ஒன்று காணப்பட்டது. இதன் ஆதரவில் கலப்பு மணங்களுக்கு ஏற்பாடுகள் செய்யப்பட்டன, சில தாசிப் பெண்கள் பொட்டை அறத்துவிட்டுக் கலப்பு மணம் செய்ய முன் வந்தனர்.

20
பட்டும் அறியாத முட்டாள்தனம்

மாமா கமலாபுரம் தாசி காந்தா வீட்டிற்குப் போனார். இவரைக் கண்ட காந்தா கோஷ்டியார் ஓடிவந்து கோபக்குறி காட்டாமல் வரவேற்றார்கள். காந்தா "என்ன மாமா! நகை வாங்கப் போனவர்கள் இப்போது தான் வர நேர்ந்ததோ? தங்களுக்கென்ன எத்தனையோ குட்டிகள்! அவர்களைக் கண்டதும் எங்களை மறந்து விட்டீர்கள்! நீங்கள் என்ன செய்வீர்கள்? அவர்கள் குலுக்கும் தளுக்கும் உங்களை மயக்கிவிட்டன" என்று புன்முறுவலுடன் கேலியாய்ப் பேசினாள்.

மாமா "உன்னைப் பார்க்க வெட்கமாகிவிட்டது. நீ கொடுத்த பணத்தை ஒரு தனவந்தர் வாங்கிக்கொண்டார். உன்னை உத்தேசித்தே நானும் கொடுத்தேன். அவர் இன்னும் கொடுக்கவில்லை. உன் முகத்தில் எப்படி விழிக்கிறது என்று தாமதமாயிருந்துவிட்டேன். உனக்கு எந்தவிதக் கவலையும் வேண்டாம். நான் சொல்வதைப் போல் கேள். உன்னைப் பழைய நிலைக்குக் கொண்டு வந்து விடுகிறேன்" என்றார்.

காந்தா "என்ன மாமா! என்னை அவ்வளவு வித்தியாசமாய் நினைத்துவிட்டீர்கள்! தங்கள் பணம் வேறு என் பணம் வேறா? தங்கள் தயவிருந்தால் எதையடைய முடியாது? பேராசையால் புத்தி கெட்டுப் பொருள் இழந்தோம். இப்போது ஜாதகம் பார்த்தேன். என்னை ஏழரை நாட்டுச்சனியன் பிடித்திருக்கிறதாம்! இன்னும் இரண்டு மாதத்திற்கு இந்தக் கஷ்டமிருக்குமாம்.

பிறகு சுக்கிரதிசை வரப்போவதாய்ப் பஞ்சாங்க ஐயர் சொன்னார். அந்தச் சனியன் செய்த வேலை அன்புள்ள தங்களைக் கூட விலக்கிவிட்டது. சுக்கிரதிசை ஆரம்பத்தில் நீங்களும் வந்துவிட்டீர்கள். நளமகாராஜனையே ஆட்டி வைத்த சனியன் எங்களை விடுமா? ஐயயோ மாமா நாங்கள் பட்ட கஷ்டத்தையும் இப்போது நாங்கள் படும் கஷ்டத்தையும் சொல்லமுடியாது, என்னைப்போன்ற தாசிகள் நகைப்பார்களே என்று புடவை முதல் ஒன்றுக்குப் பாதியாய் விற்று வெளிக்கு மரியாதையாய்க் காலக்ஷேபம் நடத்திவருகிறோம். சனீசுவர பகவானுக்கு அபிஷேகம் செய்வோமென்றால் கையில் காலணா இல்லை" என்றாள்.

மாமா மனதுக்குள் "ஐயோ பாவம்! இன்னும் இவர்களுக்கு ஜாதகப் பைத்தியம் விடவில்லையே! சுக்கிரதிசை வந்து அடிக்கப்போகிறதாம்! அடிக்கும். தலை நரைத்துப் பல் விழுந்துகூட இவர்கள் திசையடிக்கும் என்று எண்ணிக்கொண்டிருக்கிறார்கள். வெட்கம் கெட்ட மூளிகள்" என்று தமக்குள் எண்ணிக்கொண்டு "காந்தா கவலைப்படாதே! உன்னைப் பார்க்கப் பார்க்க என் மனம் பரிதாபப்படுகிறது. சுக்கிரதிசை வருகிறபடி வரட்டும். அதைப் பிறகு பார்த்துக் கொள்வோம். இப்போது நான் சொல்வதைக் கேள். தருமபுரி ஜமீன்தார் இப்போது நல்ல நிலையில் இருக்கிறார். அவர் திருச்சியில் ஒரு மகாநாடு கூட்ட ஏற்பாடு செய்திருக்கிறார். அதற்குத் தலைமை வகிக்க யாரோ ஒரு பெண்மணி சென்னையிலிருந்து வருகிறாளாம். உன்னைக் கச்சேரிக்கு அழைக்க ஏற்பாடு செய்திருக்கிறேன். என் வார்த்தையைத் தட்டாமல் வந்தால் போன திசை திரும்பி வந்தாலும் வரும்" என்றார். இதைக் கேட்ட காந்தா "வருகிறதற்கு ஆட்சேபனையில்லை. நகை ஒன்றுகூட இல்லையே! வெட்கமில்லாது எப்படி வருவேன் மாமா?" என்றாள்.

"அதைப்பற்றி ஒன்றும் நினைக்காதே - அதற்கு நான் தந்திரம் சொல்லிக்கொடுக்கிறேன்; கவனமாய்க் கேள். அவருக்கு உன் பேரில் வருத்தமிருக்கும். ஆதலால் உன் பேரை மாற்றி அவர் சம்சாரத்தின் பேரை வைத்துக் கொள். ஒருகால் அவர் உன்னை அழைத்து உன் பேரைக் கேட்டால் ஞானசுந்தரி என்று சொல். ஏன்இவ்வித நிலைக்கு ஆளானாய் என்று கேட்டால் நீ என்ன சொல்ல வேண்டும் தெரியுமா? என் புருஷன் தாசி காந்தா வீட்டில் இருப்பதாயறிந்து அவள் வீட்டிற்கு வந்தேன். அங்கு அவரைக் காணவில்லை. எங்கு சென்றாலும் அவள் வீட்டிற்கு வருவார் என்ற எண்ணத்துடன் அந்த வீட்டில் இருக்க நினைத்தேன். அவர்கள் பெண் பிரிந்த கவலையால் என்னைச் சங்கீதத் தொழில் செய்யும்படி சொன்னார்கள். என் புருடனுடைய வாஞ்சையால் அவர்கள் சொல்லிற்கு இணங்க வேண்டியதாயிற்று என்று தெரிவித்துச் சம்சாரியைப்போல் நடித்துக்காட்டு. அவர் மனம் வெட்கமடைந்து உன்னிடத்தில் வந்துவிடுவார். பிறகு நான் பார்த்துக்கொள்கிறேன். நகையைப்பற்றிக் கவலைப் படாதே; நகை இல்லாமல் இருந்தால்தான் நீ சொல்வது உண்மை என்று நம்புவார்" என்றார். இவையெல்லாம் கேட்ட காந்தா போன அதிர்ஷ்டம் திரும்பிவர மாமா மகத்தான வேலை செய்கிறார் என்ற சந்தோஷத்துடன் தான் வருவதாகவும் அவர் சொல்லியபடி சொல்வதாகவும் ஒப்புக்கொண்டாள். போகசிந்தாமணியும் கானவதியும் அதிகக் கவலையுற்றிருந்தார்கள். அவர்களுக்குச் சமாதானம் சொல்லிவிட்டு மாம திருச்சி வந்தார்.

21

வரவேற்பும் விருந்தும்

திருச்சி நகர் முழுவதும் ஒரு திருவிழாக் காட்சி அளித்தது. சென்னையில் சிறந்த சமூகச் சீர்திருத்தக் காரர்களாய் விளங்கும் குணபூஷணி - சிவராமன் வருகையைத் தெரிவிக்கும் சுவரொட்டி விளம்பரங்கள் நகரின் மூலை முடக்குகளிலெல்லாம் காணப்பட்டன. திருச்சியில் நடைபெறப்போகும் சமூகச் சீர்திருத்த மகாநாட்டுக்கு விஜயம் செய்யும் குணபூஷணி-சிவராமன் தம்பதிகட்குச் சோமசேகர துரைப்பாண்டிய ஐயன் ஒரு தோட்ட விருந்து நடத்துவார் என்றும், அது காலை கமலாபுரம் சகோதரிகளின் சங்கீதக் கச்சேரி நடைபெறும் என்றும் குறிப்பிடப்பட்ட துண்டு விளம்பரங்கள் ஏராளமாகப் பறந்து கொண்டிருந்தன. திருச்சி வாசிகட்கு இந்த விளம்பரங்கள் வெகு புதுமையாகத் தோன்றின. ஜஸ்டிஸ், சுயமரியாதை, காங்கிரஸ், தமிழ் வளர்ச்சி, சமய வளர்ச்சி, சங்க ஆண்டு விழாக்கள் முதலிய வைபவங்கள் திருச்சியில் சாதாரணமாக நடைபெறும். அவைகளை நடத்தும் சங்கங்களைப் பற்றியும் ஆசாமிகளைப் பற்றியும் திருச்சிவாசிகள் நன்கு அறிவார்கள். ஆதலால் இந்த விளம்பரங்கள் அந்நகரவாசிகட்குப் புதுமையாகத் தோன்றின. குணபூஷணி - சிவராமன் யார், சோமசேரக துரைப் பாண்டிய ஐயன் யார்? சமூகச் சீர்திருத்த மாநாடு எந்த நோக்கத்தோடு கூட்டப்படுகிறது? இதில் பெரிய ஜமீன்தார்களான தரும புரியாரும் சொர்ணபுரியாரும் விஜயம்செய்து கலந்து கொள்ளுவார்கள் எனவும் காணப்படுகிறதே - என்று ஆச்சரியமும் ஐயமும்

கொண்டார்கள். இந்தத் தோட்டதிலிருந்து வைப வத்தையும் மகாநாட்டையும் போய்ப் பார்க்க வேண்டும் என்று பலர் தீர்மானித்துக் கொண்டிருந்தனர். வைப வத்திற்கு முதல் நாள் சாயங்காலமே திருச்சி ரயில்வே ஸ்டேஷனிலும் முக்கிய வீதிகளிலும் வளைவுகளும் தோரணங்களும் அலங்கரித்து நின்றன. மறுநாள் காலை மெயிலில் குணபூஷணி - சிவராமன் - கருணாகரன் ஆகியவரும் வந்திறங்கினார்கள். அந்த வண்டியில் காந்தா - கானவதி போகசிந்தாமணி ஆகிய மூவரும் வந்ததும் இங்கே குறிப்பிடத்தக்க செய்தியாகும்.

மாமாவும் சோமசேகரனும் நூற்றுக்கணக்கான மக்களுடன் ரயிலடியில் குழுமியிருந்து குணபூஷணி வகையறாவை மாலைகளிட்டு வரவேற்றார்கள். பிறகு அவர்கள் பாண்டு வாத்தியம் முழங்க மோட்டாரில் ஊர்வலமாக அழைத்துச் செல்லப்பட்டனர். இந்த வரவேற்பு ஊர்வல வைபவச் சிறப்பைக் கண்ட குணபூஷணியும் சிவராமனும் மகிழ்ச்சிக் கடலில் மூழ்கினார்கள். கருணாகரனுடைய மனோ நிலையை என்ன சொல்ல? ஆதியில் தங்கைகள் தாசித் தொழில் செய்வதால்தான் தனக்குப் பெருமை கிடைக்கிறது என்று எண்ணிக்கொண்டிருந்த கருணாகரன் இப்பொழுது என்ன நினைக்கிறான்? “அந்தச் சிறுக்கிகளுடன் வெளியில் பிரயாணம் செய்ய நேர்ந்தால் நமக்கு மூட்டை தூக்கும் வேலை கிடைத்துக் கொண்டிருந்தது. நம்மால் வெறுத்துத் தள்ளப்பட்ட இந்தத் தங்கையுடன் பிரயாணம் செய்வதால் நமக்குக் காரில் உட்கார்ந்து ஊர்வலம் செய்யும் பாக்கியம் கிடைத்தது” என்று இவ்வாறு ஏதேதோ எண்ணி மகிழ்ந்துகொண்டிருந்தான். ஊர்வலம் சோமசேகரன் பங்களாவை அடைந்தது. காந்தா கோஷ்டியைத் திரும்பிப் பார்ப்பவர் இல்லை. இவர்கள் ஒரு குதிரை வண்டியை வாடகைக்குப் பேசி அதில் ஏறிக் குறிப்பிட்ட ஜாகைக்குச் சென்றனர்.

சென்னையிலிருந்து வந்த முக்கிய விருந்தினருக்கும் மற்றவர்கட்கும் காலைச் சிற்றுண்டி சிறப்பாக அளிக்கப்பட்டது. பிறகு எல்லாரும் கலைந்தனர். பகல் சாப்பாடு முடிந்த பிறகு குணபூஷணி - சிவராமன் வகையறா ரயிலில் பிரயாணம் செய்த அலுப்பால் அயர்ந்து நித்திரை செய்யத் தொடங்கினர்.

சோமசேகர துரைப்பாண்டிய ஐயன் அவர்கள் தலைமையில் மாலையில் நடைபெறப் போகும் தோட்ட விருந்துக்கு வேண்டிய ஏற்பாடுகள் தடபுடலாக நடைபெற்றுக் கொண்டிருக்கின்றன.

உள்ளூர் பிரமுகர்களும் வெளியூர் பிரமுகர்களும் சோமசேகர துரைப்பாண்டிய ஐயன் பங்களாவில் மாலை 4.30 மணிக்கு முன்னதாகவே வந்து உட்கார்ந்திருந்தார்கள். விருந்து வைபவத்தில் ஆங்கில முறையும் நம்நாட்டுச் சம்பிரதாயமும் கலந்து விளங்கியது. விருந்துக்குப் பின்னர் குணபூஷணி-சிவராமன் பொதுநல ஊழியத்தைப் பாராட்டிய ஒரு உபசாரப் பத்திரம் வாசித்தளிக்கப்பட்டது. பிறகு கமலாபுரம் சகோதரிகள் சங்கீதக் கச்சேரி ஆரம்பமாயிற்று. போகசிந்தாமணி வகையறா தாங்கள் குணபூஷணியின் உபசார விருந்தில் கச்சேரி செய்ய வேண்டிய நிலை ஏற்பட்டதற்கு மிகவும் நாணமும் பொறாமையும் அடைந்தார்கள். இதற்கு ஏற்பாடு செய்த மாமாவையும் நொந்துகொண்டார்கள். கச்சேரி தொடங்குவதற்கு முன் போகசிந்தாமணி 'என்ன கலிகாலக் கொடுமையடி! இந்தக் காலிச் சிறுக்கிக்கா இவ்வளவு பெருமை? இவளுக்கு மட்டுமா? நம் வீட்டிற்கு மூட்டை தூக்கிக்கொண்டிருந்த கருணாகரப் பயலுக்கு வந்திருக்கும் யோகத்தைப் பார் ? நாற்காலியில் பிரபுக்களோடு சரிசமமாய் உட்கார்ந்திருக்கிறான். கால் துட்டுக்கு வழியில்லாமல் திண்டாடிய சிவராமன் மஹாராஜா மாதிரி இருக்கிறானே! அடையாளமே தெரியவில்லையே!" என்று இவ்வாறு தன் குமாரத்திகளிடம் புலம்பிக்கொண்

தாசிகள் மோசவலை அல்லது மதிபெற்ற மைனர் டிருந்தாள். எவ்வளவு புலம்பியும் என்ன பயன்? எப்படியோ கச்சேரி நடத்தியாக வேண்டும். ஒருவாறு மனதைத் தேற்றிக்கொண்டு கமலாபுரம் சகோதரிகளும் சங்கீதக் கச்சேரியை முற்றுப்பெறச் செய்தார்கள். பிறகு வந்திருந்தவர்கள் எல்லாரும் மறுநாள் மகாநாட்டுக்கு வருவதாய் விடைபெற்றுச் சென்றார்கள். கமலாபுரம் கோஷ்டியும் உரிய ஜாகைக்குச் சென்றது.

22
நகச்சுற்றின்மேல் உலக்கை இடி

இரவு சாப்பாட்டுக்குப் பிறகு மாமா குணபூஷணி யிடம் காந்தாவை அழைத்திருக்கும் ரகசியத்தையும் ஞானசுந்தரி காந்தவாக நடித்துக்கொண்டிருக்கும் வரலாற்றையும், சோமசேகரனுடைய தற்கால மனப் பான்மையையும் விரிவாகவும் தெளிவாகவும் எடுத் துரைத்தார். எப்படியாவது சோமசேகரனை நல்வழிப் படுத்தி ஞானசுந்தரியுடன் சமஸ்தானத்திற்கு அனுப்பிவிட வேண்டும் என்று வற்புறுத்தி வேண்டிக் கொண்டார். இவைகளையெல்லாம் சாவதானமாய்க் கேட்ட குண பூஷணி தன்னால் முடிந்தவரை முயல்வதாக வாக்களித் தாள். தான் சோமசேகரனோடு பேசிக்கொண்டிருக்கும் சமயத்தில் தக்க சந்தர்ப்பத்தில் காந்தாவை அழைத்து வர வேண்டும் என்றும் திட்டம் செய்தாள். இந்தச் சம்பாஷணை யின் போது ஞானசுந்தரியும் கூடவே இருந்தாள். பிறகு எல்லோரும் சோமசேகரன் இருக்கும் இடம் அடைந் தார்கள். குணபூஷணி தன்னைக் காணவரும் செய்தியை முன்னரே அறிந்த சோமசேகரன் நமஸ்கரித்து நல்வரவு கூறி ஆசனத்தில் அமருமாறு வேண்டிக் கொண்டான்.

குணபூஷணி: தங்களுடன் சில விஷயங்கள் பேசலாமென்று வந்துள்ளேன்; சில சந்தேகமிருக்கின்றன. அந்தச் சந்தேகங்களைத் தங்களை கொண்டு தீர்த்துக் கொள்ள வேண்டியிருக்கிறது.

சோமசேகரன்: தங்களுடன் பேசும் பாக்கியம் கிடைத்ததற்குச் சந்தோஷிக்கிறேன். தாங்கள் எதைக் கேட்க

வேண்டுமானாலும் கேளுங்கள் - எனக்குத் தெரிந்த அளவு தெரிவிக்கிறேன்.

குணபூஷணி: தங்கள் அருகில் இருக்கும் சகோதரி யார் தங்கள் சம்சாரமா தாசியா?

சோமசேகரன்: என்னருகில் இருப்பவள் முந்தித் தாசி; இப்போது என் சொந்த சம்சாரத்தைவிடப் பதின்மடங்கு விசேஷமாக நடத்திவருகிறேன்.

குணபூஷணி: முந்தித் தாசியாகவும் இப்போது சம்சாரமாகவும் கருதியதற்குக் காரணம் என்ன?

சோமசேகரன்: என்னையே கதி என்று நம்பிவந்து விட்டபடியால் நான் அவ்விதம் நினைக்க நேர்ந்தது.

குணபூஷணி: புருஷனை நம்பிவந்தவள் சம்சாரம். புருஷனை நம்பாதவள் தாசியா? இந்த விவரம் தாங்கள் சொல்லியதிலிருந்து நான் தெரிந்துகொண்டேன். ஆனால் தங்கள் சொந்தச் சம்சாரம் தங்களை நம்பாதவர்களா? அவர்கள் தங்களை நம்பவில்லை என்றால் அவர்களைத் தாசி என்று தீர்மானித்து இந்த அம்மையாருக்குச் சம்சாரப் பட்டம் கொடுத்தீர்களா?

சோமசேகரன்: அவளைப் பற்றிய கவலை எனக்கில்லை; கலியாணமானவுடன் நான் வந்துவிட்டேன். என்பேரில் அவளுக்கு வாஞ்சையிருந்தால் என்னைத்தேடி வந்திருக்க மாட்டாளா?

குணபூஷணி: தங்களுடன் இருக்கும் அம்மையார் முந்தித் தாசியாக இருக்கும்போது தங்களை நம்பாது வேறு புருஷனை யழைத்துத் தங்களை வெளிவரச் சொன்னார்களே அப்போது வருத்தப்பட்டீர்களா? பிறகு தங்களிடத்தில் வந்தும் வருத்தம் நீங்கித்தானே ஒப்புக்கொண்டீர்கள்? இதைப்போல் தங்கள் சம்சாரம் தாசி என்ற பேரை வைத்துக்கொண்டு உத்தமியாயிருந்தால் அவர்களைத் தாங்கள் எப்படிக் கருதுவீர்கள்? தங்கள்

சம்சாரம் தங்களை நம்பாது தாசித் தொழில் செய்தால் தாங்கள் அதைப்பற்றி மனவருத்தப்பட மாட்டீர் களல்லவா?

சோமசேகரன்: தாங்கள் இவ்விதம் சொல்வது சரியன்று. என் மனைவி எவ்வளவு உத்தமியாயிருந்தாலும் தாசி என்ற பேரைத் தரித்திருந்தால் நான் ஒப்புக்கொள்ள மாட்டேன். நான் ஒப்புக்கொண்டாலும் உலகத்தார் இழிவாய்த்தானே கருதுவார்கள். ஆதலால் என்னால் எப்படி ஒப்புக்கொள்ள முடியும்?

குணபூஷணி: ஏன் ஒப்புக்கொள்ள முடியாது? தாசி என்றவள் எத்தனையோ பேரிடத்தில் விபசாரம் செய்துவிட்டு உத்தமி என்று வந்தால் அவளுக்கு சம்சாரமென்ற பட்டத்தைக் கொடுக்கலாம். சம்சாரம் இவ்விதம் செய்தால் ஏன் ஒப்புக்கொள்ள முடியாது? சம்சாரத்தை விட தாசிகளிடத்திலிருக்கும் விசேஷ மென்ன? அதைத் தயவுசெய்து தெரிவிக்க வேண்டும்.

சோமசேகரன்: விசேஷமில்லாமலா எல்லா வற்றையும் துறந்து இதோ இருக்கும் காந்தாவே கதி என்று வந்திருக்கிறேன்? இதைவிடவா அவர்களின் விசேஷத்தைத் தெரிவிக்க வேண்டும்?

குணபூஷணி: தாங்கள் சொல்லிய விசேஷத்தை விவரிக்க வேண்டியதில்லை. இதோ தங்களிடத்திலிருக்கும் சகோதரி காந்தாவானால் சற்று நேரத்திற்கு முன் கச்சேரி செய்த தாசிப் பெண்ணை யார் என்று மதித்தீர்கள்?

சோமசேகரன்: அவள் இன்னார் என்று தெரிய வில்லை.

குணபூஷணி: அவளை அழைத்து விசாரிக்கலாமா?

சோமசேகரன் விசாரிக்கலாம் என்றவுடன் ஞானசுந்தரியிடம் ஜாடைகாட்டி மறைவாய்ப் போகும்படி செய்து பிறகு மாமாவை அழைத்துக் காந்தாளை அழைத்து

வரும்படி தெரிவித்தாள். உடனே மாமா தாசி காந்தா இருப்பிடம் சென்று "ஜமீன்தார் உன்னை அழைத்து வரும்படியாய்த் தெரிவித்திருக்கிறார்; வந்துவிட்டது அதிர்ஷ்டம்!" சீக்கிரம் புறப்படு! குணபூஷணியோடு பேசிக்கொண்டிருக்கிறார். நீ பயப்படாதே. அவள் கெடுத்துவிடுவாள்போல் இருக்கிறது. நான் சொல்லியது போல் சொல். எது வந்தாலும் நான் பார்த்துக் கொள்கிறேன்" என்றார். காந்தாளுக்கு உச்சி குளிர்ந்து விட்டது. போன அதிர்ஷ்டம் திரும்பிவிட்டது என்று நினைத்தவளாய் மாமாவுடன் சோமசேகரன் இருக்குமிடத்திற்குப் போனாள். காந்தாள் குணபூஷணியைத் தெரிந்திருந்தாலும் அவள் தன்னைத் தெரிந்திருக்க மாட்டாளென்ற ஆசை வெட்கமறியாமல் போய் நின்றாள்.

குணபூஷணி காந்தாவைக் கண்டதும் "வாருங்கள் அம்மணி! தங்களைப் பார்க்கவேண்டுமென்று ஜமீன்தார் அழைத்தார்கள். உட்காருங்கள்" என்றாள். காந்தா உட்கார வெட்கப்பட்டவள்போல் நடித்துக் குடும்ப ஸ்தீரிகள் நாணமாய் நிற்பதுபோல் நின்றாள். காந்தாவின் குறிப்பைக் குணபூஷணி தெரிந்துகொண்டவளாதலால் சோமசேகரன் மூலமாக உட்காரும்படி கேட்டுக்கொண்டாள். அவர் சொல்லியதின்பேரில் ஒரு பக்கத்தில் மரியாதையாய் உட்கார்ந்தாள். உடனே குணபூஷணி காந்தாளை நோக்கி "தங்கள் ஊரும் பேரும் என்ன? நான் கேட்பதில் வித்தியாசமாய் நினைக்கக்கூடாது. தங்கள்பேரில் ஒருவித சந்தேகம் ஜமீன்தார் அவர்களுக்கு ஏற்பட்டிருப்பதால் அதை அவர் நிவர்த்திக்க நான் கேட்கிறேன்" என்றாள்.

காந்தா இவைகளைக் கேட்டு மிக்க துக்கமுடையவள் போல் நடித்துச் சங்கோசத்துடன் நாணிக்கோணிக் கொண்டு இவ்விதம் சொல்லத் தொடங்கினாள்: "அம்மணி! என் கதையைச் சொன்னால் உலகம் நகைக்கும். நான் ஒரு ஜமீன் புதல்வி. ஒரு ஜமீன் புதல்வரைத் திருமணம் செய்து கொண்டேன். என் கலியாணத்திற்குச் சங்கீதச்

கச்சேரி செய்ய வந்த தாசிகளோடு என் புருஷர் போய்விட்டார். அவரைத் தேடி அந்தத் தாசி வீட்டிற்குப் போனேன். அவர் அங்கு இல்லை. எனினும் என்றைக் கேனும் அங்கே வருவாரென்று நினைத்து அவர்கள் வீட்டிலேயே தங்கிவிட்டேன். அவர்களது தொழிலை என்னைச் செய்யச் சொன்னார்கள். விபசாரத் தொழிலுக்குச் சம்மதம் கொடுக்காது சங்கீதத் தொழில் செய்வதாய் ஒப்புக்கொண்டு அதைச் செய்துவருகிறேன். என் பேர் ஞானசுந்தரி".

சோமசேகரன் ஞானசுந்தரி என்ற வார்த்தையைக் கேட்டதும் மூர்ச்சையாகி ஒருவாறு தெளிந்து பிறகு "ஐயோ இது என்ன காலம்? நம்மால் ஒரு உத்தமமான ஜமீன் புத்திரியின் நிலை இவ்வாறு நேர்ந்ததே! நமக்கு மனைவி என்ற பட்டம் தரித்தவள் இக்கதிக்கா ஆளாக வேண்டும்? இந்த ஆபாசச் செயலை அவளது தகப்பனார் அறிந்தால் தற்கொலைசெய்துகொள்வாரே? மேலும் தம் குடிகள் இதையறிந்தால் நம்மை எவ்வளவு கேவலமாய் நினைப்பார்கள்? இனி சமஸ்தானத்திற்கு எப்படிப் போவது? தாசி வீட்டிற்கு வருபவனுக்கு எத்தனைவித இழிவுகள் ஏற்படுகின்றன! எல்லாமறிந்தும் அவர்களைக் கண்டால் கல்மனமும் கரைந்துவிடுகிறதே! அவமானம் இழிவு இவைகளைப் பொருட்படுத்தாமல் அவர்களே சதமென்று நினைத்துவிட நேருகிறதே! தாசி வீட்டிற்குப் போகவேண்டுமென்று நினைப்பவன் விவாகம் செய்யாமல் இருப்பதேமேல். நல்ல நிலைமையில் இல் வாழ்வு நடத்தக் கூடியவள் நம்மால்தானே இந்நிலைக்கு ஆளானாள்? குடும்பப் பெண்களைக் குற்றம் சொல்லக் கூடாது, இனி என்ன செய்ய முடியும்? சமஸ்தானத் திற்குப்போய் எப்படி நிர்வாகம் செய்யப்போகிறேன்? ஒருகால் நிர்வாகம் செய்தாலும் நமக்கு வந்த இழிவு இனி மாறப்போவதில்லை. காந்தாளுக்கு ஒரு வர்த்தமானம் செய்து கொடுத்துவிட்டோமே! இவளை அழைத்துக்

கொண்டு ஊருக்குப் போனால் நம்மை உலகம் நிந்திக்குமே! இதை எல்லாம் குணபூஷணி அம்மையாரிடத்தில் சொன்னால் நம்மை இழிவாய் நினைப்பார்களே" என்று தலை குனிந்த வாக்கில் பலவாறாய்ச் சிந்தித்துக் கொண்டிருக்கும் சோமசேகரனின் பரிதாபகரமான காட்சியை மாறுவேடம் பூண்ட ஞானசுந்தரியும் குணபூஷணியும் ஒன்றும் சொல்லாது மௌனமாய்ப் பார்த்துக்கொண்டிருந்தார்கள். பிறகு குணபூஷணி சோமசேகரனை நோக்கி, "என்ன காரணத்தால் முகம் வாட்டமாய் ஆழ்ந்து சிந்திக்கிறீர்கள்? விசேஷமுள்ள பெண்மணி உங்களுடன் இருக்கும்போது விசேஷ மில்லாப் பெண் சொன்ன வார்த்தையில் இவ்வளவு கவலை எதற்கு? தாங்கள் கவலைப்படுவதை நினைத்தால் முந்திச் சொல்லிய வார்த்தைக்கு விரோதமாயிருக்கிறதே" என்றாள்.

சோமசேகரன் "எனக்குக் கவலை இல்லா விட்டாலும் சுற்றத்தார் - உலகத்தார் நகைப்பார்களே என்று கவலைப்படுகிறேன்" என்றான். பிறகு குணபூஷணி சோமசேகரனிடத்தில் ரகசியமாகப் பின்வருமாறு தெரிவித்தாள். "இப்போது வந்திருப்பவள் தங்கள் சம்சாரமாயிருக்க முடியாதென்று சந்தேகிக்கிறேன். தங்கள் சம்சாரமாயிருந்தால் இந்தத் தொழில் செய்ய ஒருகாலும் முற்படமாட்டார்கள். ஒருகால் தங்களைத் தேடிவந்தது வாஸ்தவமாயிருந்தாலும் தாசி வீட்டில் இருக்க நியாய மில்லை. ஒருவேளை தங்களைப் பார்த்துப் போகவேண்டு மென்றிருந்தாலும் தங்கள்பேரில் அளவுக்கு மிகுந்த வாஞ்சையோடிருக்க வேண்டும். அப்டிப்பட்டவர்கள் தங்கள் மனம் நோகும்படியான இத்தொழிலை புரிய நியாயமில்லை. தங்கள் சம்சாரம் ஜமீன்தாரணியா யிருப்பதால் மாறுவேடம் பூண்டு பல தந்திரங்களால் உலகத்தார் மெச்சும்படி செய்யத் துணிந்தாலும் துணிவார்களே யல்லாது இத்தொழிலைச் செய்து

இழிவான வார்த்தையை யடைய எண்ணுவார்களா? மற்ற அறிவில்லாப் பெண்களாயிருந்தாலும்கூடத் தாசி வீடு தேடிப் போகமாட்டார்கள். நம் தலை எழுத்து இவ்வாறு முடிந்ததென்று இருந்துவிடுவார்கள். அல்லது அவர்கள் வீட்டில் ஏவிய வேலைகளைச் செய்து கொண்டிருப் பார்கள். இந்தக் காரியத்திற்குத் துணியமாட்டார்கள். அவர்களே இவ்வித மென்றால் ஜமீன்தாரணியா இக்காரியம் செய்யத் துணிவார்கள்? நன்கு யோசித்துப் பாருங்கள். இவள் தங்கள் சம்சாரமில்லை. தாசி காந்தாளாகத்தான் இருக்க வேண்டுமென்று நினைக் கிறேன். இவள் சொல்லிய வார்த்தையில் எனக்கு நம்பிக்கையில்லை. இவளை நான் சொல்லுகிறபடி கேளுங்கள். அதாவது உன் தகப்பனார் தாயார் மாமனார் மாமியார் பெயர் என்னவென்று கேளுங்கள். அதற்குச் சரியான பதில் சொல்லிவிட்டால் பிறகு நான் காந்தாளைச் சொந்த சம்சாரமாக வரித்துக்கொண்டேன். அவளுக்குப் பிள்ளை பிறந்தால் என் ஜமினை ஆட்சி புரியும் உரிமையைக் கொடுத்துவிடுவதாய் வாக்களித்துவிட்டேன். நீ இவ்விடத்தில் இருக்காதே. உன் தகப்பனார் வீட்டிற்குப் போய்விடு என்று கோபத்துடன் சொல்லுங்கள். பிறகு தங்களுக்கு இழிவு வராதபடி நான் பார்த்துக் கொள்கிறேன்" என்றாள்.

சோமசேகரன் இவைகளை எல்லாம்கேட்டு ஆச்சரியமடைந்தவனாய்த் "தாங்கள் சொல்வது சரியன்று. காந்தாள் என்னிடத்தில் இருக்கிறாள். நீங்கள் சொல்வது முழுதும் புரட்டாயிருக்கிறது. எனக்கென்ன அடையாளம் தெரியாதா? அவள் காந்தாளாயிருந்தால் இப்படியா கச்சேரிக்கு வருவாள்? அவளுக்கு எவ்வளவு நகைகள் உண்டு தெரியுமா? அவளாயிருந்தால் கச்சேரி முடிந்த வுடன் போய்விடுவாள். சம்சாரமானதால்தான் நகை யில்லாது வந்திருக்கிறாள். காந்தாளா யிருந்தால் நகையில்லாது அவள் தாயார் அழைத்து வருவாளா?

அப்படியானால் என்னிடத்திருப்பவள் யார் என்று நினைக்கிறீர்கள்? என்றான்.

குணபூஷணி "நான் சொல்வதைக் கொஞ்சம் தயவுசெய்து கேளுங்கள். கண்ணால் கண்டது பொய்; காதினால் கேட்டது பொய்; தீர விசாரிப்பது மெய் என்பது போல் தீர விசாரித்து முடிவு செய்யுங்கள். நிச்சயமாய்க் காந்தாள் தான். தங்கள் சம்சாரமாயிருந்தால் இவ்வளவு சங்கீதம் வர நியாயமில்லை. தாசிகள், பிறரை ஏமாற்றப் பலவித சூழ்ச்சிகள் செய்வார்கள். ஆனால் சம்சாரமென்று சொல்லி எப்படி ஏமாற்ற முடியுமென்று தாங்கள் கேட்கலாம். அவசரக்காரனுக்குப் புத்திமட்டு என்பதும் பேராசைக் காரனுக்கு ஆராய்ச்சி இல்லை என்பதும் பொய்யில்லை. தங்கள் நிலையை யறிந்தவர்கள் யாராவது இவ்விதம் நடிக்கும்படி சொல்லிக்கொடுத்திருக்கலாம். புத்திசாலித்தனமான ஆராய்ச்சி தாசிகளுக்குக் கிடையாது. பொருள் தேடும் பேராசையால் யார் எப்படிச் சொன்னாலும் அப்படியே நடிப்பார்கள். எவ்வளவு சாமர்த்தியமாய் அவர்கள் பொருள் தேடினாலும் கடைசி காலத்தில் இளிச்சவாய்த்தனமாய் யாரிடத்திலாவது கொடுத்துவிட்டுக் கஷ்டப்படுவார்கள். எந்தத் தாசியாவது கடைசிக்காலத்தில் சுகமாயிருக்கிறாளா? கவனித்துப் பாருங்கள். ஆதலால் நகையில்லை என்று சந்தேகப் படாதீர்கள். இவள் காந்தாள்தான்; சந்தேகமில்லை" என்றாள்.

சோமசேகன் குணபூஷணி வார்த்தையில் நம்பிக்கையில்லாவிட்டாலும், மரியாதைக்காவாகவது நன்றாய் விசாரித்துவிடுவோமென்று கேட்டார். "நீ தருமபுரி ஜமீன்தார் புதல்வனுக்கு சம்சாரமென்றாய்; நீ சொல்வது உண்மையானால் உன் தாய், தந்தை, மாமனார், மாமியாருடைய பெயர்களைச்சொல்", 'இதைக் கேட்ட காந்தாள்பாடு திண்டாட்டமாகிவிட்டது. அவர்களுடைய பெயர்கள் இவளுக்குத் தெரியாதாகையால் சொல்ல

முடியாமல் "அவர்கள் பெயர்களை நான் சொல்லக்கூடா" தென்றாள். மாமனார் மாமியார் பெயர்களைத்தான் சொல்லக்கூடாது என்று வைத்துக்கொள், விட்டு விடுகிறேன். உன்னுடைய தாய் தந்தையர் பெயர்களை யாவது சொல்லக்கூடாதா என அதுவும் முடியாது என்றாள். சொல்ல முடியாவிட்டால் எழுதியாவது காட்ட முடியுமா? என்றான். "வாயால் சொன்னாலும் எழுதினாலும் ஒன்றுதானே?" என்றாள் காந்தா. இதைக் கேட்டவுடன் "நான் தான் சோமசேகரன். நீ வெளியில் போய்விடு. தாசி காந்தாளைச் சொந்த சம்சாரத்திற்கு மேலாக நினைத்து வைத்திருக்கிறேன். அவளுக்குப் பிறக்கும் புத்திரனுக்குத் தான் சமஸ்தானத்தை ஆட்சி புரியும் உரிமையைக் கொடுக்கத் தீர்மானித்திருக்கின்றேன். இந்தப்படி அவளுக்கு வர்த்தமானம் செய்து கொடுத் திருக்கிறேன். என்னை நீ விரும்புவதில் பிரயோஜனமில்லை. உன் தகப்பன் வீட்டிற்கே போய்விடு. இல்லையேல் எங்கேயாகிலும் போய்விடு. இங்கு இருக்கக்கூடாது போ" என்றான் சோமசேகரன். காந்தாளுக்கு இந்த வார்த்தை களைக் கேட்டதும் அடிவயிற்றில் இடி விழுந்தாற்போல் ஆகிவிட்டது. "ஐயோ! மாமா பேச்சைக் கேட்டுக் கெட்டு விட்டோமே! நம் மீதுள்ள நம் வாஞ்சை இவருக்கு இன்னும் மாறவில்லையே! நமது உண்மையைத் தெரிவித்திருந்தால் நம்பேரை வைத்துக்கொண்டு இவரை ஏமாற்றிப் பிழைக்கும் சிறுக்கியை விரட்டியடித்துத் துரத்திவிட்டு நம்மை வைத்துக்கொள்வாரே! மகாபாவி மாமா நம்மைக் கெடுத்துவிட்டானே. இனி என்ன செய்வது? உண்மையைச் சொல்லி மாமா பேரில் குற்றத்தை வைத்துவிடுவோம். ஒருகால் நம்பேரில் ஆசைவந்தாலும் வரும்" என்று எண்ணிக்கொண்டு கவலையுடன் நின்றாள். இத்தருணத்தில் குணபூஷணி தாசி காந்தாவாக நடிக்கும் ஞானசுந்தரியையும் உண்மைக் காந்தாளையும் ஒரே இடத்தில் நிறுத்தி சோமசேகரனைப் பார்க்கும்படித் தெரிவித்து இவ்விருவரில் தாங்கள் தெரிவிக்கும் காந்தா

யார்? என்றாள் சோமசேகரனின் பார்வைக்கு இருவரும் ஒன்றாய்க் காணப்பட்டதால் ஒன்றும் சொல்ல முடியாதவனாய் விழித்தான். பிறகு "எனக்கு ஒன்றும் சொல்ல முடியவில்லை.எல்லா விவரத்தையும் நீங்கள் தான் ருஜுப்பிக்க வேண்டும். இனி, தாங்கள் சொல்லியவாறு கேட்டு நடக்கிறேன்" என்றான். குணபூஷணி உண்மைக் காந்தாவை நோக்கி "உன் வரலாறுகளை உண்மையாய்ச் சொல். உன்பேரில் ஜமீன்தார் சந்தேகப்படுகிறார். உற்றது சொன்னால் அற்றது பொருந்தும் என்பதுபோல் அச்சமின்றி உண்மையைத் தெரிவிப்பாயானால் நீ நன்மையடையலா"மென்றாள். காந்தா இனிமேல் பொய் சொல்வதில் பிரயோசன மில்லை. நிஜத்தைச் சொல்லி விடவேண்டியது தான் என்று நினைத்தவளாய் "அம்மணி நான் சொல்லுவது உண்மையே. என்பேரில் குற்றமில்லை, நான் உண்மையில் தாசி காந்தா தான். மாமா இவ்விதம் சொல்லச் சொன்னார். அவருடைய வார்த்தையைத் தட்டாமல் சொன்னேன். எங்கள் தொழில் முறைப்படி மாமா வார்த்தையைத் தட்டமாட்டோம். அழைத்துவரும் புருஷர்களுடைய நிதானங்களை அவர் அறிந்து அழைத்து வருவதால் அவர் சொல்லும் வார்த்தைகளை உண்மை என்று நம்பி விடுவோம். அப்படியே இப்பொழுதும் நம்பி விட்டேன். என்னைவிட்டு ஜமீன்தார் போனபிறகு வேறு ஒருவரைக் கொண்டு சம்பாதிக்க இஷ்டமில்லாமல் நான் தேடிய பொருளை எல்லாம் இழந்து விட்டேன். இனி, இந்த ஜமீன்தாரிடத்தில் இருப்பவள் என்பேரை வைத்துக் கொண்டு அவரை மோசம் செய்து அவர் பொருளை எல்லாம் பறிக்க வந்துள்ளாள். என்னைப் பற்றி யாரிடத்திலாவது விசாரித்துக் கொள்ளுங்கள். நான்தான் உண்மைக் காந்தா. அவள்பொய் வேஷம் போட்டிருக் கிறாள். அவளை நம்பாதீர்கள்" என்றாள்.

இவைகளை அறிந்த சேமசேகரனுக்கு ஒன்றுமே விளங்கவில்லை. பாவம் மனம் ஊசலாடிக்

கொண்டிருக்கிறது. இச்சமயத்தில் மாமாவும் வந்து சேர்ந்தார். மாமாவைக் கண்ட குணபூஷணி முக மலர்ச்சியுடன் "வாருங்கள்! வாருங்கள்! எல்லாப் பொறுப்பும் தங்களையே சார்ந்து நிற்கிறது. இவர்கள் இருவரில் உண்மைக் காந்தா யார்? கொஞ்சம் தயவுசெய்து சொல்லுங்கள்" என்று கேட்டாள். இதைக்கேட்ட மாமா சிரித்தவராய் "இதென்ன வேடிக்கை! எல்லாம் நாளைக்குப் பேசிக்கொள்ளலாம். எனக்கு மாகாநாடு சம்பந்தமான வேலைகள் அதிகம் இருக்கின்றன. தயவுசெய்து மன்னித்து எனக்கு விடை கொடுக்க வேண்டும். நான் கோட்டை வரை போய் வருகிறேன்" என்று சொல்லிப் புறப்பட்டு விட்டுவிட்டார். சோமசேகரன்பாடு திண்டாட்டமாகி விட்டது. குணபூஷணி வெளியிட்ட விவரங்கள் ஒரு கனவாகத் தோன்றின. என்ன செய்வான்? அவனது மனம் கவலைக் கடலில் மூழ்கியது. அடுத்தது காட்டும் பளிங்குபோல் அவனது நெஞ்சம் கடுத்ததை முகம் காட்டியது. இதையறிந்த நல்ல விவேகவதியான குணபூஷணி 'நேரமாகிவிட்டது. மற்றச் சங்கதிகளை நாளைக்குப் பேசிக்கொள்வோம். என் பேச்சு தங்களுக்கு வருத்தத்தை விளைவித்திருந்தால் தயவுசெய்து மன்னித்துப் பொறுமை காட்ட வேண்டும். எல்லாம் நன்மைக்கே என்று சொல்லுவதைவிட வேறு சமாதானம் கூற இப்பொழுது நான் விரும்பவில்லை." என்று சோமசேகரனிடம் வினயமாய்த் தெரிவித்து விடைபெற்றுச் சென்றாள். மற்றவர்களுக்கும் அவ்விடம்விட்டு அகன்றனர். இச் சமயத்தில் கமலாபுரம் காந்தாவின் மனநிலை எப்படி யிருக்கும் என்று வாசகர்களே ஊகித்தறிவார்களாக.

காந்தாவின் மனம் கலங்கியது. மறுபடியும் யோகம் அடிக்கப்போகிறது என்று எண்ணி மகிழ்ச்சிக் கடலில் மூழ்கியிருந்தவள் உள்ளத்தில் இடிவிழுந்ததுபோலாயிற்று.

உடனே அவ்விடத்தை விட்டு அகன்றாள். தாயாரிடம் அங்கே நடந்த வரலாறுகளைக் கூறினாள்.

போகசிந்தாமணி அடைந்த ஏமாற்றத்தை என்னென்று சொல்வது? இதெல்லாம் மாமாவின் சூழ்ச்சி என்று எண்ணினார். பிறகு அப்படி இருக்காது என்றும் நினைத்தனர். இனி இங்கே வேலை இல்லை. உடனே ஊருக்குப் புறப்பட வேண்டியது தான் என்று பேசிக்கொண்டனர். பிறகு கச்சேரிக்குப் பேசிய பணத்தை வாங்கிக்கொண்டு காலை வண்டியில் போகலாம் என்று முடிவுசெய்தனர். காந்தா கோஷ்டிகளுக்கு அன்று நடைபெற்ற சம்பவங்கள் எல்லாம் ஒரு கனவு போலவே விளங்கின. அவர்களுக்கு ஒன்றுமே விளங்காமல் திகைப்படைந்து கொண்டிருந்தனர். எல்லாம் இழந்து மனம் புண்பட்டு இருந்த நிலையில் மாமா நகச்சுற்றின் மேல் உலக்கை இடிப்பது போலாக்கிவிட்டாரே என்று கைகளைப் பிசைந்து கொண்டிருந்தனர்.

23
மகாநாடு ஆரம்பம்

ஏற்கெனவே பத்திரிகைகள் வாயிலாகவும், சுவரொட்டி விளம்பரங்கள் - துண்டுப்பிரசுரங்கள் வாயிலாகவும் வெளியிட்டிருந்தபடி குறிப்பிட்ட நாள்காலை 8 மணிக்கு திருச்சி நகரில் சமூகச் சீர்திருத்த மகாநாடு ஆரம்பமாயிற்று. மகாநாடு நடைபெறும் மண்டபம் வெகு அழகாக அலங்கரிக்கப்பட்டிருந்தது. ஆங்காங்கு சமூகச் சீர்திருத்த சம்பந்தமான நீதி வாக்கியங்கள் தாங்கிய அட்டைகள் மண்டபத்தை அணிசெய்து கொண்டிருந்தன. ஆண்களும் பெண்களும் திரள்திரளாக மகாநாடு நடைபெறும் மண்டபத்தை நோக்கி வந்த வண்ணமாயிருந்தனர். முக்கிய பிரமுகர்களுக்குரிய மேடையில் சொர்ணபுரி ஜமீன்தார், தர்மபுரி ஜமீன்தார் உள்ளூர் பிரமுகர்கள், உத்தியோகஸ் தர்கள் முதலியோர் வீற்றிருந்தனர். பெண்களுக்குரிய இடத்தில் சுமார் நூறு பெண்மணிகளுக்குமேல் உட்கார்ந்திருந்தனர். ஞானசுந்தரியுடன் குணபூஷணி சிவராமன் வகையரா மேடைக்கு வந்தபோது எல்லாரும் கரகோஷம் செய்து வரவேற்றது குறிப்பிடத்தக்கதாகும். கமலாபுரம் காந்தா சகோதரிகள் மகாநாட்டுக்கு வரவேண்டும் என்று மாமாவும் சோமசேகரனும் இரண்டு மூன்று தடவை சொல்லி அனுப்பியும் அவர்கள் எக்காரணத்தாலோ முதலில் வரவிரும்பவில்லை பிறகு மாமா நேரில் சென்று ஏதேதோ சமாதானம் கூறி அழைத்துக் கொண்டு வந்து உட்கார வைத்திருந்தார்.

மகாநாடு ஆரம்பமாயிற்று. முதலில் சமூகச் சீர்திருத்தப் பாடல்களை இரண்டு பெண்மணிகள்

பாடினர். மகாநாட்டிற்கு தலைமை வகிக்க வேண்டும் என்று ஞானசுந்தரி குணபூஷணியின் பெயரைப் பிரரேபித்தாள். இச்சமயத்தில் குணபூஷணியைப் பற்றி இவ்வாறு கூறினாள்.

சகோதரி சகோதரர்களே! பெரியோர்களே! இங்கே இன்று தலைமை வகிக்கப்போகும் குணபூஷணியாரைப் பற்றி உங்களில் அநேகம் பேர் அறிந்திருப்பார்கள் என்றே நம்புகிறேன். துன்பக்கடலுள் ஆழ்ந்து கண்ணீர் சொரியும் பெண்ணுலகத்தைக் கரையேற்ற அவதரித்தவர் இச்சகோதரியார் என்பது மிகையாகாது. பலமான எதிர்ப்புக்குக்கிடையே இந்த அம்மையார் பெண் விடுதலையின் பொருட்டு ஆற்றிவரும் தொண்டு பெரிதும் போற்றத்தக்கதாகும். இந்த அம்மையார் சாஸ்திரங்களால் புகழப்படுவதும் மக்களால் இகழப்படுவதுமான தேவதாசி வகுப்பைச் சேர்ந்தவர் என்று நான் வெளிப்படையாச் சொல்லுவதற்கு எல்லாரும் மன்னிக்க வேண்டும். தம் குல இழிவையும், அக்குலப் பெண்கள் தாங்கள் கெடுவதோடு மற்ற ஆண்களையும் கெடுத்துப் பெண் சமூகத்திற்கே தீராத் துயரங்களை உண்டாக்கும் உண்மைகளையும் உணர்ந்தார். எவ்விதமேனும் அக் கூட்டத்தை ஒழித்து விட வேண்டும் என்று கங்கணம் கட்டிக்கொண்டிருக்கிறார். சேற்றில் தாமரைபோல் இழிவுக் களஞ்சியமாய் இருக்கும் சாதியில் தோன்றி சாதித்தொழிலைத் தகர்த்து, விபசார சின்னமாய் விளங்கும் கடவுள் தாலியாகிய பொட்டை அறுத்து எறிந்து விட்டுக் கலப்புமண முறையில் ஒரே புருஷரைத் தம் உயிர்த்துணைவராக வரித்து உன்னத வாழ்க்கை நடத்தி வருகிறார். இவர்தான் இந்த அம்மையாரின் உயிர்க்காதலார். (சிவராமனைச் சுட்டிக் காட்டல்) தாசிகளின் மோச நாசங்களால் அலறும் பெண்ணுலகின் துயரங்களைப் போக்கச் சீர்திருத்த ஊழியமே ஓர் உருவாயமைந்த - தமது வாழ்நாளை இந்தத் தொண்டிற்கே அர்ப்பணம் செய்துவிட்ட அம்மையாரின்

அருமை பெருமைகளை வருணிக்கும் ஆற்றல் எனக் கில்லை. புருஷன்மாரைத் தாசிகளுக்குப் பறிகொடுத்து - உயிரோடு அவர்களை இழந்து - உலகில் நடைப் பிணங்களாய் உலவும் உத்தமிகளின் கண்ணீரைத் துடைக்கும் புனிதப் பணியை மேற்கொண்ட குண பூஷணம் இந்தக் குணபூஷணி ஆவார். எனவே இத்தகைய உத்தமியார் நம் மகாநாட்டில் தலைமை வகிக்க வேண்டு மென்று அவரைப் பணிவுடன் கேட்டுக்கொள்ளுகிறேன்". இந்தப் பிரேரேபணை பிரமுகர்களால் ஆமோதித்து ஆதரிக்கப்பட்டபின் குணபூஷணி தலைமை வகித்தார். பின்னர் மாமா வரவேற்புப் பிரசங்கம் செய்யத் தொடங்கினார்.

"அன்பார்ந்த சகோதரிகளே! சகோதரர்களே! ஜமீன்தார் அவர்களே! நான் இங்கு எடுத்துச் சொல்லப் போகும் விஷயங்களைச் சிறப்பாக இங்கு அமர்ந் திருக்கும் சிலர் முன்னிலையில் நேற்றே தெரிவிக்க வேண்டியவனாய் இருந்தாலும் குறிப்பாக இரண்டு ஜமீன்தார்களை வைத்துக் கொண்டு சொல்லவேண்டு மென்ற ஆசையால் இன்று சொல்லப்போகிறேன். நான் சொல்லும் விஷயங்களில் சில மற்றவர்கட்கு வருத்தத்தை உண்டாக்கலாம். நானும் வீண் வேலையில் ஈடுபட்டேன் என்று நினைக்கலாம். எனினும் நான் செய்த பூரா வேலையையும் சொல்லாமலிருப்பது மனச்சாட்சிக்கு விரோதமாகும் என்ற எண்ணத்துடன் தெரிவிக்கிறேன்.

என் தகப்பனார் மிக்க தனவந்தர். அவருக்கு நான் ஏக புத்திரன்; ஏகபுத்திர வாஞ்சையால் என் இஷ்டம்போல் கடந்து வளர்ந்து வந்தார். என் பேர் நடராஜன். ஆனால் எனக்கு அந்தப் பேர் வழங்குவதே கிடையாது. எனக்கு மைனர் என்ற பேர் உலகமெல்லாம் வியாபித்துவிட்டது. இப்பேர் வியாபித்ததற்குப் காரணம் நான் தாசி வீடே கதியாகச் சுற்றி லட்சக்கணக்கான பொருளை வீண்செலவு செய்ததேயாகும். எனக்குச் சம்சாரம் ஒருத்தி இருப்பதாக

கனவில் கூட நினைக்காத - அவ்வளவு மேதாவியாக இருந்த காலம் ஒன்று உண்டு, என் நிலை இப்போது இப்படியும் ஏற்படுமா என்று அந்த காலத்தில் நான் நினைக்கவே இல்லை. அந்தக் காலத்திய எனது எண்ணம் எல்லாவற்றையும் தாசிகட்கு அர்ப்பணம் செய்து அவர்கள் ஆனந்தத்தில் மூழ்குவதேயாகும். அந்த மகத்தான கைங்கரியம் புரிந்து மைனர் என்ற யோக்கியமான பட்டத்தைப் பெற்ற எனக்கு உலகத்திற்கே ஒரு நன்மையைப் பயக்கக்கூடிய ஒப்பற்ற ஒரு உணர்ச்சி திடீர் என்று தோன்றியதற்கு முக்கிய காரணம் இதோ இன்று இம் மாகாநாட்டில் தலைமை வகித்திருக்கும் குணபூஷணி அம்மையாரே ஆவார் என்பதைச் சந்தோஷத்துடன் தெரிவித்துக் கொள்கிறேன். நான் லட்ச லட்சமாய் தட்சணைவைத்து தாசிகள் மனம் சாந்தி அடைந்ததால் மோட்சலோகம் தித்திக்கு மென்று நினைத்திருந்த காலத்தில் ஒருநாள் சென்னை செல்ல முதல் வகுப்பு வண்டியில் பிரயாணம் செய்து கொண்டிருந்தேன். எனது வண்டியில் இதோ இருக்கும் காந்தா கானவதி இவர்களும் இடையில் வந்து சென்னை செல்வதற்கு என் வண்டியில் ஏறினார்கள். இவர்களை நான் கண்டதும் அதுசமயம் என்ன நினைத்திருப்பேன் என்பதை நான் விவரிக்க வேண்டுவதில்லை எனது மனோநிலையை உணர்ந்து கொண்ட இந்த அம்மையார்கள் என்னை ஒ சோணகிரி என்று முடிவு செய்துவிட்டார்கள். (சிரிப்பு) அவர்கள் சொல்லியபடி நானும் ஆடினேன். முடிவாக என் கையில் கட்டியிருந்த ரூ. 300 பெறுமானமுள்ள கடிகாரத்தை வேண்டாவெறுப்பாகப் பறித்துக்கொண்டு அவர்களோடு அழைத்துப் போகாததற்குத் தாயாரைப் காட்டிவிட்டுப் போனதுமல்லாமல் அவர்கள் இருப்பிடத்தின் விலாசத்தையும் மாற்றிக் கொடுத்தும் போய்விட்டார்கள். அன்பர்களே! இன்னும் கேளுங்கள்! இவர்கள் இப்படி செய்ததற்கு என்னிடத்தில் வேறு வழியில்லையென்று அறிந்து விடுத்தனர் என்று பிறகு தெரிந்தேன். ஆனால்

அந்தச் சமயத்தில் இதை யறியாதவனாதலால் விலாசத்தை மாற்றிக்கொடுத்தது என்பேரில் அன்புமிகுதியால் என்சாமர்த்தியத்தை யறியப் பரிசீலனை செய்ய வேண்டி இவ்வாறு செய்திருப்பதாய் நினைத்தேனே யல்லாது வித்தியாசமாய் நினைக்கவில்லை. இவர்கள் பேச்சிலும் நடவடிக்கைகளிலும் காட்டிக்கொண்ட உத்தம குணங்களை நினைத்து மகிழ்ந்து வாஞ்சையுடன் இருந்த என் முட்டாள்தனத்தை விளக்க வேறு உதாரணம் வேண்டுமா? என்னமோ என் நல்ல காலவசத்தால் குணபூஷணி அம்மையார் வீட்டையடைந்தேன். ஆரம் பத்தில் குணபூஷணி அம்மையாரின் உபதேசத்தை எனது குறுகிய மனம் ஒருவாறு நினைத்தாலும் இறுதியில் என்னைச் சூழ்ந்து இறுக்கிப் பிடித்திருந்த மூடத் தனமெல்லாம் தட்டிவிட்ட குட்டிசுவர் மாதிரி புலபுலவென்று உதிர்ந்து விட்டது. அந்த நிமிஷமே மகா பரிசுத்தனாகி விட்டதாகவும் எனக்கே புலப்பட்டது. நம்மை ஏமாற்றியது போல்தானே பிறரையும் இப்பெண்கள் ஏமாற்றுவார்கள்? இந்த ஏமாற்றும் கூட்டத்தை ஒழித்து விடுவதேமேல் என்ற முடிவுக்கு வந்தேன். குணபூஷணியம்மையாரிடத்தில் விடை பெற்றுக் கொண்டு நேரே என் வீட்டிற்கு வந்தேன். இங்கு என் தாயாருக்கும் என் சம்சாரத்திற்கும் மாமி மருமகள் போராட்டம் சொல்லிமுடியாது. "மகன் செத்தாலும் சாகட்டும் மருமகள் கொட்டம் அடங்கட்டு" மென்பது போல் நான் தாசி வீட்டிற்குப் போன மகா பெருமையைச் சொல்லிப் போர் தொடங்கிக்கொண்டிருந்தாள் என் தாயார். இந்த நிலையைக் கண்டதும் குடும்பப் பிள்ளைகள் கெடுவதற்குத் தாய் தகப்பன்மார்தான் காரணமென்பதை உணர்ந்ததோடு அதையும் களைந்துவிட வேண்டுமென்று உறுதி செய்தேன். அதிலிருந்து குடும்ப முறைகளை உணர்ந்து நடந்து வந்தாலும் கைக்கடியாரத்தைப் பறித்துக்கொண்ட காந்தா கானவதிகளை மறக்க முடியவில்லை. அவர்களுக்குத் தக்க புத்தி கற்பித்து

அதன்மூலம் உலகத்திற்கே ஒரு சேமத்தை தேடும் சந்தர்ப்பத்தை எதிர் நோக்கிக் கொண்டிருந்தேன்; இதோ இருக்கும் ஜமீன் புதல்வரான சோமசேகரருடைய திருமணத்தைக் குறிப்பிட்ட அழைப்புக் கிடைத்தது. நான் திருமணத்திற்குச் சென்றிருந்தேன். அத்திருமணத்தில் காந்தா கானவதி கச்சேரி செய்ததையும் இவர்கள் மாய்கையில் சோமசேகரனார் வீழ்ந்து தத்தளிப்பதையும் உணர்ந்தேன்; மணமகனான சோமசேகரர் என்னை இன்னாரென்று விசாரித்துக் காந்தா வகையராவைத் தமக்குச் சாசுவதமாய்ச் செய்துகொள்ளுவதற்கு என் உதவியை நாடினார். என்னால் முடியாது மாமாவை வரச்சொல்கிறேன் என்று சொல்லி நானே மாமாவாக நடித்துக் காந்தா வீட்டிற்கு அழைத்துப் போனேன். (ஆச்சரியமும் கரகோஷமும்) இந்தப் பெண்மணிகள் இவரை ஒன்றுமே கேட்கவில்லை. இருந்தாலும் இவராகவே வேண்டியவைகளுக்குமேல் வாங்கிக் கொடுக்கும்படியான சாதுரிய வேலைகளைச் செய்துவந்தார்கள். 2, 3 லட்சம் நகைகளை வாங்கிப் போட்டதும் பெரிய ஜமீன்தார் இவருக்குக் கடன் கொடுக்க கூடாதென்று விளம்பரம் செய்துவிட்டார். (ஓஹோ?) இதைக் கண்ட இந்தப் பாவிகள் ரகசியமாய் ஒரு கார்காத்த பிள்ளையைக் கெடுத்தார்கள். நான் சென்னைக்குப் போகும்போது கடிகாரத்தைப் பறித்துக் கொண்டு விலாசத்தை மாற்றிக் கொடுத்த இவர்கள் நான் மாமாவாகப் போனதும் எனக்கு நடத்திய உபசாரங்களை இங்கு விவரிக்க முடியாதவனாயிருக்கிறேன். (பலத்த சிரிப்பு) லட்சக்கணக்காய் கொடுத்த ஜமீன்தாரை ஏனென்று கேட்பாரில்லை. (மீண்டும் சிரிப்பு) பாவம் அவர் மாடிக்குக் காவலாய் இருந்தார். இவர்கள் வீட்டில் பல விஷயங்களைத் தெரிந்துகொண்டு சோமசேகரை வெளிப்படுத்தும் பொருட்டு ஞானசுந்தரியம்மையார் ஒரு பிரபல ஜமீன்தாராய் மாறுவேடம் தரிக்கச் சொல்லி இந்த அம்மைகள் வீட்டிற்கு அழைத்துப்போய் விடுத்தேன். இவரைக் கண்டதும் காந்தா கோஷ்டியார் சோமசேகரரை

வெளிப்படுத்தும் விஷயத்தில் பூராவும் கருத்தைச் செலுத்தினார்கள். உடனே இவர் கணையாழியைப் பறிக்கச் செய்து இவரையழைத்துத் தருமபுரி ஜமீன்தாரவர்களிடம் ஒப்படைத்துப் பிறகு கமலாபுரம் சென்றேன். ஞானசுந்தரி ஜமீன்தாராக நடித்த காலத்திலும் மற்ற சமயங்களிலும் இவர்கட்கு மாந்திரிகம் வசியம், ஜோதிடம் இவைகளில் பூரண நம்பிக்கை இருப்பதைத் தெரிந்து கொண்டேன். பிறகு நானும் ஞானசுந்தரியவர்களும் திருச்சிக்கு வந்துவிட்டோம். அவர்களை இங்கே தாமதிக்கச் செய்து இளைய ஜமீன்தாரான சோமசேகரரது நிலையையும் இவர் காந்தா வகையராவிடம் என்ன நோக்கத்தோடிருக்கிறார் என்ற நிலையையும் அறியும் பொருட்டுப் பல இடங்களில் தேடி ஒரு மரத்தடியில் சந்தித்தேன். என்னைக் கண்டதும் சாகும் தறுவாயில் இருந்த சோமசேகரர் திடீரென்று எழுந்து காந்தா சௌக்கியமா என்றார். தாசிப் பைத்தியம் பிடித்தவர்களைத் திருத்த முடியாதென்று நான் உணர்ந்தவனாதலால் இவர் நிலையைப் பற்றி ஆச்சரியப்படவில்லை. இவருக்குப் பிடித்திருக்கும் இப்பெரும் பைத்தியத்திலிருந்து பூரண விடுதலை செய்துதான் சமஸ்தானத்திற்கு அனுப்ப வேண்டுமென்று நானும் ஜமீன்தாரணியும் முடிவு செய்தோம். ஞானசுந்தரியாரைத் தாசி காந்தாவைப்போல் நடிக்கச் சொல்லி இவருக்கு ஒருமனச் சாந்திக்கு ஏற்பாடு செய்தேன். பிரபல மாந்திரீக வாதியாய்க் காந்தா வீட்டிற்குச் சென்று ஞானசுந்தரியான புதிய ஜமீன்தாரை வசியம் செய்வதாய் ஒரு மண்டலம் பூஜை செய்தேன். இது ஞானசுந்தரியாருக்கும் தெரியாது. பூஜை வெகுமும்மரமாய் நடைபெற்றது. நான் கேட்டவைகளையெல்லாம் உடனே கொடுத்துவந்தார்கள். எனது மாந்திரீகத்தில் அவர்கள் நம்பிக்கை வைக்க நான் செய்த சூழ்ச்சிகள் பலவாகும். ஜமீன்தாரிடமிருந்து கடிதம் வரசெய்தேன் - பணம் வரச்செய்தேன் - இவையெல்லாம் நானே செய்த வேலைகள். (சிரிப்பும் கரகோஷமும்) ஒரு வேடிக்கை

கேளுங்கள்! பூஜை செய்யுமிடம் ஒரு இருட்டறை. ஒருநாள் ரகசியமாய் ஒரு ஆமையைப் பிடித்துக் கொண்டு வந்து பலகையை அதன் முதுகில் வைத்தேன். அது நகர்ந்தது. கர்ப்பூரங்கொளுத்தி வெளிச்சம் காட்டினேன் - அது நின்று விட்டது. இவ்வற்புதத்தைக்கண்ட காந்தா கோஷ்டிக்கு அம்மன் பகவதியே தத்ரூபமாய்வந்து காட்சி அளிப்பதாயும் வேண்டிய வரங்களைத் தருவதாயும் நம்பிவிட்டார்கள். இந்த மாதிரி எல்லாம் செய்து இரண்டு லட்ச ரூபாய் பெறுமான ரத்தின கண்டிகையையும் வேறு நகைகளையும் சரிப்படுத்திக் கொண்டேன். இதோ அந்த நகைகள்! (கையில் எடுத்துக் காட்டல். இச்சமயத்தில் போகசிந்தாமணி மூர்ச்சையானாள் என்பதை விவரிக்க வேண்டியதில்லை) ஏமாந்தவர்களின் நகைகளைக் கைப்பற்றினேன். ஆனால் என் கடிகாரம் மாத்திரம் அவர்களிடத்தில் தங்கிவிட்டது. (சிரிப்பு) அது எப்படியாவது தொலையட்டுமென்று வந்துவிட்டேன். பிரஸ்தாப நகைகளை நான் கைப்பற்றியது என் சுயநலத்திற்கன்று என்பதை ஞாபகப்படுத்திக் கொள்கிறேன். பிறகு இக்கூட்ட முன்னேற்றத்திற்காகவே கொடுக்கப்படும். காந்தா கூட்டத்தார் சர்வமும் இழந்து துர்ப்பாக்கிய நிலையில் இருக்கும்போது மீண்டும் மாமாவாக அங்குப் போனேன். இக்கதிக்கு ஆளாகி இருக்கும் இவர்கள் நான் ஏதாவது கிராக்கி கொண்டு வந்திருப்பதாய்க் கருதினார்கள். என்னே இவர்களின் நிலை. மீண்டும் பிரபலமாய்த் தொழில் நடத்தி இழந்த சொத்துக்களைச் சம்பாதிக்க வேண்டி கையில் இருந்த ரூபா 2000 என்னிடத்தில் வெளிப்பகட்டுக்காக இமிடேஷன் நகை வாங்கிவரும்படி கொடுத்தார்கள். இவர்கள் வீட்டில் நடந்த சம்பவங்களைப் போலீசில் தெரிவிக்கும்படி சொன்னேன். போலீசில் தெரிவித்தால் தங்கள் தொழிலுக்கு மதிப்புக் குன்றிவிடுமென்றார்கள். இக்கூட்டத்தார் எவ்வளவு அஸ்திவார பலமில்லாதவர்கள்

என்பதைத் தெரிந்து கொள்ளுங்கள். பிறரை ஏமாற்றவும், பொருள் தேடவும், பழகியிருக்கிறார்களே யல்லாது விரிவாக உலகப் போக்கை அறியாதவர்களாயிருக் கிறார்கள். ஆதலால், இவர்களின் முடிவு காலம் மோசமாய்ப் போவதில் ஆச்சரியம் ஒன்றுமில்லை. காந்தா கோஷ்டி கொடுத்த ரூ 2000மும் எடுத்துவந்துவிட்டேன். பிறகு, இந்நிகழ்ச்சியின் பொருட்டுக் கச்சேரிக்குச் சொல்லப் போகும்போது மாமா வேடத்துடன் போனேன். 2000 ரூ. வாங்கிப்போய் உடனே வந்து பதில் சொல்லாத வனாயிற்றே என்றாவது என்னை ஆராய்ச்சி செய்திருப் பார்களா? இல்லை. மேலும் நான்தான் ஞானசுந்தரி சோமசேரகன் மனைவி என்று சொல்லும் நிலைமைக்கும் வந்துவிட்டார்கள். ஆகவே அவர்களுக்குப் பொருள் கிடைக்கும் வழியைச் சொல்லிவிட்டால் அவர்களை எப்படி வேண்டுமானாலும் உபயோகப்படுத்திக் கொள்ளமென்று தெரிந்துகொண்டேன்.” (கரகோஷம்) இந்தப் பிரசங்கம் சபையில் பரபரப்பை அளித்தது. சிறிது நேரம் ஒரே ஆரவாரமாயிருந்தது. பிறகு குணபூஷணி தலைமைப் பிரசங்கம் செய்யத் தொடங்கினார். அதாவது:-

சகோதரி சகோதரர்களே! என்னைப் பொருட்படுத்தி இம்மகாநாட்டில் தலைமை வகிக்கச் சந்தர்ப்பமளித்த வரவேற்புக் கமிட்டியாருக்கு முதலில் என்னுடைய நன்றியறிதலையும் வணக்கத்தையும் தெரிவித்துக் கொள்ளுகிறேன். மிகவும் இழிவாகக் கருதப்படும் ஒரு சமூகத்தைச் சேர்ந்த என்னைக் கௌவரப்படுத்தியது அந்தச் சமூக முன்னேற்றத்தில் உங்களுக்குள்ள ஆர்வத்தை வெளிப்படுத்துகிறது. இந்தச் சமூகச் சீர்திருத்த மகாநாடு சிறப்பாகப் பெண்ணுலக விடுதலையில் கருத்தைச் செலுத்த வேண்டும் என்பது எனது நோக்கம். இந்த மகாநாட்டைக் கூட்டுவதற்கு மூலகாரணர்களான சகோதரர் நடராஜன் அவர்களும், இளைய ஜமீன்தாரணி ஞானசுந்தரியார் அவர்களும் தேவதாசி முறையை

ஒழிப்பதற்கு முக்கியக் குறிக்கோளாகக்கொண்டே இதைக் கூட்டியிருக்கின்றனர். சகோதரர் நடராஜர் வெளியிட்ட ரகசியங்களையும், மற்ற ஏற்பாடுகளையும் நான் முன்னரே உணர்வேன். அவர் அடிக்கடி சென்னைக்கு வந்து திருச்சியில் நடக்கும் காரியங்களைச் சொல்லுவார். எனது ஆலோசனைகளையும் கேட்பார். இளைய ஜமீன் தாரணியாரின் அறிவாற்றல்களையும் உத்தம குணங் களையும் சீர்திருத்த வேட்கையையும் அவர் மூலம் அறிந்திருந்தேன். இன்று நேரில் காணும் பாக்கியம் கிடைத்தது. சகோதரர் நடராஜன் அவர்களின் சக்தி சாமர்த்தியங்களை வருணிக்க நான் அருகள் அல்லள். மகா புத்திமான். உண்மை உள்ளம் படைத்தவர். எடுத்த காரியத்தைச் சாதிப்பதில் பிடிவாதம் உடையவர். இவர் இதுகாறும் செய்து வந்திருக்கும் வேலைகளே இதற்குத் தக்க சான்றாக விளங்குகின்றன. அவர் மாமா வேஷம் போடவும் எப்படி எங்குக் கற்றுக்கொண்டார் என்று தெரியவில்லை. சினிமாப்படம் எடுப்பவர்கள் இவரைக் கண்டால் விடமாட்டார்கள். (பலத்த சிரிப்பும் கரகோஷமும்) இப்பொழுது அவர் நிஜரூபத்தில் சீர்திருத்தச் சிங்கமாக விளங்குவதை நீங்களே பார்க்கிறீர்கள். சாஸ்திரங்களின் பேராலும் சமயங்களின் பேராலும் தெய்வங்களின் பேராலும் இந்நாட்டுப் பெண்மணிகள் மிருகங்களிலும் கேவலமாக இழிவு படுத்தப் பட்டிருக்கின்றனர் என்பதை நீங்கள் எல்லாரும் நன்கு அறிவீர்கள். விபசாரத்திற்குத் தெய்வத்தன்மையும் தெய்வ சம்மதமும் கற்பிக்கும் நாடு இந்தியாவைத் தவிர உலகில் வேறு எதுவும் இல்லை. ஒரு குறிப்பிட்ட பெண் சமூகத்தை விபசாரத்திற்குத் தயார் செய்து வைத்திருப்பது இந்நாட்டு ஆண் சமூகத்தின் மிருக இச்சைக்குத் தக்க சான்றாக இருக்கிறது. பகுத்தறிவும் நாகரிகமும் வளர்ந்து கொண்டிருப்பதாகச் சொல்லப்படும் இந்த இருபதாம் நூற்றாண்டிலும் தேவதாசி முறையை ஒழிப்பது சாஸ்திர விரோதம் - சட்ட விரோதம் - கலை விரோதம் என்று

கூக்குரல் கிளப்பும் சாஸ்திரிகளும் தலைவர்களும் இருப்பது மானக்கேடாகும். (வெட்கம் வெட்கம்) தேவதாசி முறைக்கு அடிப்படையாயிருக்கும் கடவுள் - மதம் - ஸ்மிருதி - ஆகமம் - புராணம் ஆகியவைகளை முதலில் ஒழிக்க வேண்டும், (சபாஷ்) இவைகளை ஒழித்துவிட்டால் தேவதாசிக் கூட்டம் இருப்பதற்கே நியாயமிருக்காது. தாசிகள் விபசாரம் செய்து உலகத்தைக் கெடுத்து உத்தமப்பெண்களைக் கண்ணீர் சொரியும்படி செய்வதற்கு மேலே சொல்லியவைகளே ஆதாரம் என்பது என் தாழ்மையான அபிப்பிராயம். ஆகவே தாசிப் பெண்களைக் குற்றம் சொல்வதற்கு மில்லை. அவர்கள் செய்யும் தொழில் நியாயமென்று அவர்கள் மனதுக்குப்படி இருப்பவை மேலே சொல்லியவைகள் அல்ல என்று தங்களால் மறுக்க முடியாது. இப்போது விபசார சீர்திருத்த சட்டம் செய்து விபசாரிகளை விரட்டியதாய் வீரம் பேசினாலும் இக்கூட்டத்தார் எதைக் காட்டி வசிக் கிறார்கள்? கடவுளுக்குப் பணிப் பெண்களென்றும் சிவபக்தர்கள் என்றும் பரம்பரைத் தாசிகள் என்றும் இக்காரணங்களைக் காட்டி விபசாரம் செய்வதைத் தாங்கள் அறியவில்லையா? ஆதலால் இவைகளை வைத்துக்கொண்டு தாசிகளைச் சீர்திருத்தம் செய்வ தென்றும் விபசாரத்தை ஒழிப்பதென்றும் சொல்வ தெல்லாம் வீண்கனவேயாகும். இன்னுமொன்று தங்களுக்கு ஞாபகமூட்டுகிறேன். சட்ட அமலால் விபசாரிகளை விரட்டியதும் மற்ற விபசாரிகளான தாசிகளின் வருவாய் அளவுக்கு மிஞ்சியதாகிவிட்டது. அரசாங்கச் சட்டம் இவர்களுக்குச் சலுகை காட்ட வேண்டியதற்குக் காரணம் இந்த மதம் கடவுள் பிராமணம் அல்லவா? ஆதலால்தான் இவைகளை ஒழித்துவிட வேண்டுமென்றேன். இச்சமயத்தில் தாசிப் பெண்களுக்குச் சில வார்த்தைகள் சொல்ல விரும்புகிறேன். இக்காலத்தில் உங்களுக்கு இழிவு வேண்டுமா, புகழ்வேண்டுமா? புகழ் வேண்டுமானால் இன்றே இந்த விபசாரத் தொழிலை வெறுத்துத்

தள்ளுங்கள். இகழ்ச்சி வேண்டுமானால் ஊருக்கொரு நாள் குடிசை போடுங்கள். இழிவாய்த் தேடி நீங்கள் அடையும் பலன்தான் யாது? நோய்க்கிரையாகித் தவிக்க நேருகிறதே யல்லாது வேறு எந்தச் சுகத்தை அடைந்தீர்கள்? முன்னே இத்தொழில் செய்து லட்சக்கணக்காய்த் தேடியவர்கள் கதி இன்று எந்நிலையில் இருக்கிறது? உலகத்தில் உள்ள பெண்கள் ஒரு புருஷனுடனிருந்து இன்ப வாழ்க்கை நடத்தவில்லையா? உங்களுக்கேன் இந்தக் கஷ்டம்? இனி என்ன செய்வதென்று கவலைப்படாதீர்கள்! கெட்ட எண்ணத்தையும் பேராசையையும் விடுத்து ஒருவரை விரும்புவீர்களேயானால் இன்றும் கஷ்டமில்லா ஜீவனம் செய்வதுடன் புகழையும் பெறலாம். உலகம் மாறுதல் அடைந்து வருகிறது. இனி உங்கள் தந்திரம் பலிக்காது. ஏமாந்துவிடாதீர்கள். இன்றே எதிர்கால உலகத்தில் சேர்ந்துகொள்ளுங்கள். இங்கே வீற்றிருக்கும் பிரபல ஸ்தரிகளுக்கும் ஜமீன்தார்களுக்கும் ஒரு வேண்டுகோள். தேவதாசி முறையை ஒழிக்கச் சில யோசனைகள் கூறலாமென நினைக்கிறேன். தேவதாசிப் பெண்கள் சாதியில் விவாகமாகாத பெண்களே இருக்கக்கூடாது. விவாகமாகாமல் இருந்தால் குறிப்பிட்ட பெண் வீட்டின் பெரியவர்களைக் கடுமையான தண்டனைக்குக்குட்படுத்த வேண்டும். ஏன் இதை முக்கியமாய்க் குறிப்பிட்டேன் என்றால் அந்த சாதியில் விவாகமான பெண்கள் நெறி தவறாமல் நடப்பார்கள். தங்கை, தமக்கை, பெற்ற பெண்கள் இவர்களைத் தாசித் தொழிலுக்கு விட்டு மனம் சகிக்கும் ஓர் ஆண் மகன் விவாகமான பெண்களுடைய நடத்தையில் விசேச கவனம் செலுத்துவான். இவ்விடத்திலும் சிலசூழ்ச்சிகள் நடைபெறும். அவைகளில் கவனம் செலுத்த வேண்டும். அதாவது விவாகம் நடந்து விட்டதாகச் சொல்லி விபசாரம் நடத்துவார்கள். இதற்கு உதவியாய் அநேகரிருப்பார்கள். இம்மறைமுகமான வேலையை ஆராய்வதென்றால் எந்த நிபுணர்களாலும் முடியாது. அந்தச் சாதியில் பிறந்தவர்களாயும், விபசாரத்

தொழிலை வெறுத்துச் சீர்திருத்த ஆவல் மேலிட்டவர்களாயும் இருக்கிற பல பெரியவர்களைப் பிரஸ்தாப வேலைக்கு சி-ஐ-டியாக நியமித்தால் மேலே குறிப்பிட்ட மறைமுகமான வேலை நிகழவே முடியாது. இவ்வேலைக்கு வரும் பெண்கள், சம்பளத்துக்குச் சேவகம் புரிபவர்களாயிருக்கக் கூடாது. இந்த சாதியின் இழிவைப் போக்க வேண்டுமென்று இருதய சுத்தியாய் நினைக்கும் பெண்மணிகளே இக்காரியத்தைப் பூர்த்திசெய்து வைக்கும்படி வல்லமையுடையவர்களாவார்கள். மற்றபடி எந்தப் போலீசை நியமித்தாலும் தாசிகளின் சூழ்ச்சிகளைக் கண்டுபிடிக்க முடியாது. அந்தச் சாதி ஆண்களுக்கும், பெண்களுக்கும், கட்டாயக் கல்வி அமுலுக்கு கொண்டுவர வேண்டும். இவர்களில் ஆண்களுக்கு அந்த சாதித் தொழில் இருக்கக் கூடாது. வியாபாரமுறையான தொழில் இருக்க வேண்டும். காரணம் அத்தொழில் உடையவர்கள் தாசித் தொழிலை இழிவாய் நினைப்பதே இல்லை. வெற்றிலைக் கடை வைத்து வியாபாரம் செய்பவன் இத்தொழிலை வெறுக்கிறான். ஆதலால், இத்தொழிலை வெறுத்த ஆண்கள், அவரவர்கள் வீட்டில் இருப்பவர்களைத் திருத்தி விடுவார்கள். ஆரம்ப வேலையாக இவைகளை நடத்தினால் இதர வேலைகளைப் பிறகு பார்த்துக்கொள்ளலாம். இப்போதிருக்கும் அரசாங்கத்தில் 1888ஆம் வருடத்தில் செய்யப்பட்ட தேவதாசிகள் சீர்திருத்த சட்டத்தில் மைனர் பெண்களைப் பொட்டுக் கட்டக்கூடாது. 18 வயதிற்குமேல் அந்தப் பெண்ணின் அபிப்பிராயத்தைக் கேட்டுப் பொட்டுக் கட்ட வேண்டுமென்று விதியிருக்கிறது. 18 வயது வரையில் விபசாரத்திற்குத் தயார் செய்யும் தாய்க் கிழவியிடத்தில் பழக்கப்பட்ட பெண்ணின் சம்மதம் எப்படியிருக்குமென்பதை விவரிக்க வேண்டுமா? இது ஒரு சட்டமா? அந்தச் சட்டத்தையாவது இச்சமூகம் பொருட்படுத்துகிறதாவென்றால், இல்லை இல்லை. 5-6-7-8 வயதிலேயே கோவில் குருக்களுக்கு லஞ்சம் கொடுத்துப் பஞ்சாயத்தார் தயவில்லாவிட்டாலும் பூமாலையில் பொட்டை வைத்து

சாதி சம்பிரதாயப்படி திருட்டுத்தனமாய்ப் பொட்டுக் கட்டிவிடுகிறார்கள். 18 வயதான பிறகு சர்க்காருக்குத் தெரிவித்தும் தெரிவிக்காமலும் தொழில் நடத்த ஆரம்பித்துவிடுகிறார்கள். ஆதலால் சட்டத்தால் பிரயோஜனமில்லை. இந்த அரசாங்கத்தில் சட்டம் பாசாகி விட்டதே தவிர கர்ப்பத்தைப் பற்றி விசாரிப்பவர்கள் யார் இருக்கிறார்கள்? 18 வயதுக்குள்ளேயே கர்ப்பம் உண்டாவதைக் காண்கிறோம். கோவிலுக்கு வரக்கூடாது - பொட்டுக் கட்டக்கூடாதென்றால் என்ன செய்வார்கள் தெரியுமா? தங்கள் வீட்டில் மஞ்சட் பிள்ளையார் வைத்து அதன் பேரால் பொட்டுக்கட்டி தொழில் செய்ய ஆரம்பித்துவிடுவார்கள். இவைகளுக்குச் சாதி சட்டமிருக்கிறது. கோவிலில் கட்டினாலும் செலவு அதிகம். இதனால் அவர்களுக்கு நன்மையே. கோவில் என்பது கட்டிக்காட்டவே யல்லாது இதனால் விபசாரம் நிற்காது.

அந்த சாதிப் பெண்களைத் தாயைவிட்டுப் பிரித்து நம் வசத்தில் வைத்துச் சீர்திருத்தம் செய்யக் கூடாதா? என்று சிலர் கேட்கலாம்; அப்படிச் செய்வதும் பிரயோசன மில்லை. ஆண்களுடைய பெண்களை இத்தொழிலுக்குத் தயார் செய்துவிடுவார்கள். பிரித்தால் இருவர் பெண் களையும் பிரிக்க வேண்டும். அது முடியாத காரியம்.

தாசிப் பெண்கள், வாரத்துக்கொருமுறை ஆஸ்பத்திரிக்குப் போய் டாக்டர் பரிசீலனைக் கீழ் இருக்கும்படி செய்தால் நாணமடைந்து இத்தொழிலை நிறுத்திவிட மாட்டார்களா? என்று சிலர் கேட்கின்றனர். இவ்வித திட்டத்தில் அவர்கள் சந்தோஷமடைவார்கள். தங்களிடத்தில் வரும் புருஷரிடத்தில், ஆஸ்பத்திரிக்குப் போகும் விசயங்களைச் சொல்லுவார்கள். தங்களுக்கு எவ்வித பிணியுமில்லை என்று ருஜூப்பித்துச் சொல் வார்கள். இந்தச் சாதிக்கு இன்றிருக்கும் இழிவைவிட ஆஸ்பத்திரிக்குப் போய்வருவதால் ஏற்படும் இழிவுக்கா

நாணமடையப் போகிறார்கள்? டாக்டர் முத்துலட்சுமி யம்மையார் கொண்டுவந்த மசோதாவை எதிர்த்தார்கள். இக்கூட்டம் இல்லாவிட்டால் காமுகர்கள் இதர பெண்களைக் கெடுத்துவிடுவார்களாம். என்னே இவர்கள் யோசனை? கற்ப கோடிக் காலமாய் இந்த விபசாரிகள் கடவுளின் பேரால் இருக்கும்போது இதர விபசாரிகளுக்குச் சட்டம் வருவானேன் என்று கேட்டால் என்ன சொல்வார்கள். இவ்வித மனப்பான்மை கொண்ட பிரதிநிதிகள் போட்ட சட்டம் என்ன செய்யும்? மதத்தின் பேராலும் நடத்தப்படும் விபசாரத்தால் விளையும் மகத்தான தீமைகள் கண் முன்னே தெரிந்தும் அதற்குத் தக்க கடுமையான சட்டம் செய்யாமல் இப்போதிருக்கும் அர்த்தமில்லாச் சட்டத்தால் என்ன பலன் ஏற்படப் போகிறது? இவ்வித சட்டம் ஏற்படுத்தும் பிரதிநிதிகள் இருக்கும் வரையில், தாசிகள் கூட்டம் பயப்பட போவதில்லை. ஆதலால் இவ்வித சட்டம் நமக்கு வேண்டாம். அனுபோகத்தின் கீழ் செய்வதுதான் உசிதம். (கரகோஷம்)

தலைவருக்கும் மற்றவர்களுக்கும் வந்தனோபசாரம் கூறுமுகத்தான் ஞானசுந்தரி பேசியதாவது:- நான் தங்கள் முன்னிலையில் பேச அச்சப்பட்டவளாயிருந்தாலும் என்னுடைய மனம் பேசவேண்டுமென்று அவாக் கொள்கிறது. நான் செய்தவைகளில் பலருக்கு வருத்த மிருந்தாலும் மன்னித்துக் கொள்ளுங்கள். என் கணவர் நிலையைப் பற்றி இப்பொழுது நான் ஒன்றும் சொல்லப் போவதில்லை. அவர்கள் நினைத்திருந்த முடிவான சிந்தனை சக்தியிலிருந்து விடுதலை யடைந்துவிட்டதாய் இவ்விடத்தில் உள்ளவர்கள் சந்தோஷிப்பார்கள். எல்லா விஷயங்களையும் எனது சகோதரர் சொல்லிவிட்டதால் அதைப்பற்றி நான் ஒன்றும் சொல்லப்போவதில்லை. இருந்தாலும் நானறிந்தவைகளைக் கொஞ்சம் தெரிவிக் கலாமென்று நினைக்கிறேன். முன்னிலையிலிருக்கும்

காந்தா கானவதியாகிய இரு சகோதரிகளும் தாங்கள் செய்யும் தொழில் சாதிப் பழக்கமென்று நினைத்துச் சிறு பிராயமுதல் நடத்தப் பழகிவிட்டபடியால் தாங்கள் செய்யும் தொழிலை நியாயமாகக் கருதி செய்கின்றனர். இதற்காக அவர்கள் பேரில் குற்றம் சொல்லமுடியாது. நான் ஜமீனாகக் கொஞ்சநாள் அவர்களிடத்தில் பழகிப் பார்த்ததில் சொன்னதைச் சொல்லும் கிளிப்பிள்ளை போல் என்னிடத்தில் ஆடிவந்தர்களேயல்லாது ஒரு பெண்ணும் ஒரு ஆணும் இயற்கையாகப் பழகும் நிலை அவர்களிடத்தில் அறவே இல்லை. என்னுடைய கணவர் ஒரு ஜமீன்தார். பிரஜைகளை நல்ல முறையில் ஆளக் கடமைப் பட்டவர். அவருக்கு இயற்கையில் எவ்வளவு அறிவு இருக்கவேண்டும்? ஐயோ பரிதாபம்! என்ன சொல்ல? நான் தாசியாக நடித்தபோது நடந்தவைகளை உங்கள் முன்னிலையில் சொல்ல வெட்கப்படுகிறேன். வாயால் சொல்வதை விடுத்து அவர் எழுதிக்கொடுத்த வர்த்தமானத்தை உங்கள் முன்னியில் வாசிக்கிறேன். (வர்த்தமானத்தைப் படித்தல்) இந்த வர்த்தமானம் என்னை உண்மைத் தாசி காந்தாளென்று நினைத்து எழுதிக் கொடுத்ததேயல்லாது போலித்தனமாய் எழுதியதல்ல வென்பதை உங்களுக்குத் தெரிவிக்கிறேன். இவ்வர்த்த மானத்தை நேற்றுக் குணபூஷணியாரிடத்தில் காட்டினேன். தாசி வீட்டிற்குப் போகும் தனவந்தர்கள் நீட்டிய இடத்தில் கை எழுத்துப்போடுவது சர்வ சாதாரணமென்றார்கள். (சிரிப்பு) வருந்திப் பேசாதிருந்து விட்டேன். ஜமீன் தார்களின் நிலையே இவ்வாறிருந்தால் மற்றவர்களைப் பற்றிச் சொல்ல வேண்டுமோ? இத்தகைய ஜமீன்தார்கள், மிட்டாதார்கள், தனவந்தர்கள், இருக்கும் வரையில் அந்தக் கூட்டத்தார்கள் இருந்துதான் வருவார்கள். இவர்களுடைய புத்தி முந்தித் திருந்திவிட்டால் அந்தப் பெண்களைப் பற்றிய கவலை எனக்கில்லை. அவர்கள் நல்லறியுடையவர்கள். அவர்களுடைய அறிவை முன்னோர்கள் கெட்ட வழியில் திருப்பிவிட்டார்கள். நல்ல

வழியில் அவர்களைத் திருப்பிவிட்டால் அவர்களால் பெண் உலகம் எவ்வளவு தீங்கையடைந்ததோ அவ்வளவு மேன்மையடையும். நான் தாசி காந்தா வீட்டில் ஜமீன்தாராக நடித்த காலத்தில் என் கணவரை வெளியேற்றும் உபாயங்களை மாமா - இல்லை, இல்லை - சகோதரர் நடராஜனும் (சிரிப்பு) நானும் செய்தோம். அச்சமயத்தில் என் கணவரிடமிருந்த கணையாழியையும் பயமுறுத்தி வாங்கி வைத்துக்கொண்டேன். இதோ அந்தக் கணையாழி! (எடுத்தக் காட்டல்) சகோதரர் நடராஜன் தொண்டும் தியாகமும் வருணனைக்கு அடங்காதவை. அவர் கடைசிவரை என்னையும் ஏமாற்றிவிட்டார். நான் அவரைச் சீர்திருத்த ஆசையுள்ள ஒருபிராமணர் என்றே எண்ணிக்கொண்டிருந்தேன் (பலத்த சிரிப்பு) எனக்கு எல்லாவகையிலும் நம்பிக்கை பிறக்குமாறு நடந்து கொண்ட அவர் தமது சொந்த நிலைமையை மட்டும் வெளியிடாமலே சாதித்துவிட்டார் (சிரிப்பு) இங்கே நான் தங்கி இவ்வேலைகளைச் செய்ய அவர் எடுத்துக்கொண்ட கஷ்ட நஷ்டங்கள் அளவிலடங்கா. இங்கே எனக்கு உயிர்த்தோழியாய் அல்லும் பகலும் அகலாதிருந்து எல்லாவகையான உதவிகளையும் செய்த பெண்மணி சகோதரர் நடராஜனது வாழ்க்கைத் துணைவி என்பதை இப்பொழுது தான் அறிந்து கொண்டேன். அந்த அம்மையாருக்கும் கடைசிவரை உண்மையை வெளிப் படுத்தாமல் என்னை ஏமாற்றி விட்டார்கள். (சிரிப்பு) கைம்மாறு கருதாது இவ்வளவு தியாகங்களைச் செய்த நடராஜன் தம்பதிகளை எண்ணும்போது என் மனம் மகிழ்ச்சிக் கடலில் மூழ்குகிறது (கண்களில் ஆனந்தக் கண்ணீர் ததும்பல்) இதற்குமேல் என்னால் ஒன்றும் பேச முடியவில்லை. எல்லாருக்கும் வந்தனம் (கரகோஷம்).

கருணாகரனையும் காந்தா கோஷ்டியையும் சுட்டிச் சுட்டிச் சபையிலுள்ளவர்கள் ஏதேதோ பேசிக் கொண்டிருந்தார்கள். தருமபுரியார் சோமசேகரனைக்

கட்டித் தழுவி அழத்தொடங்கிவிட்டார். ஞானசுந்தரியின் மாமியாரும் தாயாரும் அவளைச் சூழந்துகொண்டு ஆனந்தக் கண்ணீர் சொரிந்தனர். மேடை மீதிருந்த சில பிரமுகர்கள் நடராஜனைச் சூழ்ந்துகொண்டு புகழுரைகளை வழங்கினர். குணபூஷணியும் சிவராமனும் எல்லாருக்கும் சமாதானம் கூறிச் சபையில் அமைதியை நிலைநாட்ட முயன்றனர். ஒரு சில பெண்களும் ஆண்களும் காந்தா கோஷ்டியைச் சூழ்ந்து வேடிக்கை பார்க்கத் தொடங்கினர். பாவம், அவர்கள் பாடு வெகு திண்டாட்டமாகி விட்டது.

குணபூஷணி மகாநாடு மீண்டும் 3 மணிக்கு ஆரம்பமாகும் என்று அறிவித்தவுடன் எல்லாரும் கலைந்து சென்றனர். ஜமீன்தார்களும் மற்றும் பல பிரமுகர்களும் சோமசேகரன் பங்களாவை அடைந்தனர். இரு ஜமீன்தார்களுக்கும் அவர்களுடைய தேவிமார்களுக்கும் ஏற்பட்ட மகிழ்ச்சிக்கு ஒரு எல்லை இல்லை. பகல் சாப்பாடு முடிந்தது. குணபூஷணியும் நடராஜனும் காந்தா கோஷ்டியை என்ன செய்வது என்பதைப்பற்றித் தனியாக ஆலோசனை செய்தனர். இச்சமயத்தில் ஞானசுந்தரியும் வந்து கலந்து கொண்டாள். மூவரும் காந்தா கோஷ்டியை வரவழைத்து அவர்களுடைய விருப்பத்தையும் நோக்கத்தையும் முதலில் அறிந்து கொள்ள வேண்டும் என்று முடிவு செய்தனர். உடனே ஒரு ஆளை அனுப்பி அவர்களை வரச்செய்தனர். போகசிந்தாமணி - காந்தா கானவதி ஆகிய மூவரும் மிகுந்த முகவாட்டத்துடனும் அடக்க ஒடுக்கத்துடனும் அங்கே வந்து சேர்ந்தனர். குணபூஷணி இச்சமயத்தில் சிவராமனையும் கருணா கரனையும் வருமாறு சொல்லியனுப்பினாள். அவர்களும் வந்து சேர்ந்தனர். கருணாகரன் காந்தா கோஷ்டியை ஏறெடுத்துப் பார்க்கவில்லை. போகசிந்தாமணி கோவென அழுதாள். காந்தா-கானவதியும் கண்ணீர் சொரிந்தனர். குணபூஷணியும் சிவராமனும் சமாதானம் கூறினர்.

இச்சமயத்தில் சொர்ணபுரி ஜமீன்தாரும் வந்து சேர்ந்தார். போகசிந்தாமணி காந்தா கானவதிகளின் நிலைமையை உணர்ந்து என்ன என்று கேட்டார். போகசிந்தாமணி ஜமீன்தார் காலில் விழுந்து நீங்கள்தான் எங்களைக் காப்பாற்ற வேண்டும் என்று முறையிட்டுக் கொண்டாள். ஜமீன்தார் மகாநாடு முடிந்தபிறகு எல்லாம் பேசிக் கொள்ளலாம் என்று தேறுதல் கூறினார். என்ன காரணத்தாலோ கருணாகரன் முகம் சோர்ந்து இருள் சூழ்ந்து கிடந்தது. பிறகு விஷயாலோசனைக் கமிட்டிக் கூடியது. அதில் கீழ்க்காணும் தீர்மானங்கள் ஏகமனதாக நிறைவேற்றப்பட்டன.

1. தெய்வங்களின் பேரால் பெண்களுக்குப் பொட்டுக் கட்டும் அர்த்தமற்ற மானக்கேடான வழக்கத்தை நிறுத்தித் தேவதாசி முறையை அடியோடு ஒழிக்க வேண்டும்.

2. இனிமேல் தேவதாசிப் பெண்கள் எல்லாருக்கும் கலியாணம் செய்ய வேண்டும். அச்சமூகத்தில் கலியாணமாகாத பெண்களே இருக்கக்கூடாது. சமூக முன்னேற்றங்கருதும் ஏனைய சமூக வாலிபர்கள் இச்சமூகப் பெண்களை மணக்க முன் வரவேண்டும்.

3. இப்போது கோவிலுக்குப் பொட்டுக்கட்டி விட்டிருக்கும் பெண்கள் கலப்பு மணம் செய்து கொள்ளல் நலம். மறுமணம் செய்துகொள்ள வேண்டிய நிலையிலுள்ள ஆண்கள் இவர்களையே கலியாணம் செய்துகொள்ள வேண்டும்.

4. தேவதாசி சமூகத்தில் பிறந்த ஆண் பெண்கள் எல்லாருக்கும் ஆரம்பக் கட்டாயக் கல்வியும் உயர்தரக் கல்வி வசதியும் ஏற்படுத்த வேண்டும்.

5. கலியாணம் - திருவிழா - விருந்து முதலிய வைபவங்களில் காம உணர்ச்சியை எழுப்புவதற்குக்

காரணமான சிங்கார பதங்களோடு கூடிய பரத நாட்டியம் முதலியவற்றிற்கு ஆதரவு அளிக்கக் கூடாது.

6. மேற்கண்ட தீர்மானங்களை நிறைவேற்றி வைக்க அடியிற்கண்ட சங்கம் நிறுவப்படுகிறது.

பெயர்:-

தேவதாசிகள் முன்னேற்றச் சங்கம்

சங்கத்தின் நிரந்தரத் தலைவர் - ஞானசுந்தரி
உபதலைவர் - சொர்ணபுரி ஜமீன்தார், நடராஜன்
காரியதரிசி - குணபுஷணி - சிவராமன்
பொக்கிஷதார் - தர்மபுரி ஜமீன்தார்

(தலைவருக்கு நிர்வாகக் கமிட்டி அங்கத்தினரைத் தேர்ந்தெடுக்கும் உரிமை அளிக்கப்பட்டது).

பிற்பகல் 3 மணிக்கு மகாநாடு மீண்டும் குணபூஷணி தலைமையில் ஆரம்பமாயிற்று. விஷயாலோசனைக் கமிட்டியில் நிறைவேற்றிய தீர்மானங்கள் எல்லாம் முறையே இங்கும் ஏகமனமாக நிறைவேறின. தீர்மானங் களைப் பிரரேபித்தும், ஆமோதித்தும், ஆதரித்தும் உருக்கமாகவும் உற்சாகமாகவும் பலர் பேசினர். கீழ்க் காணும் பேச்சுக்களும் நிகழ்ச்சிகளும் குறிப்பிடத்தக்கவை ஆகும். பேச்சுக்களில் முக்கியமான அம்சங்கள் மட்டும் கீழே கொடுக்கப்பட்டிருக்கின்றன.

சொர்ணபுரியார் பேச்சின் சாரம் வருமாறு:-

இன்றைய நடவடிக்கைகள் எதிர்காலத்தின் வேகத்தை உணராமல் புராதனகாலச் சம்பரதாயங் களையே குரங்குப் பிடியாய் பிடித்திருப்பவர்களுக்குப் புத்தி கற்பிப்பதாகவே இருக்கின்றன. ஆனால் என் சம்பந்தி அவர்கள் இந்நிகழ்ச்சிகளை கண்டு தாம் செய்த தர்மத்தின் பலனே தலைகாத்ததென்று நினைப்பார்கள். தம்புதல்வரையும் மருமகளையும் கடவுள் கொண்டுவந்து

சேர்த்ததாக மனச்சாந்தியடைவார்கள். ஆனால் அவர்களைத் தவிர நாமெல்லாம் அவ்விதம் நினைக்க முடியாது. இதில் சம்பந்தப்பட்டவர்களின் மனோ திடத்தினாலும் புத்தி தீட்சண்யத்தினாலும் இக்காரியம் ஒருவாறு முடிவடைந்ததோடு இவைகளில் இனி விசேஷ கவனத்தைச் செலுத்தி உலக சேமத்தை அதிக விருத்தி செய்யத் தூண்டியதாகவே நினைக்க வேண்டியதாகிவிட்டது. மதமாகவும், கடவுளாகவும், பழக்க வழக்கமாகவும் இதுவரையில் கருதி வந்ததை உலகத்தார் முன்னிலையில் பிரகாசப்படுத்துவான் வேண்டி என் மருமகனையும், என் மகளையும் கருவியாகக் கொண்டு மாமாவாகவும், நடித்து நண்பர் நடராஜன் செய்த மகத்தான சேவையை நாமெல்லோரும் போற்றாமல் இருக்க முடியாது. (கரகோஷம்) என் சமஸ்தானத்தில் எல்லாவித சீர்திருத்தமும் செய்திருந்தாலும் தேவதாசிகள் என்ற திருநாமத்தைச் சூட்டிக்கொண்டிருக்கும் பெண்களால் உலகத்தார் படும் உபாதையை என் மருமகன் தாசிவீடு ஏகும் வரையில் உணர்ந்து கொள்ளாமலே இருந்தேன் என்றால் என் மூடத்தனத்திற்கு உங்களிடை மன்னிப்புக் கேட்டுக்கொள்வதில் குற்றமில்லை. இந்த அஞ்ஞான இருளை எனக்குப் போக்கிப் பிரகாசப்படுத்திய பெருமை தோழர் நடராஜன் அவர்களுக்கே யுரியதாகும். தோழர் நடராஜன் அவர்களின் பழைய நிலையை மாற்றி உலக சேமத்திற்கு ஒரு வீர புருஷராய்ச் செப்பனிட்டதற்கு ஆதிகாரணஸ்தாராய் விளங்குபவர் சகோதரி குணபூஷணி அம்மையார் அவர்களே. ஆதலால் பொதுவாக எல்லோருடைய சேமத்திற்கும் அஸ்திவாரம் போட்ட பெருமை அவர்களுக்கே உரியதாகும் என்று சொல்ல வேண்டும். (கரகோஷம்) இச்சம்பவத்தால் ஆணுக்கும் பெண்ணுக்கும் அறிவு, சாமர்த்தியம் போன்றவைகளில் வித்தியாசமில்லை என்பதும் தாசிக்கும் சம்சாரிக்கும் வாழ்க்கையில் வித்தியாசமில்லை என்பதும் அவர்களைப் புனிதப்படுத்துவதில் எந்த மதமும் கடவுளும் பழக்கமும்

குறுக்கிடாவென்பதும் வெட்டவெளிச்சமாகி விட்டதல்லவா? ஆகவே மேற்படி சீர்திருத்த வேலை செய்வதற்குக் குணபூஷணியம்மையார்தான் தக்க வழிகாட்டிக் கொடுக்க வேண்டும். (கரகோஷம்)

தருமபுரி ஜமீன்தார் இவைகளை எல்லாம் கேட்டும் ஒன்றும் சொல்லத் தெரியாதவராயிருந்தாலும் நியாயத்தை மாத்திரம் உணர்ந்து பின்வருமாறு தெரிவித்தார். எனக்கு ஒன்றும் சொல்லத் தெரியவில்லை. இருந்தாலும், இங்கு நடந்தவைகளைப் பார்த்துச் சந்தோஷிக்கிறேன். நான் செய்து வந்த தான தருமங்களையெல்லாம் என் உயிர் நாடியாகக் கொண்டிருந்தது உண்மையே. நான் ஏகபுத்திரனை யுடையவனாய் இருந்தும் அவன் நடவடிக்கைகளுக்கு நானே காரணஸ்தன். நான் முறையற்ற தருமத்தைச் செய்து வந்தாலும் கடவுளுக்குப் பிரீதியான தான தருமங்களைச் செய்த எனது சம்பந்தியார் ஏகபுத்திரியை என் புதல்வனுக்குக் கொடுத்தமைக்கு நான் கடவுளைப் புகழாமல் இருக்க முடியாது. கடவுளின் கிருபையால் எனது சம்பந்தி தம் புதல்வியைப் புத்திசாலித் தனமாய் வளர்த்திராவிட்டால் என் மகனின் நிலை மிக மோசமாகிவிடும் அல்லவா? இனி அநாவசியமான தர்மம் செய்வதில்லை என்று முடிவு செய்துவிட்டேன். என் சம்பந்தி சமஸ்தானத்தில் செய்யும் தர்மத்தைச் செய்து எல்லாம் வல்ல இறைவனைச் சந்தோஷப்படுத்துகிறேன். என் புதல்வனை நல்வழிக்குக் கொண்டு வந்த எல்லாருக்கும் என் வந்தனம். இனி என் சமஸ்தானத்தில் செய்யப்போகும் வேலைக்கு எல்லாருடைய கூட்டுறவையும் எதிர் பார்க்கிறேன். (பலத்த கரகோஷம்)

பிறகு கருணாகரன் பேசியதாவது

சகோதரிகளே! சகோதரர்களே! ஜமீன்தாரணி சொல்லியபடி இழிவிலிருந்து தப்பித்துக் கொண்டவர்களில் நானும் ஒருவன். பரம்பரைப் பேர் வாங்கிய

போகசிந்தாமணியின் புதல்வன் என்று சொல்லிக் கொள்வதற்கு வெட்கப்படுகிறேன். வண்ணான் வீட்டுக் கழுதைக்காகிலும் விடுமுறை உண்டு. இங்கே வீற்றிருக்கும் கனம் அம்மாளுக்குப் பிள்ளையாய்ப் பிறந்த எனக்கு 24 மணி நேரமும் வேலை. வயிறு வளர்க்க முடியாமல் மானம்கெட்ட வேலைசெய்தேன். இந்த உழைப்பை வேறுவிதத்தில் உழைத்திருந்தால் பிழைக்கக் கூடாதா என்று கேட்கிறேன். இவர்களுக்கு இவ்வளவு உழைப்புழைத்தும் நமக்கு ஏதேனும் சுதந்திரமுண்டா? பிற ஜாதியாரைக் கண்டால் மேல் வேஷ்டியைக் கையில் எடுத்துக் கொண்டு கைகட்டி நிற்கும் பெருமையை யடைந்தேன். தங்கை தமக்கை பெற்ற புதல்விகளை விபசாரத்திற்கு விட்டுப் பிழைக்கும் ஆண்களின் கூட்டத்தைவிட்டு விடுபட்ட என் புதல்வியை என் சம்சாரம் தாசியிடத்தில் விற்றதாய் அறிந்து வருந்தியவனா யிருக்கிறேன் (கண்ணீர் சொரிதல்) என் புதல்வி விவேகவதி விபசாரம் செய்ய தயாரித்தால் உயிர் நீப்பேன். வாங்கிய அம்மாள் என் புதல்வியை விவாகம் செய்திருப்பாளே யானால் அவளை வணங்கி சந்தோஷமடைவேன் (பலத்த கரகோஷம்)

பிறகு குணபூஷணி இன்னும் பேச விரும்பும் சகோதரிகள் பேசலாமென்றார்.

இதைக் கேட்டதும் ஒரு பெண் மேடைக்கு வந்தாள். பேசத் தொடங்கினாள்:- சகோதரிகளே! சகோதரர்களே! நானிக்கூட்டத்தில் காணப்படும் முக்கியஸ்தர்களுக்குப் பந்தமுடையவள் என்பதை முதலில் தெரிவித்துக் கொள்கிறேன். எனது வாழ்வில் அடைந்த கஷ்டங்கள் இன்றோடு நிவர்த்தியாகிவிட்டதாய்க் கருதுகிறேன். இவ்விடத்தில் விஜயம் செய்திருக்கும் முக்கியஸ்தர்களின் சரித்திர சம்பந்தங்களை கவனிக்கும்போது எனது வாழ்வின் சரித்திரமும் அதில் முக்கிய அங்கம் பெற்றிருக் கிறதைக் கண்டேன். முன் பேசிய கருணாகரர் யார்? என்

தாய் சேனாவதியையும் என்னையும் அநாதைகளாய் விடுத்துச் சென்றுவிட்ட கருணைத் தந்தை. என்தாய் வறுமையால் ரூபா 10க்கு ஒரு தாசியிடத்தில் விற்று அவளும் சென்றுவிட்டாள். என்னை விலைக்கு வாங்கியவள் விபசாரத் தொழிலுக்குத் தயார் செய்தாள். மனம் சலியாத பயிற்சியை ஒத்துக் கொள்ளாத காரணத்தால் நான் அடைந்த கொடுமைகளுக்கு அளவில்லை. விபசாரக் கொடுமையைவிட இதரக் கொடுமை அவ்வளவு பலம் பொருந்தியதில்லை என்று சகித்துவந்தேன். இருப்பினும் எனக்குச் சங்கீதம் சொல்லிய நட்டுவனார் உதவியைக் கொண்டு அவளை விட்டு விலகினேன். அச்சமயம் உதவிய நாட்டுவனாருக்கு இச்சபையில் நன்றி செலுத்துகிறேன். அவரையே காதலித்து உத்தமியாயிருந்தாலும் தாசி என்ற பட்டம் மட்டும் மாறவில்லை. ஆதலால் இன்று கருணாகரர் இருக்கும் நிலைக்கும் அவர் புதல்வி என்று சொல்ல வெட்கப்படுகிறேன். (இந்நிலையில் சபையில் கூச்சல் ஏற்பட்டது. காந்தா கானவதி ஆச்சரியப்பட்டார்கள். கருணாகரன் ஓடிவந்து மகளைக் கட்டித் தழுவி முத்தமிட்டான். குணபூஷணி ரோஜாப்பூ ஆரத்தை சூட்டினார். பிறகு சபையோரை அமைதியாயிருக்கும்படி தெரிவித்து இன்னும் விவேகவதியின் பேச்சைக் கேட்கும் படி தெரிவித்தனர். மீண்டும் விவேகவதி பேசியதாவது: நான் இந்நிலைக்கும் கஷ்டத்திற்கும் காரணமாணதற்கும் என் தகப்பன் தாசி மகன் தேவடியாள் மகனாய்ப் பிறந்த பாவமே! உணர்ச்சியில்லாத கடவுள் பெண்டாட்டியாய் ஆனாலும் இன்று என் தகப்பன் நிலைக்குப் பங்கமில்லாது எனது வாழ்க்கையை நடத்திவிட்டதல்லாமல் தாசித் தொழிலை ஒழிப்பதற்கு வேண்டிய வேலையைச் செய்து வந்தேன் (சபாஷ்) இவ்வேலைக்கு முட்டுக்கட்டை ஏற்பட்டது சொல்லி முடியாது. இருந்தாலும் எனது சிறு ஊழியத்தால் உங்கள் முன்னிலையில் இருக்கும்

அஞ்சுகராஜனை இன்னார் என்று தெரிவிக்கிறேன். அஞ்சுக மென்பவர் தாசிப்பெண். ராஜமென்பவர் நாயுடு வகுப்பைச் சேர்ந்தவர். தாசித் தொழிலை வெறுத்து யாவருமறியக் கலப்பு விவாகம் செய்துகொண்டதோடு விபசாரம் செய்தால் இழிவில்லை என்று இறுமாப்புக் கொள்வதற்கு அறிகுறியாயுள்ள கல் சுவாமிக்குக் கட்டிய பொட்டை சபை முன்னிலையில் அறுத்தெறிந்தார்கள். (கரகோஷம்) உணர்ச்சியில்லாக் கல்லுக்குப் பெண்டாட்டி என்ற முட்டாள்தனத்தைத் தகர்த்துப் பகுத்தறிவுள்ள மனிதனைக் கலியாணம் செய்வதில் குற்றமில்லை என்று இச்சமூகத்திற்கு வழிகாட்டிய பெருமை அஞ்சுகத் தம்மாளுக்குரியதாகும். (கரகோஷம்) பொட்டை யறுத்தால் பாபமென்று நினைக்கும் முட்டாள் தாசிப் பெண்களுக்கு இவர்கள் செய்தது தைரியம் கொள்ள வழிகாட்டியதாகும். நிற்க தாசித்தொழிலை ஒழிப்பதற்கு ஆரம்ப வேலையாய்ச் செய்ய வேண்டியது பற்றி இரண்டொரு யோசனை சொல்லுகிறேன். முதலாவது பரத நாட்டியத்தை ஒழிக்க வேண்டியதாகும். பரத நாட்டியமே விபசாரத்தை வளர்ப்பதற்கு உயிர்நாடியாய் இருக்கிறது. விபசாரம் பரத நாட்டியத்திலிருந்தே சிருஷ்டியானதாகும். பரதநாட்டிய கலைக்கும் விபசாரத்திற்கும் சம்பந்தமில்லை என்று சொல்லுபவர்களின் வாதம் உண்மைக்கு மாறானதே யாகும். இந்தப் பாட்டைப் பாருங்கள்.

வேசிக் கொருவர்மீது ஆசை வைக்கலாமோ
காசைக் கொடுத்தவனே கணவனடி
தேசகதி பதியென்று ராஜகோபாலன் மேலே
ஆசை மனதிலெண்ணி மோசம் போகலாமோடி
சித்தம் கரைய நமது கீர்த்தி சொல்கிறபேரைத்
திருடரல்லவோ தெரிந்து கொள்ள வேண்டும்
சிரத்தைாய் மையல்மீறி வருகிறவர் தலையைத்
தடவியவர்தேடிய தனத்தைப் பறிக்க வேண்டும்
ஜாலம்செய்து நாளை நாளை என்று நமக்கு
நயவஞ்சமாய் சொல்வார் நம்பப்போகாது மானே

காலமிதுவே கலிகாலமென்று நினைத்து
காற்றுள்ள போதெல்லாம் தூற்றிக்கொள்ள வேண்டும்

இது சுப்பராம ஐயர் பதம். இதன் கருத்து வெளிப்படை. க்ஷேத்திரிய பதம் இனிப் பாருங்கள்:-

தாமர சாக்ஷாநீவு எப்புடு வத்துவோயணி
தலமாக வில்லுக நிலபடிச் சுன்னதி
எமட்ட லாடின நீமாட்ட லேகானி
ஏமி செப்பின எதுராடதுரா

இதன் கருத்து தாமரைப் பூவைப்போல் நேத்திர முடையவனே, நீ எப்போது வருவாயோ வென்று வாசலே வீடாக மதித்து நின்று கொண்டிருக்கிறாள். நாங்கள் எதைச் சொன்னாலும் உன்னைப் பற்றியே பேசுகிறாள் என்று தாதி சொன்னதாய்த் தெரிவிப்பது.

இதுவும் க்ஷேத்திரியபதமே

உபமுகநே சேயு உபசார முலன்னியு
அபசாரமுகா ஒச்சனா
விபுலா சத்குணா சீலா விஜயமா கோபாலா

இதன் கருத்து உபசாரமாக யான் சொல்வதெல்லாம் உனக்கு அபசாரமாக முடிகிறதா? நல்ல அழகும் நல்ல குணமும் பொருந்தியவனே! விஜயகோபாலனே என்பதாகும். நாயகர் நாயகியின் பாவம் இந்த நடிப்பில் கருத்தாம். காமலீலைகளைக் குறிக்கும் நடிப்புக் கலை குடும்பப் பெண்களுக்கு அவசியம் வேண்டுமென்று சிலர் சொல்வதின் கருத்தென்னே! இந்தச் சூழ்ச்சியைத் தாசிப்பெண்கள் வெறுத்துத் விடுவதோடு பெண்கள் ஒழுக்கத்தில் நாட்டம் கொண்டவர்கள் காமலீலையைப் அபிவிருத்தி செய்யும் பரத நாட்டியத்தின் கருத்தைப் பெண்கள் சமூகத்திற்கு எடுத்துரைத்து அதை ஒழிக்க முயல வேண்டும். இதன் சுருக்கத்தைக் கேட்டால் ஞானார்த்தம் என்றும் மோக்ஷவழி என்றும் சிங்கார பதமென்றும் படித்தவர்கள் சொல்லுவார்கள். இதனால்

தானா ஞானம் பெற முடியும்? என்று கேட்டால் ஒன்றும் பதில் சொல்லமாட்டார்கள். வேண்டுபவர்கள் வைத்துக் கொள்ளட்டும். நம் சமூகத்திற்கு வேண்டாம். நம் சமூகத்தின்பேரில் கவலை கொண்டிருக்கும் ஜமீன் தாரணிக்கு சந்தோஷத்தையளிக்கும் பொருட்டு அவர்கள் சீர்திருத்தத்தில் கலந்து நல் நிலையடைய வேண்டுமாய்த் கேட்டுக்கொள்வதுடன் என்னால் இயன்ற ஊழியமும் செய்து வருகிறேன்.

விவேகவதியின் பேச்சைக் கேட்டவுடன் சபையில் இருந்த எல்லாருக்கும் அளவு கடந்த ஆச்சரியம் உண்டாகி விட்டது. அவள் உணர்ச்சியும் ஆவேசமும் ததும்பப் பேசியபோது இடையிடையே சபையினர் மகிழ்ச்சி மேலிட்டால் ஆரவாரம் செய்து கொண்டிருந்தனர். இரண்டு ஜமீன்தார்கள், குணபூஷணி, நடராஜன் முதலிய முக்கியஸ்தர்கள் விவேகவதியின் வரலாற்றையும் ஊழியத்தையும் அறிந்து புகழுரைகள் வழங்கிப் பாராட்டி உபசரித்தனர். காந்தா - கோஷ்டிக்கு இவளது நிலைமை தெரிந்தவுடன் மனவருத்தமும் நாணமும் மேன்மேலும் அதிகரித்துக்கொண்டிருந்தன. விவேகவதியோடு வந்திருந்த அஞ்சுக - ராஜன் தம்பதிகளை மேடைக்கு வரவழைத்து எல்லாரும் போற்றிப் புகழ்ந்தனர். இந்நிலையில் குணபூஷணி மகாநாட்டை முடிவுக்குக் கொண்டுவர எண்ணிக் கீழ்வருமாறு பேசினார்:-

இந்தச் சமூகச் சீர்திருத்த மகாநாட்டு நடவடிக்கைகளும் தீர்மானங்களும் தென்னிந்தியரை மாத்திரமல்ல - இந்திய மக்களையே தட்டி எழுப்ப வேண்டும் என்று ஆசைப்படுகிறேன். மகாநாட்டில் தோழர் நடராஜர் வெளிப்படுத்திய உண்மைகளும், இப்பொழுது விவேகவதி பேசிய பேச்சுக்களும் எல்லாருக்கும் வியப்பை உண்டாக்கியிருக்கும் என்று நம்புகிறேன். இவர்களால் தேவதாசி முறைக்கு நாசகாலம் ஏற்பட்டதையறிந்து நான் மட்டற்ற மகிழ்ச்சிப் பெருக்கு

அடைகின்றேன். இரண்டு ஜமீன்தார்களும் தேவதாசி முறையை ஒழிப்பதற்கு மனப்பூர்வமாய் ஒப்புக்கொண்டது பெரிய விசேஷமாகும். இவர்களுடைய திட்டம் மற்றவர்களுக்கும் வழிகாட்டும் என்று உறுதியாக நம்புகிறேன். இந்தச் சந்தர்ப்பத்தில் போகசிந்தாமணி - காந்தா - கானவதிகட்கு ஒரு வார்த்தை சொல்ல விரும்புகிறேன். நீங்கள் உலகப் பழிக்கு ஆளாகிவிட்டீர்கள். இதற்குக் காரணம் கடவுளும் சாஸ்திரங்களும் பழக்க வழங்கங்களுமே ஆகும் என்பதை இம்மகாநாட்டு நடவடிக்கைகளால் நன்கு உணர்ந்திருப்பீர்கள். இனிமேலாகிலும் நீங்கள் செய்த தகாத காரியங்களுக்குப் பிராயச்சித்தமாக நல்ல வாழ்க்கை நடத்த வேண்டுமென்று கேட்டுக்கொள்ளுகின்றேன். தேவதாசி முறையை ஒழிக்க உதவி புரிவதே அந்தப் பிராயச்சித்தமாகும். நேரம் அதிகமாகிவிட்டதால் எனது முடிவுரையை நீட்டிக் கொண்டிருக்க நான் விரும்ப வில்லை. தோழர் நடராஜன் அவர்கட்கும் அவருடைய வாழ்க்கைத் துணைவியாருக்கும் ஞானசுந்தரியாருக்கும் ஜமீன்தார் அவர்கட்கும் எனது மனப்பூர்வமான வணக்கத்தையும் நன்றியறிதலையும் தெரிவித்துக்கொண்டு எனது பேச்சை முடித்துக் கொள்ளுகின்றேன் (கரகோஷம்)

இத்துடன் மகாநாடு கலைந்தது. எல்லாரும் அவரவர் ஜாகைக்குச் சென்றனர். ஜமீன்தார்களும் மற்ற முக்கியஸ்தர்களும் சோமசேகரன் பங்களாவை அடைந்தனர். காந்தா கோஷ்டியாரும் அங்கேயே அழைக்கப்பட்டிருந்தனர். எல்லோரும் சிறந்த முறையில் விருந்து அளிக்கப்பட்டது.

பிறகு ஜமீன்தார்களும் மற்ற பிரபலஸ்தர்களும் காந்தா கோஷ்டியை அழைத்து அவர்களுடைய அபிப்பிராயத்தை அறிய முயன்றனர். அவர்கள் மிகுந்த துக்கத்தோடு இருந்தார்கள். காந்தா ஜமீன்தார்களைப் பார்த்து வணங்கி இவ்விதம் கூறினாள்: "எஜமானர்களே!

தேவதாசி சாதி ஒரு சாதி இல்லை - மானங்கெட்ட சாதி என்பதை இப்போது உணர்ந்துகொண்டோம். இந்தச் சாதிக்கு முன்பின் நடவடிக்கைகளை ஆழ்ந்து சிந்திக்கும் பக்குவம் கிடையாது. அப்படியிருந்தால் நாங்கள் தேடிய பொருளிழந்து இந்த இடத்திருப்போமா? ஆனால் நரை திரையான காலம் வந்தாலும் அதற்குத் தக்கவைகளைச் செய்து கொண்டு வாலிபத் தன்மையாய்க் காட்டிக் கொண்டு பொருள் தேடுவதில் மிகுந்த ஆராய்ச்சியுமுண்டு. எங்கள் சாதி முறைப்படி இத்தொழில் செய்தால்தான் பெருமை. இளம்பிராயத்தில் - ஒரே புருஷனிடத்தில் இருந்தால் புத்திசாமர்த்தியமில்லாதவள் என்று மற்ற தாசிகள் ஏளனமாய்ப் பேசுவார்கள்! பெரிய பெரிய தனவந்தர்கள் கெட்டு விட்டால் அப்படி அவர்களைக் கெடுத்தவளுடைய சாமர்த்தியத்தைப் புகழ்ந்து பேசுவார்கள். நிற்க, இளம்பிராயத்தில் தாசிப் பெண் ஒருவனோடிருந்தால், அவளைக் கேவலமாய் நினைப் பார்கள். வயதானவள் எத்தனைப் புருஷரை இச்சித்தாலும் அவள் புத்தியைப் பெருமையாகப் பாராட்டுவார்கள். இவ்வளவு வயதாகியும் அவள் புத்திக்கும் அவள் அதிர்ஷ்டத்திற்கும் எத்தனை வாலிபர்கள் மயங்கிக் கிடக்கிறார்கள் என்பார்கள். இவ்வித சாதியில் பிறந்து இழிதொழில் செய்யத் துணிந்தவர்களை இத்தொழில் இழிவென்று தாங்களோ உலகமோ சொன்னால் காதில் ஏறாது. இதுவன்றி இத்தொழில் தவிர மற்ற எந்தத் தொழிலைச் செய்தாலும், கேவலமே. எங்களுக்கு வேறு வேலை தெரியாது. செய்வதாய்ச் சொன்னாலும் எங்களை நம்பி நெல்லுக்குத்தக்கூடக் கூப்பிடமாட்டார்கள். எங்கள் சாதியார் இத்தொழிலைப் பெருமையாகக் கருதுகிற படியால் இத்தொழில் இழிவென்று நினைப்பவர்களை ஒன்றும் தெரியாத முட்டாள்கள் என்று கருதுவார்கள். இப்படி நினைப்பதற்கு காரணம் - மதம் கடவுள் என்பவைகளேயாகும். இன்னும் எங்கள் தாய்மார்கள் எங்களுக்கு அறிவு வந்த பிறகு வளர்ப்பதைத் தெரிவிக்

கிறேன். தாய்க் கிழவிகள் தங்கள் பெண்களைக் கோழைகளாகவே வளர்ப்பார்கள். எனது தமக்கை குணபூஷணிக்கு இன்னும் பல விஷயங்கள் தெரியாது.

என்னவென்றால், எங்களிடம் வரும் புருஷரிடத்தில் நாங்கள் காதல்கொண்டுவிட்டால் தங்கள் சுயநலம் போய் விடுமென்று தாய்க்கிழவிகள் அஞ்சுவார்கள். எனவே, "அவனை நம்பாதே. இரவில் தூங்கும்போது கழுத்து மணியை அறுத்துக்கொண்டு போய்விடுவான். அவனிடத்தில் ஆசைவைத்தால் பணம் கொடுக்கமாட்டான். ஒரே புருஷனிடத்திலிருந்தால் அதிகப் பொருள் கிடைக்காது" என்று பலவாறு நயமாயும் பயமாயும் சொல்லி எங்கள் மனதை மாற்றிவிடுவார்கள். அவர்கள் அநுபவத்தால் சொல்வதாய் நம்பி நாங்களும் எங்கள் வாலிபக் காலத்தை இழந்துவிடுவோம். இவ்வார்த்தைகளுக்கு மீறிநடந்தால் நாங்கள் தேடிய பொருளில் தம்பிடிகூடக் கொடுக்காது எங்களை இடுப்புத் துணியோடு வெளியில் துரத்தி விடுவார்கள். இதைப் பொருள்படுத்தாது வந்துவிட்டால் நாங்கள் இச்சித்த புருஷர்களும் எங்களை நம்பிப் பரிபாலிப்பதில்லை.

இவ்வித கஷ்டத்தால் தாய்க்கிழவிகள் சொல்லிற்கு அடங்கி நடக்க நேருகிறது. இவ்வித துர்ப்பாக்கிய நிலையைப்பற்றி என்ன நினைக்கிறீர்கள்? இவ்விடத்தில் உலகப் பெண்களின் கஷ்ட நிலையைப் பற்றிப் பேசினீர்கள். தாசிப் பெண்களின் நிலையை உள்சென்று பார்த்தால் இவர்களை விடப் பரிதாபகரமான பெண்கள் எங்கும் இல்லை என்று இத்தொழிலுக்குத் தயார் செய்யும் தாய் தகப்பன்மார்களைச் சித்திரவதைச் செய்யத் துணிவீர்கள். பெற்ற பெண்களை இவ்விதக் கொடுமைக்கு ஆளாக்கும் இந்தப் பாவிகள் வேறு சாதியில் எடுத்து வளர்க்கும் பெண்களை எந்நிலையில் வைத்திருப்பார்கள் என்று யோசித்துப்பாருங்கள். ஆதலால் இத்தொழிலைத் தடை செய்யச் சரியான கடும் சட்டமிருக்க வேண்டும்.

தாசிகளிடத்தில் சிறு பிராயமுடைய பெண்களை வைக்காது வேறு வசதி கொடுத்துத் திருத்தினால் இக்கூட்டத்தை அடியோடு அழிக்க முடியும். தொழில் செய்த பெண்களைத் திருத்த முடியாது. தாங்கள் சொல்லியபடி தொழிலை விடுத்து உலகத்தோடொத் துழைக்க வந்தால் விபசாரிப் பெண்களுக்கிருக்கும் மதிப்புக்கூட எங்களுக்கும் இருக்குமென்று நம்ப முடியாது. மதிப்பு வேண்டாமென்று ஒத்துழைக்க வந்தாலும் ஏதோ தந்திரம் செய்து பிழைக்க வந்துவிட்டதாய் மக்கள் நினைப் பார்களேயல்லாது தொழிலின் இழிவையறிந்து வந்ததாய் நினைத்துப் பெருமையளிக்க மாட்டார்கள் என்பதுதான் எண் துணிபு. அந்த இழிவைவிட இந்த இழிவு எங்களை வருந்தச் செய்யுமல்லவா? தாங்கள் சொல்லியதுபோல் என்னால் நடக்க முடியாவிட்டாலும் எங்கள் சாதியில் உள்ள கெடுதலை அரசராகிய தாங்கள் தெரிந்தால் ஒரு காலத்தில் இக்கூட்டத்தின் பேரில் கருணைகூர்ந்து உதவி செய்வீர்கள். அந்த உதவி என்ன? இத்தொழிலை விடுத்துப் பிழைக்க நினைக்கும் ஆணையோ - பெண்ணையோ அந்தமான் தீவுக்கு அனுப்ப வேண்டும் என்பதேயாகும்."

காந்தாவின் உருக்கமான பேச்சைக் கேட்டவுடன் எல்லாருக்கும் அவர்கள்பால் இரக்கம் உண்டாயிற்று. ஜமீன்தார்கள் காந்தா கோஷ்டிக்கு வேண்டிய சமாதானம் கூறி அபயம் அளித்தார்கள். பிறகு காந்தா கோஷ்டியார் தேவதாசி முறையை ஒழிப்பதற்கு உதவி புரிவதாக ஒப்புக் கொண்டார்கள். போகசிந்தாமணி ஜமீன்தார் பாதங்களில் வீழ்ந்து நீங்களே எங்களைக் காப்பாற்ற வேண்டும் என்று முறையிட்டுக்கொண்டாள். இவர்கள் தேவதாசித் தொழிலை ஒழித்துவிட்டதாகத் தெரிவித்த செய்தி எல்லாருக்கும் மிகுந்த சந்தோஷத்தை அளித்தது.

* * *

இப்பொழுது சொர்ணபுரியிலும் தருமபுரியிலும் தேவதாசிகள் முன்னேற்ற சங்கம் வெகுசிறப்பாக நடைபெற்றுக் கொண்டிருக்கிறது. போகசிந்தாமணி - காந்தா - கானவதிகள் தேவதாசி முறையை ஒழிப்பதற்கு தீவிரமான பிரசாரகர்களாகவும் சி.ஐ.டி.க்களாகவும் வேலை செய்து வருகின்றார்கள். இவர்களிடம் தோழர் நடராஜன் மாந்திரி கராப்பு போய்க் கவர்ந்த ரத்தின கண்டிகை முதலிய நகைகள் மேற்படி சங்கத்தின் மூலதனமாக வைக்கப்பட்டன. ஜமீன்தார்களும் ஆண்டுதோறும் மேற்படி சங்கத்திற்கு மானியங் கொடுத்து வருகின்றனர். நடராஜன் - குணபூஷணி - சிவராமன் - விவேகவதி - கருணாகரன் முதலியவர்கள் குறிப்பிடத்தக்க தொண்டாற்றி வருகின்றார்கள். சோமசேகர துரைப் பாண்டிய ஐயன் அவர்களும் தேவி ஞானசுந்தரியாரும் இப்பொழுது இன்ப வாழ்க்கை நடத்தி வருவதோடு இரண்டு சமஸ்தானங்களிலும் சமூகச் சீர்திருத்த சம்பந்தமான எல்லாக்காரியங்களையும் அவர்கள் சிரத்தையுடன் மேற்பார்வையிட்டு வருகின்றனர்.

■

பிற்சேர்க்கை
தேவதாசிகளுக்கு ஓர் எச்சரிக்கை

மூவலூர், ஸ்ரீமதி, ராமமிர்தம்மாள் எழுதுவது

சகோதரிகளே!

எனது சொந்த அனுபவத்தை உங்களுக்கு அறிவிக்க வேண்டி இதை வரைகிறேன். நான் ஒரு நல்ல குடும்பத்தில் பிறந்தவள். எனது தாயாரும், தந்தையும் நிறைந்த சாதுக்குணமுடையவர்கள். இத்தகைய சாதுக்களுக்கு நான் ஒரு பெண்ணாகப் பிறந்தேன். என்னை ஒரு வரனுக்கு மணம் செய்து வைக்க உத்தேசித்து, தமிழ் மொழியான தாய் மொழியில் மட்டும் என்னைப் பயிற்றுவித்தனர். எனது வாழ்க்கையைக் கேவலவழியில் திருப்பிய குல துரோகிகளான என் சிறிய தகப்பனும், பெரிய தாயாரும் என் தந்தையிடம் வந்து என்னை விலைத் தொழிலுக்கு விடும்படியும், பெண் புத்திசாலியென்றும், சங்கீதமும் தெரிந்து கொண்டாளானால், நல்ல சம்பாத்தியம் பின்னால் கிடைக்குமென்றும், கலியாணம் செய்து கொடுக்க வேண்டாமென்றும் அடிக்கடி சொல்லி அவர்களை மதிமயங்கவைத்துப் போவார்கள். இதனால், எனது அன்னையும், தந்தையும் என்னை சங்கீதத்திலும், நாட்டியத்திலும் பயில வைக்க வேண்டியதாயிற்று. இத்தகைய ஆடல்களினால் என் வாழ்க்கையின் நடை வேறு விதமாய்விட்டது. இந்தச் சமயங்களில் வருடம் 1-க்கு 1000 ரூபாய் சம்பாதித்து வந்தேன். இத்துடன் நில்லாமல் என் வாழ்க்கையின் ஆடம்பரத்தால், லட்சாதி பிரபு ஒருவரை நான் நத்த வேண்டியதாயிற்று. இத்தகைய

நிலையிலிருந்தும் கேவல வாழ்வாகிய பொதுமகள் வாழ்வையும் நடத்தி வந்தேன். பாதக வாழ்க்கையால் தேடிய பொருளால் என்ன பயனடைந்தேனெனில், ஒன்றுமில்லை. ஆனால், பெண்களை, சகோதரிகளை விலைத்தொழிலுக்கு விட்டு, சுகமாய் உண்டு கொண்டாடித் திரியும் சொந்த பந்து நண்பர்களுக்கும், நங்கைகளுக்கும் புத்துருக்கு நெய்யிட்டு சாப்பாடு போடுவதும், தீபாவளி போன்ற காலங்களில் சேலம் வேஷ்டிகளும், பெண்களுக்கு நல்ல சேலைகள் வாங்கிக் கொடுப்பதும், அவர்களால் நீ நல்ல ஜீவகாருண்ணியமுடையவளென்று புகழ் பெறுவது மட்டும் கிடைக்கும். நான் இவ்விதம் செலவு செய்ததாலும், ஆடம்பர வாழ்கை வாழ்ந்ததாலும் நானடைந்த லக்ஷாதிப் பிரபுவுக்கு 50000 ரூ கடன் ஏற்பட்டு விட்டது. என்னிடத்திலே 5000 ரூ. கூட கையிருப்பில்லை. 1910ஆம் ஆண்டு என்னை யடைந்த லட்சாதிபதி உலக வாழ்வை நீத்து விண்ணாடெய்தினார். இது சமயம் எனது வாழ்க்கை நிறைந்த இன்னலுக்குட்பட்டது. இப்படிப்பட்ட கெடுதல்கள் யாரால் விளைந்தது என்று சிந்தித்தேன். நமது முன்னோர்கள் சரித்திரங்களைப் படித்து ஆராய்ந்தேன். ஒருவித உணர்ச்சி தோன்றிற்று. ஆண்மக்கள் தங்கள் சுயநலம் பொருட்டும், தாங்கள் சுகஜீவியாயிருக்க உத்தேசித்தும் நம்மைக் கேவல வாழ்க்கையில் விட்டுக் கெடுக்கிறார்கள்.

இந்தக் கெடுதலான வழக்கத்தைத் தடுக்க நாம், (பெண்கள்) முயலவேண்டுமென்று எனது சகோதரி களான தேவதாசிப் பெண் மக்களை வேண்டிக்கொள்ளு கிறேன். இதைத் தடுப்பதற்காக, 7, 8 வருட காலமாக உழைத்தும், தடுத்தும் வந்துள்ளேன். மகாத்மா அருள் வாக்கைப் பின்பற்றி, வெளிப்படையாக வந்தும் எனது சகோதரிகள் பொருட்டு தொண்டும் செய்து வருகிறேன். பெண்களை விபசாரத்திற்கு விட்டு அந்த வரவைக் கொண்டு வயிறு வளர்த்து, நாட்டுக்கும், குலத்துக்கும்

துரோகிகளாய், சோம்பேறிகளாய்த் திரியும் ஆண்மக்களை இடித்தும் புத்தி கற்பித்தும் உண்மை ஆண் மக்களாக நாம் (பெண் மக்கள்) தகுந்த முயற்சி உடனே எடுத்துக் கொள்ள வேண்டுமென்றும் உங்களை வேண்டிக்கொள்கிறேன். பரவை நாச்சியார், ஆண்டாளம்மையார், மாணிக்க நாச்சியார், காரைக்காலம்மையார், மணிமேகலை, போன்ற உத்தமத் தமிழன்னைகள் தோன்றிய தமிழ் நாட்டில் இத்தகைய சீர்கேட்டைக் காண உங்கள் மனம் வருந்த வில்லையா? ஆதலின் நமது குலப்பெண்களை உத்தமி களாகவும் அவர்களைச் சீர்திருத்தும் விடயமாகவும் சென்ற வருடம் ஒரு மகாநாடு கூட்டினேன். அழைப்புக் கடிதங்களை எதிர்பார்க்காமலே, பல கலியாண வீட்டு களுக்குச் சென்று பெண்களை விலைமகளாக்கும் குணங்களை எடுத்துரைத்து, இதுவரை அநேகப் பெண்களிடத்தில், இனி தங்கள் பெண்களையோ அன்றி, சகோதரிகளையோ விபசாரத்திற்கு விடுவதில்லையென்ற வாக்குறுதியும் வாங்கியிருக்கிறேன். இரண்டாவது மகாநாடும் இவ்வருடத்தில் கூட்டி தேச பக்தர்களைத் தருவித்து அவர்களைக்கொண்டு உபன்னியாசங்கள் செய்வித்து, ஆண்களுக்கும், பெண்களுக்கும் புது உணர்ச்சியை உண்டாக்கினேனென்று, சில சுயநலக் காரர்கள் சென்ற வாரத்தில் விளநகர் கலியாணத்தில் எதிர்ப்பிரசாரம் செய்தார்கள். அன்றியும், நான் குலத்தைக் கெடுக்கவந்த கோடரிக்காம்பென்றும் என்னைச் சாதிக்கட்டுப்பாடு செய்வதாயும் இனி எந்தக் கலியாணத்திலாவது மேற்படி விடயத்தைப் பற்றி நான் உபபனியாசம் செய்தால் என்னை அடிப்பதாயும், சொன்னார்களாம். ஸ்ரீமான் குற்றாலம் குப்புசாமி நட்டுவனார் அவர்களிடம் எதிர்வாதமாடினது போற்றப் பாலது. எனது அருமைச் சகோதரிகளே! அந்தச் சுயநலக்காரர்களால் ஏமாந்து போகாதீர்கள். என்னை அடித்தால் நான் பயப்படப்போவதில்லை. "நாமார்க்கும்

320 தாசிகள் மோசவலை அல்லது மதிபெற்ற மைனர்

குடியல்லோம்; நமனை யஞ்சோம்." சுயகாரியப் புலிகளின் தந்திர - இனிய வார்த்தைகளைக் கேட்டு உங்கள் அருமைப் புதல்விகளை, தமிழ்ப் பெண்களைக் கேவல பொதுமகள் வாழ்க்கையில் விட்டுக் கொடுக்காதிருக்கும்படி உங்களை முக்காலம் வேண்டுகிறேன்.

நீங்களிருக்கும் திக்கு நோக்கி வணங்குகிறேன். அழகிழந்து, அறிவிழந்து, குலமிழந்து, குணமிழந்து, தமிழ்ப் பெண்ணின் நடையிழந்து, கற்பிழந்து, நாணமிழந்து கடவுளின் அருளுமிழந்து விலைமகளாய் வீதியிற்போவாரை நோக்கி நிற்பது தமிழ்ப் பெண்ணுக்கு அழகாகுமா? இது முறையா? அல்லது பெண்கள் தருமமாகுமா? இந்த நிலைக்கும் பெண்களை நிறுத்தித் தங்கள் வாழ்வை வெட்கமின்றி நடத்தும், ஆண்மக்களை ஆண்மக்களென்று எப்படி அழைத்தல் கூடும்? நம்மைப்போன்ற மற்ற தமிழ்ப்பெண்களும், அறிஞர்களும் நமது தொழிலை ஏளனம் செய்கின்றார்களே அதை யேனும் நீங்கள் கருதவேண்டாமா? காந்தியடிகளும் "துர்ப்பாக்கிய சகோதரிகள்" என்று நம் நிலைமையை குறித்து வருந்துகின்றாரே! அந்த மகானுடைய முறையீட்டையாவது செவிமடுத்து அதன்படி நீங்கள் திருந்த வேண்டாமா? என் இன்னுயிர் குலக்குமரிகளே, நாம் ஒவ்வொருவரும், நமது குலமகளிரை விலை மகளிராக்காமல், குலமகளிராக்கப் பாடுபட வேண்டு மென்று உங்களை மீண்டும் வணங்கிக் கேட்டுக் கொள்ளுகிறேன்.

குடியரசு: 13-12-1925

■